AF758758

മൊയാരം
1948

Moyaram 1948
Novel

T K Anilkumar

CHINTHA PUBLISHERS
Thiruvananthapuram

© Rights Reserved
All rights reserved. No part of this publication may be reproduced, transmitted, or stored in a retrieval system in any form or by any means without the written permission of the publisher.

First Edition
May 2023

Published & Typesetting
Chintha Publishers, Thiruvananthapuram

Cover Design
Vinod Mangoes

ISBN : 978-81-19131-31-0

CO - 3283 / 6531

Email: chinthapublishers@gmail.com
Website: www.chinthapublishers.com

A version is available at National Libraries
Kolkata, Mumbai, Chennai and Delhi

Distribution
DESHABHIMANI BOOKHOUSE
H O Thiruvananthapuram 695035

Branch
Head Office Kunnukuzhi • Statue Thiruvananthapuram
KSRTC Bus Terminal Thampanoor • Saphalyam Complex Thiruvananthapuram
KSRTC Bus Station Alappuzha • KSRTC Bus Station Ernakulam
Machingal Lane Thrissur • IG Road Kozhikode
Mavoor Road Kozhikode • NGO Union Building Kannur
Central Bus Terminal Complex Thavakkara Kannur

മൊയാരം
1948

ടി കെ അനിൽകുമാർ

ചിന്ത പബ്ലിഷേഴ്സ്
തിരുവനന്തപുരം-695 035

ടി കെ അനിൽകുമാർ

1974 ൽ കണ്ണൂർ ജില്ലയിലെ പാനൂരിൽ ജനനം. മലയാള സാഹിത്യത്തിൽ ബിരുദാനന്തര ബിരുദവും ബി എഡും കൗൺസലിങ്& സൈക്കോതെറാപ്പിയിൽ ബിരുദാനന്തര ഡിപ്ലോമയും നേടി. 'മലയാളത്തിലെ ആത്മകഥകൾ: മനഃശാസ്ത്രപരമായ അപഗ്രഥനം' എന്ന വിഷയത്തിൽ കണ്ണൂർ സർവ്വകലാശാലയിൽനിന്ന് പി എച്ച് ഡി നേടി. ഗവൺമെന്റ് ഹയർസെക്കന്ററി സ്കൂൾ മലയാളം അദ്ധ്യാപകൻ. കേരളസാഹിത്യ അക്കാദമിയുടെ ഗവേഷണപദ്ധതിയനുസരിച്ച് തയ്യാറാക്കിയ *മലയാള സാഹിത്യത്തിലെ കീഴാള പരിപ്രേക്ഷ്യം* എന്ന കൃതിക്ക് 2005 ൽ തായാട്ട് അവാർഡ് ലഭിച്ചു. *നോവറിവുകൾ* എന്ന നാടകത്തിന് പ്രഥമ തൊവരിമല അബ്ബാസ് സ്മാരക നാടകഅവാർഡും *അൽകാഫിറൂൻ സംവാദങ്ങളുടെ പുസ്തകം* എന്ന നോവലിന് തുളുനാട് അവാർഡും ലഭിച്ചു.

കൃതികൾ. *ഞാൻ വാഗ്ഭടാനന്ദൻ, ലിറ്റിൽ പ്രൊഫസർ, അൽകാഫിറൂൻ സംവാദങ്ങളുടെ പുസ്തകം, ചോരപ്പുഴകൾ, ഒക്ടോബർ 10, മലയാള സാഹിത്യത്തിലെ കീഴാളപരിപ്രേക്ഷ്യം, ദളിത് സാഹിത്യത്തിന്റെ ചരിത്രവും വർത്തമാനവും, കഥയുടെ വർത്തമാനം* (എഡിറ്റർ).

വിലാസം : ടി കെ അനിൽകുമാർ
അക്ഷരം, പാനൂർ പി ഒ
കണ്ണൂർ-ജില്ല. പിൻ: 670692.

ഫോൺ : 7559987956
tkanilprakruthi@gmail.com

ഉള്ളടക്കം

പ്രസാധകക്കുറിപ്പ്

കണ്ണൂർ എടക്കാട് റെയിൽവേ സ്റ്റേഷനിൽ ട്രെയിനിറങ്ങി നടന്നുപോകുമ്പോഴാണ് 1948 മെയ് 11 ന് മൊയാരത്ത് ശങ്കരൻ എന്ന സ്വാതന്ത്ര്യസമരപ്പോരാളി ഖദർധാരികളാൽ കൊല്ല പ്പെടുന്നത്. കോൺഗ്രസുകാരാൽ മർദ്ദിക്കപ്പെട്ട്, പൊലീസു കാരാൽ തുറുങ്കിലടയ്ക്കപ്പെട്ടതിന്റെ പിറ്റേ ദിവസമായിരുന്നു മരണം. മലബാറിലെ കോൺഗ്രസ് പ്രസ്ഥാനത്തിന്റെയും തുടർന്ന് കോൺഗ്രസ് സോഷ്യലിസ്റ്റു പാർട്ടിയുടെയും മുൻനിരയിൽ പ്രവർത്തിച്ച മൊയാരം കുറുമ്പ്രനാട് താലൂ ക്കിൽ കർഷകപ്രസ്ഥാനവും തൊഴിലാളിപ്രസ്ഥാനവും കെട്ടിപ്പടുക്കാൻ യത്നിച്ചു. കോൺഗ്രസ് സോഷ്യലിസ്റ്റ് പാർട്ടി കേരളഘടകമാകെ കമ്യൂണിസ്റ്റ് പാർട്ടിയായി പരി ണമിച്ചപ്പോൾ മൊയാരവും പ്രസ്ഥാനത്തിന്റെ ഭാഗമായി. മൊയാ രത്തു ശങ്കരന്റെ ജീവിതത്തെ ആധാരമാക്കി ഡോ. ടി കെ അനിൽകുമാർ രചിച്ച *മൊയാരം 1948* ആ വ്യക്തിയുടെ മാത്ര മല്ല ഒരു കാലഘട്ടത്തിന്റെയും പ്രദേശത്തിന്റെയും കഥകൂ ടിയാകുന്നു. ശക്തമായ ഭാഷയിൽ മൊയാരത്തിന്റെ ജീവിതം ഈ കൃതിയിൽ അനാവൃതമാകുന്നു.

ചിന്ത പബ്ലിഷേഴ്സ്

അവസാനത്തെ അദ്ധ്യായം

ആത്മകഥയിലെ ഒടുവിലത്തെ അദ്ധ്യായമാണെഴുതുന്നത്. തിരുത്തിയെഴുതാനും പകർപ്പെടുക്കാനും പറ്റാത്ത അദ്ധ്യായം. എങ്ങനെ അതവസാനിപ്പിക്കും എന്ന സന്ദേഹം അപ്രസക്തമായിക്കഴിഞ്ഞിരിക്കുന്നു. എഴുത്ത്, ജീവിതംപോലെ ഭാരിച്ച വേദനയാണെന്ന് ഇത്രയും കാലം എന്തുകൊണ്ട് തിരിച്ചറിഞ്ഞില്ല? എഴുത്തിന്റെ രുചിയും ഗന്ധവും സ്വാംശീകരിക്കാനായി ജീവിതം ബാക്കിനിർത്തുകയാണ്. എന്നിട്ടും അക്ഷരങ്ങൾ അറച്ചറച്ച് മാറി നില്ക്കുകയാണ്. എഴുത്ത് കനവുകാണുന്ന ഓരോ മനുഷ്യനും അനുഭവിക്കുന്ന വ്യഥയാണത്. ജീവിതംപോലെ മരണത്തേയും തൊടുന്ന അസംബന്ധങ്ങളുടെ സമാഹാരമാണ് എഴുത്ത്. എഴുതാൻ കരുതിവെച്ച അക്ഷരങ്ങൾ, മുമ്പിൽനിന്ന് പരിഹാസസ്വരത്തിൽ പതറിമാറും. പരാജയം നല്കുന്ന നിസ്സഹായതയും ഭീതിയുമല്ല, ജയിക്കാനുള്ള മുന്നൊരുക്കമാണ് തോല്വിയെന്ന് ഉരുവിട്ട് പഠിച്ചതൊക്കെയും വിസ്മൃതമാകുന്നുണ്ടോ?

കാശിയാത്ര കഴിഞ്ഞ്, സഞ്ചാരിയായ തയ്യിപ്പിള്ളി കുങ്കക്കുറുപ്പ് മുമ്പിലെത്തിക്കഴിഞ്ഞിരിക്കുന്നു. കാവി വസ്ത്രവും വാരിയണിഞ്ഞ ഭസ്മവും നീണ്ട് തളർന്ന് കിടന്ന താടിരോമവും തിളങ്ങുന്ന കണ്ണുകളെ തോല്പിക്കുന്നു. വെള്ളക്കുപ്പായവും കുപ്പായത്തിന് മേൽ കറുത്തകോട്ടും തലയിൽ സ്വർണ്ണവർണ്ണത്തൊപ്പിയും അണിഞ്ഞ്, പ്രമേഹരോഗത്തിന്റെ അസ്കിതയിലുള്ള പിറുപിറുക്കലുകൾ അവസാനിപ്പിച്ച് ചാത്തു നമ്പ്യാർ കസേരയിൽ ചരിഞ്ഞിരിക്കുന്നു. വാതിലിനരികിൽ തല മാത്രം പുറത്ത് കാണിച്ച് നില്ക്കാറുള്ള നാണി, പുതുരീതിയിലുള്ള ജമ്പറും വെള്ളമുണ്ടുമുടുത്ത്, നെറ്റിയിൽ വലിയ പൊട്ടും വെച്ച്, മുറുക്കിചുവപ്പിച്ച ചുണ്ടുകൾ ഇറുകെ പൂട്ടി പുഞ്ചിരിക്കുന്നു. യാത്രപോയവർ, ഇനിയൊരിക്കലും തിരിച്ചുവരില്ലെന്ന് ഉറപ്പാണെങ്കിലും മുമ്പിൽവന്ന് നില്ക്കുന്നത് അച്ഛനും

അമ്മാവനും സഹോദരിയുമാണ്. അമ്മയേയും ചിന്നമ്മുവിനേയും ബിച്ചു വിനേയും മീനാക്ഷിയേയും തേടി കണ്ണുകൾ ചുഴറ്റി നോക്കിയെങ്കിലും അവർ കാഴ്ചയുടെ പരിധിക്കകത്ത് ഉണ്ടായിരുന്നില്ല.

അടഞ്ഞ കണ്ണുകൾക്ക് മുമ്പിൽ, മുദ്രാവാക്യം മുഴക്കി വന്ന ആൾ ക്കൂട്ടം ഇരമ്പിയാർക്കുകയാണ്. വടക്കെമലബാറിൽ, വെടി മുഴങ്ങിക്കഴി ഞ്ഞിരുന്നു. മുനയൻകുന്നിൽ നിന്ന്... ഒഞ്ചിയത്ത് നിന്ന്.. തില്ലങ്കേരിയിൽ നിന്ന്... കോറോത്ത് നിന്ന്... അവരെ കാണാൻ കണ്ണുകൾ ഒരുക്കിവെ ക്കുകയാണ്... നിലവിളികൾ കയറിയിറങ്ങി വരുന്നത് കേൾക്കാൻ കാത് അശക്തമായെങ്കിലും ബൂട്ട്സിട്ട കാലുകൾക്കടിയിൽനിന്ന്, ഞരക്കങ്ങ ളല്ല ചോരചിതറുന്ന മുദ്രാവാക്യങ്ങളാണ് ഉയർന്നുവന്നത്.. കാതിനൊപ്പം കണ്ണും തുറന്ന് വെക്കാൻ കൊതിച്ച് വീണ്ടും വീണ്ടും ശിരസ്സുയർത്തി. രക്തസ്നാനമായ ശരീരവുമായി, തലയുയർത്തി നില്ക്കുന്ന മുഴുവൻ മനുഷ്യരേയും ഇനി കാണാൻ സാധിക്കില്ലെന്ന തീർച്ചയിൽ കണ്ണ് യത്നം തുടർന്നു. സമസ്താന്ധകാരവും കൺപീലികളെ ചേർത്തടച്ച് കളയുന്നു.

ചെമ്പിലോട്ടേക്കുള്ള യാത്രയ്ക്കിടയിൽ കുഞ്ഞാപ്പു വൈദ്യരെ കാണണമെന്ന്, നിർബ്ബന്ധബുദ്ധിയോടെ ശഠിച്ചത് അമ്മയാണ്. കണ്ണു കൾ പിണക്കം തുടങ്ങിക്കഴിഞ്ഞുവെന്ന് തിരിച്ചറിയാൻ ഇത്തിരി വൈകി. നിരന്തരമുള്ള എഴുത്തും വായനയും കണ്ണുകളെ മുറിവേല്പിച്ചിട്ടുണ്ടാ വണം. കണാരൻ മാസ്റ്റർ ആവർത്തിച്ചു കൊണ്ടേയിരുന്നു – പകർത്തി യെഴുതാൻ താനുണ്ടെന്ന്. പക്ഷേ, പകർത്തിയെഴുത്ത് മാത്രമല്ലല്ലോ, സ്വയമെഴുതാതെ ആദ്യത്തെ എഴുത്ത് മുന്നോട്ട് പോകില്ല. പാതിരാ ത്രിയിലെ കുത്തിക്കുറിക്കൽ കണ്ട്, അസഹ്യമായപ്പോൾ അമ്മ ശരീ രത്തിന്റെ വയ്യായ്കയെക്കുറിച്ച് ഓർമ്മിപ്പിച്ചിരുന്നു. 32 ൽ കണ്ണൂർ ജയി ലിൽ നിന്ന് ബെല്ലാരിക്കയക്കുന്ന സന്ദർഭം പകർത്തിയെഴുതി. നിർ ത്താനുള്ള തയ്യാറെടുപ്പോടെ ആ അദ്ധ്യായം അവസാനിപ്പിച്ച്, ഒന്നുകൂടി വായിച്ചു.

സൂപ്രണ്ട്, 'ഞാൻ ഇപ്പോൾ ഇവിടെവെച്ച് നിന്നെ വെടിവെക്കു'മെന്ന് അലറി ട്രൗസർ പോക്കറ്റിൽ നിന്ന് കൈത്തോക്ക് വലിച്ചു.

ഞാൻ 'വെക്ക് വെടി'യെന്ന് മാറുകാട്ടി ഒരു ചുവട് മുന്നോട്ട് വെച്ച പ്പോൾ, 'കൊണ്ട് പോ ഈ പിശാചിനെ, ഗെയ്റ്റിലേക്ക് കൊണ്ട് പോ!' എന്നയാൾ അട്ടഹസിച്ചു.

വാർഡർമാർ എന്നെ താങ്ങിപ്പിടിച്ചിറക്കിയശേഷം എടുത്ത് ഗെയ് റ്റിലേക്ക് കൊണ്ട് പോകുമ്പോൾ രണ്ട് ബ്ലോക്കിലെ സത്യഗ്രഹത്തടവു കാർ മുഴുവനും പൂട്ടിയ വേലിയുടെ പിന്നിൽ നിരന്നുനിന്നു 'കീജെ' മുഴക്കുന്നതു കണ്ടു. 'എനിക്ക് യാതൊരു ദേഹോപദ്രവവും നേരിട്ടിട്ടില്ല. എല്ലാവരും ശാന്തമായിരിക്കണം. വന്ദേമാതരം!' എന്ന് ഞാൻ വിളിച്ചു പറഞ്ഞു."

എല്ലാവരും ശാന്തമായിരിക്കുക. യാതൊരു ദേഹോപദ്രവവും ഏറ്റി ട്ടില്ല. ജയിൽ ഭിത്തികളെ ഭേദിച്ചുകൊണ്ടുള്ള പ്രത്യാക്രമണങ്ങളു ണ്ടാവരുത്. ലോകത്തോട് മുഴുവൻ പറയാനായി ചുണ്ടുകൾ തുറക്കാൻ

ശ്രമിച്ചുവെങ്കിലും കണ്ണുകൾപോലെ ചുണ്ടുകളും തുന്നി കൂട്ടിയിരിക്കുകയാണ്. കൈകൾകൊണ്ട് ചുണ്ടും കണ്ണും തുറക്കാനുള്ള ശ്രമവും വൃഥാവിലായി. അനേകായിരം മുദ്രാവാക്യങ്ങൾ വിളിക്കാനായി വായുവിലേക്കുയർന്ന വലംകൈ ഒടിഞ്ഞുതൂങ്ങി കിടക്കുകയാണ്. ഇടംകൈ ചതഞ്ഞരഞ്ഞ് ചോരവാർന്ന് ഒരവയവമല്ലാതായി മാറിക്കഴിഞ്ഞിരിക്കുന്നു. കഴുത്ത് നിവർത്തിവെക്കാൻ പറ്റാതെ ചുമരിനോട് ചേർന്ന് കിടക്കുന്നു. ശരീരം ഒന്നിളകുമ്പോൾ നെഞ്ചിൽനിന്ന് വേദനയുടെ കടലിരമ്പം ഉയർന്നുയർന്ന് വരുന്നു. കാലുകൾ പോളിയോ ബാധിച്ച കുഞ്ഞിന്റെതെന്നപോലെ കുരുങ്ങി കിടക്കുന്നു. വേദനയില്ലാത്ത ഒരിടംപോലും ശരീരത്തിലില്ല. ഇന്നോളം ചെയ്ത പോരാട്ടങ്ങളെല്ലാം അപ്രസക്തമായി പോകും എന്ന തോന്നൽ പാതി മയക്കത്തിലായ ഞരമ്പുകളെ ഉത്തേജിപ്പിച്ചു. രക്തംപോലെ ശരീരത്തിൽ നിന്ന് കരുത്ത് ഉറവപൊട്ടി പുറത്തേക്കൊഴുകി. കണ്ണുകൾ ബലം പ്രയോഗിച്ച് വിടർത്തി. ഇരുട്ടിന്റെ എല്ലാ തുരുത്തുകളേയും കീറിമുറിച്ചുകൊണ്ട് കണ്ണുകൾ യുദ്ധം തുടങ്ങി. കിളിവാതിലിലൂടെ ഒളിച്ചു കയറിവന്ന വെളിച്ചത്തിന്റെ തുണ്ട് പരാജയപ്പെടുത്താനായി കണ്ണിലേക്ക് കുത്തിക്കയറി വന്നു. ഈ ഭൂമിയിലെ മുഴുവൻ വെളിച്ചവും ഇത്തിരി വട്ടമുള്ള ആ കിളിവാതിലിലേക്ക് ഇരച്ചു കയറുകയാണ്. ആയാസകരമായ യത്നത്തിനൊടുവിൽ കണ്ണുകൾ ചുറ്റുപാടുകളെ പിടിച്ചെടുത്തു തുടങ്ങി.

ചുമരിലേക്ക് ഒന്ന് ചാരിയിരിക്കാനുള്ള ശ്രമത്തെ നിർദ്ദയം ശരീരം പരാജയപ്പെടുത്തി. ഒരു ഭാഗത്തേക്ക് വീണുകിടക്കുന്ന കഴുത്തിനെ നേരെയാക്കാനുള്ള ശ്രമവും വിജയിച്ചില്ല. നിലത്തു വീണുകിടക്കുമ്പോൾ, രണ്ട് പേരുടെ കാലുകൾ മത്സരിച്ചത് നെഞ്ചിനെയും കഴുത്തിനെയും എങ്ങനെ ശിഥിലമാക്കാം എന്നതായിരുന്നു. ആദ്യ ആക്രമണം പിന്നിൽനിന്നായിരുന്നു. ചെറുത്ത് നില്ക്കാൻ സാദ്ധ്യമായിരുന്നില്ല. ദേശരക്ഷാ വളണ്ടിയർമാരുടെ എണ്ണം അത്രമേൽ അധികമായിരുന്നു. കുറുവടികളും കാലുകളും കൈകളും ശരീരത്തിലേക്ക് പതിയുമ്പോൾ പരിചിതരായ ആരുടെയെങ്കിലും മുഖമുണ്ടോ എന്ന് തേടിക്കൊണ്ടിരുന്നു. താനറിയാത്ത ഏത് കോൺഗ്രസുകാരനാണ് കണ്ണൂരിലുള്ളത് എന്ന തോന്നലിനെ കത്തിവെക്കുകയായിരുന്നു ഓരോരുത്തരും.. അപരിചിതരായ ആൾക്കൂട്ടം ശരീരത്തിലേക്ക് കയറിയിറങ്ങി.. മുഖത്തുള്ള ചവിട്ടിൽ കണ്ണിൽനിന്ന് ചോര കുത്തിയൊഴുകുമ്പോഴും ഒരിറ്റ് കണ്ണുനീർ പോലും ഇറ്റു വീണില്ല. ശരീരത്തിലെ ഓരോ രോമകൂപവും വെന്തു നീറുകയാണ്. ശരീരം ഒന്നനക്കുമ്പോൾ പൊട്ടിപ്പിളർന്ന് സ്വയം ഇല്ലാതാവുകയാണ്... ചവിട്ടിയരയ്ക്കപ്പെട്ട്, മരണത്തിന്റെ ഗന്ധത്തെ അറിഞ്ഞു തുടങ്ങുമ്പോഴാണ് പൊലീസ്വണ്ടിയെത്തുന്നത്.. സംഘം പിന്തിരിഞ്ഞോടുന്നത് കാണാൻ നോട്ടമയച്ചപ്പോൾ, പഴന്തുണിപോലെ വണ്ടിയിലേക്ക് എല്ലാവരുംകൂടി ചുരുട്ടി എറിയുകയായിരുന്നു....

ശബ്ദങ്ങളെയൊന്നും പിടിച്ചെടുക്കാനുള്ള കരുത്ത് കാതുകൾക്ക് ഉണ്ടായിരുന്നില്ല.. എന്നാൽ തകർക്കപ്പെട്ട കാതുകളുടെ നിശ്ശബ്ദതയെ

വകഞ്ഞുമാറ്റി ഭയാനകമായ ഒരു മുരൾച്ച തലയിലേക്ക് കയറിവരുന്നുണ്ട്. ഒരു ടൈപ്പ്റൈറ്ററിന്റെ ശബ്ദംപോലെ.. സ്ഥലകാലങ്ങൾ അപ്രസക്തമായിരിക്കുന്നു.. എല്ലാ സാദ്ധ്യതകളും അടഞ്ഞില്ലാതായത് പോലെ.. എടക്കാട് ടൗണിൽ നിന്ന് പൊലീസ്വണ്ടിയിലേക്ക്.. അവിടെനിന്ന് ലോക്കപ്പിലേക്ക്.. പിന്നെ കോടതിയിലേക്ക്.. വീണ്ടും പൊലീസ് വണ്ടിയിലേക്ക്.. ഓർമ്മകൾ അപ്രത്യക്ഷമാകുന്നതിനിടയിൽ തൊഴിച്ചും വലിച്ചെറിഞ്ഞും ഏതോ നരകഗർത്തത്തിലേക്ക്.. ആ ഇരുണ്ട ഗർത്തമാണിത്... കാതുകൾ ഏറെ സാഹസികമായി ശബ്ദങ്ങളെ പിന്തുടരാൻ പിന്നെയും യത്നിച്ചു. ടൈപ്പ്റൈറ്ററിന്റെ ശബ്ദത്തോടൊപ്പം അവ്യക്തമായ ഒച്ചയനക്കങ്ങൾ ഇറങ്ങിവരാൻ തുടങ്ങിയിരിക്കുന്നു.

കഠിനമായ യത്നത്തിനൊടുവിൽ തലയൊന്ന് ചരിച്ചപ്പോൾ, രക്തം കട്ടപിടിച്ച, തകർന്ന മൂക്കിലൂടെ പൊടിയുടെയും രക്തത്തിന്റെയും ഗന്ധം പേടിയോടെ കടന്നുവന്നു. അതിനെ നിസ്സാരമാക്കിക്കൊണ്ട് മൂക്ക് പരിചിതമായ മറ്റൊരു ഗന്ധത്തിന് പുറകെ വട്ടമിട്ട് പറന്നു. അജ്ഞേയമായ ഏതൊന്നിനെയും ഇല്ലാതാക്കുന്ന വേറിട്ട ഒരേയൊരു ഗന്ധം.. ആനന്ദത്തോടെ അതിനെ സ്വീകരിച്ചു... പുസ്തകങ്ങളുടെ സൂക്ഷ്മഗന്ധം.. പാനൂർ സ്കൂളിലെ ഗുരുനാഥന്മാർ ഫീസില്ലാഞ്ഞിട്ടും പുസ്തകമില്ലാഞ്ഞിട്ടും തല്ലിയ വേദനയെ ഇല്ലാതാക്കിക്കൊണ്ട് സഹപാഠിയായ മഠത്തിൽ ശങ്കരൻ നമ്പ്യാരുടെ പുത്തൻ പുസ്തകങ്ങളുടെ അച്ചടി ഗന്ധം തേടിവന്നു. കരുണാകരൻ നായരുടെ പഴയപുസ്തകങ്ങൾ വലിച്ചു കയറ്റി... *കേരള സഞ്ചാരി*യിൽ പ്രസിദ്ധം ചെയ്ത ആദ്യലേഖനം വായിച്ചത് കണ്ണുകൊണ്ടല്ല; മൂക്ക് കൊണ്ടായിരുന്നു. സരസ്വതീവിജയം പ്രസ്സിൽ നിന്ന് പെൺകിടാവിന്റെ തന്റേടം ആദ്യമായി മണത്തറിഞ്ഞു കൊണ്ടാണ് ഏറ്റുവാങ്ങിയത്... ഷൊർണൂരിലെ ആ പഴയ വീട്ടിൽ നിന്ന്, നമ്പൂതിരിപ്പാടിനും കെ ദാമോദരനും ഐ സി പി നമ്പൂതിരിക്കും ഒപ്പം *പ്രഭാതം* വാരികയുടെ ആദ്യലക്കം മറിച്ചു നോക്കുമ്പോഴും ചരിത്രത്തിന്റെ ഗന്ധം മൂക്കിലേക്ക് ഇരച്ചു കയറി.. ആത്മകഥ അച്ചടിച്ച് പൂർത്തിയാക്കിയാൽ ഒരു ദിവസം മുഴുവൻ അതിന്റെ ഗന്ധങ്ങളിൽ മുങ്ങിനിവരണം.. ആത്മകഥയുടെ ഓരോ പുറത്തിലും മുങ്ങി അമരണം. അതിന് ഇവിടെ നിന്ന് പുറത്ത് കടക്കാൻ പറ്റുമോ... പറ്റിയാലും തകർന്ന ശരീരം കൊണ്ട് അത് പൂർത്തിയാക്കാൻ പറ്റുമോ?

ഒന്നുകൂടി ചരിഞ്ഞ് നേരെയിരിക്കാൻ ശ്രമിച്ചു. ഒന്ന് ചുമയ്ക്കാൻ ശ്രമിച്ചു. നെഞ്ചിൻ കൂട് ഉരുകിയൊലിച്ച് വരികയാണ്..അതീവ സാഹസികമായി ചരിഞ്ഞ് നീങ്ങി... ഇരുമ്പ് റാക്കിൽ നിറച്ച് വെച്ച പുസ്തകങ്ങൾ.. കുറച്ചേറെയുണ്ട്. തലയ്ക്കടുത്ത് ഒരു കസേര.. കസേരയ്ക്കരികിൽ മേശ.. സ്ഥലമേതെന്ന് ഇനിയും തിരിച്ചറിയാൻ സാദ്ധ്യമായിട്ടില്ല.. കോടതിയിൽ നിന്ന് ജയിലിലേക്കാണ് സ്വാഭാവികമായും എത്തിച്ചേരുക.. ഇത് സെല്ലല്ലല്ലോ.. ജയിൽ ലൈബ്രറിയാണോ.. അതല്ലെങ്കിൽ സൂപ്രണ്ടിന്റെ മുറിയോ.. ആരുടെ മുറിയാണിത്.. പിടികിട്ടുന്നേ ഇല്ല..

ഇടത് കൈ കൊണ്ട് കസേരയിൽ സ്പർശിച്ച് ഇഴഞ്ഞിഴഞ്ഞ് നീങ്ങി.. സകല കെട്ടുകളേയും ഭേദിച്ചുകൊണ്ട് രക്തം രക്തക്കുഴലുകളെ പൊട്ടിച്ചെറിയുകയാണ്.. പക്ഷേ, ജീവിതം മുഴുവൻ യുദ്ധം ചെയ്ത ഒരു പോരാളിയെ തളയ്ക്കാൻ ആർക്കാണ് സാദ്ധ്യമാവുക..? നുറുങ്ങിയില്ലാതായ ശരീരത്തേയും വലിച്ചിഴച്ച്, കസേരക്കൈകളിൽ പിടിച്ച് ഒന്നെഴുന്നേല്ക്കാനുള്ള ഏറ്റവും ദയനീയമായ ശ്രമം പരാജയപ്പെട്ടു. പക്ഷേ, തോല്ക്കാനുള്ള മനസ്സില്ലാത്തതിനാൽ കരുത്ത് വീണ്ടെടുത്ത് കുത്തിയെഴുന്നേറ്റു. ഇപ്പോൾ വ്യക്തമായി കാണാം.. മേശയ്ക്ക് മുകളിലും പുസ്തകങ്ങളുണ്ട്.. പാതിവെന്തതുപോലെ ഒരു പുസ്തകം തുറന്നിട്ടിട്ടുണ്ട്.. കടലാസുകൾ തലങ്ങും വിലങ്ങും..അതിനു മുകളിൽ, പ്രതീക്ഷാനിർഭരമായി ഒരു പേന... ഇടത് കൈകൊണ്ട് അതീവസാഹസികമായി പേപ്പർ വലിച്ചു. കടലാസിനും പേനയ്ക്കുമൊപ്പം ശരീരവും താഴേക്ക് പതിച്ചു.. കമിഴ്ന്ന് വീണപ്പോൾ കടലാസുകൾ നൃത്തം വെച്ചു. ചിതറിയ കടലാസുകൾ ചിന്നമ്മുവിനെ ഓർമ്മിപ്പിച്ചു.. വെല്ലൂർ ജയിലിൽനിന്ന് അവൾക്കെഴുതിയ കത്തുകൾ മനസ്സിലേക്ക് കയറി വന്നു..... ചെമ്പിലോട്ടെ മുറ്റത്ത് നിന്ന്, പിന്നെയും പിന്നെയും ഇടവഴിയിലേക്ക് അവൾ നോക്കിയിരിക്കുന്നുണ്ടാവണം... അതുപോലെ മൊയാരത്ത് തറവാട്ടിലെ വരാന്തയിൽ അമ്മയും ബിച്ചുവും പുറത്തേക്ക് നോക്കിയിരിക്കുന്നുണ്ടാവും... എഴുതണം... ചിന്നമ്മുവിന്റെ കൈകളിൽ ഒരു കത്തെങ്കിലും എത്തിച്ചേരണം..

തറയിൽ കുത്തിയിരുന്നു. വലതുകൈയിലെ വിരലുകളിലേക്ക് പേന തിരുകി കയറ്റിയപ്പോൾ വേദനകൊണ്ട് പുളഞ്ഞു. കൈ അടർന്ന് വരികയാണ്. വലത് കൈകൊണ്ട് കുറുവടി പിടിച്ച് തടയാൻ ശ്രമിച്ചപ്പോൾ.. മലവെള്ളംപോലെ വലതു കൈയിലേക്ക് ആക്രമണം പ്രവഹിച്ചു. ഈ വലത് കൈ കൊണ്ടാണ് രാവ് പകലാക്കി ഇന്ത്യൻ നാഷണൽ കോൺഗ്രസിന്റെ ചരിത്രമെഴുതിയത്.. ഇതേ വലത് കൈകൊണ്ടാണ് ദേശബന്ധു ദാസിന്റെയും മോത്തിലാൽ നെഹ്റുവിന്റെയും ലാലാലജ്പത് റായിയുടേയും ജീവിതമെഴുതിയത്... ഇതേ കൈകളിലാണ് കോൺഗ്രസിന്റെ പതാകയേന്തി ഉപ്പു സത്യഗ്രഹത്തിന്റെ പൈലറ്റായി പയ്യന്നൂരിലേക്ക് സഞ്ചരിച്ചത്... ഇനിയും മുദ്രാവാക്യങ്ങൾ മുഴക്കേണ്ടുന്ന കൈ... ആത്മകഥ പൂർത്തിയാക്കേണ്ടുന്ന കൈ.. തകർന്ന വലതുകൈ കടലാസിൽ കുത്തി, ഏറെ യത്നിച്ച് ഒരക്ഷരമെഴുതി... ഒരക്ഷരത്തിന് ഒരായുസ്സിന്റെ വേദന.. കടലാസിലേക്ക് പ്രവഹിച്ചത് മഷിയായിരുന്നില്ല; ചോരയായിരുന്നു. ആദ്യാക്ഷരം പഠിക്കുന്ന കിടാവിനെപോലെ അക്ഷരങ്ങൾ തൊട്ടു.

"കണ്ണൂർ സെൻട്രൽ ജയിൽ

1948 മെയ് 12

ബലം കൊടുത്തുള്ള യത്നം ചോരത്തുള്ളികളുടെ നിലയ്ക്കാത്ത പ്രവാഹമായി മാറി. തോല്ക്കാൻ മനസ്സില്ലെന്ന പ്രഖ്യാപനവുമായി അണപൊട്ടിയൊഴുകുന്ന വിപ്ലവകാരികളെപ്പോലെ പടർന്നൊഴുകി.

വിപ്ലവംപോലെ മനുഷ്യനെ മനുഷ്യനാക്കുന്ന മറ്റെന്ത് പ്രക്രിയയുണ്ട്...? ഈ കത്ത് പ്രണയത്തിന്റേത് കൂടിയാണ്.. ചിന്നമ്മുവിനുള്ള കത്ത്.. ഏത് നീറ്റലുകളേയും ഇല്ലാതാക്കുന്ന ഒന്നാണ് അവളോടുള്ള പ്രണയം.. വിപ്ലവംപോലെ മനുഷ്യനെ മനുഷ്യനാക്കുന്ന സമരായുധമാണ് ആർദ്രമായ സ്നേഹവും.. അവർ കാത്തിരിക്കുന്നുണ്ട്.. ചിന്നമ്മു.. ബിക്കു.. അമ്മ... പിന്നെ.. പിന്നൊരുപാടു പേർ...

ഈ കത്ത് ചിന്നമ്മുവിന് കിട്ടുമോ? ഒരു സാദ്ധ്യതയുമില്ല.. ബ്രിട്ടീഷ് ഭരണത്തിൽനിന്ന് കിട്ടിയ നീതിപോലും പ്രതീക്ഷിക്കുക സാദ്ധ്യമല്ല. ഇപ്പോൾ ഭരണം കറുത്ത സായ്പിന്റേതാണ്.. കമ്യൂണിസ്റ്റ് വിപ്ലവം വരുന്ന ഒരു നാളിൽ സ്നേഹത്തിന്റെയും പ്രണയത്തിന്റെയും സ്മാരകങ്ങൾ അഞ്ചൽക്കാരൻ അർഹിക്കുന്നവരിലെത്തിക്കും... അതുവരെ, തന്നെപ്പോലെ ഓരോ സഖാവും മറ്റുള്ളവർക്ക് വേണ്ടി ഇരുട്ടുമുറിയിൽ ഇല്ലാതായി തീർന്നേക്കാം..

കണ്ണൂരിലെ പൊലീസ് സ്റ്റേഷനിലെ ലോക്കപ്പിൽ, ചോരയിൽ മുങ്ങിയ രൂപം കണ്ട് വിങ്ങലോടെ നിന്ന സഖാക്കളോട് പറഞ്ഞു:

"ഞാൻ മരിച്ചുപോകും. നിങ്ങളാരും അത് വിചാരിച്ച് ദുഃഖിക്കരുത്. എന്റെ മരണം ഇനി പിടിക്കപ്പെടുന്ന സഖാക്കളുടെ ജീവൻ രക്ഷിക്കും."

അവർ ആവേശത്തോടെ വിളിച്ചു:

"ഈങ്കിലാബ് സിന്ദാബാദ്"

അടർന്നുവീണ കൈ മുകളിലേക്ക് ഉയർന്നു.

എഴുതണം.. ചിന്നമ്മുവിന് മാത്രമല്ല. മൃതിയെ പുണരുമ്പോഴും വരാനിരിക്കുന്ന കാലത്തെ കിനാവുകാണുന്ന ഓരോരുത്തർക്കുമുള്ള എഴുത്ത്.. താനില്ലാതായാലും അവശേഷിക്കുന്ന ഒരു ലോകത്തെ, ജനിമൃതികളെക്കുറിച്ചാശങ്കയില്ലാത്ത ഓരോ വിപ്ലവകാരിയും കരുതിവെക്കുന്നുണ്ട്. മനുഷ്യർ പരസ്പരം സ്നേഹിക്കുകയും ബഹുമാനിക്കുകയും ചെയ്യുന്ന ഒരു ലോകം.. ശബ്ദം നിലച്ചുപോയാലും നൂറ് കണക്കിന് കണ്ഠങ്ങളിൽ നിന്ന് ഉയർന്ന് വരുന്ന നിലയ്ക്കാത്ത ശബ്ദങ്ങൾ..

മരണത്തിന്റെ തീവ്രഗന്ധം നാസികയിലേക്ക് തുളച്ച് കയറുകയാണ്... പക്ഷേ, തോല്ക്കാതിരിക്കാൻവേണ്ടി അക്ഷരങ്ങളെ വീണ്ടും തൊടുകയാണ്. വലതു കൈക്ക് അസാധാരണമായ കരുത്തുണ്ടാവുകയാണ്.... വേദനകളെ മറന്നുകൊണ്ട് എഴുതി തുടങ്ങി...

"ചിന്നമ്മു,

നാടിന് സ്വാതന്ത്ര്യം കൈവരിക്കുന്ന കാലത്ത് എല്ലാ മനുഷ്യരും സ്വതന്ത്രരാവുമെന്ന് ഞാൻ സ്വപ്നം കണ്ടിരുന്നു. അനീതിയില്ലാത്ത ലോകത്ത് എല്ലാ മനുഷ്യരെയുംപോലെ ജീവിക്കാമെന്ന് ഞാനും ആഗ്രഹിച്ചിരുന്നു. പക്ഷേ, നമുക്ക് സ്വാതന്ത്ര്യം കിട്ടിയില്ലല്ലോ.. കമ്യൂണിസ്റ്റുകാർ ജീവിക്കാനും ജീവിപ്പിക്കാനും വേണ്ടിയുള്ള സമരത്തിലാണ്.. ഞാൻ പറയുന്നത് മനസ്സിലാവുന്നുണ്ടോ?

ഈ കത്ത് നിനക്ക് കിട്ടുമോ എന്നെനിക്കറിയില്ല. ഇത് പൂർത്തിയാക്കാൻ പറ്റുമോ എന്നും അറിയില്ല. ആത്മകഥ പൂർത്തിയാക്കണമെന്നു

ണ്ടായിരുന്നു... പിന്നെ നിന്നോട് കുറെക്കൂടി നീതികാണിക്കണമെന്ന് ഞാൻ ആഗ്രഹിച്ചിരുന്നു. ബിക്കുവിനും അമ്മയ്ക്കും വേണ്ടി കുറച്ച് കൂടി സമയം നീക്കിവെക്കാനും ആഗ്രഹിച്ചിരുന്നു. ബിക്കു മൊയാരത്തുണ്ട്. അവനെ നന്നായി നോക്കണം. അവന് പുതിയ കുപ്പായവും ട്രൗസറും വാങ്ങിച്ചു കൊടുക്കണം.. ഞാൻ നിന്നെ കൂട്ടിക്കൊണ്ട് വരാൻ ഇറങ്ങി യതായിരുന്നു.....

നല്ല ക്ഷീണം തോന്നുന്നു.."

അപ്രതീക്ഷിതമായി കഴുത്തിൽ പതിച്ച ബൂട്സിന്റെ ശക്തിയിൽ മുഖമടിച്ച് തറയിലേക്ക് വീണു. സംയമനം പാലിച്ച രക്തധമനികൾ വീണ്ടും പൊട്ടിയൊലിച്ചു. കടലാസിലും തറയിലും ചുവപ്പ് വാരിവിതറി. ശരീരമനക്കാൻ ശ്രമിക്കുന്നതിനിടയിൽ രണ്ടാമത്തെ ചവിട്ട്..

"എഴുന്നേല്ക്കെടാ കമ്യൂണിസ്റ്റ് ചെന്നായേ.."

ചുവപ്പ് കൊണ്ട് അലംകൃതമായ കത്ത് അപ്പോഴാണ് അയാളുടെ ശ്രദ്ധയിൽപ്പെട്ടത്. തറയിൽ നിന്നയാളത് പറിച്ചെടുത്തു.

"ചിന്നമ്മൂ, നാടിന് സ്വാതന്ത്ര്യം കൈവരിക്കുന്ന കാലത്ത് എല്ലാ മനുഷ്യരും സ്വതന്ത്രരാവുമെന്ന് ഞാൻ സ്വപ്നം കണ്ടിരുന്നു."

അയാളത് ഉറക്കെ വായിച്ചു. എന്നിട്ടലറി.

"ഫൂ.. കമ്യൂണിസ്റ്റ് ചെന്നായയുടെ പ്രണയലേഖനം.."

അയാൾ കഴുത്തിന് കൂട്ടിപ്പിടിച്ച്, തകർന്നില്ലാതായ ആ മെലിഞ്ഞ ശരീരത്തെ ചുമരിലേക്കുയർത്തി.

"ഇന്ത്യാ മഹാരാജ്യം ഭരിക്കുന്നത് ആരെന്നറിയുമോ കമ്യൂണിസ്റ്റ് ചെകുത്താനേ..."

ഉയർത്തിയ അതേ ലാഘവത്തോടെ ശരീരത്തെ തറയിലേക്കെ റിഞ്ഞു. മലർന്ന് വീണ ശരീരത്തിലെ നെഞ്ചിൻ കൂടിലേക്ക് ആഞ്ഞു തൊഴിച്ചു. ഒരു ഞരക്കമല്ലാതെ, നിലവിളി ഉയർന്നില്ല.

"ടൈപ്പ് റൈറ്ററിന്റെ ശബ്ദം കേൾക്കുന്നുണ്ടോ?"

ചുമരുകളെ പിന്തള്ളി ശബ്ദം കാതിൽ കൃത്യമായി എത്തിച്ചേർന്നു.

"നിന്റെ ഒസ്യത്ത് ടൈപ്പ് ചെയ്യുകയാ.."

മരണാസന്നനായ ആ മനുഷ്യൻ വരാനിരിക്കുന്ന ലോകത്തെക്കു റിച്ചോർത്ത് ഒന്നു മന്ദഹസിച്ചു.

"ചിരിക്കുന്നോ.. മരിക്കാൻ പോകുമ്പോൾ.."

അയാൾ അടുത്തേക്ക് കുതിച്ചെത്തി, കാലുകൊണ്ട് ഒന്നുകൂടി ചവിട്ടിയതിനു ശേഷം, കഴുത്തിൽ പിടിച്ച് ചുമരിലേക്ക് ബലമായി ശരീ രത്തെ എടുത്തെറിഞ്ഞു. പുസ്തകറാക്കറ്റിൽ നിന്ന് ശരീരത്തോടൊപ്പം പുസ്തകങ്ങളും നിലത്തേക്ക് പതിച്ചു. പുസ്തകങ്ങൾക്ക് നടുവിൽ കുത്തഴിഞ്ഞ്, ചിതറിത്തെറിച്ച മറ്റൊരു പുസ്തകംപോലെ ആ ശരീരം കിടന്നു. എന്നാൽ പുസ്തകക്കൂട്ടങ്ങൾക്കിടയിലെ ഒരു പുസ്തകവും അദ്ദേ ഹവും മുഖാമുഖമായപ്പോൾ, ആർത്തിയോടെ തളർന്ന ഇടംകൈയി ലെടുത്ത് അതിനെ നെഞ്ചോട് ചേർത്തു. എല്ലാ വേദനകളും ഇല്ലാതായി തീർന്നു... ഇനി മരണത്തിലേക്ക് നടന്നടുക്കാം... ജീവന്റെ കനൽ കെടാ

നായി ഇത്തിരി നേരമേയുള്ളൂ എന്ന് സ്വയം തിരിച്ചറിയുക കൂടിയായിരുന്നു.

"ടൈപ്പ് ചെയ്യുന്നുണ്ട്."

കുട്ടിക്കഥകളിലെ രാക്ഷസനെപ്പോലെ കൃത്രിമമായി ചിരിച്ച് അയാൾ മുന്നോട്ടേക്ക് വന്നു.

"മൊയാരത്ത് ശങ്കരൻ അഡ്മിറ്റഡ് ഇൻ സെൻട്രൽ ജയിൽ വിത്ത് മൾട്ടിപ്പിൾ ഇഞ്ചുറി–എക്സ്പെയേർഡ്"

പുസ്തകക്കൂട്ടങ്ങളെ ചവിട്ടി മെതിച്ച് അയാൾ വീണുകിടക്കുന്ന ആ ശരീരത്തിൽ ഒരു ഭാഗം ചെരിഞ്ഞു കിടക്കുന്ന തല കാലുകൊണ്ട് ചവിട്ടി ഉയർത്തി.

"നീ വല്ലാത്ത മൊതലാണ്.. ചത്തിട്ടും ചാവാത്ത മൊതൽ.. എടക്കാട്ന്ന് ധർമ്മ ഭടന്മാർ വേണ്ടത്ര തന്നു... ചത്തില്ല.. ലോക്കപ്പിൽനിന്നും ആവശ്യത്തിലധികം കിട്ടി.. എന്നിട്ടും ചത്തില്ല.. പക്ഷേ, ഇനിയില്ല.."

ബൂട്സിട്ട കാലുകൾ രക്തത്തിൽ മുങ്ങി, ചതഞ്ഞരഞ്ഞ മുഖത്തേക്ക് വീണ്ടും പതിച്ചു. ഒരു നേർത്ത ഗദ്ഗദം ആ മുഖത്ത് നിന്ന് ഉയർന്നത് പോലെ തോന്നി. പിന്നെ ജയിൽ ഭിത്തികളെ ഞെട്ടിച്ച അസാധാരണമായ കരുത്ത് ആ ചോരച്ചാലുകൾക്കകത്ത് നിന്ന് തെളിഞ്ഞുവന്നു. ചത്തുകിടക്കുന്ന എല്ലാ പുസ്തകങ്ങളെയും ജീവൻ വെപ്പിക്കുന്ന ചോര ചിതറുന്ന ശബ്ദം മുറിയിൽ പ്രതിദ്ധ്വനിച്ചു.

"ഈങ്കിലാബ് സിന്ദാബാദ്"

പരാജയപ്പെട്ടു പോകുന്ന മനുഷ്യന്റെ ആധിയോടെ അയാൾ ആ മുറിയിലെ സകല പുസ്തകങ്ങളും വീണുകിടക്കുന്ന ശരീരത്തിലേക്ക് വലിച്ചറിഞ്ഞു. തകർന്ന് തരിപ്പണമായ ഒരു കൈ, ലോകത്തെ മുഴുവൻ നിസ്സാരമാക്കുന്ന ഇച്ഛാശക്തിയോടെ കല്ലിൽ കൊത്തിയതുപോലെ ഉയർന്ന് നിന്നു. ഇടതുകൈയിൽ നെഞ്ചോട് ചേർത്ത് വെച്ച ഒരു പുസ്തകം അയാളെ നോക്കി പരിഹസിച്ചു. അയാൾ റാക്കറ്റിലെ പുസ്തകങ്ങൾ മുഴുവൻ ഭ്രാന്തമായി പിന്നെയും വലിച്ചെറിഞ്ഞു. നെഞ്ചിൽ കുരുങ്ങിക്കിടക്കുന്ന ആ പുസ്തകത്തെ വലിച്ചെടുക്കാൻ ശ്രമിച്ച് പരാജയപ്പെട്ടു. ഭീതിയോടെ അതിലേക്ക് നോക്കി. ശാരദാ പ്രിന്റിങ് വർക്സ് അച്ചുകൂടം പുറത്തിറക്കിയ ആ പുസ്തകത്തിൽ അയാളുടെ കണ്ണുകളുടക്കി.

"ഇന്ത്യൻ നാഷണൽ കോൺഗ്രസ്

മൊയാരത്ത് ശങ്കരൻ"

മരണത്തിന്റെ ഗന്ധം പുസ്തകത്തിന്റെ ഗന്ധംപോലെ മൊയാരത്ത് ശങ്കരന്റെ നാസികയിലേക്ക് കുതിച്ചുകയറി. തോല്പിക്കാൻ പറ്റാത്ത കനവുകളിലേക്ക് യാത്രയാരംഭിച്ചു. അപ്പോഴും വായുവിൽ ഉയർന്ന് നിന്ന ആ കൈകൾ ഒരു നിശ്ചലദൃശ്യംപോലെ അങ്ങനെത്തന്നെ നിലകൊണ്ടു.

ആത്മകഥ അവസാനിക്കുന്നില്ല

മൊയാരത്ത് ശങ്കരന്റെ *ഇന്ത്യൻ നാഷണൽ കോൺഗ്രസ്* എന്ന പുസ്തകം മേശപ്പുറത്ത് തുറന്ന് വെച്ച് എഴുത്തുകാരനിരുന്നു. സാഹിത്യ അക്കാദമി പ്രസിദ്ധീകരിച്ച പുതിയപതിപ്പാണത്. അതിനു സമീപത്തായി മറ്റ് പുസ്തകങ്ങളും. മൊയാരത്തിന്റെ പുസ്തകങ്ങൾക്കപ്പുറത്ത്, ജന ലിനു മുമ്പിലായി നീണ്ടുകിടക്കുന്ന പച്ചപ്പിലേക്ക് എഴുത്തുകാരൻ നോക്കി. കണ്ണിന്റെ സ്വാസ്ഥ്യത്തിലേക്കും ചിന്തയുടെ ക്രമപ്പെടുത്ത ലിലേക്കും നയിക്കുന്നത് ഈ പച്ചപ്പിലേക്കുള്ള യാത്രയാണ്. എന്നാൽ വയലിനെ വിഴുങ്ങിക്കളയുന്നത് മുഴുവൻ കമ്മൽ പോലെ മഞ്ഞ ധരി ച്ചിരിക്കുന്ന ഈ അതിഥിച്ചെടിയാണ്. കാഴ്ച ഏറ്റവും മനോഹരമാണ്. എന്നാൽ മറ്റുള്ള മുഴുവൻ സസ്യജാലങ്ങളേയും ഞെരുക്കിക്കളയുന്ന, പടർന്ന് കയറുന്ന പച്ചപ്പാണത്. കമ്മൽച്ചെടിയെപ്പോലെ തലയിലേക്ക് എന്തൊക്കെയോ പടർന്ന് കയറുകയാണ്. ചിന്തകൾ ക്രമപ്പെടുത്തുക അസാദ്ധ്യമാണെന്ന് തോന്നി. എഴുത്ത് കാലത്തോടും ചരിത്രത്തോടും നീതി കാണിക്കാൻ സാദ്ധ്യമാകുന്ന ഒന്നാണോ എന്ന് സംശയിച്ചു. അപ്രാപ്യവും അസാദ്ധ്യവുമായ ഒരെഴുത്തിന് വേണ്ടി എത്രയോ കാല മായി കാത്തിരിക്കുകയാണ്. മൊയാരത്തിന്റെ അപൂർണ്ണമായ ആത്മകഥാ പുസ്തകവും ജീവചരിത്രപുസ്തകവും പലവട്ടം തിരിച്ചും മറിച്ചും നോക്കി. എഴുത്ത് അനീതിയാവുമെന്ന് നേർത്ത തോന്നലെങ്കിലും ഉണ്ടെ ങ്കിൽ എഴുതാതിരിക്കുകയാണുത്തമം. അനുഭവിച്ച ജീവിതത്തേയും പോരാട്ടവീര്യങ്ങളേയും നിസ്സാരമാക്കി തീർക്കുന്ന ഒന്നാണ് എഴുത്ത് എന്ന ചിന്ത ബലപ്പെട്ടുവന്നു. ദൂരെനിന്നുള്ള എല്ലാ കാഴ്ചകളും പരി മിതികളുടേത് തന്നെയാണ്. യാഥാർത്ഥ്യങ്ങളെ, സത്യങ്ങളെ വലിഞ്ഞു മുറുക്കുന്ന നിന്ദയുടേയും ആരാധനയുടേയും മുൻവിധികളുടേയും

ലോകത്തെ മറികടക്കാൻ പറ്റേണ്ടതുണ്ട്. യഥാർത്ഥ ജീവിതത്തിൽനിന്ന് അറിഞ്ഞ ജീവിതത്തിലേക്കും അനുഭവിച്ചതിൽ നിന്ന് കേട്ട്കേൾവികളിലേക്കുമുള്ള സഞ്ചാരം നിരർത്ഥകമാണ്. എന്നാൽ എഴുത്ത് സ്വജീവിതത്തോടെങ്കിലും നീതികാണിക്കണമെന്നുണ്ടെങ്കിൽ എഴുതാതിരിക്കുക അസാദ്ധ്യമാണ്. ചിന്തകൾ തലയെ പെരുപ്പിച്ചു. ഒരിക്കലും അവസാനിക്കാത്ത ആത്മകഥയാണ് മൊയാരത്ത് ശങ്കരന്റേത്.. നിലയ്ക്കാത്ത ജീവിതയാത്ര..

എന്തെഴുതണം? എഴുതപ്പെട്ട ആത്മകഥ ചേർത്തുവെച്ചാൽ അത് പകർപ്പ് മാത്രമാണ്. എഴുതപ്പെട്ട ജീവചരിത്രം ചേർത്ത് വെച്ചാലും അങ്ങനെ തന്നെ. പിന്നെ എങ്ങനെയാണ് എഴുത്ത് മുന്നോട്ട് പോവുക? എഴുത്തുകാരന്റെ അവസാനിക്കാത്ത ചിന്തകളിൽനിന്ന് എഴുത്ത് ചോർന്ന് പോയി. അവിടെ മൊയാരം മാത്രം ബാക്കിയായി. ലഭ്യമായ ആ ഒറ്റചിത്രം പോലെ.. എഴുതാൻ കെല്പില്ലാത്ത എഴുത്തുകാരൻ ആത്മകഥ പകർത്തിയെഴുതാൻ തുടങ്ങി. വർഷങ്ങൾക്ക് ശേഷം മൊയാരത്തിന്റെ ആത്മകഥ ആളുകൾ വീണ്ടും വായിക്കട്ടെ എന്ന ലളിതയുക്തിയാണ് അയാളെ നയിച്ചത്. അത് ഒരെളുപ്പവഴിയാണ്.. ആർക്കും പകർത്തിവെക്കാൻ പറ്റുന്ന ഒന്ന്... അപൂർണ്ണമായ ആ ആത്മകഥ ഇങ്ങനെയായിരുന്നു തുടങ്ങിയത്..

“ചെറുപ്പത്തിൽ ഞാൻ ഏതാണ്ട് ഏഴെട്ട് വയസ്സുവരെ പന്ന്യന്നുരിൽ വലിയച്ഛന്റെ കൂടെ കണ്ടോത്ത് എന്ന വീട്ടിലാണ് താമസിച്ചത്. അതിനടുത്ത് ഒരു രണ്ട് ഫർലോങ്ങ് വടക്കാണ് ഇരുവനാട്ട് നമ്പ്യാന്മാരിൽ പ്രശസ്തനായിരുന്ന ചന്ത്രോത്ത് നമ്പ്യാരുടെ വീട്. ഒരു ദിവസം രാവിലെ ഉണർന്നെഴുന്നേറ്റപ്പോൾ ചന്ത്രോത്ത് നിന്ന് കുറെ വെടി കേട്ടു. അന്വേഷണത്തിൽ അത് വെടിയല്ല. കതിനയാണ്. അവിടെ എന്തോ ഒരു വലിയ സദ്യയുണ്ട് എന്നറിഞ്ഞു. കുറെക്കഴിഞ്ഞപ്പോൾ കണ്ടു, വയലിൽക്കൂടി കുട്ടികളെ ഒക്കത്തെടുത്തും നടത്തിയുംകൊണ്ട് സദ്യക്ക് കൂട്ടംകൂട്ടമായി പോകുന്ന പട്ടന്മാരുടെ ഒരു ബഹളം. ഉച്ചതെറ്റിയപ്പോൾ ആ പുരുഷാരം പിരിഞ്ഞുപോകുന്ന തിരക്കായി. അതെല്ലാം നോക്കിക്കൊണ്ട് അന്ന് ഞാനധികസമയം വലിയച്ഛനോടു കൂടി കണ്ടോത്ത് വടക്കു വശത്തുള്ള എഴുത്തോലപ്പനയുടെ ചുവട്ടിൽത്തന്നെ കഴിച്ചു.”

ഇത്രയും പകർത്തി കഴിഞ്ഞപ്പോൾ ഒന്ന് നിവർന്നിരുന്നു. മെയ് മാസത്തിലെ പൊള്ളുന്ന ചൂട് ഏറെ നേരം വിടാതെ പിന്തുടർന്നിരുന്നു. പക്ഷേ, കാലം തെറ്റിക്കൊണ്ട്, ഒരു മഴ ചാറ്റലായി പെയ്യുകയാണ്. ഇടമഴ, ചാറ്റലിൽ നിന്ന് അതിവേഗം ശക്തി പ്രാപിക്കുകയാണ്. മുറ്റത്തെ മണ്ണിന്റെ ഗന്ധം മൂക്കിലേക്ക് അടിച്ചുകയറുന്നു. എത്രയോ കാലമായി സ്വപ്നമെന്നതുപോലെ കൊണ്ടുനടന്ന എഴുത്ത് മഴക്കാഴ്ചയിലേക്ക് പിന്തിരിഞ്ഞോടുമ്പോൾ അസ്വസ്ഥനായി. ഇന്ന് മെയ് 12 ആണ്. ചരിത്രത്തിന്റെ കളങ്കംപോലെ ഒരു ദിനം.. മനസ്സൊന്നിടറി. എഴുതാതിരിക്കാനാവില്ല. ആത്മകഥയുടെ ജീവസ്സുറ്റ പുറങ്ങളിലൂടെ യാത്ര പിന്നേയും തുടർന്നു.

ഇരുവനാടിന്റെ ജാതിക്കൂട്ടത്തിൽനിന്ന് തുടങ്ങി ദുഷിച്ച മരുമക്കത്തായത്തെക്കുറിച്ചും ബഹുഭാര്യത്വത്തെക്കുറിച്ചും മൊയാരമെഴുതിയത് ആവേശത്തോടെ പകർത്തണമെന്ന് കരുതിയെങ്കിലുമങ്ങനെ ചെയ്തില്ല. മദിരാശി ഹൈക്കോർട്ടിൽ പ്രാക്ടീസ് ചെയ്ത വക്കീൽ പടന്നക്കോട്ട് രയിരുനമ്പ്യാർ അയാളുടെ ഭാര്യയെ മദിരാശിയിൽ കൂട്ടിക്കൊണ്ട് പോയപ്പോൾ സമുദായം വല്ലാതെ ക്ഷോഭിച്ചത്രെ. കോരപ്പുഴ കടന്നാൽ കുലംകെട്ട് പോകുമെന്ന സമുദായശാസന നായർസ്ത്രീകളെ ബന്ധനസ്ഥകളാക്കിയതിന്റെ കാരണങ്ങളിലൊന്നായിരുന്നു. മരുമക്കത്തായതറവാടുകളുടെ മനുഷ്യത്വവിരുദ്ധമായ അവസ്ഥ അദ്ദേഹം കുറിച്ചിടുന്നുണ്ട്. കാരണവന്മാരുടേയും ഭർത്താവിന്റെയും സഹായമില്ലാത്ത സ്ത്രീകളുടെ ദുഃസ്ഥിതിയും വിശദീകരിക്കുന്നുണ്ട്. കർഷകചൂഷണത്തിലാണ് ഒന്നാമത്തെ അദ്ധ്യായം അവസാനിക്കുന്നത്. സാമ്രാജ്യത്വത്തിന്റെ ഇരകൾ കർഷകർ മാത്രമല്ല ജന്മികളുമാണെന്ന മൊയാരത്തിന്റെ ചരിത്രവായന ഏറെനേരം എഴുത്തിൽനിന്ന് ചിന്തയിലേക്ക് നാടുകടത്തി. ജനിച്ച നാടും സമുദായവും അധഃപതിക്കാൻ തുടങ്ങിയ ചരിത്രസന്ദർഭത്തിൽ ജീവിതം തുടങ്ങിയ അദ്ദേഹത്തിന്റെ വാസനയ്ക്കും വളർച്ചയ്ക്കും എതിരായി വീടും വീട്ടുകാരും തുടർന്ന് വന്ന യാഥാസ്ഥിതികത്വത്തോടുള്ള പോരാട്ടമായിരുന്നു കുട്ടിക്കാലം മുതലേ ജീവിതം. മരുമക്കത്തായമാണ് തന്റെ വളർച്ച തടഞ്ഞതെന്ന് ആത്മകഥയിൽ എഴുതി. അച്ഛൻ, അമ്മയേയും മൂന്ന് മക്കളേയും ഉപേക്ഷിച്ച് പോയി. മരുമക്കത്തായ തറവാട്ടിൽ, സാമ്പത്തികാധികാരമില്ലാത്ത അമ്മയുടെ മകനായി, സ്കൂളിൽ ഫീസ് അടയ്ക്കാൻ പറ്റാതെ നിസ്സഹായമായ ഒരു ബാല്യമായിരുന്നു. അമ്മയ്ക്കും തനിക്കും അമ്മാമന്മാരിൽ നിന്ന് കിട്ടിയ തല്ലിന്റെ ഓർമ്മകൾ മൊയാരത്തെ പിന്തുടർന്നിട്ടുണ്ടാവണം. സ്കൂളിൽ കോടതികളിച്ച് ലഭിച്ച ശിക്ഷ നീറ്റലോടെ കുറിച്ചുവച്ചിട്ടുണ്ട്. പ്രസംഗപരിശീലനത്തിന്റെയും യുവജന സാഹിത്യസമ്മേളനത്തിന്റെയും ഓർമ്മകളോടൊപ്പം നാരായണഗുരുവിനേയും കുമാരനാശാനേയും കണ്ടുമുട്ടിയ ജ്വലിക്കുന്ന ജീവിതസന്ദർഭങ്ങളും പങ്കുവെക്കുന്നുണ്ട്. പഠനകാലത്ത് തന്നെ കോൺഗ്രസ് പ്രേമം തുടങ്ങിക്കഴിഞ്ഞുവെന്നും സാക്ഷ്യപ്പെടുത്തുന്നു. ബ്രിട്ടിഷ് വിരോധത്തിന്റെ ആക്കംകൂട്ടുന്ന നിലയിൽ, പഠനം പാതി വഴിയിലാക്കാൻ കാരണമായ വിദ്യാഭ്യാസനിയമം മൊയാരത്തെ സ്ഥിരം രാജ്യദ്രോഹിയാക്കി മാറ്റി. ജീവിതത്തിൽ ആഴമേറിയ നിരാശയിലേക്ക് കൂപ്പു കുത്തി. നൈരാശ്യത്തിൽ നിന്ന് വായനയിലേക്ക് വഴുതിവീണു. പരീക്ഷയ്ക്കിരിക്കുന്ന വിദ്യാർത്ഥിയെപ്പോലെ ഉറക്കൊഴിഞ്ഞ് വായിക്കുന്നുവെന്ന പുതിയ ആരോപണം വന്നപ്പോൾ അമ്മാമന്മാരുടെ കണ്ണെത്താത്ത നാട്ടിലേക്ക് പോകണമെന്ന് കൊതിച്ചു. രാജ്യസഞ്ചാരമായിരുന്നു തുടർന്ന് സംഭവിച്ചത്. അദ്ദേഹം ആത്മകഥയിൽ എഴുതി:

> എനിക്ക് ജീവിതത്തിൽ ഒരാശയേ ഉണ്ടായിരുന്നുള്ളു, ഒരു ഡോക്ടറാവാൻ. അതുപോലെ അന്യർക്ക് ഉപകരിക്കുവാൻ, കഷ്ടപ്പെടുന്ന മനുഷ്യരെ ശുശ്രൂഷിപ്പാൻ സാധിക്കുന്ന ഒരു പ്രവൃത്തി വേറെ ഇല്ലല്ലോ എന്നാണ് ആ ആഗ്രഹത്തിന്റെ അടിസ്ഥാനം. പിന്നീട് ഒരാശകൂടി, ഇന്ത്യയിലെ ബ്രിട്ടീഷ് ഭരണത്തെ നശിപ്പിക്കണം; അത് കഴിഞ്ഞില്ലെങ്കിൽ അതിനുള്ള പരിശ്രമത്തിൽ ഞാൻ നശിച്ച് മറ്റുള്ളവർക്ക് ഒരു മാതൃകയാവണം, അതായി പിന്നീട് എന്റെ പ്രധാനമായ ജീവിതാശ. അതു സാധിക്കാൻ മാത്രം ജനസ്വാധീനത സമ്പാദിക്കുന്നതിന് ഒരു ഡോക്ടറായി വരുന്നത് നന്നായിരിക്കുമെന്ന് ഞാൻ കണ്ടു.

പുതിയലോകം സ്വപ്നം കാണുന്ന ഏതൊരു മലയാളിയെപോലെയും കല്ക്കത്ത മൊയാരത്തിനും ഒരു സ്വപ്നലോകമായിരുന്നു. ഡോക്ടറാവാനുള്ള ആഗ്രഹം പാതിവഴിയിൽ നിന്നപ്പോൾ വെറ്ററിനറി കോളേജിലേക്ക് ചേരാനുള്ള ശ്രമം തുടങ്ങി. എന്നാൽ രഹസ്യപൊലീസിന്റെ പുസ്തകത്തിലുൾപ്പെട്ടപ്പോൾ വീട്ടുകാർ തിരിച്ചു വിളിച്ചു. കല്ക്കത്തയിലെ പത്രപ്രവർത്തകൻ, കോഴിക്കോട്ടെ പത്രപ്രവർത്തകനായി. 1917 ൽ കോഴിക്കോട്ട് നടന്ന കോൺഗ്രസ് സമ്മേളനത്തോടെ രാഷ്ട്രീയ പ്രവർത്തനം ജീവിതത്തിന്റെ ഭാഗമായി. കേരളകേസരിയുടെ പത്രാധിപരായി, ഉപ്പ് സത്യഗ്രഹത്തിന്റെ പൈലറ്റായി... ഉപ്പ് നിയമലംഘനത്തിന് 1930 ൽ ജയിൽ വാസം, നിയമലംഘനത്തിന് 32 ൽ വീണ്ടും ജയിലിൽ. രണ്ടാംതവണ ജയിലിൽ കിടന്നപ്പോൾ സൂപ്രണ്ടുമായി ഒരേറ്റ് മുട്ടൽ നടന്നു. അപൂർണ്ണമായ ആത്മകഥ ഇവിടെ അവസാനിക്കുന്നു. 200 ൽ അധികം പുറങ്ങളിലായി മൊയാരത്തിന്റെ സംഭവബഹുലമായ ജീവിതകഥ അവസാനിക്കുന്നു. എഴുത്തുകാരന്റെ ആലോചനകളും അപൂർണ്ണമായി അവസാനിക്കുകയാണ്. ആത്മകഥ ബാക്കി വെച്ച മൊയാരത്ത് ശങ്കരനെ തേടി ജീവചരിത്രത്തിലൂടെ വീണ്ടും സഞ്ചരിച്ചു. മൊയാരത്ത് ശങ്കരൻ എന്ന ജീവചരിത്രം ഇങ്ങനെ ആരംഭിക്കുന്നു.

> 1948 ലെ മെയ്മാസം! വെടിമരുന്നിന്റെയും ചോരയുടേയും മണമുള്ള ചുടുകാറ്റ്! ചുവന്ന പൂക്കൾ ഇതൾ വിടർത്തി നില്ക്കുന്ന കൊയ്യോത്തി മരങ്ങളുടെ തണലിലൂടെ ഇരുനിറമുള്ള ഉയരം കൂടിയ ഒരാൾ നടന്നു വരുന്നു! അറുപതോടടുത്ത അദ്ദേഹത്തിന്റെ കാല്പെരുമാറ്റം അവിടെയുള്ള ഓരോ മൺതരിക്കും നന്നായറിയാം. നീണ്ടകാലം സാമ്രാജ്യവിരുദ്ധസമരങ്ങളിൽ പങ്കെടുത്ത് മർദ്ദനങ്ങളേറ്റു വാങ്ങിയും ഉപവാസ പരമ്പരകളിലൂടെ ജയിലധികാരികളെ കിടിലം കൊള്ളിച്ചും നടന്ന ആ മനുഷ്യൻ മൊയാരത്ത് ശങ്കരനായിരുന്നു. ആ മനസ്സും ശരീരവും വിശ്രമമെന്തെന്ന് ഇനിയും അറിയാനിരിക്കുന്നതേയുള്ളു!

മൊയാരത്തിന്റെ ജീവിതത്തെ സംഗ്രഹിച്ചെഴുതിയ ജീവചരിത്രം ചരിത്രത്തേയും ദേശത്തേയും രേഖപ്പെടുത്തുന്ന ഒരപൂർവ്വരചനയാണ്. അപ്പോൾ ഇനി ഒരെഴുത്തുകാരന് എന്താണ് ചെയ്യാനുള്ളത്? ചരിത്ര മടയാളപ്പെടുത്തിയ ഓരോ മനുഷ്യനും നമ്മോട് ചോദിക്കുന്നത് നിങ്ങൾക്ക് ഏത് ജീവിതമാണ് രേഖപ്പെടുത്തേണ്ടത് എന്നാണ്. യഥാർത്ഥത്തിൽ ഈ ചോദ്യം ഏറെനാളുകളായി ചോദിച്ചുകൊണ്ടിരിക്കുന്നു. മൊയാരം മുമ്പിൽ വന്ന് നിന്ന് ചോദിക്കുകയാണ്. നിങ്ങൾക്ക് ഏത് ജീവിതമാണ് പകർത്തേണ്ടത്? ആരെയാണ് കണ്ടെടുക്കേണ്ടത്..? കോൺഗ്രസുകാരനായ, കമ്യൂണിസ്റ്റുകാരനായ മൊയാരത്ത് ശങ്കരനെയാണോ.. അദ്ദേഹം നടത്തിയ വേറിട്ട രാഷ്ട്രീയസഞ്ചാരങ്ങൾ, നിലപാടുകൾ മനുഷ്യപക്ഷം, രക്തസാക്ഷിത്വം... അതല്ലെങ്കിൽ മൊയാരത്ത് ശങ്കരനെന്ന എഴുത്തുകാരനെയോ.. നോവലിസ്റ്റ്, ജീവചരിത്രകാരൻ, ചരിത്രകാരൻ... ഇതാണോ എഴുതേണ്ടത്? അതുമല്ലെങ്കിൽ മൊയാരത്ത് ശങ്കരൻ എന്ന പച്ചമനുഷ്യൻ.. കുടുംബത്തോടും സമൂഹത്തോടും ഇടപെട്ട ഒരു മനുഷ്യൻ.. തീവ്രസംഘട്ടനങ്ങളിലൂടെ കടന്നുപോയ ആ മനുഷ്യന്റെ മാനസിക വ്യാപാരം..? നിസ്സഹായതയോടെ എഴുത്ത് പിന്മടക്കം തുടങ്ങി. ഒരു ജാഥയിലെന്നപോലെ ആളുകൾ ഓരോരുത്തരായി മുന്നോട്ട് വരാൻ തുടങ്ങി. വസ്തുതകൾ എങ്ങനെയാണ് ചികഞ്ഞെടുക്കുക.. ഉത്തരമില്ലാതെ കാത്തുനിന്നു. എഴുത്ത് സംഭവിക്കാതിരിക്കില്ല... കേട്ട കഥകൾക്കപ്പുറത്ത് മറ്റൊരു യാഥാർത്ഥ്യം ഉണ്ടാകുമെന്ന് അവനവനെ വിശ്വസിപ്പിക്കാൻ ശ്രമിച്ചു.

ഒന്ന്

കവിയൂരിലെ വീട്ടിലിരുന്ന് രാജഗോപാലൻ മാസ്റ്റർ സംസാരിക്കുകയായിരുന്നു. മൊയാരത്ത് ശങ്കരന്റെ ജീവചരിത്രം എഴുതാൻ വേണ്ടിയുള്ള അദ്ധ്വാനം ഏറെ വലുതായിരുന്നു. ഇ എം എസ് മുതൽ മൊയാരത്തിന്റെ വിധവ ചിന്നമ്മു അമ്മവരെയുള്ള നിരവധി ആളുകളോട് നേരിട്ട് സംസാരിച്ചു. മൊയാരത്തിന്റെ ജീവിതകഥ മുതൽ മൊയാരത്തിനെ രേഖപ്പെടുത്തിയ പുസ്തകങ്ങളൊക്കെ പലവട്ടം വായിച്ചു. 1986 ലാണ് പുസ്തകമിറങ്ങുന്നത്. ചരിത്രത്തെ സാക്ഷ്യപ്പെടുത്താനുള്ള എല്ലാ ശ്രമങ്ങളും അപൂർണ്ണമായതുകൊണ്ടുതന്നെ ജീവചരിത്രവും അപൂർണ്ണമായി തുടരും. എഴുതാത്ത, പറയാത്ത കഥകൾ ഇനിയും ബാക്കിയാണ്. ജീവചരിത്രത്തിൽ സൂചിപ്പിക്കുന്നതുപോലെ ജയിൽ മോചിതനായ ശങ്കരൻ അമ്മയെ ശുശ്രൂഷിച്ചുകൊണ്ട് മൊയാരത്ത് തന്നെ കഴിയുകയാണ്. 1948 ലെ കല്ക്കത്താസമ്മേളനത്തിന് ശേഷം പല പ്രവർത്തകരുടെ പേരിലും വാറണ്ട് നിലവിൽ വന്നു. മൊയാരത്തിന്റെ പേരിലും വാറണ്ടുണ്ടെന്ന പ്രചാരണം ഉണ്ടായി. ഒളിവിലുള്ള ആളുകൾ മൊയാരവുമായി ബന്ധപ്പെടാൻ വരുമെന്ന് രഹസ്യപ്പൊലീസിന് അറിയാമായി

രുന്നു. കുഞ്ഞൂട്ടിയുടെ ചായപ്പീടികയായിരുന്നു മൊയാരത്തിന്റെ താവളം. ഒറ്റുകാരേയും പൊലീസുകാരേയും കുഞ്ഞൂട്ടി ശ്രദ്ധിക്കും. അതിനിടയിൽ ആത്മകഥയുടെ എഴുത്ത് സജീവമായി. കണാരൻമാസ്റ്റർ ആത്മകഥ പകർത്തിയെഴുതും. ബിക്കു മൊയാരത്ത് തന്നെയാണ്. ചിന്നമ്മു ചെമ്പിലോട്ടും. ചെമ്പിലോട്ട് പോയി ചിന്നമ്മുവിനെ കൂട്ടിക്കൊണ്ട് വരാൻ അമ്മ പറഞ്ഞു. ചമ്പാട്ടെ കെ എം അനന്തന്റെ കൈയിൽ നിന്ന് ഇരുപത്തഞ്ചുറുപ്പിക വഴിച്ചെലവിന് കടം വാങ്ങി. അനന്തനും കുഞ്ഞൂട്ടിയും കൃഷ്ണൻ മാസ്റ്ററുമൊക്കെ മൊയാരത്തെ തടഞ്ഞു. കോൺഗ്രസുകാർ സന്നദ്ധ സംഘങ്ങളുണ്ടാക്കി കമ്യൂണിസ്റ്റ് പ്രവർത്തകരെ വേട്ടയാടുകയാണ്. തില്ലങ്കേരിയിലും മുനയൻകുന്നിലും വെടിവെപ്പ് നടന്നിട്ട് അധിക നാളുകളായില്ല. ഈ വാർത്തകൾക്കിടയിലൂടെയാണ് മൊയാരം നടന്ന് പോയത്. 1948 മെയ് 11 ന്..

രണ്ട്

ചെമ്പിലോട്ട്, മൊയാരത്തിന്റെ മകൻ ജനാർദ്ദനൻ മൊയാരത്ത് അച്ഛനെക്കുറിച്ച് പറഞ്ഞുതുടങ്ങി. അച്ഛൻ മരിച്ചത് അറിയാതെ പോയ മകനാണ് ഞാൻ.. ആറു വയസ്സിൽ അച്ഛൻ നഷ്ടപ്പെട്ട മകൻ. അച്ഛന്റെ ആകൃതിയോ നിറമോ മുഖമോ കൃത്യമായി ഓർത്തെടുക്കാൻ പറ്റാത്ത മകൻ. അപൂർവ്വമായി വീട്ടിൽ വരാറുള്ള അച്ഛൻ.. വീട്ടിലുണ്ടെങ്കിൽ തന്നെ ഒളിവിലുള്ള അച്ഛനെ കാണാൻ അനുവദിച്ചാൽ മൊയാരം ജയിലിലാകുമെന്ന ഭയം. വളർച്ചയുടെ ഓരോ ഘട്ടത്തിലും അച്ഛനെന്ന വലിയ മനുഷ്യനെ തിരിച്ചറിഞ്ഞു. മൊയാരത്തിന്റെ മകനായതുകൊണ്ട് ബാല്യകാലത്ത് പലരും നെഞ്ചോട് ചേർത്ത് പിടിച്ചു. മരണത്തിന് കുറച്ച് മുമ്പ് മൊയാരം വീട്ടിൽ വന്നപ്പോൾ അമ്മമ്മ ചോദിച്ചത്, കമ്യൂണിസ്റ്റുകാരെ പൊലീസുകാർ ദ്രോഹിക്കുന്ന സമയത്ത് പുറത്തിറങ്ങി നടക്കണോ എന്നാണ്. പഴയ കോൺഗ്രസുകാരനെ ആരും ദ്രോഹിക്കില്ല എന്നും അഥവാ എന്തെങ്കിലും സംഭവിച്ചാൽ, ആയിരങ്ങൾ സഹായിക്കാനുണ്ടാകുമെന്നുമായിരുന്നു മറുപടി. മരണംപോലും അറിഞ്ഞില്ല. മരണത്തോടനുബന്ധിച്ച് വീട്ടുമുറ്റത്തും പറമ്പിലും ആൾക്കൂട്ടത്തെ കണ്ടില്ല. ചിതയ്ക്ക് തീ കൊളുത്തിയില്ല. പയ്യാമ്പലത്തെ സ്മാരകങ്ങൾ കാണുമ്പോൾ അച്ഛനെക്കുറിച്ചോർക്കും. കണ്ണൂർ സെൻട്രൽ ജയിലിന് മുമ്പിലൂടെ കടന്ന് പോകുമ്പോൾ അച്ഛൻ അവിടെ ഉണ്ടെന്ന സ്മരണകൾ വേദനയായി ഒഴുകിയിറങ്ങും. അച്ഛനനുഭവിച്ച ക്രൂരമായ മർദ്ദനങ്ങളെക്കുറിച്ചോർക്കുമ്പോൾ ഉള്ള് പൊള്ളും.. വലിയ കന്മതിലും വലിയ കവാടവും വലിയ സ്ഥലവുമുള്ള ഇടമാണ് മൊയാരത്തിന്റെ സ്മാരകം. കണ്ണൂർ സെൻട്രൽ ജയിൽ..

മൂന്ന്

നിടുമ്പ്രത്തെ മൊയാരത്ത് ശങ്കരൻ സ്മാരകമന്ദിരത്തിൽ ഓർമ്മകൾക്ക് മങ്ങലേല്ക്കാതെ, മൊയാരത്തിന്റെ സന്തതസഹചാരിയായ കണാരൻ മാഷുടെ മകൻ കെ വി ദാമോദരൻ ഇരുന്നു. മൊയാരം എന്ന പോരാളിയുടെ ചിത്രം മുമ്പിൽ തെളിഞ്ഞു നില്ക്കുന്നു. 1945 ൽ, അഞ്ചാം ക്ലാസിൽ പഠിക്കുന്ന സമയത്ത്, പശുവിന് പുല്ലു പറിക്കാൻ വേണ്ടി പോയപ്പോൾ ആൾക്കൂട്ടത്തെ കണ്ടപ്പോഴാണ് കാരാറത്ത് സ്കൂളിലേക്ക് കയറി ചെന്നത്. കമ്യൂണിസ്റ്റ് പാർട്ടിയുടെ ആഭിമുഖ്യത്തിലുള്ള യോഗമായിരുന്നു. മൊയാരവും സി എച്ച് കണാരനുമാണ് പങ്കെടുക്കുന്നത്. മൊയാരം അന്ന് ഗംഭീരമായ പ്രസംഗമാണ് നടത്തിയത്. സി എച്ചിനും മറ്റ് പാർട്ടിപ്രവർത്തകർക്കും ഭക്ഷണം അന്ന് വീട്ടിൽ നിന്നായിരുന്നു. തൊട്ടടുത്ത വർഷം ഇതേ സ്ഥലത്ത് വെച്ച് കർഷകസമ്മേളനം നടക്കുകയുണ്ടായി. 1946 ൽ മൊയാരത്ത് ശങ്കരൻ സ്ഥാപിച്ച വായനശാലയാണ് പൊതുജ നവായനശാല. ഇന്നത് മൊയാരത്ത് ശങ്കരന്റെ പേരിലാണുള്ളത്. സഹോദരിയായ ജാനകി മൊയാരത്തിന്റെ ആത്മകഥ പകർത്തിയെഴുതുമായിരുന്നു. വീട്ടിലേക്ക് പലപ്പോഴും വരാറുള്ള മൊയാരം എന്ന ആ മനുഷ്യൻ ഭൂമിക്ക് വേദനിക്കാതെ നടക്കും. ഫോട്ടോയിൽ കാണുന്നത് പോലെ, മെലിഞ്ഞ്, ജയിൽ വാസത്തിന്റെ, ജീവിതത്തിന്റെ അവശതകൾക്കൊപ്പം സഞ്ചരിക്കുന്ന മനുഷ്യൻ.. പക്ഷേ, സംസാരിക്കുമ്പോൾ മറ്റൊരാളായിരുന്നു. വാക്കിൽ ഉറപ്പ്, തീർപ്പ്, കരുത്ത്.. അതായിരുന്നു മൊയാരം.

നാല്

സതീ നമ്പ്യാർ ചിരിച്ചുകൊണ്ടാണ് പറഞ്ഞുതുടങ്ങിയത്. ചരിത്രത്തിൽനിന്ന് ഓരോരുത്തരും അവർക്കാവശ്യമുള്ളത് മാത്രമാണ് തെരഞ്ഞെടുക്കുന്നത്. എല്ലാ കാലത്തും ചരിത്രത്തെ വളച്ചൊടിച്ചിട്ടുണ്ട്. നിങ്ങൾ പറഞ്ഞ കഥകൾ പാടിപ്പറഞ്ഞ് ഉറച്ചു പോയവയാണ്. അതാണ് ചരിത്രം. പക്ഷേ, യാഥാർത്ഥ്യം ഇതൊന്നുമല്ല. ബാലൻ നമ്പ്യാർ മൊയാരത്ത് ശങ്കരനുമായി ജയിലിൽ നിന്ന് സംസാരിച്ചിട്ടുണ്ട്. മൊയാരത്തിന്റെ മരണമോ മരണകാരണമോ നിങ്ങൾ വിശദീകരിക്കുന്നത് പോലെയോ ചർച്ചചെയ്യുന്നത് പോലെയോ അല്ല. പിന്നെ വർഷങ്ങൾക്ക് മുമ്പ് നടന്ന ഒരു സംഭവത്തെ, പൊതുമണ്ഡലത്തിൽ സ്വീകാര്യനായ ഒരാളെ അവമതിപ്പുണ്ടാക്കുന്നത് ശരിയല്ല എന്ന തോന്നലിന്റെ പുറത്താണ് തുറന്ന് പറയാതിരുന്നത്. മൊയാരത്ത് ശങ്കരന്റെ മരണത്തിനുമുമ്പ് മൊയാരത്ത് തറവാട്ടിൽ രണ്ട് മരണം നടന്നിരുന്നു. ആ സമയത്ത് ചിന്നമ്മുവമ്മയെ കൂട്ടികൊണ്ടുവരാൻ തീരുമാനിക്കുകയായിരുന്നു. ആ യാത്രയിൽ അദ്ദേഹത്തെ കൊന്നത് ആരാണ് എന്ന് ഞങ്ങൾക്കറിയാം. അത് നിങ്ങൾ പറയുന്നതുപോലെയാകണമെന്ന് ഒരു നിർബ്ബന്ധവുമില്ല.

അഞ്ച്

വേങ്ങയിൽ രാജൻ മാഷ് കുറച്ച് നേരത്തേക്ക് ഒന്നും പറഞ്ഞില്ല. ഇങ്ങനെയുള്ള അന്വേഷണങ്ങൾക്ക് എപ്പോഴും പ്രസക്തിയുണ്ട്. പക്ഷേ, ഇതിന്റെ ഏറ്റവും വലിയ പ്രശ്നം, ഒരു കാലത്തിന്റെ സാംസ്കാരിക പരിസരവും ജീവിതവും തിരിച്ചറിയാതെ മുൻ വിധികളോടെ സമീപിക്കരുത്. ആൺ പെൺ ബന്ധത്തെക്കുറിച്ച് ഉറച്ചുപോയ, നിലനില്ക്കുന്ന ഇന്നത്തെ അന്തരീക്ഷം വെച്ച് ഒരു കാലത്തെ വിലയിരുത്തുന്നത് ശരിയല്ല. ശരി തെറ്റുകൾ, ആപേക്ഷികമാണെന്ന് മാത്രമല്ല, കാലത്തോട് ബന്ധമുള്ളവയുമാണ്. എനിക്ക് എന്റെ ഭാര്യയെ കൂടാതെ മറ്റൊരു സ്ത്രീയുമായി ബന്ധമുണ്ടെന്ന് പറയുന്നതും അതിൽ ഒരു കുട്ടിയുണ്ടെന്ന് പറയുന്നതും ഇന്നത്തെ ഒരന്തരീക്ഷത്തിൽ ചിലപ്പോൾ പ്രശ്നം സൃഷ്ടിച്ചേക്കാം. എന്നാൽ എന്റെ അച്ഛന് മറ്റൊരു സ്ത്രീയുമായി അടുപ്പമുണ്ടെന്ന് പറയുന്നതും അതിലൊരു കുട്ടിയുണ്ടെന്ന് പറയുന്നതും അന്നത്തെ അന്തരീക്ഷത്തിൽ അസ്വാഭാവികതയൊന്നുമില്ല. പറഞ്ഞുവരുന്നത്, കാലത്തിന്റെ അന്തരീക്ഷം ആ കാലത്തെ പഠിക്കുമ്പോഴും ബാധകമാണ്. ഇന്നത്തെ കേവലയുക്തിയുടെ വെളിച്ചത്തിൽ സ്വാതന്ത്ര്യത്തിനുമുമ്പുള്ള ഒരു കാലത്തെ പഠിക്കുക എളുപ്പമല്ല. ചുരുക്കി പറഞ്ഞാൽ മൊയാരത്തിന്റെ ജീവിതം പഠിക്കുക എളുപ്പമല്ല.

ആറ്

ചരിത്രത്തെ ചുവപ്പണിയിച്ച ധീരരക്തസാക്ഷിയെക്കുറിച്ച് സംസാരിക്കുമ്പോൾ കരുത്തും കരുതലും ടി ടി കെയുടെ വാക്കുകളിൽ കടന്നുവരുന്നുണ്ട്. മരണമടഞ്ഞിട്ട് കാലമിത്രയായിട്ടും ഇപ്പോഴും ജാതിക്കോമരങ്ങളും കമ്യൂണിസ്റ്റ് വിരുദ്ധരും മൊയാരത്തെ ഭയപ്പെടുന്നുണ്ട്. അതുകൊണ്ടാണ് അപഖ്യാതികൾ തുടരുന്നത്. ചിന്നമ്മുവമ്മയുടെ സഹോദരീ ഭർത്താവായ പൊലീസുകാരനാണ് മൊയാരത്തെ ഇല്ലാതാക്കിയതിന് പിന്നിൽ എന്നാണ് ആരോപണം. എന്നാൽ ചിന്നമ്മുവമ്മയുടേ സഹോദരീഭർത്താവായോ അടുത്ത ബന്ധുക്കളായോ ഒരു പൊലീസുകാരൻ പോലും ഉണ്ടായിട്ടില്ല എന്നതാണ് സത്യം. ചിന്നമ്മുവമ്മയുടെ സഹോദരൻ കരുണാകരൻ നമ്പ്യാർ കോഴിക്കോട് പുതുപ്പാടിയിൽ അദ്ധ്യാപകനായിരുന്നു. സഹോദരിമാരിൽ ദേവകിയുടെ ഭർത്താവ് കൃഷ്ണൻ നമ്പ്യാർ കണ്ണൂരിൽ എൽ ഐ സി ഏജന്റായിരുന്നു. മാധവിയുടെ ഭർത്താവ് കുഞ്ഞിരാമൻ നമ്പ്യാർ തിരൂരിലെ ഡയറിഫാമിൽ സെയിൽസ്മാനായിരുന്നു. കല്യാണിക്കുട്ടിയുടെ ഭർത്താവ് ബാലകൃഷ്ണൻ നമ്പ്യാർ ഫറൂക്കിൽ ആർട്ടിസ്റ്റായിരുന്നു. ജാനകി എന്ന സഹോദരിയാവട്ടെ അവിവാഹിതയുമായിരുന്നു. പിന്നെ ഏത് സഹോദരീ ഭർത്താവിനെക്കുറിച്ചാണ് ഇവർ പറയുന്നത്? ദേശരക്ഷാസേന എന്ന കുറു

വടി സേന നടത്തിയ അതിക്ര മങ്ങൾ അത്രയെളുപ്പത്തിൽ ചരിത്രത്തിൽ നിന്ന് മായ്ച്ചു കളയുക സാദ്ധ്യമല്ല.

ഏഴ്

അണിമ പുഞ്ചിരിയോടെ ചോദിച്ചു. *ഒരു പെൺകിടാവിന്റെ തന്റേടം* എന്ന സ്ത്രീപക്ഷ നോവലെഴുതിയ മൊയാരത്തെ എത്ര പേർക്കറിയാം. 1921 ൽ എഴുതിയ ഒരു നോവൽ അതിന്റെ പേരുകൊണ്ട് തന്നെ ചരിത്ര പരമായി മാറി നില്ക്കുന്നു. രണ്ട് ഭാഗങ്ങളിലായി എഴുതിയ അതിന്റെ ആദ്യഭാഗം കണ്ടുകിട്ടിയിട്ടുമില്ല. ഒരു സ്ത്രീയുടെ നിലപാടുകൾ തുറന്നെഴുതി എന്നുള്ളത് മൊയാരത്തെ വ്യത്യസ്തനായ എഴുത്തുകാ രനാക്കി മാറ്റിത്തീർക്കുന്നുണ്ട്. എന്നിട്ടും നമ്മുടെ നോവൽ പഠനങ്ങളിൽ ഇങ്ങനെയൊരു കൃതിയെക്കുറിച്ച് പരാമർശംപോലും കാണുന്നില്ല. മലയാ ളത്തിലെ ആദ്യത്തെ ശാസ്ത്രീയ ചരിത്രകാരൻ എന്ന് എ ബാലകൃ ഷ്ണപിള്ള വിശേഷിപ്പിച്ച മൊയാരത്ത് ശങ്കരനെ നാമിനിയും തിരിച്ചറി ഞ്ഞിട്ടില്ല. കോൺഗ്രസിന്റെ ആദ്യ ചരിത്രകാരൻ നമുക്കിപ്പോഴും കാണാമറയത്താണ്. ഇനി ആത്മകഥ നോക്കൂ.. അപൂർണ്ണമങ്കിലുമൊരു ചരിത്രഘട്ടത്തെ എത്ര കൃത്യമായാണ് രേഖപ്പെടുത്തിയിട്ടുള്ളത്? മല യാളത്തിൽ ജീവചരിത്രശാഖ ശക്തിപ്പെടുന്നതിനുമുമ്പ് ദേശബന്ധു വിന്റെയും മോട്ടിലാലിന്റെയും ലാലാലജ്പത് റായിയുടേയും ജീവചരി ത്രമെഴുതിയ എഴുത്തുകാരനും കൂടിയാണ് മൊയാരം. ചരിത്രത്തെ, മാന വികതയെ രേഖപ്പെടുത്തിയ ഇനിയും കണ്ടുകിട്ടാത്ത *മേവാഡ് പതനം* എന്ന നാടകമെഴുതിയ നാടകകൃത്ത്..

ആത്മകഥയ്ക്കും ജീവചരിത്രത്തിനും വാമൊഴിക്കുമപ്പുറത്ത് നമു ക്കിനിയും തിരിച്ചറിയാൻ സാദ്ധ്യമാകാത്ത ഒരു മൊയാരമുണ്ടോ?

എഴുത്തുകാരന്റെ ഉറക്കമില്ലാത്ത രാത്രികൾ എഴുത്തിനെക്കുറിച്ചുള്ള ചിന്തകളിൽ ആഴ്ന്നു. ജീവിതംപോലെ അപൂർണ്ണമാണ് എഴുത്തുകളും. ചരിത്രത്തിൽ ഇടപെട്ട ഒരാളുടേയും വീണ്ടെടുപ്പ് സാദ്ധ്യമല്ല. പക്ഷേ, അവർ പറയാനിരുന്നത്, സൂക്ഷ്മതയോടെ ശ്രദ്ധിച്ചാൽ നമുക്ക് കേൾ ക്കാനാവും. എഴുതിയതിന്റെ നിശ്ശബ്ദതകളിൽനിന്ന് എഴുത്തിൽ വരാ ത്തത് വീണ്ടെടുക്കാൻ പറ്റിയേക്കും. പറഞ്ഞതിന്റെ അവശേഷിപ്പുകളിൽ നിന്ന് പറയാത്തത് കണ്ടെടുക്കാനാവും. പുതിയ പാഠങ്ങൾ സൃഷ്ടിക്കാ നായുള്ള എഴുത്തുകാരന്റെ കാത്തിരിപ്പ് എഴുത്തിൽ തുടരുകതന്നെ യാണ്. ഓർമ്മകൾകൊണ്ട് അയാൾ ജീവിതം തുന്നുകയാണ്. 1919 ലെ എഴുത്തുമുറിയിലേക്ക് സഞ്ചരിക്കുകയാണ് അയാളെ സംബന്ധിച്ചിട ത്തോളം എളുപ്പമായത്. നിർഭാഗ്യവശാൽ അതൊരു എഴുത്ത് മുറിയാ യിരുന്നില്ല.. രോഗത്തിന്റെയും മരണത്തിന്റെയും ഗന്ധമുള്ള തറവാട്ടിലെ തെക്കിനിയായിരുന്നു.

എ ഗേൾ ഓഫ് സ്പിരിറ്റ്

എ മോഡേൺ ജൂലിയറ്റിൽ മുങ്ങിയിരിക്കുവാൻ കാറ്റ് വിസമ്മതിച്ചു. മഴവെള്ളത്തെ ചുഴറ്റിക്കൊണ്ട് മുറിയിലേക്ക് വിതറി. ജനാലയടച്ച്, തുറന്നിട്ട വാതിലിലൂടെ മഴയെ കണ്ടു. ഇടവപ്പാതി ആത്മഹർഷത്തോടെ തകർത്ത് പെയ്യുകയാണ്. പരന്ന് കിടക്കുന്ന വയലിൽ നിന്ന് മഴ മുദ്രകൾ കാണിക്കുന്നു... വയലിൽ ഉണ്ടായിരുന്ന ആളുകളൊക്കെ തകർത്ത് പെയ്യുന്ന മഴയിൽനിന്ന് രക്ഷനേടിക്കഴിഞ്ഞിരുന്നു. കിളിച്ചുണ്ടന്റെ കൊമ്പുകൾ സീൽക്കാരത്തോടെ വട്ടം ചുഴറ്റി. പറമ്പിലെ വാഴകൾ രണ്ടെണ്ണമെങ്കിലും കാറ്റിനെ നമസ്കരിച്ചു കഴിഞ്ഞു. പ്രായാധിക്യമുള്ള തെങ്ങോലകൾക്കൊപ്പം ഇളയവരും മുറ്റത്തേക്ക് ഓടിയെത്തി. കാറ്റിന്റെയും മഴയുടേയും പ്രേമം, അസാധാരണ സീല്ക്കാരമായി ഉടലുകൾ പിണഞ്ഞ് പരസ്പരം പൊട്ടിത്തെറിക്കുകയാണ്. കാറ്റ് കൊണ്ടുവന്ന മഴനാരുകൾ തറയെ തൊട്ട് പ്രണയിച്ചു കഴിഞ്ഞു.

അമ്മാവന്റെ ഉറക്കത്തെ ഇല്ലാതാക്കാൻ മാത്രം കാറ്റിനും മഴയ്ക്കും സാധിച്ചില്ല. കൂർക്കംവലിയുടെ താളം നിലയ്ക്കുമ്പോൾ ശ്വാസം മന്ദമായി, ഒരു അസാധാരണ ശബ്ദം വായിൽനിന്ന് ഉയർന്ന് വന്നു. വ്യവച്ഛേദിച്ചറിയാനാവാത്ത ഭാഷയിൽ ഒരു നിമിഷം സംസാരിച്ച് പിന്നെ മയക്കത്തിലേക്കിറങ്ങുന്നു. ശരീരത്തിൽ നിന്ന് തെന്നി മാറിയ പുതപ്പെടുത്ത് നെഞ്ച് വരെ ഉയർത്തിയിട്ടു.

മഴയുടെ ആർത്തട്ടഹാസത്തിന് അയവു വന്നപ്പോൾ *മോഡേൺ ജൂലിയറ്റി*ലേക്ക് തിരിച്ചു പോയി. സർഗ്ഗാത്മകതയുടെ ഒഴുകിപ്പരക്കലല്ല കഠിനാദ്ധ്വാനത്തിന്റെ ശേഷിപ്പുകളാണ് ചാൾസ് ഗാർവിസിന്റെ എല്ലാ പുസ്തകങ്ങളുമെന്ന് തോന്നി. എന്തൊരത്ഭുത സൃഷ്ടിയാണ് ഈ എഴുത്തുകാരൻ. നൂറ്റമ്പതോളം നോവലുകൾ.. ചില വർഷങ്ങളിൽ പന്ത്ര

ണ്ടിലധികം... എങ്ങനെയാണ് ഇത്ര അനായാസകരമായി എഴുത്തിനെ പരിചരിക്കാൻ സാദ്ധ്യമാവുന്നത്..? കരോലിൻ ഹാർട്ട് എന്ന സ്ത്രീനാമത്തിലും നോവലുകളെഴുതിയ എഴുത്തുകാരൻ... സാമൂഹികജീവിതവും വ്യക്തിജീവിതവും ബലികഴിച്ചുകൊണ്ട് നടത്തുന്ന അമൂല്യമായ ഉന്മാദമാണെഴുത്ത്. പ്രപഞ്ചം മനുഷ്യജന്തുവിന് നല്കിയ വിശിഷ്ടമായ ഭ്രാന്ത്... എഴുതിക്കൊണ്ടിരിക്കുക എന്നാൽ മരിക്കാതിരിക്കൽ തന്നെയാണ്. വിശിഷ്ടമായതല്ലെങ്കിലും ഗാർവിസ് വേറിട്ട ചിലതെഴുതുന്നു. ഇതുപോലെ ഒരു നോവൽ സൃഷ്ടിക്കണം..

"ശങ്കരാ.."

അമ്മാവന്റെ ശബ്ദം പതിവിലും നേർത്തിരിക്കുന്നു. മൂത്രമൊഴിക്കാനുള്ള തയ്യാറെടുപ്പാണ്. കൈകളിൽ ബലമായി താങ്ങി.

"നെന്റെ വായന മൊടങ്ങിയോ?"

ഇല്ലെന്ന് തലയാട്ടിയപ്പോൾ മുഖം തെളിഞ്ഞു.

ഒരു മല്ലയുദ്ധത്തിന്റെ തീവ്രശ്രമത്തിനൊടുവിൽ അമ്മാവൻ മൂത്രമൊഴിച്ചവസാനിപ്പിച്ചു. മഴയുടെ ചീത്തവിളികൾക്കകത്ത് അമ്മാവന്റെ വേദനയിറ്റുന്ന ശബ്ദം പുറത്തേക്കെത്തിയില്ല. കട്ടിലിൽ കിടത്തി പുതപ്പെടുത്ത് അരവരെ പുതപ്പിച്ച് കൈ പിൻവലിക്കുമ്പോൾ അമ്മാവൻ കൈയിൽ പിടികൂടി.

"നെനക്ക് ഈ വയസ്സനോട് ദേഷ്യം വര്ന്ന്ണ്ടാ.."

മുഖത്തേക്ക് നോക്കി, കട്ടിലിൽ ഇരുന്ന് വിറകു കൊള്ളിപോലെ ഉണങ്ങി ശുഷ്കിച്ച കൈയിൽ തലോടി.

"കുടിക്കാൻ വെള്ളം വേണോ..?"

കൈ പിൻവലിച്ച് മച്ചിലേക്ക് നോക്കി പിറുപിറുത്തു.

"നെന്റെ വെള്ളോം മരുന്നും ഒന്നും എന്നെ കാക്കില്ല. ഞാൻ മരിക്കും ഒറപ്പാ.."

അയാൾ പ്രാർത്ഥനാപൂർവ്വം നിശ്ശബ്ദമായി കണ്ണുകളടച്ച് ചുണ്ടുകളനക്കി. പിന്നെ തകർത്ത് പെയ്യുന്ന ഇടവപ്പാതിയിലേക്ക് കണ്ണു തുറന്നു വെച്ചു. ശങ്കരൻ ദീനമായ മുഖത്തേക്ക് കണ്ണെയ്ത് സാവകാശം പറഞ്ഞു.

"ഈ പ്രമേഹം എന്ന സൂക്കേട് അത്ര മാരകോന്നും അല്ല. മൂത്രത്തില് ഗ്ലൂക്കോസ് കണ്ട് തുടങ്ങുന്നതാണസുഖം. ഇടയ്ക്കിടെ മൂത്രോഴിക്കണോന്ന് തോന്നും വെള്ളം കുടിക്കണോന്നും തോന്നും അത്രേ ഇള്ളു.. വേറേ പ്രശ്നോന്നും ഇല്ല. ഭക്ഷണം ക്രമപ്പെടുത്തിയാൽ മാത്രം ഭേദാവും. പിന്നെ വൈദ്യര് പറഞ്ഞ മര്ന്ന് കഴിക്കക. അത്ര തന്നെ.."

ശങ്കരന്റെ കൈയെടുത്ത് നെഞ്ചിൽ വെച്ച് അയാൾ ചിറികോട്ടി ചിരിച്ചു.

"എനക്കറിയാം.. നീയ് എന്നെ സമാധാനിപ്പിക്ക്യാണ്. എന്റെ കണ്ണിന്റെ തെളിച്ചം കൊറഞ്ഞ് വര്ന്ന്ണ്ട്.. നെനക്ക് ഒക്കെ അറിയാം.. നീയ് പറയാഞ്ഞിട്ടാ.. കല്ക്കത്തേല് ഇംഗ്ലീഷ് വൈദ്യം പഠിക്കാൻ പോയ ആളല്ലേ.."

ശങ്കരൻ ചാത്തുനമ്പ്യാരുടെ കൈ തന്റെ കൈകളിൽ ചേർത്ത് പിടിച്ചു. പുറത്ത് കിളിച്ചുണ്ടന്റെ അടർന്ന് വീണ കൊമ്പ് അകത്തേക്ക് നോക്കിക്കൊണ്ടിരുന്നു. അമ്മയുടെ പശുക്കൾ മഴയെ ഇഷ്ടപ്പെടാതെ കരച്ചിലിന്റെ സംഗീതം സൃഷ്ടിച്ചു. അതിനോടുള്ള വിയോജിപ്പ് രേഖപ്പെടുത്തി ഒരു പട്ടിയും നീട്ടിവിളിച്ച് ശബ്ദമുയർത്തി.

“ഞാൻ നെന്നോട് തെറ്റ് ചെയ്തു... ഒരുപാട്.. ഞാൻ പണം അയച്ചു തന്നിരുന്നെങ്കിൽ നീയ് ഇംഗ്ലീഷ് വൈദ്യം പഠിക്കുമായിരുന്നു.. എന്റെ ദീനോം മാറ്റുമായിരുന്നു. നീയും എന്റെ മോളും മംഗലം കഴിക്കണോന്ന് ഞാനാഗ്രഹിച്ചത് തെറ്റായിപ്പോയി.. നെന്റെ പെങ്ങള് നാണി നെനക്ക് കത്തെഴുതിയതും ശരിയായില്ല...”

മഴ കനംവെച്ച് ആർത്തലച്ചു. കാറ്റ് വീടിനെ പിടിച്ച് കുലുക്കുകയാണ്..

“അമ്മാവൻ ഉറങ്ങിക്കോളൂ.. വേണ്ടാതീനോന്നും പറയേണ്ട...”

പീളകെട്ടിയ കണ്ണിൽ നീരടിഞ്ഞ് കൂടിയത് കാണാൻ ശക്തിയില്ലാത്തതിനാൽ അമ്മാവന്റെ മുഖത്തേക്ക് നോക്കിയില്ല.

“നെന്റെ അമ്മയ്ക്കും മുത്തശ്ശിക്കും കഠിനദീനാണെന്ന് പറഞ്ഞ് കമ്പിയടിച്ചതും തെറ്റായിപ്പോയി. ശങ്കരാ.. നീയെന്നോട് പൊറുക്കില്ലേ..?”

അമ്മാവന്റെ കൈ മൃദുലമായി തടവിക്കൊടുത്ത്, തോർത്ത് മുണ്ട് കൊണ്ട് കണ്ണുതുടച്ചുകൊടുത്ത് എഴുന്നേറ്റു..

“ചെയ്തതൊക്കെയും എന്നോടുള്ള ഇഷ്ടം കൊണ്ടാണെന്ന് എനിക്കറിയാം..”

അമ്മാവനെ ഉറങ്ങാൻ വിട്ടുകൊടുത്തെഴുന്നേറ്റു. ഇംഗ്ലീഷ് വൈദ്യത്തോട് അമ്മാവൻ മുഖം തിരിഞ്ഞിരിപ്പാണ്. വൈദ്യർ പറഞ്ഞ ചികിത്സാവിധികളുടെ കൂട്ട് തയ്യാറാക്കണം. താഴിനു മുകളിലെ പടിയിൽ വെച്ച വെളുത്തുള്ളിയെടുത്ത് തൂവൽ മാറ്റി പുതിയൊരു ഭരണിയിലെ വെള്ളത്തിലേക്ക് നിക്ഷേപിച്ചു. കറുവാപ്പട്ട കഷണങ്ങൾ, ഓരോന്നായി എണ്ണിയെടുത്ത് ഉടുമുണ്ടിൽ തുടച്ച് വെളുത്തുള്ളിയോട് ഇണചേർത്തു. പഴയ തുണിയെടുത്ത്, ചീന്തി ഭരണിയുടെ മൂടി ചേർത്ത് കെട്ടി. ഇനി അഞ്ചു ദിവസം തണുത്ത വെള്ളത്തിൽ ഭരണി വിശ്രമിച്ചാൽ അടുത്ത ആഴ്ചയിലെ ഔഷധക്കൂട്ടായി. ഭരണിയെ താല്ക്കാലികമായി കട്ടിലിനടിയിലേക്ക് ഇരുത്തി. നടുവൊന്ന് നിവർത്തി അമ്മാവനെ നോക്കിയപ്പോൾ വീണ്ടും ഉറക്കപ്പിച്ചിലേക്ക് കേറിമറിയുകയാണ്.

ചാരുകസേരയിൽ കിടന്ന് *മോഡേൺ ജൂലിയറ്റി*നെ കടന്നു പിടിച്ചു. തൊട്ടടുത്ത് എന്നെയും കൂടി എന്ന വിവശതയോടെ *എ ഗേൾ ഓഫ് സ്പിരിറ്റ്*.. വായിച്ച പുസ്തകത്തിന്റെ മുഖത്തെ അസാധാരണമായ ആനന്ദവും കാത്തുകിടക്കുന്ന പുസ്തകങ്ങളുടെ ദീനമായ നോട്ടവും സൂക്ഷ്മദൃഷ്ടികൾക്ക് കാണാനെളുപ്പമാണ്.

മഴ ആവലാതികൾ പിന്നേയും പിന്നേയും പറഞ്ഞ് കൊണ്ടിരിക്കുകയാണ്.. പന്ന്യന്നൂർ വയലിലൂടെ, ചാത്തു നമ്പ്യാരുടെ പിന്നിൽ വാഴയില

തലയിൽചൂടി നടന്ന ശങ്കരൻ.. അമ്മാവന്റെ കണ്ണ് വെട്ടിച്ച് വാഴയില നീക്കി മഴയെ തൊടുമ്പോഴുള്ള ആനന്ദം വീണ്ടും മഴ നനയാതെ അനുഭ വിക്കുകയാണ്. 'വേഗം നടക്കെന്റെ ശങ്കരാ..' എന്നുള്ള അമ്മാവന്റെ തിരക്കു കൂട്ടൽ ശങ്കരൻ മറന്നു. മഴയ്ക്ക് കോടതി കല്പനയില്ലെന്ന് നന ഞ്ഞൊലിച്ച അമ്മാവൻ സ്വയം പറയുന്നുണ്ടായിരുന്നു. വടകര വിചാ രണഗുമസ്തനായിരുന്നു ചാത്തു നമ്പ്യാർ...

ചാത്തുനമ്പ്യാരുടെ അമ്മാവൻ അനന്തൻ നമ്പ്യാരാണ് മരുമകനെ പഠിപ്പിച്ച് ഉദ്യോഗസ്ഥനാക്കിയത്.. കണ്ണൂർ മുൻസിഫ് കോടതിയിൽ നാജരായ അനന്തൻ നമ്പ്യാരെ തേടി കൂത്തുപറമ്പിൽ നിന്നുവരെ ആളുകൾ മൊയാരത്ത് തറവാട്ടിൽ എത്തിച്ചേർന്നു. സ്റ്റീൽ പെന്നിനും മഷിക്കും മേൽവിലാസമെഴുതിക്കാനും അവിടെയെങ്ങും മറ്റൊരാളു ണ്ടായിരുന്നില്ല. തറവാട്ടിലെ തലയെടുപ്പുള്ള ഗജമായിരുന്നു അനന്തൻ നമ്പ്യാർ.. സമുദായം മാറണമെന്ന കിനാവുകൾ കണ്ട് അത് വിളിച്ചു പറയാൻ തുടങ്ങിയ അനന്തൻ നമ്പ്യാരെ ആരായാലും ബഹുമാനിച്ചു പോകും.. വേങ്ങയിൽ നായനാരെ ആദ്യമായി കണ്ടത് തറവാട്ടിൽ വെച്ച് അനന്തൻ നമ്പ്യാരോടൊപ്പമായിരുന്നു. നായർ മഹായോഗത്തിൽ വലിയ കാരണവർ പ്രസംഗിച്ചു.

"ജാതി വഴക്കിലും ദുർവ്യവഹാരത്തിലും ശണ്ഠയിലും പതിയുന്ന നായർ പ്രഭുക്കന്മാരുടെ ശ്രദ്ധ വലിയ വ്യവസായങ്ങളിലേക്ക് തിരിയണം. അങ്ങനെയേ സമുദായ പരിഷ്കരണം നടക്കുകയുള്ളൂ.."

അമ്മാവനിൽ നിന്നാണ് സബ്ജഡ്ജി ചേറ്റൂർ ശങ്കരൻ നായരെ കുറിച്ച് ആദ്യം കേൾക്കുന്നത്. മരുമക്കത്തായവും ബഹുഭാര്യത്വവും അവ സാനിപ്പിക്കാൻ ചേറ്റൂർ നടത്തുന്ന കഠിനാദ്ധ്വാനങ്ങൾ ഹൃദയം തൊട്ടു. ചുറ്റുപാടുകൾക്ക് ജീവൻ വെക്കുമ്പോൾ ശങ്കരന് നിശ്ശബ്ദനാവാൻ പറ്റി യില്ല. ശങ്കരന്റെ ശബ്ദം ആദ്യമായി ഉയർന്നു.

"പതിമൂന്ന് ഉറുപ്പികയ്ക്ക് ഈ നാട് മുടിക്കുന്ന അധികാരപ്പണി യേക്കാൾ നിങ്ങൾക്ക് മാനമായത് കൊട്ടാരത്തിലെ അകവളപ്പിൽ കുറെ വാഴവെക്കയല്ലേ.."

അംശം അധികാരി കൊട്ടാരത്തിൽ ശങ്കുണ്ണി നമ്പ്യാർ മൊയാരത്തെ കുട്ടിയുടെ ചോദ്യത്തിന് മുമ്പിൽ പൊള്ളിപ്പിടഞ്ഞ്, ക്ഷോഭംകൊണ്ട് തുള്ളിയമർന്നു. നികുതിപിരിച്ച് ഗവണ്മെന്റിനയച്ച് കുടിയാന്മാരായ കൃഷി ക്കാർക്ക് ദുരിതം വിതറുന്ന ജന്മിയോട് അത്രയെങ്കിലും പറഞ്ഞില്ലെങ്കിൽ ശങ്കരന് അന്ന് ഉറങ്ങാൻ പറ്റുമായിരുന്നില്ല. നാവിനും ചെയ്തി കൾക്കും ഉൾക്കരുത്ത് കൂടി വന്നു.

പാനൂരിലെ മുൻസിഫ് കോടതിവക്കീലന്മാരുടെ വാഗ്വാദം കേട്ട് ആവേശം പൂണ്ട് നാലിലും അഞ്ചിലും പഠിക്കുന്ന കൂട്ടുകാരെ ചേർത്ത് വെച്ച് കോടതി നടത്തി. അതൊരു ഭീകരപ്രസ്ഥാനംപോലെ അപകട മാണെന്ന് കരുതി മാസ്റ്റർമാർ ഒരാഴ്ചയോളം പഠിപ്പ് നിർത്തിവെച്ച് തെളി വെടുപ്പ് നടത്തി. ഏറ്റവും കൂടുതൽ തെറ്റ് ചെയ്തയാൾക്ക് പതിനാറടി.

ഉള്ളം കൈയിൽ പതിനാറടിയുടെ വേദന ഇപ്പോഴുമുണ്ടെന്ന് തോന്നിയപ്പോൾ കൈ വിറച്ചു. ലോകത്തെ ഭയപ്പാടില്ലാതെ സമീപിക്കാൻ കുട്ടികൾക്കേ പറ്റൂ.. ഭൂമിയിലെ സകലമാസ്റ്റർമാരും മുൻവിധിയുടെ ഇരുണ്ട പ്രതലത്തിൽ നിന്ന് ലോകത്തെ സകലഭീതിയോടെയും നോക്കി കാണുകയാണ്. വി കെ ഗുരിക്കളെപോലുള്ള ഗുരുക്കന്മാർ ലോകത്തെ നോക്കുന്നത് പോലെ അവനവനിലേക്കും നോക്കും. അവനവനെ കാണാത്തവർക്ക് എങ്ങനെ മറ്റുള്ളവരെ കാണാൻ പറ്റും..? ചമ്പാട് സ്കൂളിൽ വെച്ച് നടന്ന സഭയിൽ, വി കെ ഗുരുക്കൾ അവനവനിലേക്കുള്ള മറകൾ നീക്കുമ്പോൾ ജ്ഞാനത്തിന്റെ മഹാമേരുക്കൾ സ്പർശിക്കാൻ സാധിക്കുമെന്ന് പറയുകയുണ്ടായി.

അമ്മാവൻ ഉറക്കത്തിൽ, തന്റെ ദിനങ്ങളടുത്തെന്നപോലെ ഉരുവിട്ടുകൊണ്ടിരുന്നു. ചാത്തു നമ്പ്യാർക്ക് അങ്ങനെ പോകാൻ പറ്റില്ലെന്ന് വെള്ളാച്ചേരി ആലിപ്പി ഇന്നലെയും പറഞ്ഞു. കൂട്ടിവെച്ച സന്തോഷങ്ങളുടെ ഉത്സവപ്പറമ്പായിരുന്നു ഇന്നലെ അമ്മാവന്. ഹിന്ദുവേഷം ധരിച്ച് ആലിപ്പിയും ചാലാറത്ത് മൂസ്സാക്കയും അമ്മാവന്റെ കൂടെ കഥകളി കാണാൻ പോയ ദിനങ്ങൾ.. തിരുവങ്ങാട്ട് അമ്പലത്തിൽ തുള്ളൽ കാണാൻ പോയത്.. റവുക്കയും ബ്ലൗസുമില്ലാത്ത നാരീമണിമാരെ നോക്കിയിരുന്നത്.. സംസ്കൃതം മാത്രം സംസാരിച്ച് വഴിനീളെ അലഞ്ഞ് തിരിഞ്ഞത്.. വറ്റാത്ത ഓർമ്മകളുടെ മേളപെരുക്കമായിരുന്നു.. നടന്നു തീർത്ത വഴികളിൽനിന്നാണ് വർത്തമാനകാലത്തെ ഓരോരുത്തരും ഉത്സവപ്പറമ്പാക്കി മാറ്റുന്നത്. നാളെ സുനിശ്ചിതമായ മരണമാണെങ്കിൽ ഇന്ന് മരണത്തിനുവേണ്ടിയുള്ള മുന്നൊരുക്കമാണ്. കൈവെള്ളയിൽ ഭദ്രമായി കരുതിവെച്ച ഇന്നലെകളെയാണ് നാം ജീവിതമെന്ന് പറയുന്നത്.

എ ഗേൾ ഓഫ് സ്പിരിറ്റ് ആവേശത്തോടെ തുടങ്ങി. ഗാർവിസിന്റെ എല്ലാ നോവലുകളും പെണ്ണിന്റെ ഉയർത്തെഴുന്നേല്പിന്റെ ഗാഥകളാണ്. കാലം ആവശ്യപ്പെടുന്നത് അങ്ങനെയുള്ള ചെറുത്തുനില്പുകൾ കൂടിയാണ്.. ബി വി ബുക്സുകാരിറക്കിയ ആശാന്റെ രണ്ട് പദ്യകൃതികളുടെ പേരും *നളിനി*യെന്നും *ലീല*യെന്നുമാണ്. കഴിഞ്ഞദിവസം വിദ്യാവിലാസക്കാരയച്ചുതന്ന മൂർക്കോത്ത് കുമാരന്റെ നോവലിന്റെ പേരും *വസുമതി* എന്നാണ്. എന്തായാലും സ്ത്രീകളുടെ ഉയർത്തെഴുന്നേല്പ് മലയാളക്കരയിലും നടക്കുന്നുണ്ട്. ഗാർവിസിന്റെ നോവലിലും മലബാറിനെ കാണാൻ പറ്റുന്നുണ്ട്. പരിചിതരായ ആളുകളുടെ മൊഴിയും നടപ്പും നോവലിൽ കണ്ടു. എന്തും അവനവനിലേക്ക് നോക്കാനുള്ള വാതില്പുറങ്ങളാണ്. അവനവന്റെ ആഹ്ലാദങ്ങളുടെ മേളക്കോൽ പതിയേണ്ടത് അപരനിലേക്കാണ്. ഗുരുസ്വാമികളുടെ വരികളിലേക്കാണ് മനം ഒഴുകിപ്പരന്നത്.

നല്ല വാക്കുകൾ മിണ്ടിപ്പറഞ്ഞതോടൊപ്പം കല്ക്കണ്ടവും മുന്തിരിയും പഴവും തന്ന് ഗുരുസ്വാമികൾ രുചിയുടെ കെട്ട് കെട്ടിയത് ഓർമ്മ

വന്നു. ജഗന്നാഥ ക്ഷേത്രത്തിന് കുറ്റിയടിക്കാൻ വന്ന ഗുരുവിന്റെ അടുത്ത് തലശ്ശേരി മിഷൻ സ്കൂളിലെ ഏഴാം ക്ലാസുകാർ സ്ഥാനം പിടിച്ചു. മണന്തല നീലകണ്ഠൻ മൂസ്സത് ഗുരുവിനെ പരാജയപ്പെടുത്താനായി ഉഴറുകയായിരുന്നു. സംസ്കൃതത്തിൽ സംഭാഷണവുമായി മൂസ്സത് പുതിയ അടവ് പുറത്തെടുത്തു.

"നിങ്ങൾക്ക് കേൾക്കേണ്ടേ?"

ശങ്കരന്റെയും കൂട്ടരുടെയും തലയാട്ടൽ കണ്ടപ്പോൾ ഗുരു തുടർന്നു..

"മലയാളത്തിലാവട്ടെ. ഇവർക്കും കേൾക്കാമല്ലോ."

ശങ്കരനും സംഘത്തിനും അതീവ സന്തോഷം.

മൂസ്സത് പ്രമാണങ്ങൾ ഉദ്ധരിച്ചുകൊണ്ട്, അബ്രാഹ്മണന് ക്ഷേത്ര പ്രതിഷ്ഠ വിധിച്ചിട്ടില്ലെന്ന് സ്ഥാപിച്ചു. എല്ലാവരേയും ആനന്ദത്തോടെ നോക്കി വിജയിയുടെ കിരീടം സ്വയം എടുത്തണിഞ്ഞു. ഗുരു സ്വതസിദ്ധമായ പുഞ്ചിരിയോടെ പറഞ്ഞു.

"അരുവിപ്പുറത്ത് വെച്ച് പറഞ്ഞതാണല്ലോ. നമ്മുടെ ശിവനെ തന്നെയാണ് ഇവിടെയും പ്രതിഷ്ഠിക്കുന്നത്. ശാസ്ത്രങ്ങളിൽ അത് പാടില്ലെന്ന് പണ്ഡിതന്മാർ ആരെങ്കിലും കണ്ടുവോ?"

മൂസ്സത് ആവനാഴി ഒഴിഞ്ഞ് നിരാലംബനായി ചുറ്റും നോക്കി. കുട്ടികളൊക്കെയും കൗതുകത്തോടെ നോക്കുകയാണ്. മൂസ്സതിന്റെ ദൃഷ്ടി ശങ്കരനിൽ പതിഞ്ഞപ്പോൾ ശങ്കരൻ ചിരിച്ചു. കൂടെയുള്ള പോക്കിരികളും ആർത്തലച്ചു. ഏത് എതിരാളിയോടും മഹാമനസ്കത കാട്ടാനറിയുന്ന ഗുരു അരുതെന്ന് വിലക്കിയപ്പോൾ കുട്ടികൾ നിശ്ശബ്ദരായി. ഇപ്പോഴും ചിരിയടങ്ങിയിട്ടില്ല. യുക്തി എത്രമേൽ ലളിതവും ഹൃദ്യവും ശക്തവുമാണ്. ജാതിയുടെ നെടുങ്കോട്ടകൾ തകർന്ന് വീണ്, ദൈവങ്ങളെ അടച്ചുവെച്ച് ക്ഷേത്രങ്ങൾ സ്വയം തുറന്നുവരുന്ന ഒരു കാലമുണ്ടാകുമോ?

"ശങ്കരാ.."

ഉറക്കിലല്ല; ഉണർച്ചയിലാണ്. മൂത്രമൊഴിക്കാനാവണം. എഴുന്നേല്ക്കുമ്പോൾ പതുക്കെ ചോദിച്ചു.

"പ്രമേഹംകൊണ്ട് ഹൃദയാഘാതം സംഭവിക്കുന്ന് പറയ്ന്നത് നേരാണോ?"

ശങ്കരന്റെ നിശ്ശബ്ദതയെ വെല്ലുവിളിച്ചുകൊണ്ട്, ചാത്തുനമ്പ്യാർ നടക്കുമ്പോൾ പറഞ്ഞു.

"ഹൃദയംപൊട്ടി മരിച്ചാൽ മതിയായിരുന്നു. നെനക്ക് ഭാരമാകാതെ..."

മഴ നിലച്ചുവെങ്കിലും ചുറ്റുപാടുകൾ വിങ്ങലുകൾ അവശേഷിപ്പിച്ചിട്ടുണ്ട്. മുഖം ഇനിയും തെളിയാനിരിക്കുന്നേയുള്ളൂ.

ഓരോ കാലടികൾക്കും കിലോമീറ്ററുകളൂടെ അകലമുണ്ടെന്ന് അമ്മാവൻ ഓർമ്മിപ്പിച്ചു.

വിരി നേരെയാക്കി ചെരിച്ചു കിടത്തുമ്പോൾ മന്ത്രിച്ചു.

"നെന്റെ വായന നടക്കുന്നുണ്ടോ?"

ഉണ്ടെന്ന് തലയാട്ടിയപ്പോൾ അടുത്തചോദ്യം.

"ഇപ്പോൾ ഏതാ വായന.."

"ഒരിംഗ്ലീഷ് നോവലാണ്.. ചാൾസ് ഗാർവിസ് എന്ന എഴുത്തുകാരന്റേതാ.. എ ഗേൾ ഓഫ് സ്പിരിറ്റ്.."

"ഞാൻ കേട്ടിട്ടേ ഇല്ല.. കവിതാപുസ്തകങ്ങളൊന്നും വായിക്കാറില്ലേ..?"

"വായിക്കാറുണ്ട്."

"കുമാരകവിയുടെ *നളിനി*യാണ് ഞാൻ അവസാനമായി വായിച്ചത്. ഇപ്പോ കവി എഴുത്ത് നിർത്തിയോ?"

"ഇല്ല. *ലീല* എന്നൊരു കവിതാപുസ്തകവും ഇറങ്ങിയിരുന്നു. അടുത്തായി ശാരദാ ബുക്ക് ഡിപ്പോക്കാർ *ഗ്രാമവൃക്ഷത്തിലെ കുയിൽ* എന്നൊരു പുസ്തകവും ഇറക്കീട്ടുണ്ട്."

"നമ്മുടെ കാലത്ത് ആശാനെപ്പോലെ മറ്റൊരു കവിയില്ല."

കണ്ണുകളടച്ച്, ദീനമായ സ്വരത്തിൽ തന്നോടെന്നപോലെ അദ്ദേഹം ചൊല്ലി.

"സ്നേഹമാണഖിലസാരമൂഴിയിൽ
സ്നേഹസാരമിഹ സത്യമേകമാം,
മോഹനം ഭുവനസംഗമിങ്ങതിൽ
സ്നേഹമൂലമമലേ വെടിഞ്ഞു ഞാൻ.."

അടുത്തവരികൾ ഓർത്തെടുക്കാൻ ശ്രമിച്ചെങ്കിലും പരാജിതനായി കണ്ണുകളടച്ചു.

കുമാരനാശാനെ കാണാൻ കോടതി അവധിയാക്കി പോയ ആളാണ് ചാത്തു നമ്പ്യാർ. രൈരു നമ്പ്യാരോടൊപ്പം തലശ്ശേരിയിൽ ആശാനെ കാണാൻ പോയപ്പോൾ മുമ്പിലിരിക്കുന്നുണ്ട് അമ്മാവൻ. പരസ്പരം കണ്ടെങ്കിലും കണ്ടില്ലെന്ന് നടിച്ചു.

അഹിംസയും ബുദ്ധമതവും ആയിരുന്നു ആശാന്റെ അന്നത്തെ പ്രസംഗവിഷയം. കൂട്ടത്തിൽ ആശാനോടൊരു ചോദ്യം.

"കവിത നിർത്തിയോ?"

"കുറച്ച് ദൈർഘ്യമുള്ള പുതിയരീതിയിലുള്ള ഒരു കാവ്യപുസ്തകം എഴുതിക്കൊണ്ടിരിക്കുന്നുണ്ട്. *നളിനി* എന്നാണ് ശീർഷകം."

ശങ്കരന് ജിജ്ഞാസ അടക്കാനായില്ല.

"*മിതവാദി*യിൽ പ്രസിദ്ധം ചെയ്യുമോ?"

ആശാൻ മറുപടി പറഞ്ഞു.

'മിന്നാമിനുങ്ങ്' പോലെ ഒരു ലഘു കവിതയല്ല *നളിനി.* ദൈർഘ്യം കൂടുതലാണ്. സാധിക്കയില്ല."

ആളുകൾ പിരിഞ്ഞു തുടങ്ങുമ്പോൾ, ചാത്തു നമ്പ്യാർ മുഖത്തേക്ക് നോക്കി. തറവാട്ടിൽ മറ്റാരും അതറിയരുതെന്നാണ് നോട്ടത്തിനർത്ഥം.

രൈരു ഗുരിക്കൾ കുമാരനാശാനോട് പറഞ്ഞു.

"ശങ്കരനും കവിത കുറിക്കാറുണ്ട്. "

"നല്ലത്..രണ്ട് വരി ചൊല്ലുമോ? "

ശങ്കരൻ മടിച്ചു നിന്നപ്പോൾ ആശാൻ നിർബ്ബന്ധിച്ചു.

"അത്ര ഗൗരവത്തിലെഴുതിയതല്ല. "

"സാരമില്ല.ചൊല്ലിക്കോളൂ.."

കെ എം കുഞ്ഞിലക്ഷ്മിക്കെട്ടിലമ്മയ്ക്ക് വെക്കേഷൻ കാലത്തയച്ച കത്തിലെ വരികൾ ചൊല്ലി.

"പത്രത്തിൽ ത്വൽ പ്രബന്ധപ്പൊലിമകൾ പതിവായി
കണ്ടു വായിച്ചു, പുത്തൻ
പത്രപ്രോത്ഭാസിതതാസ്യേ!പലപൊഴുതഭിനന്ദിക്കു-
മാറുണ്ടു; പക്ഷേ,
പുത്തൻ തേൻ വാണി ഭാഷാംഗനയുടെ കളകണ്ഠത്തിലിന്നാള ണച്ചാ-
പുത്തൻ 'മാക്കല്പതക്ക പ്രഭയൊരുകുറി കണ്ടില്ല
വേണ്ടില്ലപോലും."

ആശാന്റെ മുഖത്തേക്ക് നോക്കിയപ്പോൾ അദ്ദേഹം പറഞ്ഞു.

"നല്ല വാസനയാണല്ലോ. കുറച്ച് സംസ്കൃതവും കൂടി വായിച്ചാൽ കേമാവും."

എഴുത്തുപോലെ, ആശാന്റെ വാക്കുകളും ശങ്കരനെ ബന്ധനസ്ഥ നാക്കി. തിരുവങ്ങാട്ട് വിദ്യാർത്ഥി ചിന്താമണി സംസ്കൃത സ്കൂളിൽ വെച്ചും ആശാന്റെ പ്രസംഗം കവിതപോലെ കേട്ടു. കീലേരി കുഞ്ഞി ക്കണ്ണൻ ടീച്ചറുടെ യുക്തിവാദപ്രസംഗവും വാഗ്ഭടാനന്ദന്റെ ബിംബവിരു ദ്ധപ്രസംഗവും പോലെ ആശാന്റെ ബുദ്ധമതപക്ഷ പ്രസംഗവും നിരീ ശ്വരവാദത്തിലേക്ക് തന്നെ കൊണ്ടുപോയി എന്ന് ശങ്കരൻ അറിഞ്ഞു. കൊട്ടിയൂരിൽ പോകാത്ത ഒരേ ഒരാൾ തന്റെ നാട്ടിൽ താൻ മാത്രമാ യിരുന്നുവെന്ന് ശങ്കരൻ ഓർത്തു.

വാസനയുണ്ടായിട്ടും ശങ്കരൻ എഴുതാത്തതെന്താണ്? ചന്തുമേ നോൻ എഴുതിയതുപോലെ ഒരു നോവൽ ബുക്ക്.. അല്ലെങ്കിൽ *എ ഗേൾ ഓഫ് സ്പിരിറ്റ്* പോലെ ഒന്ന്..

ചോദ്യമാരുടേതാണെന്ന് ശങ്കരന് മനസ്സിലായില്ല. ആശാനോ അതോ ചാത്തു നമ്പ്യാരോ..? തുറന്നു വെച്ച ചാൾസ് ഗാർവിസിന്റെ *എ ഗേൾ ഓഫ് സ്പിരിറ്റിൽ* നിന്നാണ് ചോദ്യം..

അർനോൾഡ് ബെന്നറ്റ് പറഞ്ഞതുപോലെ, ഇംഗ്ലണ്ടിലെ ഏറ്റവും വിജയിയായ നോവലിസ്റ്റ്... എന്നാൽ പ്രവചിക്കാൻ സാദ്ധ്യമായ മെലോ ഡ്രാമകളാണ് ഗാർവിസിന്റെ നോവലുകളെന്ന് പരിഹസിച്ചവരാണ് അധി കവും.. ഓരോ മനുഷ്യനും ജീവിതത്തിന്റെ നിമ്നോന്നതങ്ങളിലൂടെ കയ റിയിറങ്ങിപോകുമ്പോൾ, സന്തോഷ സന്താപങ്ങൾ അറിഞ്ഞനുഭവിച്ച് ജീവിച്ച് തീർക്കുമ്പോൾ, ഏകാകിയായി, ആൾക്കൂട്ടത്തെ അറിയാതെ, ഒരു ജയിലനുഭവം പോലെ ഓരോ എഴുത്തുകാരനും ജീവിതത്തെ അലി യിച്ചു കളയുന്നു.. ഗാർവീസ്... സ്റ്റെപ്നി എന്ന ലണ്ടനിലെ തന്റെ ദേശത്തു കൂടെ നടന്നിട്ടുണ്ടാവുമോ? അവിടെയുള്ള ചിതറിക്കിടക്കുന്ന

ഫാമുകൾക്കിടയിലൂടെ.. തീരെ ചെറിയ കുഗ്രാമങ്ങളിലൂടെ..ഗ്രീൻ റെയിൽവേ സ്റ്റേഷനിലെ പുകതുപ്പുന്ന തീവണ്ടികൾക്കരികിലൂടെ... ഗാർവീസ് എഴുത്തിനുവേണ്ടി ഏത് ജീവിതത്തെയാണ് ത്യജിച്ചുകളഞ്ഞത്?

പുസ്തകത്തെ ആനന്ദത്തോടെ സ്പർശിച്ചു. നാമറിയാത്ത ഏണിപ്പടികളിലേക്കുള്ള കയറിചെല്ലലാണ് എഴുത്ത്. ശ്രദ്ധയോടെ, അതീവ ശ്രദ്ധയോടെ പിടിച്ചു കയറുക... നമുക്ക് എത്തിപിടിക്കാൻ പറ്റാത്ത അത്യാനന്ദത്തിന്റെയും അത്ഭുതങ്ങളുടേയും ലോകമാണത്.. കൈ ഇടറിയാൽ, കാൽ തെറ്റിയാൽ നിലയില്ലാ കയത്തിലേക്ക്..

എഴുതിയേ മതിയാവൂ.. എഴുതുകയാണ്.. *എ ഗേൾ ഓഫ് സ്പിരിറ്റ്*... അല്ല.. ഒരു പെൺകിടാവിന്റെ തന്റേടം..

ഒരു പെൺകിടാവിന്റെ തന്റേടം

"ഉറക്കമുണ്ടെങ്കിലും ആ മേശച്ചുവട്ടിൽ കിടന്നുറങ്ങുന്ന ടൈഗറിനെപോലെ അയാളുടെ അരക്കണ്ണും മുഴുവൻ ചെവിടും തുറന്നുവെച്ചിട്ടുണ്ടായിരുന്നു. അങ്ങനെയിരിക്കുമ്പോൾ വാതില്ക്കൽ നിന്ന് ഒരു ചെറുതായ അനക്കംകേട്ട് നമ്പ്യാരുടെ തല പൊന്തി. തിരിഞ്ഞു നോക്കിയപ്പോൾ ആ മുറിയിൽ ഒരു രൂപത്തെക്കണ്ടു. ഒരു സൗരജ്യോതിസ്സുപോലുള്ള രൂപം! അതിസുന്ദരമായ ഒരു വിഗ്രഹം. ഹാ! അതും ഒരു സ്ത്രീയാണ്."

നൂലിൽ കെട്ടി പതുക്കെ പതുക്കെ വാക്കുകളെ ഇറക്കിക്കൊണ്ടുവന്നതാണ്. തലച്ചോറിൽ ഭാഷ കൈകാൽ കുടഞ്ഞ് കുതറിത്തെറിക്കുന്നു. ശ്രീധരൻ നമ്പ്യാരും ഭാരതിയും തമ്മിലുള്ള ആദ്യ കൂടിക്കാഴ്ച.. ഉദയവർമ്മനെന്ന വലിയ നമ്പ്യാരുടെ ഒസ്യത്ത്.. പതിനേഴ് വയസ്സുള്ള ഭാരതിയുടെ അംഗപ്രത്യംഗവർണ്ണന... ഇംഗ്ലീഷ് ഭാഷയിൽ അഭിജ്ഞയായ, *കേരളപത്രിക*യും *ഭാഷാപോഷിണി*യും *ലക്ഷ്മീഭായി*യും ഉൾപ്പെടെയുള്ള പത്രങ്ങളും മാസികകളും വരുത്തി വായിക്കുന്ന ഭാരതി.... എഴുത്ത് അബോധത്തിന്റെ ആവിഷ്കാരമല്ല, എന്നാൽ നമ്മെ വിസ്മയിപ്പിക്കുന്ന ചില ബോദ്ധ്യങ്ങളാണ്..

"എന്താ നോവൽ ബുക്കിന്റെ പേര്..?"

അമ്മാവന്റെ ഉറക്കെയുള്ള ചോദ്യത്തിന് മറുപടി പറഞ്ഞത് ഭാരതിയായിരുന്നു.

"*ഒരു പെൺകിടാവിന്റെ തന്റേടം.*"

ഭാരതി ഉറക്കെ ചിരിക്കുകയാണ്. കണ്ണുകൾ തുറന്നുവന്നപ്പോൾ അമ്മാമന്റെ കട്ടിലിൽ അമ്മയുണ്ട്. അമ്മയുടെ അടുത്ത് ഭാരതിയും. അവളുടെ കൈയിൽ മൂന്നാമദ്ധ്യായം. അവൾ ഉറക്കെ ചിരിക്കുകയാണ്.

കൂടെ അമ്മാവനും അമ്മയും. ശരീരത്തിന്റെ അകത്തുള്ള ഭ്രൂണത്തെ സ്പർശിച്ചതുപോലെ.. പൂർത്തിയാവാത്തതിനെ തൊട്ടപ്പോൾ അരിശം കൊണ്ട് പൊള്ളി. അവളെ നോക്കി കണ്ണുരുട്ടി അലറി.

"ഭാരതീ.."

ആരും ഞെട്ടി വിറച്ചില്ല. കൂട്ടച്ചിരിയാണ് മുഴങ്ങിയത്.

"ഇതെന്താ ഇത് വള്ളിയമ്മാൾ ചരിതം ബാലെയോ? ഊണിലും ഉറക്കത്തിലും ഭാരതിയേ ഇള്ളൂ.."

സ്ഥലകാല ബോധം വീണുകിട്ടി.

"ശങ്കരാ.. തൊടക്കം നന്നായിട്ട്ണ്ട്."

അമ്മാവൻ മന്ത്രണം തുടർന്നു.

"ശങ്കരൻ ചന്തു മേനോനെപ്പോലെ നോവൽബുക്ക് എഴുതിയ ആളാവ്വോ?"

അമ്മ എന്നത്തേയുംപോലെ നിശ്ശബ്ദയാണ്. അവൾ വിട്ടില്ല.

"പിന്നെന്താ കോയി തമ്പുരാന്റെ അക്ബറ് പോലെ കഠിനമാക്കാതിരുന്നാൽ ശങ്കരേട്ടന്റെ പെൺകിടാവ് മലയാളക്കര കീഴടക്കും."

ഇപ്പോഴാണ് അവളെ ശ്രദ്ധിച്ചത്. ഭാരതിയല്ല. അമ്മ അവളെയും ശങ്കരനെയും മാറിമാറി നോക്കി. ശങ്കരൻ എഴുത്ത് തുടരില്ലെന്ന് ആരെക്കാളും നന്നായി അമ്മയ്ക്കറിയാം. സ്വസ്ഥമായി ഇരിക്കാൻ പറ്റുന്നവനല്ല ശങ്കരൻ. ചാത്തു നമ്പ്യാരുടെ കിടപ്പിനിടയിൽ സംഭവിച്ച വീരകൃത്യമാണെഴുത്ത്.

അമ്മ അമ്മാവന്റെ മുഖത്തെ വിയർപ്പ് നേര്യത് കൊണ്ട് തുടച്ചു. അതിനിടയിൽ പതുക്കെ പറഞ്ഞു.

"ശങ്കരാ.. നീയ് രാത്രി ഉറങ്ങുന്നില്ല അല്ലേ.. എന്തൊരുറക്കാ ഈ നട്ടുച്ചയ്ക്ക്.."

മറുപടി പറയാതെ എഴുന്നേറ്റ്, ചിരിച്ചു കൊണ്ടിരിക്കുന്ന മീനാക്ഷിയിൽ നിന്ന് നോട്ട് ബുക്ക് വലിച്ചെടുത്തു.

"ഓനെ ഞാനൊറക്കണ്ടേ.. രാത്രീല് എന്റെ വേദനേം നെലവിളീം.. പിന്നെ എടെക്കെടെക്ക്ള്ള മൂത്രമൊഴിക്കലും.."

അമ്മാവൻ സാഹസികമായി വാക്കുകൾ കുടഞ്ഞിട്ടു.

"ശങ്കരാ.. നെനക്ക് എഴുത്ത് വഴങ്ങ്ന്ന്ണ്ട്.. തട്ടി തെറിപ്പിച്ച് കളയല്ല.."

ശങ്കരൻ എഴുത്തിന് കീഴടങ്ങാത്ത ആളാണെന്ന് ചാത്തുനമ്പ്യാർക്കറിയാം. ശങ്കരന് ഒരു എഴുത്തേ ഉള്ളൂ.. ഒറ്റ ജീവിതമേ ഉള്ളൂ.. കോൺഗ്രസാണത്... അവനെ രക്ഷിക്കാൻ ആർക്കും സാധിക്കില്ല.

വേദന കൊണ്ടാവണം അമ്മാവൻ കണ്ണുകളടച്ചു. മീനാക്ഷി മേശപ്പുറത്തെ പുസ്തകങ്ങളോരോന്നും ഒരു കുറ്റാന്വേഷകയെപോലെ പരിശോധിച്ചു കൊണ്ടിരിക്കുകയാണ്.

ഒരിക്കൽ, പുളിമരത്തിന് ചുവട്ടിലിൽ, ശങ്കരൻ ഒറ്റയ്ക്കിരുന്ന് വായിക്കുമ്പോൾ കൈയോടെ പിടികൂടി. ആദ്യത്തെ തല്ല് കവിളിനായിരുന്നു. തറവാട്ടിലേക്ക് വലിച്ചിഴച്ച് അവനെ കൊണ്ട് വന്നു. ശങ്കരന്റെ കൈയിലെ

പുസ്തകം കണ്ട് തറവാട് മരണവീടായി. കെ എം കരുണാകരൻനായർ ശങ്കരന് വായിക്കാൻ കൊടുത്ത കോൺഗ്രസ് പ്രസംഗങ്ങളുടെ സമാഹാരം. ഉപദേശങ്ങളുടെ വെള്ളച്ചാട്ടം.

"പഠ്ച്ച്.. പഠ്ച്ച് കോൺഗ്രസാവരുത്.. രാജ്യദ്രോഹം കാട്ടരുത്..."

തറവാട്ടിലെ രാജഭക്തരുടെ മുമ്പിൽ രാജ്യദ്രോഹിയായി ശിരസ്സ് നമിച്ചുനിന്നു. ആരോടും തർക്കത്തിന് നിന്നില്ല. എന്നിട്ടും ശങ്കരൻ കോൺഗ്രസായി.

"കോൺഗ്രസ് പ്രസംഗിച്ച്.. പ്രസംഗിച്ച് രാജദ്രോഹികളാക്കും.."

രാജ്യസ്നേഹികൾ എങ്ങനെ രാജ്യദ്രോഹിയായി മാറും.. ശങ്കരൻ സംശയാലുവായിരുന്നു. ക്ലാസ് മുറിയിൽ കോൺഗ്രസ് ചർച്ചകൾ തീപാറി. വേറിട്ട അഭിപ്രായങ്ങളുമായി മഠത്തിൽ കൃഷ്ണൻ നായർ. രാജ്യസ്നേഹികളുടേയും രാജ്യദ്രോഹികളുടേയും ഇടയിൽ കൃഷ്ണൻ നായർക്ക് വേറെ ചിലത് പറയാനുണ്ടായിരുന്നു. സ്കൂളിന് പുറത്തേക്ക് നടക്കുമ്പോൾ മുൻപിൽ കൃഷ്ണൻനായർ. ശങ്കരൻ തൊടുത്തുവിട്ടു.

"ഇന്ത്യയുടെ സ്വാതന്ത്ര്യം സമ്പാദിക്കുകയാണ് കോൺഗ്രസിന്റെ ലക്ഷ്യമെന്ന് കോൺഗ്രസ് നേതാക്കന്മാരായ സുരേന്ദ്രനാഥ് ബാനർജി, ദാദാബായി നവറോജി, ലോകമാന്യതിലകൻ മുതലായവർ ഇതിനകം വ്യക്തമാക്കിയിട്ടുണ്ടല്ലോ. കോൺഗ്രസ് നേതാക്കന്മാർ ഉൽകൃഷ്ടരാജ്യാഭിമാനികളും രാഷ്ട്രമീമാംസനിപുണന്മാരുമല്ലേ?"

കൃഷ്ണൻനായർക്ക് കൃത്യമായ മറുപടിയുണ്ടായിരുന്നു.

"അവർ രാജ്യാഭിമാനികളാണെന്നുള്ളതിൽ എനിക്ക് സംശയമില്ല. പക്ഷേ, ഇംഗ്ലീഷുകാരുടെ ഔദാര്യത്തിലും വാഗ്ദാനത്തിലും കോൺഗ്രസ്കാരെപ്പോലെ എനിക്ക് വിശ്വാസമില്ല. നമ്മൾ ഈ രാജ്യം ഭരിപ്പാൻ മതിയായവരാണെന്ന് ബോദ്ധ്യപ്പെട്ടാൽ ഇംഗ്ലീഷുകാർ ഈ രാജ്യത്തിന്റെ ഭരണം നമുക്കേല്പിച്ച് തരുമെന്ന് ഞാൻ വിശ്വസിക്കുന്നില്ല."

തന്നേക്കാൾ വലിയ രാജ്യദ്രോഹിയാണ് കൃഷ്ണൻനായർ എന്ന് ശങ്കരന് ബോദ്ധ്യമായി. ഒരു പ്രഭാഷണം പോലെ അയാൾ വാക്കുകൾ ഉതിർത്തു.

"ഇന്ത്യയുടെ സ്വാതന്ത്ര്യസമ്പാദനത്തിന് സായുധസമരത്തിൽ കുറഞ്ഞ യാതൊന്നും ഫലിക്കാൻ പോകുന്നില്ല. കോൺഗ്രസ് ശക്തിപ്പെടുന്തോറും ഈ രാജ്യത്ത് ആയുധമെടുത്ത് സമരം ചെയ്ത് ബ്രിട്ടനെ പുറത്താക്കാനുള്ള ഒരുക്കങ്ങളും ഒരുക്കമുള്ള സംഘടനകളും ക്ഷയിച്ചു വരികയാണ്."

കൃഷ്ണൻനായർ ചരിത്രത്തെ കൂട്ടുപിടിച്ചുകൊണ്ടാണ് തന്റെ യുക്തി അവതരിപ്പിച്ചത്. ബ്രിട്ടീഷ് ഭരണം, 1857 ലെ പട്ടാളലഹള ഉൾപ്പെടെയുള്ള ശക്തമായ എതിർപ്പുകൾ നേരിടേണ്ടിവന്നിട്ടുണ്ടെന്നും അതിനെ തകർക്കാൻ എ ഒ ഹ്യൂം പറ്റിച്ച പണിയാണ് കോൺഗ്രസ് എന്നും അയാൾ തർക്കിച്ചു. വരാനിരിക്കുന്ന വിപ്ലവങ്ങളെ ഇല്ലാതാക്കാൻ നിയമാനുസൃതമായ പ്രക്ഷോഭങ്ങൾ മതിയെന്നും അതിന് വേണ്ടി

തയ്യാറാക്കിയ സംഘടനയാണ് കോൺഗ്രസ് എന്നും അയാൾ വാദിച്ചു. ഈ രാജ്യത്തിന്റെ രക്ഷയ്ക്ക് കോൺഗ്രസ് മാത്രമേ ഉള്ളൂവെന്ന് വിശ്വസിച്ച ശങ്കരനെ ഈ വാദങ്ങൾ മുറിപ്പെടുത്തി. അന്ധമായ കോൺഗ്രസ് സ്നേഹത്തെക്കുറിച്ച് ശങ്കരനും സന്ദേഹിയായി.

"ഈ പുസ്തകം നല്ല രസോണ്ടോ?"

മീനാക്ഷിയുടെ കൈയിൽ *എ ഗേൾ ഓഫ് സ്പിരിറ്റ്* ആണ്.

"അതിന്റെ തർജ്ജമയാണ് ഒരു പെൺകിടാവിന്റെ തന്റേടം..."

അവൾ തൃപ്തയായില്ല.

"അതെങ്ങനെ? ഇംഗ്ലീഷ് പുസ്തകത്തില് ശ്രീധരൻ നമ്പ്യാരും ഭാരതിയുമൊക്കെ ഇണ്ടാവ്വോ?"

"ആ കഥയെ മലബാറിന്റെ ഒരു സാമുദായിഖ്യായികയാക്കി മാറ്റി എഴുതുകയാ.."

മീനാക്ഷിയെ വിസ്മയിപ്പിക്കുന്ന സഹോദരനാണ് ശങ്കരൻ. നാണിക്കും മീനാക്ഷിക്കും ഒട്ടും മനസ്സിലാവാത്തവൻ.. തറവാട്ടിൽ കാണാത്തവൻ.. പരീക്ഷയ്ക്കിരിക്കുന്ന കുട്ടിയെപോലെ ചെറുപ്പം മുതലേ ഉറക്കൊഴിഞ്ഞ് വായിക്കുന്നവൻ.. നാണി പറയാറുണ്ടായിരുന്നു.

"ഈ ഭൂമീല് ഒറങ്ങാത്ത ഒറ്റ ജീവിയേ ഇള്ളൂ.. അത് ഏട്ടനാണ്.."

ഇളയവളായിരുന്നെങ്കിലും അവൾ നല്കിയ കരുതലിന്റെ ഓർമ്മകൾ കണ്ണുകളെ നനയിച്ചു. വിഷപ്പനി വന്ന്, രണ്ട് കുഞ്ഞുങ്ങളെ അനാഥരാക്കി അവൾ വിട്ടുപോയ ദിവസം കരഞ്ഞില്ല. ഇപ്പോൾ കണ്ണുകൾ നിയന്ത്രണാതീതമാകുന്നു. കാഴ്ചയെ മറയ്ക്കാൻ പുറത്തേക്ക് നോക്കിയിരുന്നു.

"ശങ്കരാ..നെന്റെ നോവലിലെ കഥയെന്താ.."

അമ്മാവൻ മന്ത്രിക്കാൻ ശ്രമിച്ചു.

"എഴുതി തീർന്നിട്ടില്ല.."

"നെന്റെ നോവലുവായിക്കാൻ എനക്ക് ഭാഗ്യം ഇണ്ടാവ്വോ?"

അമ്മ ദീനമായി അമ്മാവനെ നോക്കി. മീനാക്ഷി പുസ്തകം തെരച്ചിൽ നിർത്തി അമ്മാവന്റെ അടുത്ത് ചെന്ന് ശണ്ഠ കൂട്ടി.

"വേണ്ടാതീനം പറയരുത്... എഴുതിയ കഥ വേണേൽ ഇപ്പം തന്നെ ഞാൻ വായിച്ച് തരാം.."

എന്തെങ്കിലും പറയാനുള്ള സാദ്ധ്യതകൾ തല്ലിക്കെടുത്തിക്കൊണ്ട് അവൾ നോട്ടുബുക്കുമായി അമ്മാവന്റെ അടുത്തേക്ക് കുതിച്ചു.

അവൾ ചെവിക്കല്ല് തകർക്കാൻ പറ്റുന്ന ശബ്ദത്തിൽ വായിച്ചു.

"മുത്തശ്ശി: അമ്മൂ! ശ്രീധരൻ നമ്പ്യാർ എപ്പോൾ ഇവിടെ എത്തും? നീ അറിയില്ല? ചിന്നമ്മു ചിന്താകുലയായി അച്ഛന്റെ ശ്മശാനത്തിലേക്ക് നോക്കി ഇരിക്കുകയായിരുന്നു."

അവളുടെ വായനയെ പിന്തുടരാൻ കെല്പില്ലാത്തവിധം അമ്മാവന്റെ കണ്ണുകൾ അടഞ്ഞു വീഴാൻ തുടങ്ങി. രാത്രി മുഴുവൻ അനുഭവിച്ച വേദന അയാളുടെ ശരീരത്തെ തളർത്തി. അമ്മ മീനാക്ഷി വായിക്കുന്നത്

കേൾക്കുകയായിരുന്നില്ല. ഒരു പാട് വാത്സല്യത്തോടെ സഹോദരനെ തന്നെ നോക്കി ഇരുന്നു.

ശങ്കരന് മീനാക്ഷി വായിക്കുന്നത് കേൾക്കാനുള്ള ത്രാണിയില്ലായിരുന്നു.

ശബ്ദം താഴ്ത്തി പറഞ്ഞു.

“മീനാക്ഷീ അമ്മാവൻ ഉറങ്ങി.”

അവൾ സംശയിച്ചു നിന്നു.

“വായിക്ക്.. മീനാക്ഷീ..”

അമ്മാവൻ കണ്ണു തുറന്നു പറഞ്ഞപ്പോൾ മീനാക്ഷി ആവേശത്തോടെ വായനയിൽ മുങ്ങി. ഇനിയും ജനിക്കാത്ത കുഞ്ഞിനെ പിച്ച നടത്താനുള്ള ശ്രമം അസ്വസ്ഥത സമ്മാനിച്ചെങ്കിലും അമ്മാവന് ലഭ്യമായ ആനന്ദം വലുതാണെന്ന് സ്വയം ആശ്വസിച്ചു. ചില നിരാസങ്ങളാണ് ചില വീണ്ടെടുപ്പുകൾ. ഒടുങ്ങിത്തീരുന്നതിന്റെ അവസാനത്തെ ചില വീണ്ടെടുപ്പുകളുണ്ട്.. നാം ജീവിക്കുന്നു എന്ന് തിരിച്ചറിയുന്ന നൈമിഷികതകൾ.. നീറ്റലുകളിൽനിന്ന് സൃഷ്ടിച്ചെടുക്കുന്ന പുതുലോകങ്ങൾ.. ശങ്കരന്റെ ഇന്നലെകളും അങ്ങനെ തന്നെയാണ്. പഠനമില്ലാതാക്കിയ ബ്രിട്ടീഷ് നിയമമാണ് വായിക്കാൻ പഠിപ്പിച്ചത്. സ്കൂൾ ഫൈനൽ ക്ലാസിൽ പഠിക്കുമ്പോൾ ജലദോഷവും ചുമയും നെഞ്ചിടിപ്പും വന്നപ്പോൾ തലശ്ശേരി ആശുപത്രിയിലെ ഡോക്ടർ ലഫർനീസ് ക്ഷയമാണെന്ന് വിധിച്ചു. എന്നാൽ വണിയമ്പത്ത് ചാത്തു വൈദ്യർ അസുഖം ഭേദമാക്കി. സ്കൂളിലെ വിലപ്പെട്ട രണ്ട് മാസങ്ങൾക്ക്, സുബ്രഹ്മണ്യയ്യർ വിധിച്ചത് ആറാം ഫോറത്തിൽ ഇരിക്കാൻ പാടില്ലെന്നായിരുന്നു. മദിരാശി സർവ്വകലാശാലയോടും ഗവൺമെന്റിനോടും ജീവിതത്തോടും വെറുപ്പ് തോന്നിയ ആ നാളുകളാണ് ബ്രിട്ടീഷ് വിരോധത്തിന്റെ ആധിക്യത്തിൽ നിന്ന് രാജ്യദ്രോഹിയിലേക്ക് പരിവർത്തിപ്പിച്ചത്. സംസ്കൃത പഠനവും ഇംഗ്ലീഷ് പഠനവും മുടങ്ങിയപ്പോൾ ഇംഗ്ലീഷ് പുസ്തകവായന ജീവിതത്തെ പരുവപ്പെടുത്തി. ഒലിവർ ഗോൾഡ്സ്മിത്തിന്റെ *വികാർ ഓഫ് വെയ്ക്ക് ഫീൽഡ്* ആവേശപൂർവ്വം വായിച്ചപ്പോൾ അതിന്റെ രുഗ്മാംഗദനെന്ന തർജ്ജമയും വിമർശനദൃഷ്ടിയോടെ വായിച്ചു. ഹെൻറി വുഡ്ഡിന്റെ *ഈസ്റ്റ്ലിനും* സ്കോട്ടിന്റെ *ടാലിസ്മാനും* തർജ്ജമ വെച്ച് വായിച്ചപ്പോൾ നിരാശയിലേക്ക് ഇടറി വീണു. മികവുറ്റ കൃതികളെ തർജ്ജമകൾ ഇല്ലാതാക്കുന്നുവെന്ന തോന്നൽ ശക്തിപ്പെട്ടപ്പോൾ സ്വന്തമായി ഒരു തർജ്ജമ എന്ന ചിന്തയിലേക്ക് വന്നു.

വായനയിലേക്കുള്ള യാത്ര ജീവിതത്തെ ആനന്ദകരമാക്കി. എലൻ വുഡ്ഡിന്റെ *ഈസ്റ്റ്ലിൻ* എന്ന നോവൽ ലേഡി ഇസബെൽ കാർലൈലിന്റെ കൂടെയുള്ള സഞ്ചാരമായി. *ഈസ്റ്റ്ലിന്റെ* വായന മിസ്സിസ് ഹെൻറി വുഡ്ഡിന്റെ സകലമാന കൃതികളെയും പ്രിയങ്കരമാക്കി. അവരുടെ കിട്ടാവുന്ന എല്ലാ പുസ്തകങ്ങളും സംഘടിപ്പിച്ച് വായിച്ചു തീർത്തു. ഉറക്കമില്ലാത്ത രാത്രികൾ, ഓരോ കഥാപാത്രത്തേയും പ്രിയങ്കരരാക്കി.

പിന്നീട് മേരികോർലേയെ പിന്തുടർന്നു. മേരി കോർലേയുടെ നോവലുകൾ സംഘടിപ്പിക്കാൻ ഇത്തിരി ശ്രമമുണ്ടായെങ്കിലും വായിച്ചു തീർത്തു. അത് കഴിഞ്ഞപ്പോൾ റയിനോൾഡിന്റെ പിന്നാലെയായി. നോവൽ തുറന്നിട്ട ലോകങ്ങൾ അസാധാരണമായിരുന്നു. ലോകത്തോളം മനസ്സിനെ പരുവപ്പെടുത്താൻ സാദ്ധ്യമായി. റെയിനോൾഡിന്റെ മൂന്ന് നോവലുകൾ പിന്നിട്ടപ്പോൾ സ്കൂൾ പഠനത്തിന് വിരാമമായി.

മെക്കാളെയുടെയും ജോൺസന്റെയും പുസ്തകങ്ങളുമായി ഗാഢ സൗഹൃദത്തിലായി. ഓരോ പുസ്തകവും വീണ്ടെടുപ്പുകളാണ്. മറ്റൊരു ലോകത്തെ മാത്രമല്ല അവനവനെ തന്നെ കണ്ടെത്തുകയാണ്. പ്രണയവും വിരഹവും മാത്രമല്ല മരണത്തിന്റെയും ദുരന്തത്തിന്റെയും അപര ലോകത്തേക്കുള്ള സഞ്ചാരം ത്രസിപ്പിക്കുന്നവയാണ്. ചിന്തകൾ മുറിച്ചു കളഞ്ഞ് മീനാക്ഷിയുടെ ശബ്ദം ഉയർന്ന് താണു.

"പത്മ വിഷമിക്കണ്ട. നമ്മളെ വേർപെടുത്താൻ ആരും വരില്ല പത്മെ.."

മീനാക്ഷി വായിച്ചവസാനിപ്പിച്ച് അമ്മാവനെ നോക്കി. നിദ്രയിൽ മുങ്ങിയമർന്നിരുന്നു. അമ്മയും കസേരയിൽ മയക്കത്തിലാണ്ടിരുന്നു. തനിക്ക് വേണ്ടി തന്നെയാണ് വായിച്ചതെന്ന തിരിച്ചറിവിൽ അവൾ ശങ്കരനെ നോക്കി.

"ഇത്രേ എഴുതീള്ളൂ.."

ശങ്കരൻ അതെയെന്ന് തലയാട്ടി.

"നമ്പ്യാരെക്കൊണ്ട് കെട്ടിലമ്മയെ അനുരാഗത്തിലേക്ക് നയിച്ചത് എനിക്കിഷ്ടായില്ല. പാവം ഭാരതി. ഓൾക്കെന്താണ് സംഭവിക്കുക?"

ശങ്കരൻ മിണ്ടാതിരുന്നത് മീനാക്ഷിക്ക് ബോധിച്ചില്ല.

"നീയിത്തിരി ഇരിക്ക്.. ഞാനൊന്ന് പൊറത്തിറങ്ങീട്ട് വരാം.."

അവൾ ഉവ്വെന്ന് തലയാട്ടി.

ശങ്കരൻ പുറത്തേക്കിറങ്ങി.

ഒരുപാട് ദിവസമായി പുറം ലോകം കണ്ടിട്ട്. ഇപ്പോൾ മനസ്സിൽ അമ്മാവൻ മാത്രമേയുള്ളൂ. ഒതേനന്റെ കടവരെ ഒന്ന് പോകണം. കുറച്ചു ദിവസമായി ആളുകളെയൊക്കെ കണ്ടിട്ട്.

വയൽ വരമ്പിലൂടെ പൊക്കൻ തിരക്കു പിടിച്ച് ഓടി വരികയാണ്. ശരീരത്തിലാകെ ചെളിയും മണ്ണും ജോലികഴിഞ്ഞുള്ള ഓട്ടത്തിലായിരിക്കും.

"എന്താ പൊക്കേട്ടാ ഇത്ര ധൃതി.."

"ഓ.. ഒന്നുല്യ‌മ്പ്യാറേ.."

ചുമലിലിട്ട തോർത്ത് കക്ഷത്ത് ചുരുട്ടി വെച്ചു. പാളതൊപ്പി ഊരി കൈകളിൽ വെച്ച് ദൂരെ മാറി നിന്നു.

പൊക്കന്റെ അടുത്തേക്ക് ചെന്ന് തോർത്തെടുത്ത് കഴുത്തിലിട്ടു കൊടുത്ത് പാളതൊപ്പി തലയിൽ വെച്ചു കൊടുത്തു..

പൊക്കൻ വിറച്ചു.

“എന്താ.. ചെറിയമ്പ്യാറ് കാണിക്ക്ന്നേ..”

“പൊക്കേട്ടാ.. ലോകം മാറുകയാ.. തമ്പുരാക്കന്മാരേം ഞങ്ങളെ പോലുള്ള നമ്പ്യാമ്മാറെ ഒക്കെ കാലം തീരുകയാ.. ഇനി വരുന്ന ഒരു ലോകോണ്ട്..”

പൊക്കന്റെ ശരീരം വിറയ്ക്കുന്നുണ്ടായിരുന്നു.

“കോഗ്രസായാല് ജാതി പോവ്വോ..”

“കോൺഗ്രസ്കാർക്ക് മാത്രമല്ല എല്ലാർക്കും ജാതി പോകും.. നാരായണഗുരു അതല്ലേ പറഞ്ഞത്..”

പൊക്കൻ ചിരിച്ചു.

“നാരാണഗുരൂന് പറയാ.. ചെറ്യമ്പ്യാർക്ക് പറയാ.. ഞാക്ക് പറയാൻ പറ്റൂല്ലാലോ....”

“നാട് മാറ്കയാ പൊക്കേട്ടാ.. അപ്പോ ശങ്കരനും പൊക്കനും മാത്രായിറ്റ് മാറാണ്ട് നിക്കാൻ പറ്റൂല്ലാലോ..”

“ഇങ്ങള് മാറാൻ പറഞ്ഞാല് ഞാക്ക് മാറണ്ട് പറ്റൂല്ലാലോ..”

പൊക്കൻ പല്ലുകാട്ടി ചിരിച്ചുകൊണ്ട് നടന്നു.

ഓർമ്മവെച്ച നാൾ മുതൽ കാണുന്നുണ്ട് പൊക്കനെ. പൊക്കൻ നയിക്കുന്നത് വയൽ ജീവിതമാണ്. മുട്ടിനുമുകളിലൊരു തുണ്ട് തോർത്തു മുണ്ടും ധരിച്ച്, പാളത്തൊപ്പിയുമായി മണ്ണിന്റെ നിറംപോലെ ഒരു മനുഷ്യൻ. നിലാവുള്ള രാത്രികളിൽ പോലും പൊക്കൻ വയലിലായിരിക്കും. പുല്ലിന്റെയും പുഴുവിന്റെയും വിലപോലുമില്ലാത്ത പൊക്കനെപ്പോലുള്ളവരാണ് ജന്മിത്തഘടനയെ താങ്ങിനിർത്തുന്നത്. രാത്രികളിൽ, വയലിൽ നിന്ന് ഹതാശമായ സ്വരത്തിൽ പൂമാതൈ പൊന്നമ്മയുടെ പാട്ട് ഉയർന്ന് കേൾക്കാം.. പകൽ വേളകളിൽ വാ തുറക്കാത്ത മനുഷ്യൻ, രാത്രിയിൽ അവനവനുവേണ്ടിയെന്നോണം നാടു വാഴിത്തത്തെ ചോദ്യംചെയ്ത പെണ്ണിന്റെ ഗാഥപാടുന്നു.. എത്രയറിഞ്ഞാലും അറിയാൻ ബാക്കിയാവുന്ന ജീവിതങ്ങൾ.. അയാൾ എങ്ങനെ ജീവിക്കുന്നു എന്നല്ലാതെ എങ്ങനെ ചിന്തിക്കുന്നു എന്ന് തിരിച്ചറിയാൻ ഇതുവരെ സാധിച്ചിട്ടില്ല. നമ്മുടെ ചിന്തയ്ക്കും ആലോചനയ്ക്കും അപ്പുറത്താണ് ഓരോ മനുഷ്യനും. എല്ലാ മനുഷ്യരും എഴുതാത്ത പുസ്തകമാണ്. വായിക്കേണ്ടുന്ന പുസ്തകമാണ് മനുഷ്യൻ എന്ന വിസ്മയം. ഓരോ പുസ്തകത്തിലേയും കഥാപാത്രത്തെ പിന്തുടരുമ്പോൾ ഒന്നും അസംഭാവ്യമല്ല എന്നറിയുന്നു. പെൺകിടാവിന്റെ തന്റേടം എത്രയും പെട്ടെന്ന് മുഴുമിപ്പിക്കണം. ഒന്നും രണ്ടും ഭാഗങ്ങൾ പൂർത്തിയാക്കണം. ഒൻപതാമത്തെ അദ്ധ്യായമാണ് ഇനി എഴുതേണ്ടത്. അജ്ഞാതമായ ലോകത്തുനിന്ന് പരിചിതത്വത്തിലേക്ക് ഇറക്കിക്കൊണ്ടു വരലാണ് എഴുത്ത്. നിദ്രാവിഹീനമായ എത്ര രാത്രികൾ ചാൾസ് ഗാർവിസ് എഴുത്തിനൊപ്പം സഞ്ചരിച്ചിട്ടുണ്ടാവും? മറ്റ് മനുഷ്യർ ജീവിക്കുമ്പോൾ, എഴുത്തുകാർ അക്ഷരങ്ങളിൽ തപം കൊള്ളുന്നു. കുടുംബം, സമുദായം, പുറം ലോകം.. എല്ലാം അന്യമായ ഒരു ലോകത്തിരുന്ന് അവർ അപരലോകത്തെ കണ്ടെടുക്കുന്നു.

അമ്മാവൻ പറഞ്ഞതുപോലെ ശങ്കരന് നോവലെഴുത്തുകാരനാവുക അസാദ്ധ്യമാണ്. മുറിക്കകത്ത് അക്ഷരങ്ങളെ കൊരുത്തും കോർത്തും ജീവിക്കുക അസാദ്ധ്യം. ബാഹ്യമായ ജീവിതത്തിന്റെ കുതറിതെറിക്കലിൽ ആന്തരികജീവിതം അപ്രാപ്യമാണ്.

ചെമ്മൺ പാതയിലേക്ക് കയറുമ്പോൾ, വയലിനക്കരെ നീർക്കാക്കകൾ ചേക്കേറിയ മരക്കൊമ്പ് ഇന്ത്യയുടെ ഭൂപടം വരച്ചിരിക്കുന്നു. വരാനിരിക്കുന്ന ജീവിതത്തിന്റെ പ്രതിബിംബമായത് മാറി. ഇരുന്നെഴുതാനല്ല, നടന്നെഴുതാനാണ് ആവശ്യപ്പെടുന്നത്. ഒരു പെൺകിടാവിന്റെ തന്റേടമെങ്കിലും പൂർത്തിയാക്കുക എന്നുള്ളത് സാദ്ധ്യമാണോ എന്ന് ശങ്കിച്ചു.

തിരിച്ചു വരുമ്പോൾ ഇത്തിരി വൈകിയിരുന്നു. അമ്മാവന്റെ കൂർക്കംവലിയുടെ ശബ്ദം ചുമരിനപ്പുറത്തേക്ക് സഞ്ചരിച്ചു. മീനാക്ഷി വൈകിയതിന് കലഹിക്കുമെന്നുറപ്പാണ്. അവൾ അമ്മാവന് നേരെ തിരിഞ്ഞിരുന്ന് വായന തന്നെയാണ്. പെൺകിടാവിന്റെ തന്റേടം തന്നെ.. അവളുടെ പിണക്കം മാറ്റാനായി ചുമലിൽ കൈവെച്ച് ഏറ്റവും സ്നേഹത്തോടെ ചോദിച്ചു.

"വായിച്ചത് തന്നെ വായിക്ക്യാണോ?"

അവൾ ഞെട്ടി തിരിഞ്ഞ് ചാടി എഴുന്നേറ്റു. കൈപോള്ളലേറ്റപോലെ പിൻവലിച്ചു.

മീനാക്ഷിയായിരുന്നില്ല.

"മീനാക്ഷിയാണെന്ന് വിചാരിച്ച്..."

"മീനാക്ഷിയും അമ്മയും തിരുവങ്ങാട്ട് അമ്പലത്തിലേക്ക് പോയി. ഏട്ടൻ വരുന്നത് വരെ ഇവിടെ ഇരിക്കാൻ പറഞ്ഞു."

അവളുടെ പേരുപോലും അറിയില്ലല്ലോ എന്ന് ശങ്കരൻ ലജ്ജയോടെ ഓർത്തു.

"നോവൽ ബുക്ക് എനിക്കിഷ്ടായി.."

"അതിന് അത് മുഴുവനായില്ല."

"നല്ലതാന്നറിയാൻ മുഴുവനാകേണ്ടതില്ല. ഇത്തിരി അറിഞ്ഞാലും മതി."

അവൾ ചിരിച്ചു.

ഒരേ വീട്ടിൽ താമസിച്ചിട്ട് അവളോട് ഇതുവരെ മിണ്ടിയില്ലല്ലോ എന്ന് ഓർത്തപ്പോൾ വീണ്ടും ലജ്ജിച്ചു.

"വിചാരിച്ചാല് ചന്തുമേനേപോലെയും അപ്പൻതമ്പുരാനേപ്പോലെയും വല്യ നോവലെഴുത്തുകാരനാകാൻ ശങ്കരേട്ടനാവും.."

"നീയാള് കൊള്ളാല്ലോ.. ഇതൊക്കെ വായിച്ചിട്ടുണ്ടോ?"

"പിന്നല്ലാതെ.. മീനാക്ഷി കൊണ്ടത്തരും. ന്നിട്ട് പറയും മുഷിയരുത്, കീറരുത്.. ശങ്കരേട്ടന്റെ പുസ്തകാന്ന്..ആരും കാണാതെ എന്റെ പണിയൊക്കെ കഴിഞ്ഞാൽ ഞാൻ വായിക്കും. ശങ്കരേട്ടൻ വല്യ കോഗ്രസാന്ന് മീനാക്ഷിയാ പറഞ്ഞത്. എനിക്കും കോഗ്രസാവാൻ പറ്റ്വൊ?"

മരുമക്കത്തായ തറവാടുകളിൽ, ഒരംഗീകാരവും ലഭിക്കാത്ത തന്റെ

യൊക്കെ ജന്മത്തേക്കാൾ നീചമായ ആരും അറിയാതെ ജീവിച്ച് മരിക്കുന്ന കുറേ അടുക്കളജന്മങ്ങൾ കൂടിയുണ്ടെന്ന് സങ്കടത്തോടെ ശങ്കരൻ മനസ്സിലാക്കി.

"കോൺഗ്രസായിട്ട്.. നീയെന്ത് ചെയ്യാനാ..?"

അവൾക്ക് സംശയമുണ്ടായിരുന്നില്ല.

"ന്നെ പോലുള്ള പെൺകുട്ട്യേളൊക്കെ കുടിപ്പള്ളികൂടത്തില് അയക്കാൻ വേണ്ടി സമരം ചെയ്യും.. "

അഭിമാനത്തോടെ അവൾ തലയുയർത്തി പറഞ്ഞു.

തറവാട് വീടുകളിൽ ആത്മാഭിമാനത്തിന്റെ കനലുകൾ എരിയാൻ തുടങ്ങിയിട്ടുണ്ടെന്ന് ശങ്കരൻ തീർച്ചപ്പെടുത്തി. ലോകമറിയാതെ, കാറ്റും വെളിച്ചവും കടക്കാത്ത അകത്തളങ്ങളിൽ ചിലതൊക്കെയും സംഭവിച്ചു കൊണ്ടിരിക്കുന്നുണ്ട്. പുറംലോകത്തെ സ്വാതന്ത്ര്യത്തിന്റെ കാറ്റ് കിളിവാതിലുകളിലൂടെ പതുക്കെ പതുക്കെ അകത്തേക്ക് കടന്ന് വരുന്നുണ്ട്. താൻ നടത്തുന്ന സമരങ്ങളൊന്നും വൃഥാവിലല്ലെന്നും ലോകത്തിന് മാറാതിരിക്കുവാനാകില്ലെന്നും ശങ്കരൻ അറിഞ്ഞു.

"പെണ്ണേ ശങ്കരൻ വന്നോ?"

ചാത്തു നമ്പ്യാർ പാതി മയക്കത്തിൽ ചോദിച്ചു. അവൾ പെട്ടെന്ന് വിനീതയായി.

"ഓ..വന്നു.. "

പെണ്ണ്.. പേരില്ലാത്ത ഒരു പെണ്ണാണവൾ.. തറവാടുകളിലെ ഉരല്പുരകളിലും അടുക്കളമുറ്റത്തും പേര് നഷ്ടപ്പെട്ട് പോയവൾ.. അവൾക്ക് വേണ്ടി കൂടിയാണ് എല്ലാ സമരങ്ങളും...

ചാത്തുനമ്പ്യാർ പിന്നേയും മയക്കത്തിലേക്ക് താണുപോയി.

നേർത്ത ചിരിയോടെ പുറത്തേക്ക് നടക്കുമ്പോൾ, അവൾ ശബ്ദം താഴ്ത്തി പറഞ്ഞു.

"ഞാൻ പോട്ടെ.. നോവൽപുസ്തകത്തിന്റെ പേര് എനിക്കിഷ്ടായി.. പെൺകിടാങ്ങൾക്കും തന്റേടം ഇണ്ടാവും ഇല്ലേ?"

അയാളാവട്ടെ, അവൾ വായിച്ചവസാനിപ്പിച്ച ആ അപൂർണ്ണമായ പുസ്തകത്തെ തൊട്ടു.

കല്ക്കത്ത എന്ന പുസ്തകം

"*മനോരമ*യിൽ വന്ന വിവേകാനന്ദന്റെ കത്തുകൾ ഏറെ രസകരാണ്. ആർക്കും ബോധിക്കും."

ശങ്കരൻ കൗതുകത്തോടെ അമ്മാവന്റെ മുഖത്തേക്ക് നോക്കി.

"അത് പുസ്തകാക്കണം. ഞാൻ കണ്ടില്ലേലും വേണ്ടില്ല."

സംശയം തീർക്കാനെന്നോണം വീണ്ടുമാരാഞ്ഞു.

"പുസ്തകാക്കില്ലേ..?"

"അമ്മാവൻ അതൊന്നും ആലോചിക്കേണ്ട. ഒക്കെ നമുക്ക് ശരിയാക്കാം.."

തലയാട്ടിക്കൊണ്ട് മന്ത്രിച്ചു.

"കാണാൻ ഞാനുണ്ടാവില്ല.. "

"അമ്മാവൻ എന്നെ വെഷമിപ്പിക്കരുത്. അമ്മാവൻ എവിടെ പോവാനാ.."

സമാശ്വസിപ്പിക്കാനുള്ള നേർത്ത ശ്രമമായിരുന്നു. ആ ശരീരം വിളിച്ചു പറഞ്ഞു – സമയമായെന്ന്. അധികനാളുകളില്ല. അതുതന്നെയാണ് വാസ്തവം.

അമ്മാവൻ പെട്ടെന്ന് ഉറക്കിലേക്ക് കുതിച്ചു.

"ഞാൻ തന്ന്യാ.. ഞാൻ തന്ന്യാ.."

ഉറക്കത്തിൽ പിറുപിറുത്തു. ശങ്കരന്റെ ജീവിതം താനാണ് തകർത്തതെന്ന കുറ്റബോധം ചാത്തുനമ്പ്യാരെ വിടാതെ പിന്തുടരുകയാണ്. മരണം മാത്രമേ അതിൽ നിന്നദ്ദേഹത്തെ രക്ഷിക്കുകയുള്ളൂ.

നോട്ട് ബുക്ക് തുറന്ന് വെച്ച് എഴുത്തിലേക്ക് രക്ഷപ്പെടാൻ ശങ്കരൻ കൊതിച്ചു. ശ്രീധരൻനമ്പ്യാരുടെ മനസ്സിലേക്ക് ഭാരതിയും പത്മാവതിയും മത്സരിച്ച് ചാടിക്കയറുകയാണ്. ശ്രീധരൻനമ്പ്യാരുടെ ധർമ്മസങ്കടം

തന്നെയാണ് ശങ്കരനും അനുഭവിച്ചത്. കഥാപാത്രത്തിന്റെ എല്ലാത്തരം അസ്വാസ്ഥ്യവും എഴുത്തുകാരന്റേതുമാണ്. ഒൻപതാമത്തെ അദ്ധ്യായത്തിന് വേണ്ടി തയ്യാറാക്കിയ കുറിപ്പുകൾ ആവർത്തിച്ച് വായിച്ചുറപ്പിച്ചെങ്കിലും കഥാപാത്രങ്ങൾ കുതറിപ്പോവുന്നു. എഴുത്തുകാരന് കീഴടങ്ങി അനുസരണ കാട്ടേണ്ടുന്ന കഥാപാത്രങ്ങൾ, എല്ലാ കെട്ടും പൊട്ടിച്ച് കുതിക്കുകയാണ്. അവരെ ഭൂമിയിലിറക്കി കൊണ്ടുവരിക എന്നുള്ളത് നിസ്സാരമല്ല. കഥാപാത്രങ്ങൾ പറന്ന് പോകുമ്പോഴും ഘടനയും അക്ഷരങ്ങളും പരിചയസമ്പന്നനായ ഒരു പ്രൂഫ് റീഡറിൽനിന്ന് കുതിച്ചു പായില്ല.

ചാത്തുനമ്പ്യാറുടെ കൂർക്കം വലി ഉച്ചസ്ഥായിയിൽ ആണ്. ഇടയ്ക്കിടെ അത് താളാത്മകമായ മന്ദ്രസ്ഥായിയിലേക്ക് താണു. മരണാസന്നനായ ഈ ചാത്തുനമ്പ്യാറുടെ, വാഗ്ദത്തമായ പൈസ മുടങ്ങിയപ്പോഴാണ് ഭക്ഷണത്തിനും വീട്ടു വാടകയ്ക്കുമായി വൈകുന്നേരം നാലര മുതൽ എട്ടരമണിവരെ കല്ക്കത്തയിലെ ഇംഗ്ലീഷ്മെൻ പത്രമാപ്പീസിൽ ഇരുപത്തഞ്ച് രൂപ ശമ്പളത്തിന് പ്രൂഫ് റീഡർ ജീവിതം സ്വീകരിച്ചത്.

കല്ക്കത്ത, മലയാളക്കരയിലെ ഏതൊരാൾക്കും പകരം വെക്കാനില്ലാത്ത സ്വപ്നദേശമായിരുന്നു. തറവാട്ട് കാരണവന്മാർക്ക് ശങ്കരൻ ഗുമസ്തനായാൽ മതിയായിരുന്നു. ശങ്കരനാവട്ടെ അത് അസാദ്ധ്യവും. രക്ഷപ്പെടാനുള്ള ഇടം മാത്രമായിരുന്നില്ല കല്ക്കത്ത; സ്വപ്നം കാണാനുള്ള ദേശവുമായിരുന്നു. ആദ്യത്തെ രക്ഷാസ്ഥലം പയ്യോളിയായിരുന്നു. ഇരുപത്തിമൂന്ന് വയസ്സിൽ, പുറക്കാട് അദ്ധ്യാപകജീവിതം തുടങ്ങി. ഒപ്പം വായനയും.

"ശങ്കരൻ നമ്പ്യാറേ, പതിനഞ്ച് ക കിട്ടിയാൽ ജീവിതം പോകുമോ?"

രാമൻ നായരാണ്. സ്കൂൾ മാനേജരുടെ അനുജൻ.

പുസ്തകത്തിൽ മുങ്ങിയിരിക്കുമ്പോഴാണ് അയാൾ കയറി വന്നത്.

"ധാരാളം. പുസ്തകങ്ങൾ വരുത്തേണ്ട പണം കിട്ടുന്നുണ്ട്. ഇത്തിരി സമ്പാദ്യവും."

നോട്ട് ബുക്കിൽ കുത്തിക്കുറിക്കുന്നത് കണ്ടപ്പോൾ രാമൻനായർ കൗതുകത്തോടെ ആരാഞ്ഞു.

"ഇതെന്താ നമ്പ്യാറേ ഇത്..?"

"ഇത് ക്രിസ്റ്റോഫ് വോൺ എന്നയാളുടെ ഒരു പുസ്തകമാണ്. മലയാളത്തിലേക്ക് തർജ്ജമ ചെയ്യുകയാണ്.."

രാമൻ നായർ പുസ്തകത്തിലേക്ക് നോക്കി.

"*ദി ബാസ്കറ്റ് ഓഫ് ഫ്ളവേഴ്സ്*.. നല്ല പുസ്തകാണെന്ന് തോന്നുന്നല്ലോ.. തർജ്ജമ ചെയ്ത് പരസ്യപ്പെടുത്താനാണോ?"

"ഏയ്.. അല്ല. ഒരു കൗതുകത്തിനാണ്."

രാമൻ നായർക്ക് അത് ബോധിച്ചു.

"അത് കൊള്ളാം ഞാനും കൂടിയാലോ.."

രാമൻ നായർക്ക് സാഹിത്യത്തിൽ ഇത്രയധികം താല്പര്യമുണ്ടെന്ന് അറിയില്ലായിരുന്നു. തർജ്ജമ പരിശീലനം അയാളും തുടങ്ങി. ഓരോ പുസ്തകവും ആവേശത്തോടെ അയാൾ മറിച്ചു നോക്കി.

"ഇതൊക്കെ എവിടെ നിന്നാണ് വരുത്തുന്നത്.."

"കോഴിക്കോട്ടുനിന്നും മദിരാശിയിൽനിന്നും..."

"അത് കൊള്ളാം.."

റെയിനോൾഡിന്റെയും ചാൾസ് ഡിക്കൻസിന്റെയും പുസ്തകങ്ങൾ അയാൾ ആവേശത്തോടെ മറിച്ചുനോക്കി.

"നോവലുകളാണിഷ്ടം അല്ലേ.."

"അങ്ങനെയല്ലെന്ന് പറയുന്നില്ല. എന്നാൽ മറ്റ് പുസ്തകങ്ങളു മുണ്ട്."

വായിച്ചവസാനിപ്പിച്ച *ഇമ്പീച്ച്മെന്റ് ഓഫ് വാറൻ ഹേസ്റ്റിങ്സ്* എന്ന പുസ്തകവും സ്വാമി വിവേകാനന്ദന്റെ പ്രസംഗങ്ങളുടെ ഏതാനും വോള്യങ്ങളും അയാൾക്ക് കാണിച്ചുകൊടുത്തു.

"നമ്പ്യാര് ആളൊരു ഭയങ്കരനാ.. ഇതൊക്കെ വായിക്കാൻ സമയം കണ്ടെത്തുന്നുണ്ടല്ലോ.."

ശങ്കരൻ ചിരിച്ചു.

"രാത്രി ഉറക്കൊന്നുമില്ല അല്ലേ.."

"ചില ദിവസങ്ങളിൽ ഉറങ്ങാൻ മറന്നുപോവും.."

സഹൃദയനായ രാമൻ നായർ വിട്ടില്ല.

"നിങ്ങൾ ആളൊരു രസികൻ കഥാപാത്രം തന്നെ... ഭക്ഷണം കഴി ക്കാനും മറക്കാറുണ്ടോ?"

"ചിലപ്പോൾ.."

രാമൻനായർക്ക് ചിരി നിർത്തി വെക്കാനായില്ല.

"എന്നെപോലുള്ള പ്രാരാബ്ധക്കാർക്ക് എല്ലാ ദിവസവും ഓരോ പുസ്തകം തന്നോളു.. എന്നാൽ പിന്നെ ഭക്ഷണം കഴിക്കേണ്ടല്ലോ.."

രാമൻനായർ ശങ്കരൻ പുറക്കാട് വിടുന്നതുവരെ ശങ്കരനെ വിട്ടില്ല. അസാധാരണനായ വായനക്കാരനും സാഹിത്യതല്പരനുമായിരുന്നു രാമൻ നായർ. പക്ഷേ, ജീവിതപ്രാരബ്ധങ്ങൾ അയാളെ വളരാൻ വിട്ടില്ല.

കല്ക്കത്തെയിലേക്ക് പോകുമ്പോൾ ചില പുസ്തകങ്ങൾ രാമൻ നായർക്ക് സമ്മാനിച്ചു. ഏഴ് വർഷം കഴിഞ്ഞെങ്കിലും അയാളുടെ ചിരിയും നിഷ്കളങ്കമായ ചോദ്യവും ഇന്നലെയെന്നതുപോലെ അനുഭവപ്പെടു ന്നുണ്ട്.

നാഷണൽ മെഡിക്കൽ കോളേജിൽ പഠിക്കാൻ എത്തിച്ചേർന്ന പ്പോൾ ശങ്കരൻ മലയാളി സി ഐ ഡിയാണെന്ന് ചിലരെങ്കിലും ശങ്കിച്ചു.. മലയാളികൾ സമർത്ഥരും സ്വാർഥികളും ആണെന്നാണ് ബംഗാളികളുടെ വിശ്വാസം. സംശയം പതുക്കെ പതുക്കെ വിട്ടൊഴിഞ്ഞു. ബോംബസാർ സ്ട്രീറ്റിലെ താമസവുമായി മുന്നോട്ട് പോയ്ക്കൊണ്ടിരുന്നു. ബ്രഹ്മസമാജ

ക്കാരനായ സുരേശ് ബാനർജിയുമൊത്ത് ഒരു ദിവസം നടന്ന് വരുമ്പോൾ ഒരു കാഴ്ച ശങ്കരനെ ഞെട്ടിച്ചു. കാളീക്ഷേത്രത്തിനു മുമ്പിൽ രണ്ട് കാള കളെ അറുത്തിട്ടിരിക്കുന്നു.

"ഹൊ.. ഇവിടെ കലാപം നടക്കുമോ? ആരാണ് ക്ഷേത്രത്തിനടുത്ത് കാളകളെയറുത്തിട്ടത്."

ബാനർജിക്ക് ഭാവഭേദമൊന്നുമുണ്ടായില്ല.

"ഇവിടെ അങ്ങനെയാ.. കാളകളെയറുത്ത് ഭദ്രകാളിക്ക് പൂജിക്കും."

"അപ്പോൾ ഗോമാംസമല്ലേ.."

"അതുകൊണ്ടെന്താ.. കാളീപൂജ കഴിഞ്ഞാൽ മാംസം ഭക്ഷിക്കു കയും ചെയ്യും.."

"അവർ ഹിന്ദുക്കളല്ലേ.."

"അതാണ് ഹിന്ദുക്കൾ.."

ബാനർജി പറയുന്നത് അവിശ്വസനീയമായി തോന്നിയെങ്കിലും അത് യാഥാർത്ഥ്യമാണെന്ന് തിരിച്ചറിയാൻ അധികം നാളുകൾ വേണ്ടി വന്നില്ല. ബ്രാഹ്മണരുടെ ഹോട്ടലിൽ ഹുഗ്ലീനദിയിൽ നിന്ന് പിടിക്കുന്ന വലിയ മത്സ്യം പൊരിച്ചുവെക്കുന്നത് മറ്റൊരു കാഴ്ചയായിരുന്നു. നമ്പൂതിരി ബ്രാഹ്മണരിൽനിന്ന് വിചിത്രമായ മറ്റൊരു വിഭാഗമായിരുന്നു, ബംഗാ ളിലെ ബ്രാഹ്മണർ. ഈ ദേശസഞ്ചാരം തന്നെത്തന്നെ പുതുക്കിക്കൊ ണ്ടിരിക്കുകയാണ്. ഇന്ത്യ എന്ന് പറയുന്ന ദേശം വ്യത്യസ്തമായ സംസ് കാരങ്ങളുടെ ഇടമാണ്, ഇവിടെ ശരിതെറ്റുകളെക്കുറിച്ചുള്ള എല്ലാ മനുഷ്യവീക്ഷണങ്ങളും അപ്രസക്തമാണ്. ദേശാതിർത്തികൾ ലംഘി ക്കുന്ന മനുഷ്യരാണ് ജീവിതത്തെ സ്പർശിക്കുന്നത്. ഓരോ മനുഷ്യനും സ്വന്തം ഇരിപ്പിടത്തിൽ നിന്ന് എഴുന്നേറ്റ് ചുറ്റും നോക്കിയാൽ കാണാവു ന്നതേ ഉള്ളു തന്നിൽ നിന്ന് വേറിട്ട അപരലോകം. ഒന്നുകിൽ അത് തന്റെ സംസ്കാരം പോലെ പരിമിതികളുള്ളത്, അതല്ലെങ്കിൽ തന്റേതുപോലെ വിശുദ്ധം. ഏതായാലും സ്വീകരിക്കുക. തന്റേതിനേക്കാൾ കൊള്ളരു താത്ത ഒരു ജനതയും ഈ ഭൂമിയിലില്ല. മനുഷ്യൻ സഞ്ചരിക്കുമ്പോൾ ലോകത്തെ തൊടുന്നു.

കല്ക്കത്താ നഗരത്തിനടുത്ത ഒരു കാളീക്ഷേത്രത്തിൽ നരബലി നടന്നു. രണ്ടായിരം വർഷത്തിലധികം പഴക്കമുള്ള കാപാലികാ സംസ് കാരം നിലനില്ക്കുന്ന ഇന്ത്യ എന്ന മഹാരാജ്യം എത്ര അപരിഷ്കൃത മാണ്. ആചാരങ്ങളും വിശ്വാസങ്ങളുംകൊണ്ട് വീണ്ടും വീണ്ടും പ്രാകൃ താവസ്ഥയിലേക്ക് പോകുകയാണ്. പ്രാകൃതം മാത്രമല്ല, കല്ക്കത്ത ഏറ്റവും അനാകർഷകമായ നഗരവുമാണെന്ന് ശങ്കരന് തോന്നി. കൽ ക്കത്തയിൽ എത്തുന്നതുവരെ മോഹിപ്പിക്കുന്ന എന്തോ ഒന്ന് ഈ നഗര ത്തിനുണ്ടായിരുന്നു. എന്നാൽ ഇവിടെ കാലുകുത്തിയപ്പോൾ ലോക ത്തിലെ നരകസമാനമായ ദേശമാണ് കല്ക്കത്ത എന്ന് തോന്നി. ബ്രിട്ടീ ഷുകാരുടെ ആദ്യ തലസ്ഥാനമായ കല്ക്കത്തയിൽ നിന്ന് ദൽഹിയിലേക്ക്

തലസ്ഥാനം മാറ്റിയിട്ട് അധികകാലമായിട്ടില്ല.. കൂട്ടിക്കെട്ടിയ ചങ്ങാടങ്ങൾ കൊണ്ടുള്ള പോന്തൂൺ പാലത്തിലൂടെ ഹുഗ്ലി നദി കടക്കുമ്പോൾ ആലോചനയിൽ തന്നെയായിരുന്നു ശങ്കരൻ.

ഹുഗ്ലിയുടെ കരയിൽ ഇരുന്ന് ഒരു ദിവസം സുരേഷ് ബാനർജിയുമായി സംസാരിച്ചതും ഇത് തന്നെയായിരുന്നു. ബാനർജി പറഞ്ഞു.

“രാജാറാം മോഹൻറോയ് ബ്രഹ്മസമാജം സ്ഥാപിച്ചതുതന്നെ ഇത്രയും അപരിഷ്കൃതമായ ഹിന്ദുമതത്തെ മാറ്റാനാണ്..”

“പക്ഷേ, മാറിയിട്ടില്ല.”

“മാറാൻ ഒട്ടും സാദ്ധ്യതയുമില്ല. കല്ക്കത്തയ്ക്ക് മാറ്റം വന്നില്ലെങ്കിൽ പിന്നെ ഏത് ദേശത്തിനാണ് സാദ്ധ്യമാവുക..?”

“അങ്ങനെ നിരാശപ്പെടേണ്ടതില്ല. നൂറ്റാണ്ടിന്റെ അപരിഷ്കൃതത്വത്തെ കൈയൊഴിയാൻ ഹിന്ദുമതം ഇനിയും നൂറ്റാണ്ടുകൾ എടുത്തേക്കും. പക്ഷേ, ഞങ്ങളൊക്കെ ഇപ്പോഴും ശ്രമിച്ചുകൊണ്ടിരിക്കുകയാണ്. ”

ഹുഗ്ലിയിലെ തണുത്ത കാറ്റ് അസ്ഥികൾ തുളച്ചു കയറുന്നു. ഈ ഹുഗ്ലിയിലൂടെയാണോ രാമഹംസരെ കാണാൻ വിവേകാനന്ദൻ തോണി തുഴഞ്ഞുപോയത്? മനസ്സിലാവാത്ത, ഒരു ബംഗാളിപ്പാട്ട് ഏതോ തോണിക്കാരൻ പാടുന്നുണ്ട്. ശങ്കരനെഴുന്നേറ്റു; ബാനർജിയും. ശങ്കരൻ നടക്കുന്നതിനിടയിൽ പറഞ്ഞു.

“വിശ്വാസങ്ങളുടെ ഏറ്റവും വലിയ പ്രശ്നം വിശ്വാസം തന്നെ യുക്തിയായി മാറുന്നുവെന്നതാണ്.”

“മനുഷ്യരെ ബലികൊടുക്കുന്നവർക്കും സതി നടത്തുന്നവർക്കും ബാല വിവാഹം നടത്തുന്നവർക്കും അനുവദിക്കപ്പെട്ട അനീതി നിറഞ്ഞ ഒരു നീതിയുണ്ട്. അത് തകർക്കുക എന്നുള്ളത് ഒരു യുദ്ധം തന്നെയാണ്..”

ബാനർജി പറഞ്ഞ് നിർത്തിയപ്പോൾ ശങ്കരൻ ചോദിച്ചു.

“ബാനർജിയെപ്പോലുള്ളവർ അങ്ങനെ ഒരു യുദ്ധത്തിലാണ് അല്ലേ..?”

ബാനർജി ചിരിച്ചു.

“ഞാൻ മാത്രമല്ലല്ലോ ശങ്കരൻ നമ്പ്യാറും യുദ്ധത്തിലാണല്ലോ.”

ഇംഗ്ലീഷ്മെൻ ഓഫീസിലേക്കുള്ള വഴിയിലായിരുന്നു അവർ. ജനറൽ പോസ്റ്റോഫീസിന്റെ മുൻപിലെ മൂന്ന് നിരത്ത് കൂടുന്ന സ്ഥലമെത്തിയപ്പോൾ, രണ്ട് കുതിരവണ്ടികൾ അവിടെ വന്നു നിന്നു. അഞ്ചാറ് പേർ ആ വണ്ടികളിൽ നിന്നിറങ്ങി. പെട്ടെന്ന് ഞെട്ടിച്ചുകൊണ്ട് വെടിമുഴങ്ങി. ഒന്നല്ല, രണ്ട്. ഒരു യുവാവ് റിവോൾവറുമായി കുതിക്കുകയായിരുന്നു. ശങ്കരന്റേയും ബാനർജിയുടേയും മുമ്പിൽ ആ സി ഐ ഡി ഉദ്യോഗസ്ഥൻ പിടഞ്ഞു. ആ യുവാവിനെ പിടിക്കാൻ പൊലീസുകാരും ആൾക്കൂട്ടവും കുതിച്ചു. പിന്നെ കേട്ട വാർത്തകൾ മൂന്ന് നാഴിക അകലെ നിന്ന് അവനെ

പിടികൂടി എന്നാണ്. ആ കേസിൽ പ്രതിയായ ആ യുവാവിനുവേണ്ടി ഹാജരായത് പ്രസിദ്ധ വക്കീലന്മാരായ നോട്ടനും സി ആർ ദാസുമായിരുന്നു. വിവേകാനന്ദനെപോലെ സി ആർ ദാസും ശങ്കരന്റെ മനസ്സിൽ ഒരു പോരാളിയായി അടർക്കളത്തിലേക്ക് ഇറങ്ങി വന്നു.

കല്ക്കത്തയിലെ മലയാളികൾക്കിടയിൽ ഒരു കൂട്ടായ്മ ഉണ്ടാക്കുന്നതിനെക്കുറിച്ചായിരുന്നു ശങ്കരന്റെ ചിന്ത. മലയാളികൾക്ക് പരസ്പരം കാണാനും പത്രങ്ങളും പുസ്തകങ്ങളും വായിക്കാനും കളിക്കാനുള്ള ഉപകരണങ്ങൾ സംഘടിപ്പിക്കാനും സൗകര്യപ്രദമായ ഒരു ക്ലബ് ഉണ്ടാക്കാനുമുള്ള ശ്രമമായിരുന്നു അത്. കല്ക്കത്തയിലെ ഉദ്യോഗസ്ഥരിൽ പ്രമുഖനായ എൻ ആർ അയ്യരെ ചടങ്ങിൽ ഉദ്ഘാടകനാക്കുമെന്ന് കരുതിയെങ്കിലും അയാൾ ഭയന്ന് പിന്മാറി. ഒരു വനിതാ ഡോക്ടർ അദ്ധ്യക്ഷത വഹിച്ചു. ഇരുന്നൂറിലധികംപേർ പങ്കെടുത്ത ആ യോഗത്തിൽ വെച്ച് ശങ്കരൻ സമാജത്തിന്റെ ഉദ്ദേശലക്ഷ്യങ്ങൾ വിശദീകരിച്ചു.

"സ്നേഹിതരേ, കല്ക്കത്തയിൽ ഒരു മലയാളി സമാജം ആദ്യമായി ഉണ്ടാകുകയാണ്. വായിക്കാനും കളിക്കാനും കൂടിച്ചേരാനും ഈ സമാജത്തിലൂടെ സാധിക്കണം. അതോടൊപ്പം കല്ക്കത്തയിലെ സ്ഥിരവാസക്കാരും യാത്രക്കാരുമായ മലയാളികളുടെ സുഖസൗകര്യങ്ങൾ ഒരുക്കുക എന്നുള്ളതും സമാജത്തിന്റെ ഉദ്ദിഷ്ടകൃത്യമാണ്."

ആളുകൾ കൈയടിച്ച് അംഗീകരിച്ചു. കല്ക്കത്തയിൽ അതൊരു പുതിയ തുടക്കമായിരുന്നു.

കല്ക്കത്തയിലെ കോളേജ് സ്ക്വയർ വിചിത്രമായ മറ്റൊരു ഇന്ത്യയായിരുന്നു. വ്യത്യസ്തമായ രാഷ്ട്രീയാഭിപ്രായങ്ങളുടേയും സംവാദങ്ങളുടേയും ഒരിടം. ഒരു ലോ കോളേജ്, ഒരു മെഡിക്കൽ കോളേജ്, രണ്ട് ഹൈസ്കൂൾ, രണ്ട് വിശാലമായ ടൗൺ ഹാൾ, ആകർഷകമായ അനവധി വെൺമാടനിരകൾ ഇവയ്ക്കിടയിൽ ഭംഗിയിൽ കെട്ടിപ്പൊക്കിയതും സ്ഫടികതുല്യവുമായ ശുദ്ധജലമുള്ള ചിറ, ചിറയിൽ തോണികളിക്കുന്ന കുട്ടികൾ, ചിറയ്ക്ക് ചുറ്റും വൃത്തിയുള്ള നിരത്ത്, ഒഴിഞ്ഞ സ്ഥലങ്ങളിൽ പലഭാഷകളിൽ മുഴങ്ങുന്ന പ്രസംഗസഭകൾ, സ്കൂൾക്കുട്ടികൾ കളിക്കുന്ന ടെന്നീസ് കോർട്ടുകൾ, ബാഡ്മിന്റൻ കോർട്ടുകളിൽ പലയിടങ്ങളിലായി പുരുഷന്മാർ, സ്ത്രീകൾ, വിദ്യാർത്ഥികൾ, ചെറിയ കുട്ടികൾ... ഇവയ്ക്ക് പുറമേ പലയിടങ്ങളിലുമുള്ള സംവാദങ്ങൾ.. അതിനിടയിൽ ചില കത്തിക്കുത്തുകൾ.. ചിലപ്പോൾ വെടി കൊണ്ട് വീഴാറുള്ള സി ഐ ഡി ഉദ്യോഗസ്ഥർ... കല്ക്കത്ത വിസ്മയങ്ങളുടെ നഗരമായിരുന്നു.

മലയാളി സുഹൃത്തുക്കളുമായി, ഒരു വൈകുന്നേരം കോളേജ് സ്ക്വയറിൽ കറങ്ങുമ്പോൾ, വടക്കുഭാഗത്തുള്ള ടൗൺഹാളിലേക്ക് ആളുകൾ കടന്ന് പോകുന്ന കാഴ്ച ദൃശ്യമായി. ആൾക്കൂട്ടം സഭ ചേർന്നിരിക്കുന്ന അവിടെ കറുത്തഗൗണിട്ട, സുമുഖനായ ഒരു താടിക്കാരൻ ഇംഗ്ലീഷിൽ അയത്നലളിതമായി സംസാരിക്കുന്നു. ആ വലിയ ആൾക്കൂട്ടം ആവേശ

ത്തോടെ ആ മനുഷ്യനെ കേട്ടിരിക്കുകയാണ്.

"ഇന്ത്യൻ യുവാക്കൾ സ്ത്രീധനം വാങ്ങി പണത്തിനുവേണ്ടി വിവാഹം കഴിക്കുകയാണ്. സ്വയം വഞ്ചിച്ച് ഭാവിജീവിതം നരകമാക്കുന്നവരായി യുവാക്കൾ മാറുന്നു."

എത്രയോ കാലമായി കാണണമെന്നഗ്രഹിച്ച വ്യക്തിയെ മുന്നിൽ കൊണ്ടുവന്ന് നിർത്തുകയാണ്. സുരേന്ദ്രനാഥ ബാനർജിയായിരുന്നു അദ്ദേഹം.

സുരേന്ദ്രനാഥ ബാനർജിയെ ശങ്കരൻ പിന്തുടർന്നു.

"സ്ത്രീധനസമ്പ്രദായത്തിനെതിരെ ജീവൻ ത്യജിച്ച സ്നേഹലതയിൽനിന്ന് പാഠം പഠിച്ചില്ലെങ്കിൽ ഇന്ത്യൻ യുവതീയുവാക്കൾ അറിവില്ലായ്മയുടെ അന്ധകാരത്തിൽ കഴിയാൻ വിധിക്കപ്പെട്ടവരാണെന്ന് സ്വയം കരുതുക."

തീ തുപ്പുന്ന വാക്കുകളുമായി ബാനർജി ആളുകളെ ഇളക്കി വിട്ടു.

"ശങ്കരാ.."

ചിന്തകൾ പാതിവഴിയിൽ ഉപേക്ഷിക്കപ്പെട്ടു.

അമ്മാവൻ കണ്ണ് തുറന്ന് കിടക്കുകയാണ്..

"നീയെന്താ ആലോചിക്കുന്നത്..?"

"ഒന്നുമില്ല."

"ഈ വയസ്സനോട് പറയാൻ മടിയാണെങ്കിൽ പറയണ്ട.."

"ഏയ് പറയാൻ പറ്റാത്തതല്ല. കല്ക്കത്തയെക്കുറിച്ചാണ്.."

വൃദ്ധൻ നിശ്ശബ്ദനായി.

നാഷണൽ മെഡിക്കൽ കോളേജിലെ എൽ എം പി കോഴ്സ് മോശമായപ്പോൾ വെറ്ററിനറികോളേജിൽ ചേർന്ന് മൃഗചികിത്സകനാവാൻ തീരുമാനിച്ചു.

"കല്ക്കത്തയിൽ വെച്ചായിരിക്കും വിവേകാനന്ദന്റെ കത്തുകൾ കണ്ടത്.. അല്ലേ?"

ഉത്തരമാവശ്യമില്ലാത്തത് പോലെ അദ്ദേഹം തുടർന്നു.

"കല്ക്കത്തയിൽ പോകാൻ ഞാനും ആശിച്ചിരുന്നു. ശ്രീരാമകൃഷ്ണന്റെ ആശ്രമത്തിൽ പോയിട്ടുണ്ടോ നീ.."

അതെയെന്ന് മൂളി.

മത പ്രസംഗങ്ങളല്ല, രാഷ്ട്രീയപ്രസംഗങ്ങളാണ് ആശ്രമത്തിൽ മുഴങ്ങികേട്ടത് എന്ന് പറഞ്ഞാൽ അമ്മാവന് വിശ്വസിക്കാൻ സാദ്ധ്യമാവണമെന്നില്ല. ദേശീയ പ്രസ്ഥാനത്തിന്റെ സ്വപ്നഭൂമിയായിരുന്നു ആശ്രമം. ഹിന്ദുവിനൊപ്പം മുസല്മാനും ക്രിസ്ത്യാനിയും തോളോട് തോൾ ചേർന്ന് നിന്നു.

അദ്ദേഹം തന്നിലേക്ക് തന്നെ മടങ്ങി.

"ശങ്കരാ.. എനക്ക് പൊറം ലോകം കാണാൻ പറ്റുമോ?"

ഒന്നും മിണ്ടാതെ അടുത്തേക്ക് ചെന്ന് കൈകൂട്ടി പിടിച്ചു.

"നെന്റെ ജീവിതം ഞങ്ങളൊക്കെ ചേർന്ന് ഇല്ലാതാക്കി."

അമ്മാവൻ ആവർത്തിക്കുന്നത് അത് തന്നെയായിരുന്നു.

ഭീകരപ്രസ്ഥാനത്തിൽ ഉൾപ്പെട്ടതിനാൽ കല്ക്കത്തയിൽ വെച്ച് ഉടൻ അറസ്റ്റ് ചെയ്യുമെന്ന് അമ്മാവനേയും അമ്മയേയും ആരൊക്കെയോ വിശ്വസിപ്പിച്ചിരുന്നു. രാഷ്ട്രീയ പ്രവർത്തനത്തിലും സി ഐ ഡികളുടെ നോട്ട്ബുക്കിലും ഉൾപ്പെട്ടുവെന്നത് സത്യം തന്നെ. ചിന്തിക്കുന്ന ഏതൊരാൾക്കും കല്ക്കത്തയിൽ അങ്ങനെ ആവാതിരിക്കാൻ പ്രയാസമായിരുന്നു. ബംഗാളികൾ അക്ഷരാർത്ഥത്തിൽ ബ്രിട്ടീഷ് വിരോധികളായിരുന്നു. കഴ്സൻ പ്രഭുവിന്റെ ഒരാപ്തവാക്യം ശങ്കരനോർത്തു.

"ബംഗാളികൾ നമ്മുടെ ശത്രുക്കൾ, ബോംബേക്കാർ നമ്മുടെ മിത്രങ്ങൾ, മദിരാശിക്കാർ ദാസന്മാർ.."

ബംഗാളികളെപ്പോലെയല്ല മലയാളികൾ ദാസന്മാരാണ്.. എല്ലാത്തിന്റെയും.. വിനായകോത്സവം കല്ക്കത്തയിൽ ദേശീയ പ്രസ്ഥാനത്തിന്റെ ഊർജ്ജമായിരുന്നു. സി ഐ ഡികളെ അപ്രസക്തരാക്കി ആളുകൾ കൂട്ടത്തോടെ ഭീകരപ്രസ്ഥാനത്തിൽ കണ്ണി ചേർക്കപ്പെട്ടു.

കോളേജ് സ്ക്വയറിൽ ആനിബസന്റിന്റെ പ്രസംഗത്തിനൊടുവിൽ വിപിന വിഹാരി ഗാംഗുലി എന്ന് വിപ്ലവകാരി വിളിച്ചുചോദിച്ച ചോദ്യം ആർക്കും കീഴടങ്ങാത്ത കല്ക്കത്തയുടെ ശബ്ദമായിരുന്നു.

"എങ്ങനെയാണ് നിങ്ങൾ സ്വാതന്ത്ര്യം സമ്പാദിക്കുക?"

ഈ ചോദ്യം ആറു കൊല്ലം കഴിഞ്ഞിട്ടും വീണ്ടും മുഴങ്ങുകയാണ്. താനുൾപ്പെടെയുള്ള സകല കോൺഗ്രസുകാരോടുമാണ് ആ ചോദ്യം..

"രാമൻ മേനോൻ പറഞ്ഞപ്പം ഞാനും വിശ്വസിച്ചു. പാടില്ലായിരുന്നു."

അമ്മയ്ക്കും മുത്തശ്ശിക്കും അസുഖമാണെന്ന് പറഞ്ഞ് കമ്പിയടിച്ച് തിരിച്ചു വിളിച്ചതിന്റെ മനഃസ്താപം ഏറി വരികയാണ്.

"നെന്നെ ജീവിക്കാൻ ഞങ്ങൾ അനുവദിച്ചില്ല."

വാതിൽ തുറക്കാനും അടയ്ക്കാനും ശങ്കരനോടുള്ള സ്നേഹം കൊണ്ട് വീട്ടുകാർ എക്കാലത്തും ശ്രമിച്ചിട്ടുണ്ട്. 1914 ജൂലൈയിൽ കോഴിക്കോട് കമർസിയൽ സ്കൂളിൽ ഷോർട്ട്ഹാന്റും ടൈപ്പ് റൈറ്റിങ്ങും പഠിക്കാൻ നിർബ്ബന്ധിച്ചത് അവരായിരുന്നു... കൊളംബിൽ, 75 രൂപ ശമ്പളത്തിൽ ജോലി ശരിയായിട്ടുണ്ടെന്ന് മാധവമേനോന്റെ കത്തു വന്നപ്പോൾ എതിർത്തതും അവരായിരുന്നു....

"ശങ്കരന് എന്നോട് വെറുപ്പാണോ..?"

അയാൾ നിറഞ്ഞു തുളുമ്പി.

മിണ്ടാതിരിക്കാനായില്ല.

"അമ്മാവൻ വെറ്തെ സങ്കടപ്പെടുകയാ.. എന്നോട് എപ്പോഴും വാത്സല്യം കാട്ടാറുള്ളത് അമ്മാവനല്ലേ... എന്റെ എഴുത്തും കവിതയും ഇഷ്ടാണെന്ന് എപ്പോഴും പറയുന്നതും അമ്മാവനായിരുന്നു.. വടകരയിൽ നിന്ന് ഞാൻ വന്നാൽ എപ്പോഴും ഒന്നിച്ചിരുന്ന് ഊണ് കഴിക്കാൻ നിർബ്ബന്ധിക്കുന്നതും അമ്മാവനല്ലേ."

അയാളുടെ കണ്ണുകൾ പൊട്ടിയൊഴുകി.

"നീയ് പറഞ്ഞത് ശരിയാ.. "

സ്മൃതിയുടെ കയറ്റിറക്കങ്ങളിൽ ഏറെനേരം രണ്ടുപേരും കെട്ടു പിണഞ്ഞു നിന്നു.

കേരളസഞ്ചാരി, പത്രിക, മനോരമ, സ്പെക്റ്റേറ്റർ, ഭാഷാശാരദ എന്നിവയിൽ ശങ്കരൻ എഴുതിയതൊക്കെ വായിക്കുകയും കിട്ടാവുന്നത് ശേഖരിച്ചുവെക്കുകയും തുറന്ന് അഭിപ്രായം പറയുകയും ചെയ്യുന്നയാൾ ചാത്തുനമ്പ്യാർ മാത്രമായിരുന്നു.. 'കോൺഗ്രസ് കഞ്ഞി തരുമോ' എന്ന് ആവർത്തിച്ച് ചോദിച്ച് മരുമകനെ കോൺഗ്രസിൽനിന്ന് രക്ഷപ്പെടുത്താനും നമ്പ്യാർ തീവ്രമായി യത്നിച്ചു. എന്നാൽ ശങ്കരൻ കൂടുതൽ കൂടുതൽ കോൺഗ്രസായി മാറി...

"ശങ്കരാ.. നോവൽ ബുക്ക് എഴുതി തീർന്നോ?"

"മുഴുവനായില്ല."

"ഞാൻ മരിക്കാൻ കെടക്ക്ന്നത് കൊണ്ട് നിനക്ക് ദ്രോഹാണെന്ന് കരുതി വെഷമിച്ചിരുന്നു. പക്ഷേ, ഇത്തിരി സന്തോഷോണ്ട്... അതു കൊണ്ട് നീയ് നോവൽ എഴുതാൻ തൊടങ്ങിയല്ലോ.. എനിക്കത് മുഴുവൻ വായിക്കാൻ യോഗം ഇണ്ടാവൂല്ല.."

മരണഭീതിയുടെ കയത്തിലേക്ക് അമ്മാവൻ ഇടറി വീഴുകയാണ്.

"*മനോരമ*യിൽവന്ന സ്വാമികളുടെ കത്തുകളും പൊസ്തകാക്കണം."

കല്ക്കത്ത തന്ന അപൂർവ്വ അനുഭവലോകം വിവേകാനന്ദന്റെ ജീവിതം പരിചയപ്പെടാനുള്ള അവസരമൊരുക്കി എന്നതാണ്. ഹുഗ്ലിയുടെ തീരവും രാമകൃഷ്ണാശ്രമവും ആ മനുഷ്യൻ നടന്നു തീർത്ത വഴികൾ കൂടിയായിരുന്നു.

"ഞാൻ മരിച്ചാൽ നീ ശ്ലോകം കെട്ടണ്ട. നിന്റെ സമയം ചെറിയ കാര്യങ്ങൾക്ക് വേണ്ടി തീർക്കരുത്."

അമ്മാവൻ കണ്ണുകൾ ഇറുക്കിയടച്ചു. കട്ടിലിൽ ഇരുന്ന് കൈകൾ തലോടി. ആ മനുഷ്യന്റെ വലിയ ശരീരം അസ്ഥികൂടസമാനമായിരിക്കുന്നു. കണ്ണുകൾ കുഴികളായിരിക്കുന്നു. ചുണ്ടുകൾ അതീവസാഹസികമായി ശബ്ദം പുറത്തെടുത്തെറിയുന്നു.

സഹോദരിയായ നാണി മരിച്ചപ്പോൾ ശങ്കരനെഴുതിയ ശ്ലോകമാണ് അമ്മാവന്റെ മനസ്സിൽ... നാണിയുടെ മരണം.. മരുമക്കൾ മാധവന്റെയും ബാലന്റേയും അനാഥത്വം.. മാധവന്റെ മുടികളിൽ പതുക്കെ തഴുകി.. അവന്റെ കുഞ്ഞു കൈകൾ തലോടി.. പക്ഷേ, തലോടൽ ഏല്ക്കുന്നത് മരുമകനല്ല.. അമ്മാവനാണ്.

മണ്ണോട് ചേർന്നുപോയ മാധവനെ മൃദുലമായി സ്പർശിക്കുന്നത് പോലെ അമ്മാവനെ തൊട്ടു. ഇടതു കൈകൊണ്ട് തോർത്തെടുത്ത്, ഒഴുകിത്താണ് തളം കെട്ടി കിടക്കുന്ന കണ്ണുനീർ തുള്ളിയേയും പീള പിടിച്ച കണ്ണുകളേയും തുടച്ചു.

“നീയ്.. നാണിയെക്കുറിച്ചെഴുതിയ ശ്ലോകം ചൊല്ലിത്തരുമോ?”

*സമുദായദീപിക*യിൽ വന്ന ആ ശ്ലോകം പൊള്ളുന്ന ഹൃദയത്തോടെ ശങ്കരൻ ചൊല്ലി.

“ഭുയിഷ്ഠഭാഗ്യലതയെ തരമൊത്തു നല്ലൊ-
രായില്യശാഖയൊടു ചേർത്തു പടർത്തു കാലേ
കായിച്ചു രണ്ടു സുകുമാരഫലങ്ങൾ മൂക്കാ-
റായില്ലതിന്നിടയിലാ ലത നഷ്ടമായി..”

ഒരിക്കലും എത്തിച്ചേരാത്ത കല്ക്കത്തയിലേക്കുള്ള യാത്രയിലായിരുന്നു ചാത്തുനമ്പ്യാർ. ശങ്കരനെ സ്നേഹത്തിന്റെ കെട്ടുകളിൽ നിന്ന് വിമോചിപ്പിച്ച് അയാൾ യാത്ര തുടർന്നു.

ജലപ്പിശാചുക്കളുടെ നാട്ടിൽ

"ഒരു മനുഷ്യന്റെ യഥാർത്ഥയോഗ്യത അയാളുടെ കത്ത് കൊണ്ട് നിർണ്ണയിക്കാമെന്ന് പറയുന്നത് വളരെ ശരിയാണ്. വിവേകാനന്ദസ്വാമികളുടെ ബുദ്ധിശക്തിയും മനപ്പരിഷ്കാരവും ഹൃദയവിശാലതയും മതപ്രതിപത്തിയും സർവ്വോപരിയായ മനുഷ്യസ്നേഹവും വ്യക്തമായി തെളിയിക്കുന്നവയാണ് അദ്ദേഹത്തിന്റെ കത്തുകൾ. അവ ഞാൻ മനോരമപത്രത്തിൽ പ്രസിദ്ധം ചെയ്യാൻ നിശ്ചയിച്ചിരിക്കുകയാണ്. പിന്നീട് അവ ഒന്നായി ശേഖരിച്ച് ഒരു പുസ്തകമാക്കി അച്ചടിപ്പിക്കാനും ഉദ്ദേശിക്കുന്നുണ്ട്. അതിനായി സദയം അനുവദിച്ച മാന്യ *മനോരമ* പ്രവർത്തകന്മാർക്ക് എന്റെ കൃതജ്ഞത മുൻ കൂട്ടി ഇവിടെ പ്രസ്താവിച്ചു കൊള്ളുന്നു."

നിവർത്തിവെച്ച പത്രത്താളിൽ മീനാക്ഷിയുടെ കണ്ണീരുണങ്ങി. അമ്മാവന്റെ പെട്ടിയിൽ, പഴയ *മനോരമ* പത്രങ്ങൾ അപൂർവ്വ വസ്തുവായി സൂക്ഷിച്ചിരിക്കുന്നു. കെട്ടിവെച്ച താളുകൾ നിവർത്തിയിടുമ്പോൾ അവൾക്ക് പിന്നേയും സങ്കടം വന്നു. എസ് മൊയാരത്തെ ആവേശം പൂർവ്വം വായിച്ച്, ചാത്തുനമ്പ്യാർ ചില ഭാഗത്ത് അടിവരയിട്ട് വച്ചിരിക്കുന്നു. ചാത്തു നമ്പ്യാരുടെ പഴയ പെട്ടി കരുതിവെച്ചത് വിവേകാനന്ദന്റെ കത്തുകൾ മാത്രമായിരുന്നില്ല, തന്റെ കൈയിൽ പതിഞ്ഞ മരുമകന്റെ എല്ലാ എഴുത്തുകളുമായിരുന്നു.

ശങ്കരൻ വന്നു കയറിയപ്പോൾ, ആ പഴയപെട്ടി അവൾ സഹോദരന്റെ മുമ്പിൽ തുറന്നുവെച്ചു. അവളോടൊപ്പം ശങ്കരനും വെന്തു നീറി. അമ്മാവൻ പറഞ്ഞതുപോലെ നല്ല കത്തുകൾ തെരഞ്ഞെടുത്ത് പുസ്തകമാക്കാനുള്ള തയ്യാറെടുപ്പിലായിരുന്നു ശങ്കരൻ. സാമ്പത്തിക പ്രയാസങ്ങൾക്കിടയിൽ *മനോരമ*യിൽ നിന്ന് ലഭിച്ച എട്ടണയ്ക്ക് സ്വർണ്ണ

ത്തിന്റെ മൂല്യമായിരുന്നു.

മീനാക്ഷി അമ്മാവൻ അടിവരയിട്ട ഭാഗങ്ങൾ ശങ്കരന് കാണിച്ചു കൊടുത്തു. എത്രസൂക്ഷ്മമായ വായനയാണ് അമ്മാവൻ നടത്തിക്കൊണ്ടിരുന്നത് എന്നോർത്ത് ശങ്കരൻ വിസ്മയിച്ചു.

1892 സെപ്തംബർ 20 ന് ബോംബായിൽ വെച്ച് എഴുതിയ കത്തിൽ സ്വാമി വിവേകാനന്ദൻ പറഞ്ഞത് അടിവരയിട്ടിട്ടുണ്ട്.

"നാം സഞ്ചരിക്കണമെന്നാണ്. നമ്മൾ അന്യരാജ്യങ്ങളിലൊക്കെ പോകണം. മറ്റു ദിക്കുകളിലെ സമുദായയന്ത്രങ്ങൾ തിരിയുന്നതെങ്ങനെയെന്നു ചെന്നു നോക്കണം."

ഇതൊക്കെയാവാം അമ്മാവനെ കല്ക്കത്ത എന്ന സ്വപ്നത്തിലേക്ക് കൊണ്ടുപോയിട്ടുണ്ടാകുക.

തങ്ങളിരിക്കുന്ന ഇടം സ്വർഗ്ഗമാണെന്ന് വിശ്വസിച്ച്, ആഭാസമായ ഗോഷ്ഠി കാണിക്കുന്ന ഭാരതീയരെ സ്വാമി വിവേകാനന്ദൻ പരിഹസിക്കുന്നു. ഒരു പറയനെ പ്ലേഗ് പോലെ വർജ്ജിച്ചകറ്റുന്നവരെ വിവേകാനന്ദൻ ചോദ്യം ചെയ്യുന്നു.

"എപ്പോഴാണ് ഈശ്വരാ! മനുഷ്യനു മനുഷ്യൻ സഹോദരനായിത്തീരുന്നത്?"

ഉള്ളുനൊന്തെഴുതിയ ഈ വരികൾ, കല്ക്കത്തയിൽ വെച്ച് വായിച്ചപ്പോൾ തന്നെ തീരുമാനിച്ചിരുന്നു. ഇത് മലയാളക്കരയിൽ എത്തിക്കണമെന്ന്. മനുഷ്യസ്നേഹം വാക്കുകളിൽ തുളുമ്പിപ്പകരുമ്പോൾ എങ്ങനെയാണത് ലോകത്തിന് വെളിപ്പെടുത്താതിരിക്കുക.

മീനാക്ഷി പെട്ടി അടച്ചുവെച്ച് മുഖത്തേക്ക് നോക്കി.

"നോവൽ അവസാനിപ്പിച്ചോ?"

"ആദ്യഭാഗം ഒരു വിധത്തിൽ തീർത്തു."

കോൺഗ്രസിനേയും പെൺകിടാവിനേയും ഒന്നിച്ചു കൊണ്ടുപോകാൻ പ്രയാസമാണ്.

മീനാക്ഷി എഴുന്നേറ്റു.

"നോവലിന്റെ അവസാനഭാഗം ഞാൻ പറയട്ടെ."

ശങ്കരൻ വിസ്മയത്തോടെ അവളെ നോക്കി. എവിടെ നിന്നാണ് അവൾ നോട്ടുബുക്ക് കണ്ടെടുത്തത്. കൊച്ചുകുഞ്ഞ് ഹൃദിസ്ഥമാക്കിയ വരികൾ ഉരുവിടുന്നതുപോലെ അവൾ മന്ത്രിച്ചു.

"അവരുടെ ജീവിതത്തിൽ ഒരു സ്വർണ്ണക്കണ്ണിയായി നിന്ന് കാലം അവരെ രണ്ടുപേരേയും യോജിപ്പിക്കണമേ!"

അവൾ അയാളുടെ കണ്ണുകളിലേക്ക് നോക്കി ചോദിച്ചു.

"എന്തൊരു പ്രാർത്ഥനയാ ഇത്. എഴുത്തുകാരനുതന്നെ ഭാരതിയേയും ശ്രീധരൻ നമ്പ്യാരേയും യോജിപ്പിച്ചുകൂടെ."

അകത്തേക്കുനടക്കുമ്പോൾ അവൾ വിളിച്ചുചോദിച്ചു.

"നമുക്കൊരു ഭാരതിയെ കണ്ടെത്തേണ്ടേ?"

രൂക്ഷമായി ഒന്നുതിരിഞ്ഞുനോക്കി അകത്തേക്കു നടന്നു. തന്റെ

ഭാരതി കോൺഗ്രസാണെന്ന് അവൾക്ക് പറഞ്ഞാൽ മനസ്സിലാവില്ല.

ഭാരതിയുടേയും ശ്രീധരൻ നമ്പ്യാരുടേയും യോജിപ്പിനേക്കാൾ ഏറെ പ്രതിസന്ധിയാണ് പുസ്തകത്തിനുണ്ടായത്. പ്രസ്സിൽ കൊടുത്ത് ആ ഒന്നാം ഭാഗം പൂർത്തിയാക്കാൻ പതിനെട്ട് മാസമാണ് എടുത്തത്. എഴുത്തിനോടുള്ള അഭിനിവേശങ്ങളെ മുഴുവൻ അതു വിഴുങ്ങിക്കളഞ്ഞു. എന്നാൽ വിവേകാനന്ദന്റെ കത്തുകൾക്ക് അത്രയധികം കഠിനപരിശ്രമം ആവശ്യമായിരുന്നില്ലെങ്കിലും വിവേകാനന്ദനേക്കാൾ മുമ്പ് *പെൺകിടാവിന്റെ തന്റേടം* ഇറങ്ങി.

എഴുത്തിനേക്കാൾ വലിയ രാഷ്ട്രീയപ്രവർത്തനം വായനയാണ്. ലോകം കണ്ട കണ്ണുകളാണ് ഓരോ വായനക്കാരന്റേയും. വായിക്കാത്ത ഓരോ രാഷ്ട്രീയ പ്രവർത്തകനും കെട്ടിയിട്ട കുറ്റിക്കു ചുറ്റും തിരിയുന്ന കാളയ്ക്ക് സമാനരാണ്. ബംഗാൾ വാസം വായനയെ ത്രസിപ്പിക്കുന്ന ഒന്നായി തീർത്തു. വായിക്കുന്നവർക്കുമാത്രമേ പ്രവർത്തിക്കാൻ സാദ്ധ്യമാവുകയുള്ളൂവെന്ന് ബോദ്ധ്യപ്പെടുത്തിയ ഇടമാണത്. അതുകൊണ്ടു തന്നെ എല്ലാദിവസവും വൈകുന്നേരം നിടുമ്പ്രത്ത് നിന്ന് തലശ്ശേരിക്ക് നടത്തം പതിവാക്കി. അഭ്യസ്ഥവിദ്യരെ ബ്രിട്ടീഷ് വിരോധികളാക്കുന്നതിലേക്ക് നയിച്ച, ഹോംറൂൾ പ്രസ്ഥാനത്തിന്റെ മുഖപത്രം, *ന്യൂ ഇന്ത്യ* എല്ലാദിവസവും രാത്രി എട്ടുമണിവരെ വായിച്ചു. ഹോംറൂൾ പ്രസ്ഥാനത്തിന്റെ ചൂട് ആവാഹിച്ചുകൊണ്ടാണ് പാനൂരിലെ കോൺഗ്രസിന്റെ ഒന്നാം സമ്മേളനം നടന്നത്. നിരന്തരമായ വായനയുടെ ഫലം നന്ദി പ്രസംഗത്തിന് ഗുണം ചെയ്തു.

സഞ്ചാരവും വായനയും വിശ്രമമില്ലാത്ത സ്വപ്നങ്ങൾ രൂപപ്പെടുത്തി. രാത്രിയിൽ ഇന്ത്യ ഒരു സ്വപ്നംപോലെ ഉറക്കിനെ ഇല്ലാതാക്കി. അമൃത് സരസ്സിലെ കൂട്ടക്കൊല പാതിരാത്രിയിൽ കൺമുൻപിൽ കണ്ടു. സ്ത്രീകളുടെ മുൻപിൽ നഗ്നമാക്കിനിർത്തി മുക്കാലിയിൽ കെട്ടി അടിവാങ്ങിയ പഞ്ചാബിലെ പോരാളികൾ മുദ്രാവാക്യം മുഴക്കി. തെരുവിലൂടെ നഗ്നകളാക്കി നടത്തിച്ച യുവതികളെയോർത്ത് ഉള്ള് പൊള്ളി. ചുട്ട് പതയ്ക്കുന്ന വെയിലിലൂടെ എട്ടും പത്തും വയസ്സായ കുഞ്ഞുങ്ങൾ പൊലീസ് സ്റ്റേഷനിലേക്ക് നയിക്കപ്പെടുന്നത് കണ്ട് രോഷാകുലനായി. വിവാഹസ്ഥലത്ത് മർദ്ദനമേറ്റ വധൂവരന്മാരുടെ ചിത്രങ്ങൾ മനസ്സിൽ തീയായി മാറി. ഒന്നാം ലോക യുദ്ധത്തിൽ ബ്രിട്ടീഷുകാരൻ ജയിച്ചത് ഇന്ത്യക്കാരുടെ ദുരന്തമാണോ? ആനിബസന്റും ഹോംറൂളും കാഴ്ചക്കാരാവുകയാണോ? മനസ്സിനൊപ്പം ശരീരവും തളർന്നു. രാത്രിയിൽ ജ്വരബാധിതനെപോലെ പിറുപിറുത്തു.

അമ്മ കാവലിരുന്നു. മീനാക്ഷി വൈദ്യരിൽ നിന്ന് കഷായംകൊണ്ട് വന്ന് കുടിപ്പിച്ചു.

“അവനവനുണ്ടെങ്കിലേ നാടുള്ളൂ..”

അരിശത്തോടെ അവളെനോക്കി, ജാലിയൻ വാലാബാഗിൽ പിടഞ്ഞു മരിച്ച മനുഷ്യരെക്കുറിച്ച് പറഞ്ഞ് രോഷംകൊണ്ട്.

"ഞാനില്ലെങ്കിലും നാടുണ്ടാവും.."

അവൾ ആവേശത്തിമർപ്പിനെ പുഞ്ചിരികൊണ്ട് ചോദ്യം ചെയ്തു.

ഉറക്കപ്പിച്ചിലെന്നപോലെ അവളോട് പറഞ്ഞു.

"മീനാക്ഷീ.. അറിഞ്ഞോ അമൃതസരസ്സിൽ മോത്തിലാൽ നെഹ്രുവിന്റെ അദ്ധ്യക്ഷതയിൽ മഹാത്മാഗാന്ധി സഹകരണത്യാഗമെന്ന പുതിയ സമരമുറ പ്രഖ്യാപിച്ചിട്ടുണ്ട്."

അകത്തേക്ക് കയറി വന്ന ഇളയമ്മ മുറുമുറുത്തു.

"നീയും നിന്റെ ഒരു ഗാണ്ടീം.. കോൺഗ്രസ്കാര് നാട് നശിപ്പിക്കുന്നാ എല്ലാറും പറേന്നത്.."

ഇളയമ്മ അകത്തേക്ക് കേറിപ്പോയപ്പോൾ മീനാക്ഷിയോട് ചോദിച്ചു.

"നെന്റെ ഏട്ടൻ നാട് നശിപ്പിക്കുന്ന കൂട്ടത്തിലുണ്ടാവുന്ന് നെനക്ക് തോന്നുന്നുണ്ടോ?"

പെട്ടെന്ന് ചുമ വന്ന് തൊണ്ടയിൽ കുരുങ്ങി. ശ്വാസമെടുക്കാൻ തടസ്സപ്പെട്ട് ചുമയുടെ കയറ്റിറക്കങ്ങൾ.. അവൾ നടുവ് തടവി തന്നു.

"നാട് നശിപ്പിക്കൂല്ല. സ്വയം നശിക്കും.."

നാവ് കുഴഞ്ഞ് പോകുകയാണ്. അവളോട് മറുപടി പറയാൻ കരുതിയ വാക്കുകൾ അപ്രത്യക്ഷമായി.

"തല്ക്കാലം അത്ര സ്വാതന്ത്ര്യം മതി. മിണ്ടാതെ കെടക്ക്.."

അവളുടെ ആജ്ഞയനുസരിച്ച് കിടക്കുമ്പോഴും മനസ്സ് മഞ്ചേരിയിലായിരുന്നു. സമ്മേളനത്തിന്റെ ഒരുക്കങ്ങൾക്ക് ജീവൻ വെച്ചു; എത്തിയേ പറ്റൂ... എഴുന്നേറ്റ്, കുപ്പായമെടുത്തിടാനായി കൈ അയയിലേക്ക് നീണ്ടപ്പോൾ കൈ കടന്ന് പിടിച്ച് മീനാക്ഷി,

"എങ്ങോട്ടാ.."

അവളുടെ കൈ തട്ടിമാറ്റി ഉറപ്പിച്ച് പറഞ്ഞു.

"എനിക്ക് പോണം."

അവൾ വാശിയിലാണ്.

"പറ്റൂല്ല. മഞ്ചേരീല് പല്ലക്കില് വരുന്ന നിങ്ങളെ നേതാക്കന്മാര് സമ്മേളനം നടത്തട്ടെ.."

കട്ടിലിലിരുന്ന് കെഞ്ചുന്നപോലെ അവളെ നോക്കി.

"മീനാക്ഷീ.. നെനക്ക് നെന്റെ ഏട്ടനാണ് വലുത്.."

അവൾ അടുത്ത് വന്നിരുന്നു.

"സംശയന്താ.. രണ്ടാഴ്ചയായി കെടപ്പല്ലേ.. ഏട്ടൻ തന്ന്യാ വലുത്.."

അവളുടെ കണ്ണുകളിലേക്ക് നോക്കി സ്നേഹത്തോടെ മന്ത്രിച്ചു.

"പക്ഷേ, നെന്റെ ഏട്ടന് വലുത് ഈ നാടാണ്.."

അസുഖത്തിന്റെ പാരമ്യത്തിലാണ് അയാൾ ഉള്ളതെന്ന് ആരേക്കാളും നന്നായി അവൾക്ക് അറിയാമായിരുന്നു. അവൾ അയാളുടെ കണ്ണുകളിലേക്ക് നോക്കി. ദീനംകൊണ്ട് കുഴിയിൽ ആണ്ട് പോയിരിക്കുന്നു. മുഖം കുറെക്കൂടി ശുഷ്കിച്ചിരിക്കുന്നു. വരണ്ട് താടിരോമങ്ങൾ അസ്വസ്ഥമായി കഴുത്തു നീട്ടിയിരിക്കുന്നു. എണ്ണതേക്കാത്ത മുടിയിഴകൾ

ചെമ്പിച്ച നിറം പിടിച്ചുവാങ്ങിച്ചിരിക്കുന്നു. കൈകൾ മെലിഞ്ഞ് ഉണങ്ങിയിരിക്കുന്നു. അവൾ, അയാളുടെ കൈകളെടുത്ത് തന്റെ കൈകളിൽ വെച്ചു. അപ്പോൾ അയാൾക്ക് നാണിയെ ഓർമ്മ വന്നു. വലതുവശത്ത് അവൾ കൂട്ടിരിക്കുന്നുണ്ടെന്ന തോന്നലിൽ തല ചെരിച്ചു. കണ്ണുകൾ നിറഞ്ഞൊഴുക്ക് തുടങ്ങി. നാണി മീനാക്ഷിയെപ്പോലെയല്ല, അമ്മയെ പോലെയാണ്. സ്നേഹം പ്രകടിപ്പിക്കാനറിയാതെ സ്വയം മറന്ന് സ്നേഹിക്കുന്നവൾ.. ഒരു നോട്ടംകൊണ്ടുപോലും സഹോദരനോടുള്ള വാത്സല്യം പ്രകടിപ്പിക്കുന്നവൾ.. വാക്കുകൾകൊണ്ട് സ്നേഹിക്കാൻ അശക്തയായിരുന്നു അവൾ.. പക്ഷേ, അവളെപ്പോലെ സ്നേഹിക്കാൻ മറ്റൊരാൾക്ക് അസാദ്ധ്യവും.. പിടിച്ചുവെക്കാൻ ശ്രമിച്ച ഒരു തുള്ളി തുളുമ്പി പോയി.. മീനാക്ഷിയുടെ കൈകളിൽ ഒരു തുള്ളി...

"ഏട്ടൻ കരയ്യാണോ.."

വരണ്ട ചിരിയോടെ കണ്ണുകൾ തുടച്ചു.

"ഏയ്.. ഇല്ല. ഞാൻ നാണിയെ ഓർത്തുപോയി.."

അവളും നിശ്ശബ്ദയായി. കെട്ടുപൊട്ടിച്ച്, ഓർമ്മകളിലേക്ക് അവളും സഞ്ചരിച്ചു. മനുഷ്യനെ മനുഷ്യനാക്കുന്ന കെട്ടുകളാണ് സ്നേഹം എന്ന് ശങ്കരനോർത്തു. സമ്പത്തിന്റെയും അധികാരത്തിന്റെയും ഗർവ്വിന്റെയും ഇടങ്ങളെ പുറം തള്ളി സ്നേഹം അതിന്റെ ലോലമായ നൂലുകൾകൊണ്ട് ബന്ധിപ്പിച്ചിരിക്കുന്നു. വ്യക്തിബന്ധിതമായ കെട്ടുകൾക്കപ്പുറത്ത് സ്നേഹത്തെ സഫലീകരിക്കുന്ന സാമൂഹികമായ കെട്ടുകളെക്കുറിച്ച് ശങ്കരനോർത്തു. നാണുവിനെ നാരായണഗുരുവാക്കിത്തീർത്തതും നരേന്ദ്രനെ വിവേകാനന്ദനാക്കിയതും ലോകത്തോടുള്ള വിശദമാക്കാൻ പറ്റാത്ത അനുരാഗം തന്നെയാണ്. വിവേകാനന്ദന്റെ നാലാമത്തെ കത്ത് വിവർത്തനം ചെയ്യുമ്പോൾ ശങ്കരനോർത്തതും അത് തന്നെയായിരുന്നു. ലോകത്തോടല്ല വിവേകാനന്ദൻ മൊഴിയുന്നത്. തന്നോടാണ് തന്നോട് മാത്രം. ഏറ്റവും സ്വകാര്യമായ ആനന്ദത്തിന്റെ നിമിഷങ്ങളിൽ വിവേകാനന്ദൻ മന്ത്രിച്ചു.

"ധനികന്മാരെന്നു പറയുന്നവരെ മാത്രം നീ ഇക്കാര്യത്തിൽ നോക്കണ്ട. അവർ ജീവിച്ചിരുന്നതും മരിച്ചിരിക്കുന്നതുമായി വ്യത്യാസം വിശേഷിച്ചൊന്നുമില്ല. നിന്നെപ്പോലുള്ള ചെറുപ്പക്കാരെക്കൊണ്ടു വേണം ലോകം നന്നാകുവാൻ എന്നൊരാശയേ എനിക്കുള്ളൂ..."

ദാർശനികനും സാമൂഹിക വിപ്ലവകാരിയും ഒരാളായിത്തീരുമ്പോൾ സംഭവിക്കുന്ന മഹാത്ഭുതങ്ങളാണ് അദ്ദേഹത്തിന്റെ വാക്കുകൾ. ഇത് മീനാക്ഷിക്ക് മനസ്സിലാവുമോ? സംശയമാണ്. അവൾക്ക് വലുത് അവളുടെ സഹോദരനാണ്. മാനസികാവസ്ഥ വായിച്ചെടുത്തതുപോലെ മീനാക്ഷി മുഖം തരാതെ എഴുന്നേറ്റു.

"ഞാൻ പറഞ്ഞാലും ഏട്ടൻ പോകാതിരിക്കില്ലെന്ന് എനിക്കറിയാം. ഏട്ടന്റത്ര ബുദ്ധി എനിക്കില്ല. പക്ഷേ, ചെറുപ്പത്തിൽ ഏട്ടൻ വായിച്ചു പഠിച്ച ഒരു സംസ്കൃത ശ്ലോകം ഉണ്ടായിരുന്നു. ശരീരമാദ്യം.. എന്നോ

മറ്റോ ആണതിന്റെ തുടക്കം. അതിന് നമ്മുടെ ഭാഷേല് ഒറ്റ അർത്ഥേ ഇള്ളൂ.. തടിയിണ്ടെങ്കില് പുല്ലും പറിക്കാം.. ഏട്ടൻ കെടന്നോളൂ.. ഇനി പോന്നുണ്ടെങ്കിലും അമ്മയറിയണ്ട..”

മീനാക്ഷിയെ ഇതുവരെ മനസ്സിലായിട്ടില്ലെന്ന് ആദ്യമായി തോന്നി.

അവൾ അകത്തേക്ക് നടന്നു.

തല ചെരിച്ചു കിടന്ന് ജനാലയിലൂടെ പുറം ലോകത്തെ കണ്ടു. ഇരുണ്ട് തുടങ്ങുകയാണ്. ഇരുട്ടിൽ തീർക്കാനാണ് ശ്രമമെങ്കിൽ അത് മാത്രമേ സാദ്ധ്യമാവുകയുള്ളൂ.. വെളിച്ചത്തിനുവേണ്ടി ഇരുട്ടിന്റെ എല്ലാ കോട്ടകളേയും ഭേദിക്കണം. ചാടിയെഴുന്നേറ്റു. കുപ്പായവുമിട്ട്, സഞ്ചിയിൽ ഒന്നുരണ്ട് മുണ്ടും കുപ്പായവും തിരുകിക്കയറ്റി പുറത്തേക്ക് നടക്കുമ്പോൾ അകത്തേക്ക് നോക്കി സ്വയം പറഞ്ഞു–മീനാക്ഷീ ക്ഷമിക്കുക...

വയൽവരമ്പിലൂടെ ഇടവഴിയിലേക്ക് കയറുമ്പോൾ കുനിയേരി താല മുമ്പിൽ വന്നുപെട്ടു. വയലിൽ നിന്ന് പണി കഴിഞ്ഞുള്ള കുതിപ്പാണ്. മൊയാരത്തെ ശങ്കരൻ നമ്പ്യാറെ കണ്ട് ഒതുങ്ങിനിന്നു അമ്മയുടെ പ്രായമുള്ള താല.

“എന്താ താലേമ്മേ ബിശേഷം?”

ഇരുട്ടിലും താലേമ്മയുടെ ഞെട്ടൽ. ജാതിയിൽ താണവർക്ക് അമ്മ വിളിയില്ല.

“ഒന്നുല്ല കൈക്കോറെ.. ഇങ്ങളെങ്ങോട്ടാ ഈ മയ്മ്പിന്..”

“മഞ്ചേരി വരെ പോകണം. കോൺഗ്രസിന്റെ ഒരു സമ്മേളനോണ്ട്..”

“അധികാരി പറഞ്ഞത് മൊയാരത്തെ ചെറ്യനമ്പ്യാറ് നാട് മുടിക്കൂന്നാ.. ഇങ്ങളൊക്കെ ജാതി ഇല്ലാണ്ടാക്കി കളയൂന്നാ പറേന്നത്..”

“ജാതി ഇല്ലാണ്ടാവുന്നത് നല്ലതല്ലേ താലേമ്മേ..”

“ഊയിശന്റെ മുത്തപ്പാ ഇങ്ങള് എന്നാ കൈക്കോറെ പറയ്ന്ന്.. ജാതില്ലാണ്ടായാല് അധികാരീന്റെ പറമ്പില് ആരാ തെങ്ങ് കെട്ട്യാ.. ആരാ തിരുമ്പിക്കൊടുക്ക്യാ... തിരുവങ്ങാട്ടമ്പലത്തില് ആരാ പൂജ ചെയ്യാ...”

ആരാണ്.. ആരാണ്.. ഇതൊക്കെ ചെയ്യുക.

“കൈക്കൊറേ ഞാൻ പോട്ടെ.. ചൂട്ടേം എട്ത്തിറ്റ് ആരോ വെരുന്ന്ണ്ട്..”

താലേമ്മ വയലിലിറങ്ങി മുന്നോട്ട് കുതിച്ചു. ശങ്കരൻനമ്പ്യാർ ശങ്കരനും താല താലമ്മയും ആവുന്ന കാലമെപ്പോഴാണ്?

വിവേകാനന്ദന്റെ കത്തുകൾ നൂറ് നൂറ് ചോദ്യങ്ങളായി ചിതറിത്തെറിച്ചു. തർജ്ജമ ചെയ്യുമ്പോൾ വാക്കുകൾ ഇത്രമാത്രം അക്രമാസക്തമായി തീരുമെന്ന് ശങ്കരൻ കരുതിയിരുന്നില്ല.

നമ്മുടെ നാട്ടിലെ യുവാക്കൾ ജപ്പാൻ രാജ്യം കണ്ട് പഠിക്കണമെന്നാണ് വിവേകാനന്ദൻ ഉദ്ബോധിപ്പിച്ചത്. ഇന്ത്യ ഉല്കൃഷ്ടമായ രാജ്യമായി അവർ കാണുമ്പോഴും യഥാർത്ഥത്തിൽ അന്ധതയും ദുർഭഗത്വും നിറഞ്ഞ ഇടമാണെന്ന് വിവേകാനന്ദൻ എഴുതി.

“നിങ്ങൾ ഒരു കൂട്ടം ജലപ്പിശാചുക്കൾ! നിങ്ങൾക്ക് വെളിക്കിറ

ങ്ങിയാൽ ജാതി പോകുമത്രെ! അന്നന്നു പെരുകി വരുന്ന അന്ധവിശ്വാസച്ചുമടുകളും തലയിൽ പേറിക്കൊണ്ടു-മൂലയിൽ ഇരുന്നുകൊണ്ടു- നിങ്ങൾ എത്ര നൂറ്റാണ്ടുകളായി കഴിക്കുന്നു! എത്രയോ പുരുഷാന്തരമായി പഴകി ജീർണ്ണിച്ച ജാത്യാചാരങ്ങളുടെ ക്രൂരശാസനകൾ ഭയപ്പെടുത്തി മനുഷ്യപരമ്പരകളേ ചവിട്ടിത്തേച്ചുകൊണ്ട് അവിടെ തൊടാമോ ഇവിടെ തൊടാമോ അവൻ തൊട്ടതു തിന്നാമോ ഇവൻ തൊട്ടതു തിന്നാമോ എന്നുള്ള തർക്കവും ശാഠ്യവുംകൊണ്ടു വൃഥാ കാലക്ഷേപം ചെയ്യുന്ന നിങ്ങളാരാണ്? നിങ്ങളിപ്പോഴെന്താണ് ചെയ്യുന്നത്?"

വിവേകാനന്ദന്റെ ചോദ്യം കല്ക്കത്തെയിൽനിന്നോ ജപ്പാനിൽനിന്നോ അല്ല. തൊട്ടടുത്ത് നിന്നാണ്. സ്വാമി വിവേകാനന്ദന്റെ കത്തുകൾ ഉടൻ പുസ്തകമാക്കണം. കോൺഗ്രസുകാർപോലും ജാതി ഒരംഗീകാരവും ആനന്ദവുമായി കാണുമ്പോൾ നാം അറിയുന്നതല്ല ജീവിതം എന്ന് അവരെയെങ്കിലും ബോദ്ധ്യപ്പെടുത്തണം. എഴുത്ത് ഒരു സമരവും കൂടിയാണ്. അവനവനോടും ലോകത്തോടുമുള്ള ഒരു സമരം.

മഞ്ചേരിയെത്തിയപ്പോൾ അസുഖം അവധിയെടുത്തു. മനസ്സ് ശരീരത്തെ ചലിപ്പിച്ചുകൊണ്ടിരുന്നു. കോൺഗ്രസ് സമ്മേളനത്തിൽ സ്വയം മറന്നു. മൂന്ന് ദിവസവും കഠിനാദ്ധ്വാനത്തിലൂടെ കടന്നുപോയി. *ഹിന്ദു* പത്രാധിപർ കസ്തൂരിരംഗയ്യങ്കാരുടെ അദ്ധ്യക്ഷതയിൽ നടത്തിയ സമ്മേളനത്തിൽ സഹകരണത്യാഗപ്രമേയത്തെ പരാജയപ്പെടുത്താൻ ആനിബസന്റിന്റെ ശിഷ്യൻ രാമയ്യർ കിണഞ്ഞു പരിശ്രമിച്ചു. കുടിയാൻ പ്രമേയം അവതരിപ്പിച്ചാൽ സഹകരണത്യാഗത്തെ എതിർക്കുമെന്ന ജന്മിമാരുടെ ഭീഷണി. സഹകരണത്യാഗവും കുടിയാൻ പ്രമേയവും അയിത്തോച്ചാടനപ്രമേയവും വമ്പിച്ച ഭൂരിപക്ഷത്തോടെ പാസായതോടെ കോൺഗ്രസിൽനിന്ന് ഹോംറൂൾകാരും യാഥാസ്ഥിതികരും പിന്മാറി. മഞ്ചേരി സമ്മേളനം അക്ഷരാർത്ഥത്തിൽ എം പി നാരായണമേനോന്റെ കരുത്തും ഊർജ്ജവും വിളിച്ചുപറഞ്ഞ ഒന്നായിരുന്നു. ചരിത്രപരമായ ആ സമ്മേളനത്തിൽ പങ്കെടുത്തില്ലായിരുന്നുവെങ്കിൽ അത് തന്നോട് തന്നെ കാണിക്കുന്ന അനീതിയായിത്തീരുമെന്ന് ശങ്കരന് തോന്നി.

തറവാട്ടിൽ എത്തിയപ്പോഴേക്ക് ശരീരം നിസ്സഹകരണം തുടങ്ങിക്കഴിഞ്ഞു. അമ്മ പതിവുപോലെ മൗനം പാലിച്ചു. മീനാക്ഷി പിറുപിറുത്തുകൊണ്ടിരുന്നു.

"കോഗ്രസ്കാര് വരട്ടെ സൂക്കേട് മാറ്റാൻ.."

അവളോട് തർക്കശാസ്ത്രം നടത്തി ജയിക്കാനുള്ള കെല്പ് ശരീരത്തിനുണ്ടായിരുന്നില്ല.

ശരീരവും രോഗവും തമ്മിലുള്ള യുദ്ധം തുടർന്നപ്പോൾ മീനാക്ഷി സങ്കടപ്പെട്ടു. ഓരോ ദിവസം കഴിയും തോറും ശരീരം ക്ഷയിച്ച് വരുന്നത് മീനാക്ഷിയെ അസ്വസ്ഥയാക്കി. അമ്മയും ഇളയമ്മയും മീനാക്ഷിയും രാത്രികളിൽ കാവലിരുന്നു. മയക്കത്തിന്റെയും ഉറക്കത്തിന്റേയും നാളുകൾ എത്രയാണെന്ന് നിശ്ചയമുണ്ടായിരുന്നില്ല. അർദ്ധമയക്കത്തിൽ

ഏതൊക്കെയോ വൈദ്യരുടെ കഷായക്കൂട്ടുകൾ വിഴുങ്ങി.

പകലുറക്കത്തിനിടയിൽ എപ്പോഴോ കണ്ണുതുറന്നപ്പോൾ മുമ്പിൽ അവളാണ്.. പേരില്ലാത്ത പെണ്ണ്.

"അമ്മ കുളിക്കാൻ പോയതാ.. എന്നോട് ഇവിടിരിക്കാൻ പറഞ്ഞു. നന്നായി ക്ഷീണോണ്ട് അല്ലേ? മീനാക്ഷി പോകണ്ടാന്ന് പറഞ്ഞിട്ട് കേട്ടില്ല. ഇല്ലേ?"

അസ്പഷ്ടമായി പറഞ്ഞു.

"നാടു വിളിച്ചാൽ പോകാതിരിക്കാൻ ശങ്കരനാവില്ല."

"ഭിത്തിയില്ലാണ്ട് ചിത്രമെഴുത്ത് നടക്ക്വോ ശങ്കരേട്ടാ.."

അവൾ യുക്തിവിചാരം പുറത്തെടുത്തു.

"എല്ലാ ഭിത്തികളും തകർന്ന് വീണാലും ചിത്രമെഴുത്ത് നടക്കും. ഒരാളല്ല പെണ്ണേ ഈ ലോകത്തെ മാറ്റിവരയ്ക്കുന്നത്.. ഒരുപാട് ആളുകളാ.. ശങ്കരനില്ലെങ്കിലും വേറെ ആണും പെണ്ണും ഉണ്ടായിത്തീരും."

അവളുടെ പേര് എന്താണെന്ന് ചോദിക്കണമെന്നുണ്ടായിരുന്നു ശങ്കരന്. വിളിച്ച് വിളിച്ച് അവളുടെ പേരും പെണ്ണ് എന്നായി തീർന്നിരിക്കുന്നു. പക്ഷേ, ഇനി ചോദിക്കുന്നത് ഒരു മര്യാദയില്ലായ്മയായി തീരുമോ എന്നയാൾ സംശയിച്ചു. മീനാക്ഷിയോട് ചോദിക്കണം. പെണ്ണും പേണ്ണേച്ചിയും ഭാവിയിൽ പെണ്ണമ്മയുമായി തീരുന്ന, തറവാട്ടിലെ എല്ലാ വാല്യക്കാരികൾക്കും ഒരു പേരുണ്ടാവാതിരിക്കില്ലല്ലോ?

"എന്നിട്ടും ശങ്കരേട്ടാ.. കോഗ്രസിലെന്താ ഒരുപാട് പെണ്ണുങ്ങളില്ലാത്തത്..?"

"പെണ്ണുങ്ങളും കൃഷിക്കാരും കർഷകത്തൊഴിലാളികളുമൊക്കെ കോൺഗ്രസിൽ മാത്രമല്ല, എല്ലായിടങ്ങളിലും കയറിവരും. രാജാക്കന്മാരും പ്രഭുക്കന്മാരും വലിയ വക്കീലന്മാരും മാത്രമാണ് ഇന്നും കോൺഗ്രസിലുള്ളത്. അത് മാറും."

അവൾ എന്തോ ആലോചിക്കുകയായിരുന്നു.

"ശങ്കരേട്ടാ.. ഞാനും കോഗ്രസില് വരട്ടെ.."

അത് കേട്ട്കൊണ്ടാണ് മീനാക്ഷി വന്നത്.

"ആരുടെ കോഗ്രസിലേക്കാണ് പോകേണ്ടത്..? തമ്പുരാക്കന്മാരുടേം ആണുങ്ങളുടേം കോഗ്രസിലേക്കാ..?"

മീനാക്ഷി പെട്ടെന്ന് കയറിവരുമെന്ന് അവൾ കരുതിയിരുന്നില്ല. തനെന്തോ അവിവേകം പറഞ്ഞ മട്ടിൽ അവൾ തല താഴ്ത്തി. മീനാക്ഷി അവളുടെ കൈകൾ പിടിച്ചു.

"ഒരു കോഗ്രസുകാരനെ തന്നെ തറവാട്ടുകാർ സഹിക്കുന്നില്ല. ഇനി നീയും കൂടി കോഗ്രസായാൽ മൊയാരം തറവാട് മയ്യഴിപ്പൊഴേല് താണുപോവും.."

"മീനാക്ഷീ.. മൊയാരം തറവാട് മാത്രല്ല. എല്ലാ തറവാടുകളും പൊഴയിൽ താണുപോവും. ഒരു സംശയവും ഇല്ല."

മീനാക്ഷി മുറുമുറുത്തു.

“താണുപോവുമ്പം താണുപോട്ടെ.. അത് വരെ ഞങ്ങക്കൊക്കെ ഇങ്ങനേങ്കിലും ജീവിക്കാലോ.. ഏട്ടൻ സമരം ചെയ്യാനേ പഠിച്ചിട്ടുള്ളൂ.. ജീവിക്കാൻ പഠിച്ചിട്ടില്ല. തിരുവങ്ങാട്ട് ടൈപ്പ് റൈറ്റിങ്ങ് ഇൻസ്റ്റിറ്റ്യൂട്ട് തൊടങ്ങിയിട്ടെന്തായി? ടൈപ്പ് ചെയ്യാനും ഷോർട്ട് ഹാന്റ് ചെയ്യാനും അറിയുന്ന ശങ്കരൻനമ്പ്യാർ ആറ് മാസാകുന്നതിനു മുമ്പേ അതും പൂട്ടി.”

ശങ്കരൻ അക്ഷോഭ്യനായി മീനാക്ഷിയെ നോക്കി.

മറുപടി പറഞ്ഞത് മീനാക്ഷിയല്ല, അവളായിരുന്നു.

“മീനാക്ഷീ.. ഗുമസ്തപണിക്കും ടൈപ്പ് റൈറ്റിങ്ങിനും എന്നെ പോലെ അടുക്കളപ്പണിചെയ്യാനും ഇഷ്ടംപോലെ ആളുകളെ കിട്ടും. പക്ഷേ, സമരം ചെയ്യാൻ ശങ്കരേട്ടനെപോലെ അധികമാരേയും കിട്ടില്ല.”

മീനാക്ഷി ഉറക്കെ പറഞ്ഞു.

“എന്നിട്ടാണ് ഈ കിടപ്പ്..”

അവൾ തുടർന്നു.

“വേണ്ടെന്ന് എത്ര പറഞ്ഞതാ.. ഒരു കോഗ്രസുകാരനും വീണു കിടക്കുമ്പം തിരിഞ്ഞു നോക്കിയാ..”

ശരീരം കത്തിക്കരിഞ്ഞ് സ്വയം ഇല്ലാതാവുകയാണ്.

അമ്മാവന്റെ പെട്ടി എടുത്തുവരാൻ പറഞ്ഞ്, കെട്ടിവെച്ച *മനോരമ* പത്രം തുറക്കാൻ പറഞ്ഞു. മീനാക്ഷിയുടെ കൈകളിലേക്ക് അവൾ ആ പത്രക്കെട്ട് എടുത്ത് കൊടുത്തു.

മീനാക്ഷി ഭീതിയോടെ ശങ്കരനെ നോക്കി. എഴുന്നേറ്റിരിക്കാൻ പോലും ശേഷിയില്ലാതെ എന്തിനുള്ള പുറപ്പാടാണെന്ന് അവൾക്ക് മനസ്സിലായില്ല. മീനാക്ഷിയായിരുന്നില്ല, പേരില്ലാത്ത പെണ്ണ് ഉറക്കെ വായിച്ചു.

“എസ് മൊയാരം എഴുതിയ വിവേകാനന്ദന്റെ കത്തുകൾ..”

തൊട്ടടുത്ത പേജ് മറിക്കാൻ പറഞ്ഞു. ഇനിയും മുന്നോട്ടെന്ന് വീണ്ടും വീണ്ടും പറഞ്ഞു. അമ്മാവൻ വരയിട്ട് വെച്ച ഒരു ഭാഗമെത്തിയപ്പോൾ ഉറക്കെ വായിക്കാൻ പറഞ്ഞു.

“വഴിക്ക് വീഴുന്നവർ വീഴട്ടെ, നീ തിരിഞ്ഞു നോക്കണ്ട, നടന്നോ, മുന്നോട്ടുതന്നെ നടന്നോ, സഹോദരാ! നമ്മുടെ പ്രവൃത്തി അങ്ങനെ നടക്കണം. ഒരുത്തൻ പോയാൽ മറ്റൊരുത്തൻ ഏറ്റു നടക്കണം...”

മരണത്തിലേക്കെന്നതുപോലെ കണ്ണുകൾ അടഞ്ഞടഞ്ഞ് താഴുകയാണ്. കവിളിൽ നനവ് പടർന്നു. ശങ്കരന്റെ കണ്ണുനീരായിരുന്നില്ല അത്.

നിറതോക്കുകൾ കളിപ്പാട്ടമാകുമ്പോൾ..

പുസ്തകം തുറന്ന് വെച്ച് ഇരിക്കുമ്പോഴും ചിന്ത വിട്ടൊഴിഞ്ഞില്ല. നാഗ്പൂർ സമ്മേളനം കഴിഞ്ഞെത്തിയ മാധവൻ നായർ പറഞ്ഞത് തന്നെയായിരുന്നു മനസ്സിൽ. സേലം വിജയരാഘവാചാരിയായിരുന്നു അദ്ധ്യക്ഷത വഹിച്ചത്. കോൺഗ്രസിൽ ഒരുകോടി മെമ്പർമാരെ ചേർക്കണം, ഇന്ത്യയിൽ 20 ലക്ഷം നൂൽചക്രം പ്രചരിപ്പിക്കണം, ഹിന്ദു–മുസ്ലിം സമുദായങ്ങൾ യോജിച്ചുത്സാഹിച്ച് പരിപാടികൾ നടപ്പിൽ വരുത്തണം, കൂടാതെ നിയമസഭാപരിഷ്കരണം, കോടതി ബഹിഷ്കരണം, വിദ്യാലയ ബഹിഷ്കരണം, വിദേശവസ്ത്ര ബഹിഷ്കരണം, മദ്യവർജ്ജനം, ഖദർ നിർമ്മാണമെന്നിങ്ങനെയുള്ള പരിപാടികൾ സമ്മേളനത്തിൽ നിർദ്ദേശമായി വന്നു.

“ഒരു കോടി മെമ്പർമാർ, ഒരു കോടി ഉറുപ്പിക, 20 ലക്ഷം ചർക്ക ഇതൊക്കെ ഉട്ടോപ്യൻ പദ്ധതിയാണ്.”

ആനിബസന്റ് പറഞ്ഞ ഉടനെ സി ആർ ദാസ് ചാടി എഴുന്നേറ്റു.

“ലക്ഷം ചക്രം തയ്യാറാക്കാനും ഒരു കോടി ഉറുപ്പിക നല്കാനും ഭാരതം മുഴുവൻ വേണ്ട. ബംഗാളം മതിയാകും.”

സി ആർ ദാസിന്റെ പ്രഖ്യാപനം കേരളത്തിൽനിന്നുള്ള പ്രതിനിധികളായ മാധവൻ നായരും പി അച്യുതനും ഹർഷാരവങ്ങളോടെ പിന്തുണച്ചു.

സി ആർ ദാസ് എന്ന മനുഷ്യന് അസാധാരണ കരുത്തായിരുന്നു.

നോട്ട് ബുക്കിൽ ശങ്കരൻ ശീർഷകം കുറിച്ചു.

“ദേശബന്ധുദാസ്.”

അവൾ പിന്നിലൂടെ വന്ന് കടലാസ് പിടിച്ചുവാങ്ങിച്ച് ഉറക്കെ വായിച്ചു.

"ദേശബന്ധുദാസ്"

അവൾ നോട്ട് ബുക്ക് എടുത്ത് കട്ടിലിനടിയിൽ വെച്ചു.

"മീനാക്ഷി പറേന്നത് പോലെ സൂക്കേടൊക്കെ മാറട്ടെ എന്നിറ്റ് മതി എഴുത്ത്.."

കുത്തിയിരുന്ന അവസ്ഥയിൽനിന്ന് കട്ടിലിലേക്ക് ചെരിഞ്ഞു കിടന്നു.

"ഒരു മാസായില്ലേ കെടപ്പ്.."

ചോദ്യത്തിനവൾ മറുപടി പറഞ്ഞില്ല. കഷായമെടുത്ത് അടുത്തേക്ക് വന്നു.

"കുടിക്ക്.."

കുഞ്ഞിനെ കുടിപ്പിക്കുന്നതുപോലെ നിർബ്ബന്ധിച്ച് കുടിപ്പിച്ചു.

"മൂന്നാല് ദെവസംകൊണ്ട് ശരിയായിക്കൊള്ളും. എന്നിട്ട് മതി ദേശബന്ധു."

അവൾ എഴുന്നേറ്റപ്പോൾ ഉറക്കെ ചോദിച്ചു.

"ആരെന്നറിയോ ദേശബന്ധു? "

"ആരായാലെന്താ.. ഗാന്ധിയായാലും മോട്ടിലാൽ ആയാലും ദേശബന്ധു ആയാലും ശങ്കരേട്ടനെപോലെ മരുമക്കത്തായ തറവാട്ടില് ജനിച്ച് നരകം അനുഭവിക്കുന്നോരല്ല. ഓർക്ക് ഒറ്റ സ്വാതന്ത്ര്യസമരേ ഇള്ളു.. നമ്മക്ക് ഒരു പാട് സമരം ഇണ്ട്.."

വിസ്മയത്തോടെ അവളുടെ മുഖത്തേക്ക് നോക്കി. ആരാണിവൾക്ക് ജ്ഞാനത്തിന്റെ വിത്ത് മുളപ്പിച്ച് നല്കിയത്? ഇത്രയുംകാലം അറിയാത്ത മറ്റൊരാൾ.. ശങ്കരന്റെ നോട്ടം കണ്ടപ്പോൾ ഉറക്കെ പറഞ്ഞു.

"നോക്കണ്ട.. ഞാനും ഇംഗ്ലീഷ് മഹാരാജ്യത്തെ പ്രജ തന്നെയാ...."

അവൾ നിരായുധനാക്കിയെങ്കിലും ചിരി പൊട്ടി.

"ചിരിക്കണ്ട.."

അവൾ വാപൊത്തി. കൈ എടുത്ത് മാറ്റി അവളോട് പറഞ്ഞു.

"നെനക്ക് ചിത്തരഞ്ജൻ ദാസിന്റെ കഥ പറഞ്ഞ് തരാം. "

അയാൾ കഥ പറയാൻ തുടങ്ങി.

"വിക്രമപുരമെന്ന ദിക്കിൽ തളിർബാഗ് എന്ന ഒരു ഗ്രാമമുണ്ട്. അവിടെയാണ് ദേശബന്ധുചിത്തരഞ്ജൻ ദാസിന്റെ പിതാമഹപ്രഭൃതികൾ താമസിച്ചു പോന്നത്. ബംഗാളിന്റെ കിഴക്കൻ പ്രദേശത്തിൽ ഏറെക്കാലമായി എണ്ണപ്പെട്ടുപോന്ന ഒരു വൈദ്യവംശത്തിലാണ് ചിത്തരഞ്ജൻ ദാസിന്റെ ജനനം."

"ഇതൊരുമാതിരി കുട്ടിക്കഥ പോലുണ്ടല്ലോ.."

"നിന്നെപോലുള്ള കുട്ടികൾക്കും മനസ്സിലാവണ്ടേ.."

"ഓ.. തമാശ.. തൊണ്ട വറ്റിക്കേണ്ട..പിന്നെപ്പറയാം.."

ദേശബന്ധുവിന്റെ ജീവചരിത്രമെഴുതാൻ അവൾ സമ്മതിച്ചില്ല. കെട്ടു പൊട്ടിച്ച് മൊയാരത്ത് വീട്ടിൽ നിന്ന് രക്ഷപ്പെടാനും പറ്റിയില്ല. ഒരു ധിക്കാരത്തിന്റെ വിലയാണിതെന്ന് മീനാക്ഷി ഇടയ്ക്കിടെ ഓർമ്മപ്പെടുത്തി. അമ്മയും ഇളയമ്മയും കരുതലുമായി നിന്നു. പരാതിയോ ശാസനയോ

ഇല്ലാതെ അവർ മൗനംകൊണ്ട് കലഹിച്ചു. നാലു സ്ത്രീകൾ സ്നേഹം കൊണ്ട് തീർത്ത തടവറയിൽ നിന്ന് രക്ഷനേടാനാവാതെ, ബന്ധിതനായി ഉഴറി. അവരെയൊന്നും പരിഗണിക്കാതെയുള്ള യാത്ര നല്കിയ ശിക്ഷ യാണ് ഒരു മാസത്തെ കിടപ്പ്. കെട്ടുകൾ മുറുകി വരികയാണ്. അതി നെയൊക്കെ ഭേദിക്കാനുള്ള കരുത്താണ് മഹാത്മാവിന്റെയും ദേശബ ന്ധുവിന്റെയും ജീവിതം.

"ചിലർ മൃഗപ്രായരായി ജീവിക്കുന്നു. ഒരു മനുഷ്യൻ ഈ ഭൂമിയിൽ ജീവിക്കുന്നുണ്ടെങ്കിൽ അയാളെക്കൊണ്ട് ആർക്കെങ്കിലും പ്രയോജനമു ണ്ടാവണം. നന്നായി ജീവിച്ചു എന്നുപറയണമെങ്കിൽ ലോകത്തിൽ വളരെകുറച്ചാളുകൾ മാത്രമേ ജീവിക്കുന്നുള്ളൂ. മരണഭയം എന്നത് യാതൊരു നന്മയും ചെയ്യാത്ത മനുഷ്യർക്ക് മാത്രം ഉള്ളതാണ്. പരാർ ത്ഥമായി ജീവിതം നയിക്കുന്ന സുകൃതികൾക്ക് മരണഭയമില്ല. മരണ ഭീതി മാത്രമല്ല, മരണമെന്നൊരവസ്ഥയെക്കുറിച്ച് കൂടി വിചാരമേതുമില്ല. സി ആർ ദാസിനും ഗാന്ധിജിക്കും മരണമേ ഇല്ല."

പുസ്തകത്തിലെഴുതേണ്ട വാക്കുകൾ, ഇങ്ങനെ അളന്നും തൂക്കിയും തലശ്ശേരി റെയിൽവേസ്റ്റേഷനിൽ എത്തിച്ചേർന്നു.

ആറാഴ്ചത്തെ പനിക്കിടക്കയിൽനിന്ന് എഴുന്നേറ്റെങ്കിലും ശരീരം പൂർവ്വസ്ഥിതിയിലായിരുന്നില്ല. എങ്കിലും വിചാരിച്ചതിലധികം കാലം രോഗാവസ്ഥയിൽ വിശ്രമ ജീവിതം നയിച്ചെന്ന തോന്നൽ മനസ്സിനെ അസ്വസ്ഥമാക്കികൊണ്ടിരുന്നു. സ്നേഹം അതിന്റെ ആഴം വ്യക്തമാക്കു ന്നതൊക്കെയും പറക്കാൻ അനുവദിച്ചുകൊണ്ടല്ല, ബന്ധനത്തിൽ നിർ ത്തിക്കൊണ്ടാണ്. പറന്നാൽ പിടിവിട്ട് പോവുന്നതാണ് എല്ലാ ഇഷ്ടങ്ങളും എന്ന് മനുഷ്യർ ഭയപ്പെടുന്നു. നിസ്സഹായതയെ പരിഗണിക്കുന്നതാണ് സ്നേഹം; സ്വാതന്ത്ര്യത്തെ അംഗീകരിക്കലല്ല. വൈയക്തിക സ്നേഹ ത്തിൽ നിന്ന് പുറത്ത് കടന്ന് ലോകപ്രേമത്തിലേക്ക് കുതിക്കുമ്പോഴാണ് ലോകം മനോഹരമാകുന്നത്. സ്വാതന്ത്ര്യത്തിന്റെ ലോകം മറ്റുള്ളവർക്ക് നല്കാനുള്ള പോരാട്ടമാണ് ജീവിതം. ആ ജീവിതത്തെയാണ് ഗാന്ധിജി സ്പർശിക്കുന്നത്.

ഗാന്ധിജിയും ഷൗക്കത്തലിയും ഇന്ത്യ മുഴുവൻ പര്യടനത്തിലാണ്. ബ്രിട്ടീഷ് ഭരണത്തെ ഒരു വർഷത്തിനകം പുറംതള്ളുമെന്ന ദൃഢനിശ്ചയ ത്തിലാണ് രണ്ടുപേരും. ഹിന്ദു മുസ്ലിം ഐക്യത്തിലൂടെ അക്രമരാഹിത്യം എന്ന മുദ്രാവാക്യമുയർത്തി, ഖിലാഫത്ത് സമ്മേളനത്തിന്റെ ഭാഗമായി, കോഴിക്കോടെത്തി. അവിടെനിന്ന്, മംഗലാപുരത്തേക്ക് പോകുന്ന വഴിയിലാണ് തലശ്ശേരി റെയിൽവേ സ്റ്റേഷനിൽ അഞ്ച് മിനിറ്റ് സംസാ രിച്ചത്. ഗാന്ധിജിയുടെ അസാധാരണമായ പ്രസരിപ്പും മധുരമായ വാക്കു കളും പ്രശാന്തമായ മുഖവും ശുഷ്കമായ ശരീരത്തിലെ മുട്ടുമറയാത്ത വസ്ത്രവും വെള്ളച്ചരടിൽ കഴുത്തിൽ തൂക്കി അരയിൽ തിരുകിയ വാച്ചും ആകർഷകമായി തോന്നി. അതിൽ നിന്ന് വ്യത്യസ്തമായി ഷൗക്കത്ത ലിയുടെ ഭീമാകാരമായ രൂപവും കനത്ത ശബ്ദവും ആത്മാർത്ഥത തുളു

മ്പുന്ന അഭ്യർത്ഥനയും ശങ്കരനറിഞ്ഞു.. ഓരോ വ്യക്തിയിൽനിന്നും പഠിക്കാനുള്ള വ്യത്യസ്ത അനുഭവലോകമാണ് ജീവിതം. അതിൽ നിന്നുള്ള ഊർജ്ജമായിരുന്നു പിന്നീടുള്ള പ്രസംഗങ്ങൾ. ശങ്കരൻ കത്തിപ്പടർന്നു.

"മഹാത്മജിയുടെ പാത പിന്തുടർന്ന ചേറ്റൂർ ശങ്കരൻ നായരുടെ നാട്ടിലാണ് നാം ജീവിക്കുന്നത്. ഒരിന്ത്യക്കാരന് പ്രാപ്യമായ ഏറ്റവും ഉയർന്ന സ്ഥാനവും ഉദ്യോഗപദവിയും തൃണവൽഗണിച്ച് സാമ്രാജ്യ സഭയിലെ എക്സിക്യൂട്ടീവ് മെമ്പർസ്ഥാനം ആ മഹാൻ രാജിവെച്ചിരിക്കുന്നു. പഞ്ചാബക്രമങ്ങൾക്ക് ഉത്തരവാദിയായ ഗവർണറേയും ജാലിയൻ വാലയിൽ കൂട്ടക്കൊല നടത്തിയ ഡയറിനേയും ശിക്ഷിക്കാത്തതിൽ പ്രതിഷേധിച്ചാണ് ചേറ്റൂരിന്റെ രാജി. ഏതിന്ത്യക്കാരനും മാതൃകയായിരിക്കേണ്ട ത്യാഗമനോഭാവമാണത്."

ആളുകളുടെ കൈയടിയോടൊപ്പം ശങ്കരനും ശങ്കരന്റെ കോൺഗ്രസും വളർന്നു.

പെൺകിടാവിന്റെ തന്റേടം സരസ്വതീവിലാസം പ്രസിൽ പിറക്കാനുള്ള അവസാന തയ്യാറെടുപ്പിലായിരുന്നു. അന്ന് ആവേശത്തോടെ പ്രസിലേക്ക് നടന്നു. തലശ്ശേരി റെയിൽവേ സ്റ്റേഷന് അടുത്തുള്ള നാരങ്ങാപ്പുറം വയലിലെത്തിയപ്പോൾ. ഒരാൾക്കൂട്ടം സ്റ്റേഷനിൽനിന്ന് ഇറങ്ങി വരുന്നുണ്ടായിരുന്നു. ആ കൂട്ടത്തിൽ നിന്ന് കോട്ടവീട്ടിൽ കുഞ്ഞിരാമൻ വിളിച്ചു പറഞ്ഞു.

"ശങ്കരേട്ടാ, അറിഞ്ഞില്ലേ മാധവൻ നായരേയും മറ്റും അറസ്റ്റ് ചെയ്ത് ജയിലിലേക്ക് കൊണ്ടുപോയി.."

ഞെട്ടിച്ച വാർത്തയായിരുന്നു അത്. മാധവൻനായരാണ് സംസ്ഥാന സെക്രട്ടറി. നാഗ്പൂർ സമ്മേളനത്തെ തുടർന്ന്, ഒരേഭാഷ സംസാരിക്കുന്ന ജില്ലകളെ ചേർത്ത് സംസ്ഥാനകമ്മിറ്റി രൂപീകരിച്ചിരുന്നു. തിരുവിതാംകൂർ, കൊച്ചി, മലബാർ എന്നീ മൂന്നു ജില്ലകളെ ചേർത്ത് കേരള സംസ്ഥാന കോൺഗ്രസ് കമ്മിറ്റിയും കമ്മിറ്റിയാഫീസും രൂപംകൊണ്ടിരുന്നു. ചുമതലയേറ്റ മാധവൻ നായർ സജീവപ്രവർത്തനത്തിലായിരുന്നു.

"എപ്പോളാണ് അറസ്റ്റ് ചെയ്തത്? ആരു പറഞ്ഞു? നിങ്ങളൊക്കെ എവിടെനിന്ന് വരുന്നു?"

എല്ലാ ചോദ്യങ്ങളും ഒന്നിച്ചായിരുന്നു. വിക്കിവിക്കിയാണെങ്കിലും മറുപടിയും വേഗത്തിൽ വന്നു.

കോഴിക്കോട് 144 ലംഘിച്ച് പ്രസംഗം നടത്തിയതിന് അറസ്റ്റ് ചെയ്ത് ആറുമാസം ശിക്ഷിച്ചുവെന്നാണ് വാർത്ത. പ്രസിലേക്കുള്ള യാത്ര മാറ്റിവെച്ച്, തലശ്ശേരി ഖിലാഫത്ത് കമ്മിറ്റിയാഫീസിൽ എത്തിച്ചേർന്നു. അവിടെ നടന്ന പ്രതിഷേധയോഗത്തിനു ശേഷം തലശ്ശേരിയിൽ പ്രതിഷേധപ്രകടനം തുടങ്ങി. തലശ്ശേരി നഗരം അതുവരെ കാണാത്ത പ്രതിഷേധ പ്രകടനത്തിലേക്ക് മിഷൻ സ്കൂളിൽനിന്നും ബ്രണ്ണൻ കോളേജിൽ നിന്നും കുട്ടികൾ ഇറങ്ങിവന്ന് മുദ്രാവാക്യം മുഴക്കി.

"മഹാത്മാഗാന്ധി കീജയ്

ഷൗക്കത്തലി കീ ജയ്
ഹിന്ദു മുസ്ലീം മൈത്രീ കീ ജയ്
ബ്രിട്ടീഷ് ഭരണം നശിക്കട്ടെ
യാക്കുബ് ഹുഇജൻ കീ ജയ്
മാധവൻ നായർക്ക് ജയ്.."

ഒരേ മനസ്സോടെയുള്ള മുദ്രാവാക്യം തലശ്ശേരിയെ പ്രകമ്പനം കൊള്ളിച്ചു.

വൈകുന്നേരം നടന്ന പ്രതിഷേധസമ്മേളനത്തിൽ നൂറുകണക്കിനാളുകൾ പങ്കാളികളായി. എസ് കെ കോമ്പർബെയിലിന്റെ ഇംഗ്ലീഷ് പ്രസംഗം ശങ്കരൻ തർജ്ജമ ചെയ്തു. ആവേശത്തിരയിളക്കമായിരുന്നു. ആ ആവേശം മൊയാരത്ത് എത്തിയപ്പോൾ കത്തിത്തീർന്നു. അമ്മാവൻ ഉണ്ണിനമ്പ്യാർ അമ്മയോടും ഇളയമ്മയോടും കലഹിക്കുകയാണ്. മുറ്റത്ത് നിന്ന് കേട്ടു.

"ശങ്കരൻ ഇന്ന് കടപ്പുറത്ത് വെച്ച് ഗവൺമെന്റിനെതിരായി പ്രസംഗിച്ചു. അത് രാജ്യദ്രോഹമാണ്. രാജ്യദ്രോഹികളെ ഗവൺമെന്റ് പിടിച്ച് ജീവപര്യന്തം തടവിലിടുക, വിചാരണ കൂടാതെ വെടിവെക്കുക, തൂക്കുക, എന്തുവേണമെങ്കിലും ചെയ്യും. അത് അവന് മാത്രമല്ല, കുടുംബത്തിനു മുഴുവൻ അനർത്ഥമാണ്. ഈ വീട്ടിലുള്ളവർക്കിനി ഗവൺമെന്റുദ്യോഗം നോക്കണ്ട. കുട്ടികളാരും പഠിച്ചിട്ടും ഫലമില്ല. എന്റെ കേസുകൾ തന്നെ ഇനി കോടതിയിൽ എടുക്കാതിരിക്കുമെന്നാണ് ഞാലിക്കര ഗോവിന്ദൻ നായർ വക്കീൽ പറയുന്നത്."

ശങ്കരൻ കയറിവന്നപ്പോൾ മരണവീട് പോലെയായി. പരസ്പരം നോക്കുകയല്ലാതെ ആരും ശബ്ദിച്ചില്ല. ഇളയമ്മ ഭക്ഷണം കഴിക്കാൻ പറഞ്ഞപ്പോൾ 'വിശപ്പില്ല' എന്നായിരുന്നു മറുപടി. വീട്ടിലുള്ള നിസ്സഹകരണം എളുപ്പമായിരുന്നില്ല. അമ്മ സങ്കടത്തോടെ മുറിയിൽ എത്തിനോക്കി.

ശങ്കരൻ ആരെയും ശ്രദ്ധിച്ചില്ല. മനസ്സ് മുഴുവൻ നാടായിരുന്നു; ഒപ്പം പോരാളികളും.

ചിത്തരഞ്ജന്റെ ജീവിതവും പ്രസംഗങ്ങളും ആവർത്തിച്ചാവർത്തിച്ച് വായിച്ചു. എടുത്തുവെച്ച കുറിപ്പുകൾ പിന്നെയും പകർത്തിയെഴുതി. അസാധാരണമായ പോരാട്ടത്തെ കൂടുതൽ കൂടുതൽ അറിഞ്ഞു.

"നമ്മുടെ സ്വയം ഭരണമെന്നുവെച്ചാൽ ഹിന്ദുക്കളുടെ സ്വയംഭരണമല്ല, മുഹമ്മദീയരുടെ സ്വയംഭരണവുമല്ല. സ്വയംഭരണം എന്നുവെച്ചാൽ ഇന്ത്യയിലുള്ള സകലജാതികളുടേയും മുഴുവൻ ജനങ്ങളുടേയും പ്രാതിനിദ്ധ്യം വഹിച്ച് അവരുടെ സാർവ്വത്രികമായ ഗുണത്തെ യഥാശക്തി പര്യാലോചന ചെയ്യുന്ന ഒരു ഭരണസംസ്ഥാപനമാണ്."

1917 ഒക്ടോബറിൽ ഡാക്കയിൽ വെച്ചുനടന്ന പ്രസംഗത്തെ ഭാഷയിലേക്ക് മാറ്റിയെഴുതി. ഊണും ഉറക്കവുമില്ലാത്ത രണ്ട് ദിനങ്ങൾ ദേശബന്ധുവിലൂടെ സഞ്ചരിക്കുകയായിരുന്നു. രണ്ട് ദിവസത്തെ ഉപ

വാസസമരത്തിനിടയിൽ അമ്മയും ഇളയമ്മയും കട്ടിളപ്പടിയിൽവന്ന് എത്തിനോക്കി. മീനാക്ഷി വന്ന് പരിഭവം പറഞ്ഞു. അമ്മാവന്റെ മകനായ ഗോവിന്ദൻ നമ്പ്യാർ കോഴിക്കോടും തലശ്ശേരിയിലും നടന്ന സംഭവങ്ങൾ ചോദിച്ചറിഞ്ഞു. ഗാന്ധിഭക്തനായ അയാളുടെ കൈയിൽ നിന്ന് *യങ് ഇന്ത്യ* ആവേശത്തോടെ വായിച്ചു.

മൂന്നാം നാൾ, അമ്മാവൻ ഉണ്ണിനമ്പ്യാർ ചെല്ലപ്പെട്ടിയും മെതിയടിയുമായി മുറിയിലേക്ക് വന്ന് കസേരയിലിരുന്നു. കോൺഗ്രസിൽ ആരൊക്കെയുണ്ട് എന്നായി ചോദ്യം. മലബാറിലെ ആളുകളുടെ പേരു പറഞ്ഞു.

"ഏതായാലും നിനക്കു നിർബ്ബന്ധമാണെങ്കിൽ എനിക്കു വിരോധമില്ല. ഞാൻ പറഞ്ഞതിൽ നീ മുഷിയേണ്ട. വന്ന് ഊണ് കഴിക്കൂ. നിന്റെ അച്ഛൻ വലിയ ത്യാഗിയും വേദാന്തിയുമായിരുന്നു. സമ്പൽസമൃദ്ധിയിലിരിക്കെ അയാൾ സന്ന്യാസം വരിച്ചു. നീ ചെറുപ്പത്തിൽ തന്നെ ഏതാണ്ട് ആ വഴിക്കാണ് പോകുന്നതെന്ന് തോന്നുന്നു. നിന്റെ അമ്മയ്ക്ക് നീ ഒരു മകനാണെന്ന് ഓർക്കുന്നില്ല. ഇരിക്കട്ടെ. പണ്ടൊക്കെ നായന്മാർ പടയ്ക്ക് പോകാറുണ്ടല്ലോ. നമ്മുടെ തറവാട്ടിനും രാജ്യത്തിനും വേണ്ടി യുദ്ധം ചെയ്യുന്ന പാരമ്പര്യമാണുള്ളത്. പക്ഷേ, ചിലപ്പോൾ രാജ്യസ്നേഹികൾ രാജകോപത്തിനു പനങ്കഴുവും കല്ലറയും രാജ്യഭ്രഷ്ടും അനുഭവിക്കേണ്ടി വന്നതായും കേട്ടിട്ടുണ്ട്. നിന്റെ ഭാഗ്യം പോലെ വരട്ടെ. എന്നാൽ ഒരു കാര്യം സൂക്ഷിക്കണം. മഹാത്മാവ് ഒരു പറയിപ്പെണ്ണിനെ ദത്തുപുത്രിയായിവെച്ചിരിക്കുകയാണുപോലും- ഞാൻ ജീവിച്ചിരിക്കുമ്പോൾ നീ ജാതി ഭ്രഷ്ടനാകുന്ന പ്രവൃത്തിമാത്രം ചെയ്യാതിരിക്കണം. കൊട്ടിയൂർ പെരുമാൾ നിന്റെ ബുദ്ധിക്ക് ഒരു മാറ്റം വരുത്തുന്നതായാൽ ഞാൻ ഇക്കൊല്ലം കൂടുന്ന നെയ്യമൃതക്കാർക്ക് ഒരു അത്താഴം കഴിപ്പിക്കാം."

വഴിതെറ്റിപ്പോയ മരുമകനുവേണ്ടി ഒരമ്മാവന് ഇതിനപ്പുറത്ത് മറ്റൊന്നും ചെയ്യാനില്ല, അമ്മാവൻ എഴുന്നേറ്റ് നിന്ന് പ്രാർത്ഥിച്ചു. മരുമകനോടുള്ള സ്നേഹവും കരുതലുമായിരുന്നു ആ പ്രാർത്ഥന. വഴിതെറ്റിപ്പോകുന്നവന് വേണ്ടിയുള്ള ജാഗ്രത്തായ പ്രാർത്ഥന. കതകിനടുത്ത് കണ്ണടച്ച് നില്ക്കുന്ന അമ്മയേയും കണ്ടു. അമ്മയും പ്രാർത്ഥിക്കുകയാണ്.. രാജ്യദ്രോഹിയായ മകന് മനംമാറ്റം വരാൻ.

സഹോദരനോട് അമ്മ മന്ത്രിച്ചു.

"25 പണം ഞാൻ ഭണ്ഡാരത്തിലിടാം.."

അമ്മയുടെ നോട്ടം ശങ്കരന്റെ മുഖത്തേക്ക് നീണ്ടപ്പോൾ അവൻ ചിറി കോട്ടി ചിരിച്ചു. അമ്മ കണ്ണുകൾ വലിച്ചുകളഞ്ഞു.

സഭ പിരിഞ്ഞപ്പോൾ ചാരുകസേരയിൽ കിടന്ന് പുറത്തേക്ക് നോക്കി. ചുറ്റുപാടുകൾക്ക് ഒരു മാറ്റവുമില്ല. മൊയാരത്ത് തറവാട് പാരമ്പര്യത്തിന്റെ എല്ലാ ഭാരവും വഹിച്ചുകൊണ്ട് പതിവുപോലെ സഞ്ചരിക്കുന്നു. ശങ്കരൻ മാത്രം ഇന്നലെകളിൽനിന്നും ഇന്നുകളിൽനിന്നും കുതറിതെറിക്കാൻ ശ്രമിക്കുന്നു.

"അച്ഛനെപോലെ സന്ന്യാസിയാവുമോ?"

പശുക്കിടാവിന്റെ കയറും പിടിച്ച് പേരില്ലാത്ത പെണ്ണ് ജനാലയ്ക്കപ്പുറം.

ഒന്നു ചിരിക്കാൻ ശ്രമിച്ചു. അവളുടെ പേരു മനസ്സിലാക്കിയെങ്കിലും നാവിൻ തുമ്പിൽ വന്നത് എല്ലാവരും വിളിക്കുന്ന അവളുടെ പെണ്ണേ എന്ന പേരു തന്നെയായിരുന്നു.

"നീയ് മിണ്ടാണ്ട് പോന്നുണ്ടോ പെണ്ണേ.."

"ഞാൻ പോവാം.. പക്ഷേ, കഴിഞ്ഞ ദിവസം ഒരു കാഴ്ച കണ്ടിരുന്നു. അമ്മാമനങ്ങുന്ന് കണ്ടാൽ ഞെട്ടുന്ന കാഴ്ച.."

"നീയ് കഥ പറയാതെ കാര്യം പറയ്.."

അവൾക്കത് പെട്ടെന്ന് മുഴുമിപ്പിക്കണമെന്നുണ്ടായിരുന്നില്ല.

"അമ്മേം ഞാനും പാനൂരിലേക്ക് പോകുമ്പം കണ്ട കാഴ്ചയാ.."

അയാൾ അസ്വസ്ഥനായി.

"നീയ് ഷെർലക് ഹോംസ് കളിക്കാതെ കാര്യം പറയ്.."

അവൾ സംശയത്തോടെ അയാളെ നോക്കി.

"അതാരാ.. ബ്രിട്ടീഷ് രാജകുമാരനാ.."

"അതെ.. ഇന്ത്യൻ ചക്രവർത്തി ജോർജ് അഞ്ചാമന്റെ അഞ്ചാമത്തെ സന്താനം.."

"ശങ്കരേട്ടൻ ഇന്നാകെ മുഷിഞ്ഞിരിക്കയാണെന്ന് മനസ്സിലായി. ജോർജ് അഞ്ചാമനെ എനിക്കറിയാം. ഹോംസിനെയും അറിയാം.."

ശങ്കരൻ അവളുടെ മുഖത്തേക്ക് സൂക്ഷിച്ച് നോക്കി.

"ശങ്കരേട്ടന്റെ അലമാരയിലെ രണ്ടാമത്തെ തട്ടിൽ ഏറ്റവും അറ്റത്തായി നീലപേപ്പറുകൊണ്ട് പൊതിഞ്ഞ ഒരു നോവൽ ബുക്ക് ഉണ്ട്. വൃത്തിയാക്കി വെക്കുമ്പോ കഷ്ടപ്പെട്ട് ഞാനതിന്റെ പേര് വായിച്ചു. പേര് പറയട്ടെ. *ദ സൈൻ ഓഫ് ഫോർ*.. അതാരാ.. എഴുതിയത്..?"

വീടിന്റെ ചുറ്റുവട്ടത്ത് കുരുങ്ങി നിന്നുകൊണ്ട്, കുടിപ്പള്ളിക്കൂടത്തിലേക്ക് പോകാൻ സാധിക്കാത്തവൾ എങ്ങനെയാണ് തന്റെ അടുക്കളപ്പുറത്ത് നിന്നുകൊണ്ട് ഒരു വലിയ ലോകത്തെ സ്പർശിക്കുന്നത്? അകം ലോകത്തുനിന്ന് പെണ്ണുങ്ങൾക്ക് മാത്രം കണ്ടെടുക്കാൻ പറ്റുന്ന പുറം ലോകമുണ്ടോ?

"ആ പൊക്കന്റെ പൊരേല് എന്തായിരുന്നു പണി? ഭാഗ്യത്തിന് അമ്മ കണ്ടില്ല. ഞാൻ കാണിച്ചും ഇല്ല."

"പൊക്കേട്ടന്റെ പൊര കെട്ടായിരുന്നു."

"അത് മനസ്സിലായി. ആടെ മിറ്റത്തിരുന്ന് എന്താ കുടിച്ചത്?"

"കഞ്ഞി.."

"എന്റെ തിരുവങ്ങാട് ശ്രീരാമസ്വാമീ.. ജാതിഭ്രഷ്ടാവൂല്ലേ.."

അയാൾ ചിരിച്ചു.

"ആവട്ടെ.."

അവൾക്കെന്തെങ്കിലും പറയാനുള്ള സാവകാശം പശുക്കിടാവ് കൊടുത്തില്ല. ക്ഷമ കാണിക്കാൻ കിടാവ് സന്നദ്ധമായില്ല. അവളേയും

വലിച്ച് ജനാലക്കരികിൽ നിന്ന് കുതിച്ചു.

ഉണ്ണിനമ്പ്യാർ നെയ്യമൃതക്കാർക്ക് നല്കിയ അത്താഴവും അമ്മ ഇല്ലായ്മയിൽ നിന്ന് സ്വരുകൂട്ടി വെച്ച 25 പണവും വൃഥാവിലായി. രാജ്യദ്രോഹിയുടെ അപഥസഞ്ചാരങ്ങളിലേക്ക് ശങ്കരൻ സ്വയം പതിച്ചു കഴിഞ്ഞു. വീടിനും വീട്ടാർക്കും പിടിച്ചു കെട്ടാനാവാത്ത ബോദ്ധ്യങ്ങളായിരുന്നു ശങ്കരന്റെ ജീവിതം. എത്രയാഗ്രഹിച്ചാലും കുരുങ്ങിക്കിടക്കാൻ പറ്റാത്ത നിലയിൽ ദേശബന്ധുവിന്റെ ജീവിതംപോലെ ശങ്കരനും കുതറി തെറിച്ചു.

ശങ്കരൻ കോൺഗ്രസിനെ തേടിച്ചെന്നു; കോൺഗ്രസ് ശങ്കരനേയും. കോൺഗ്രസിലെ വടക്കെ മലബാർ ജില്ലാകമ്മിറ്റിയും താലൂക്ക് കമ്മിറ്റിയും പ്രധാനസ്ഥലങ്ങളിൽ ടൗൺ കമ്മിറ്റികളും രൂപീകരിക്കാനുള്ള തീവ്രശ്രമത്തിലായിരുന്നു ശങ്കരനും സംഘവും. കെ പി സി സി സെക്രട്ടറി കെ പി കേശവമേനോന്റെ നേതൃത്വത്തിൽ കോഴിക്കോട് വളണ്ടിയർ ക്യാമ്പ് ആരംഭിച്ചു. കോഴിക്കോട് താലൂക്കിന്റെ ഉൾപ്രദേശങ്ങളിൽ ഭക്ഷണംപോലും മറന്ന് ശങ്കരൻ പ്രസംഗംകൊണ്ട് ആളുകളിൽ ആവേശം നിറച്ചു.

“ഇംഗ്ലീഷ് ഭരണത്തിന്റെ അടിവേര് തോണ്ടാൻ തുടങ്ങുകയാണ്. പഞ്ചാബിലെ കൂട്ടക്കൊലയിൽ ഉയർന്നുവരുന്നത് ഭാരതത്തിന്റെ അപമാനമല്ല; അഭിമാനമാണ്. നിറതോക്കുകൾ ഭാരതീയർ കളിപ്പാട്ടമായി കാണും.. ഉത്തിഷ്ഠത ജാഗ്രത..”

അറസ്റ്റ് എപ്പോഴും പ്രതീക്ഷിച്ചു. എന്നാൽ കോൺഗ്രസ് പ്രസ്ഥാനത്തെ മുഴുവൻ ഒരുമിച്ചടിച്ചുടക്കാനുള്ള പദ്ധതി കലക്ടറുടെ അടുക്കളയിൽ പാകപ്പെട്ടു വരുന്നതുകൊണ്ട് ആരെയും അറസ്റ്റ് ചെയ്തില്ല.

കോൺഗ്രസിനൊപ്പം ദേശബന്ധുവിന്റെ ജീവിതമെഴുത്തും സിരകളിൽ കത്തിപ്പടരുകയായിരുന്നു. ഒരു ദേശസ്നേഹിക്ക് തിരിച്ചറിയാൻ പറ്റുന്ന സമാനമായ ജീവിതമാണ് ദേശബന്ധുവിന്റേത്. അക്ഷരങ്ങളിൽ കോറിയിട്ടില്ലെങ്കിലും ഹൃദയത്തിൽ ദേശബന്ധു പിടി മുറുക്കി. എഴുതാതിരിക്കാനാവില്ലാലോ..?

പിക്കറ്റിങ് ഹീറോയുടെ എഴുത്ത്

സി ആർ ദാസിന്റെ ജീവിതമെഴുതാനുള്ള ശ്രമങ്ങളൊക്കെയും വൃഥാവിലായി പോകുന്നതായി ശങ്കരന് തോന്നി. രാഷ്ട്രീയപ്രവർത്തനത്തിൽ സകല ഊർജ്ജവും നല്കുമ്പോൾ എഴുത്ത് അപ്രസക്തമായി. രാത്രി ഏറെ വൈകിയെത്തുമ്പോൾ നോട്ട് ബുക്ക് എടുത്ത് ഇരിക്കാൻ പോലും സമയം ലഭ്യമായില്ല. ഒറ്റപ്പാലം സമ്മേളനത്തിന്റെ തിരക്കിലേക്ക് എടുത്തെറിയപ്പെട്ടു. സ്വാഗതസംഘം മെമ്പർമാരായ എം പി നാരായണ മേനോൻ, കെ എം മൗലവിസാഹിബ്, കെ രാമുണ്ണിമേനോൻ, മുഹമ്മദ് അബ്ദുറഹിമാൻ സാഹിബ്, ഇ മൊയ്തുമൗലവി, സി മാധവമേനോൻ തുടങ്ങിയ സ്വാഗതസംഘം മെമ്പർമാരെപ്പോലെ തിരക്കായി ശങ്കരനും. ദേശീയ പുസ്തകവില്പനയുടെ ചാർജ്ജേറ്റെടുത്ത കെ വി കുഞ്ഞുണ്ണി മേനോനും ശങ്കരനും അത് വിജയിപ്പിക്കാനുള്ള ശ്രമത്തിലായി. ബോംബേയിൽ എൽ എൽ ബിക്ക് വായിച്ചുകൊണ്ടിരുന്ന കേളപ്പനും സി എച്ച് ഗോവിന്ദൻ നമ്പ്യാരും ഒറ്റപ്പാലം സമ്മേളനത്തോടെ സജീവമായി. സി കുഞ്ഞിക്കാവമ്മ ആ സമ്മേളനത്തോടെ കോൺഗ്രസിലേക്ക് വന്നു. സമ്മേളനം പൊളിക്കാൻ മലബാർ കലക്ടർ തോമസും പൊലീസ് സൂപ്രണ്ട് ഹിച്ച്കോക്കും സകലവിധ ശ്രമങ്ങളും നടത്തിയെങ്കിലും സാധിച്ചില്ല.

മഹാത്മാഗാന്ധിയുടെ ജീവചരിത്രം 400 എണ്ണവും മുഹമ്മദാലിയുടെ മദിരാശി പ്രസംഗം 1000 എണ്ണവും രണ്ട് ദിവസംകൊണ്ട് വിറ്റഴിക്കാൻ ശങ്കരനും കുഞ്ഞുണ്ണി മേനോനും സാധിച്ചു.

കിട്ടാവുന്ന അവസരങ്ങളൊക്കെയും കോൺഗ്രസ് പ്രചാരണത്തിനായി ഉപയോഗിച്ചുവന്നു. മണിയൂരിൽ പുല്ലൂരില്ലത്ത് നമ്പൂതിരി നെയ്ത്ത് ശാല തുറക്കുന്ന യോഗത്തിൽ മണന്തല രാമർകുറുപ്പ് ശങ്കരനേയും

മാധവമേനോനേയും സി എച്ച് ഗോവിന്ദൻ നമ്പ്യാരേയും ക്ഷണിച്ചു കൊണ്ടുപോയി. വിദേശ വസ്ത്രബഹിഷ്കരണം, സ്വദേശി പ്രചരണം, ഖദർനിർമ്മാണം, മദ്യനിരോധനം എന്നിവയെക്കുറിച്ച് സംസാരിച്ചു. ആ സമ്മേളനം കഴിഞ്ഞപ്പോൾ സ്കൂളിനു പുറത്ത് വെച്ച് ബ്രിട്ടന്റെ വിശ്വാസവഞ്ചന, പഞ്ചാബക്രമം, ഖിലാഫത്തപരാധം, ഹിന്ദു മുസ്ലിം മൈത്രി എന്നിവയെക്കുറിച്ച് സുദീർഘമായി ശങ്കരൻ പ്രസംഗിച്ചു. അത് കേട്ട് സഹിക്കാൻ ത്രാണിയില്ലാതെ വടകര അധികാരിയും മണിയൂരധികാരിയും സ്ഥലം വിട്ടു. സമ്മേളനത്തിന് ശേഷം, മഴനനഞ്ഞ്, വയലിലൂടെ വെള്ളത്തിൽ നീന്തിക്കുളിച്ച് തോട്ടക്കര ശങ്കരൻ നമ്പ്യാരുടെ കൂടെ അയാളുടെ തറവാട്ടിലെത്തി. അധികാരിയായ തോട്ടക്കരനമ്പ്യാർ അനന്തരവനെ ശാസിച്ചു. ഉച്ചയ്ക്കും രാത്രിയും കുടിവെള്ളം തന്നില്ല. രാത്രി പതിനൊന്നുമണിക്ക് തോട്ടക്കര ശങ്കരൻനമ്പ്യാർ അയാളുടെ അമ്മാവനെ ധിക്കരിച്ച്, ഉറങ്ങാൻ പുല്ലുപായയും ഓരോഗ്ലാസ് ചായയും കൊണ്ടുവന്നുതന്നു.

സവർണ്ണപാർട്ടിയെന്ന് വിളിച്ചുവന്ന കോൺഗ്രസിലേക്ക് ഒറ്റപ്പാലം സമ്മേളനത്തിൽ മുസ്ലിങ്ങൾ ഉൾപ്പെട്ട കുടിയാന്മാർ ധാരാളം വന്നെങ്കിലും വടക്കെ മലബാറിൽ മൂർക്കോത്ത് കുമാരൻ ഉൾപ്പെടെയുള്ള ആളുകൾ സംശയത്തോടെ കോൺഗ്രസിനെ നോക്കിക്കണ്ടു. വടകര പാണമ്മൽ സ്കൂളിൽ വെച്ച് മൂർക്കോത്ത് പ്രസംഗിച്ചു.

"കോൺഗ്രസ് നമ്മളെ തൊട്ടാൽ കുളിക്കുന്ന ഉയർന്ന ജാതിക്കാരുടെ സംഘടനയാണ്. കോൺഗ്രസിനും ഭരണാധികാരം കിട്ടിയാൽ നമ്മുടെ നാടിനെ ഭരിക്കുന്നത് ഉയർന്ന ജാതിക്കാരായിരിക്കും."

മൂർക്കോത്തിന്റെ പ്രസംഗം യുവാക്കളിൽ ചെലുത്തിയ സ്വാധീനം ഏറെ വലുതായിരുന്നു. ശങ്കരനെയും സംഘത്തേയും ചിലർ "കിലാപ്പത്ത്" എന്ന് വിളിച്ച് പരിഹസിക്കുകയും കൂവി വിളിക്കുകയും ചെയ്തു. തിക്കോടിയിൽ കള്ള് ഷാപ്പ് പിക്കറ്റ് ചെയ്യുമ്പോൾ ചെറിയെക്കൻ നെഞ്ചിൽ ചവിട്ടിയത് രാജ്യസേവനത്തിനുള്ള സമ്മാനമായിരുന്നു

മാത്തുണ്ണിയും ഗോപാലൻ നായരും കുട്ട്യാലിയും പാലത്തിൽ ഗോപാലനും ശങ്കരനും തലശ്ശേരിയിലെ കള്ളുഷാപ്പിനു മുമ്പിൽ പിക്കറ്റിങ് തുടങ്ങി. കണ്ണൂരിൽ നിന്ന് വന്ന യൂറോപ്യൻ ഡെപ്യൂട്ടി സൂപ്രണ്ട്, ചൂരലും ചുഴറ്റി മൂന്നുനാല് കോൺസ്റ്റബിൾമാരൊന്നിച്ച് മുന്നോട്ട് വന്നു. കടന്നുപോവാൻ അയാൾ പറഞ്ഞു. തല്ലാനായി മുന്നോട്ടടുത്തപ്പോൾ ശങ്കരൻ ഇംഗ്ലീഷിൽ പറഞ്ഞു.

"ഞങ്ങളിവിടെ സമാധാനപൂർവ്വം മദ്യഷാപ്പ് പിക്കറ്റ് ചെയ്യുകയാണ്. അതിൽ കൈയിട്ട് ഞങ്ങളെ തടയുന്നത് നിയമത്തിനും ന്യായത്തിനും യോജിച്ചതല്ല."

സായിപ്പ് രോഷംകൊണ്ടു.

"നിങ്ങൾ ഈ ഷാപ്പിൽ പോകുന്നവരെ തടഞ്ഞുനിർത്തുന്നത് അക്രമമാണ്."

ശങ്കരൻ കാര്യങ്ങൾ വിശദീകരിച്ചു. ഷാപ്പിലേക്ക് വരുന്നവർക്ക് മദ്യപാനത്തിന്റെ ദൂഷ്യം പറഞ്ഞുകൊടുക്കലായിരുന്നു പ്രധാന ഉത്തരവാദിത്വം. എന്നാൽ ഷാപ്പുകാരനും പൊലീസും റിപ്പോർട്ട് ചെയ്തത് കുടിക്കാൻ വരുന്നവരെ ഭീഷണിപ്പെടുത്തുന്നു, ഷാപ്പിലേക്ക് കടക്കാൻ വിടുന്നില്ല, പബ്ലിക് റോഡിന്മേൽ വഴിമുടക്കുന്നു എന്നെല്ലാമായിരുന്നു. ഒരാളേയും നിർബ്ബന്ധിച്ച് പിന്തിരിപ്പിക്കില്ലെന്ന് വിശദമാക്കി. സായിപ്പ് ശങ്കരന്റെ മുഷിഞ്ഞ ഖദർ കുപ്പായവും തലക്കുടയും നോക്കി അരിശത്തോടെ ചോദിച്ചു.

"നിങ്ങൾക്ക് ഇതിൽ എന്നോട് സംസാരിക്കാൻ അവകാശമെന്താണ്? നിങ്ങളാരാണ്?"

ശങ്കരന്റെ മറുപടി പെട്ടെന്നായിരുന്നു.

"ഞാൻ ഈ പിക്കറ്റു ചെയ്യുന്ന സംഘത്തെ നയിക്കുന്ന ആളാണ്.."

പൊതു ഇടത്ത് മദ്യഷാപ്പുകൾ അനുവദിക്കുമ്പോൾ അത് ജനങ്ങൾക്ക് ഉപദ്രവകരമായി തീരുമെന്ന് ഗവൺമെന്റ് ഓർക്കേണ്ടതാണെന്ന വാദത്തെ സായിപ്പും പിന്തുണച്ചു. വിജയാശംസകൾ നേർന്ന് അയാൾ പിൻവാങ്ങി.

പിറ്റേന്ന് ഗുണ്ടകൾ വിളയാടിയപ്പോൾ കാഴ്ചക്കാരിൽ പലരും സത്യഗ്രഹികൾക്കൊപ്പം ചേർന്നു. മദ്യപാനികളെ അവർ തിരിച്ചയച്ചു.

"എനി പിക്കറ്റിങ് നിങ്ങളല്ല, ഞങ്ങളാണ് നടത്താൻ പോവുന്നത്."

ആളുകൾ ആവേശഭരിതരായി കൂടെ ചേർന്നു. വന്ന് ചേർന്ന ജനങ്ങളോടൊപ്പം മുദ്രാവാക്യം മുഴക്കി ശങ്കരൻ മുന്നിൽ നടന്നു. കോൺഗ്രസ് ഓഫീസിലെ വിശാലമായ മുറ്റത്ത് രാത്രി എട്ടുമണിക്ക് ആയിരത്തിൽ പരം ആളുകൾ തടിച്ചുകൂടി. ശങ്കരൻ അവരെ അഭിസംബോധന ചെയ്തു.

വീട്ടിലേക്ക് കയറിച്ചെല്ലുമ്പോൾ, അമ്മ കോലായയിൽ തന്നെയുണ്ട്.

"ഉറങ്ങിയില്ലേ..?"

അമ്മ ഒന്നും മിണ്ടിയില്ല.

ഇളയമ്മ അകത്ത് നിന്ന് ഇറങ്ങി വന്നു.

"നെന്നെക്കുറിച്ചോർത്ത് നെന്റെ അമ്മയ്ക്ക് ഉറക്കോല്യ.. "

അവർ തുടർന്നു.

"ശങ്കരാ.. പന്തയ്ക്കലെ കള്ള് ഷാപ്പിൽ വെച്ച് ഒരാളെ തല്ലിക്കൊന്നിട്ട് അധിക ദിവസോന്നും ആയില്ല."

ഇളയമ്മയുടെ മുഖത്തേക്ക് നോക്കി.

"നെനക്കും തല്ലു കിട്ടീന്ന് പറഞ്ഞു. ഈടെ ആരും ചോറ് തിന്നിട്ടില്ല."

അകത്തേക്ക് കയറുമ്പോൾ ഇളയമ്മ പിന്നേയും പറഞ്ഞു!

"ഇങ്ങനെ തോല്ക്കുന്ന സമരങ്ങള് ചെയ്യണോ ശങ്കരാ.. "

കട്ടിളപ്പടിയിൽനിന്ന് ശങ്കരൻ മന്ത്രിച്ചു.

"എളേമ്മേ എല്ലാ സമരങ്ങളും ജയിക്കൂല്ല. പക്ഷേ, സമരങ്ങള് തോറ്റാലും നമ്മള് തോല്ക്കൂല്ല."

അമ്മ ചോറെടുക്കാൻ അടുക്കളയിലേക്ക് നടന്നു.

“ശങ്കരാ.. നീ പറേന്നതൊന്നും എനക്ക് മനസ്സിലാവുന്നില്ല.”

ഇളയമ്മ അകത്തേക്ക് നടക്കുമ്പോൾ പിറുപിറുത്തു.

“ഞങ്ങള് പറേന്നത് എല്ലാർക്കും മനസ്സിലാവുന്ന ഒരു കാലം വരും എളേമ്മേ..”

ഭക്ഷണം കഴിക്കുമ്പോൾ ശങ്കരനെ തന്നെ ശ്രദ്ധിക്കുകയായിരുന്നു അമ്മ. ശങ്കരന്റെ ജീവിതം എന്തായിത്തീരും എന്ന ആശങ്കയായിരുന്നു അവർക്ക്. എന്ത് ചെയ്യണമെന്ന് അവർക്ക് എത്ര ആലോചിച്ചിട്ടും മനസ്സിലായില്ല. എല്ലാ കോൺഗ്രസുകാരും ഇങ്ങനെ ആയിരിക്കുമോ?

“സമരം ജയിക്കും ഇല്ലേ ശങ്കരാ.. ”

അധികമൊന്നും സംസാരിക്കാത്ത അമ്മയിൽനിന്ന് വാക്കുകൾ തുളുമ്പിപ്പോയി.

“എന്തായാലും തോല്ക്കില്ല.”

തോല്ക്കാതിരിക്കാനുള്ള സമരം മാത്രമല്ല; ജയിക്കാനുള്ള സമരവും കൂടിയായിരുന്നുവെന്ന് പിറ്റേന്ന് ബോദ്ധ്യപ്പെട്ടു. പൊലീസ് അറസ്റ്റുണ്ടാകുമെന്ന് പ്രതീക്ഷിച്ചെങ്കിലും അങ്ങനെ സംഭവിച്ചില്ല. ആറ് മണിക്ക് ഷാപ്പ് പൂട്ടിപോകുമ്പോൾ ഷാപ്പുകാരൻ പറഞ്ഞു.

“നാളെ മുതല് ഞാൻ ഷാപ്പ് തുറക്കുന്നില്ല. അത് കാരണം വരുന്നതൊക്കെ വരട്ടെ.”

കള്ള്ഷാപ്പ് പിന്നീട് തുറന്നില്ല. പിക്കറ്റിങ് മറ്റ് പ്രത്യാഘാതങ്ങൾ ഉണ്ടാക്കിയുമില്ല.

സമരത്തിന്റെ തുടർച്ച പിന്നീട് കോഴിക്കോടുണ്ടായി. കോഴിക്കോട് *മാതൃഭൂമി* ഓഫീസിനടുത്തുണ്ടായിരുന്ന ഷാപ്പിലേക്ക് നാല്പതാളുകൾ ജാഥയായി വന്നു. ജാഥയെ നയിച്ച പിക്കറ്റിങ് ഹീറോ ശങ്കരനായിരുന്നു. ജാഥയുടെ മുൻപിൽ രണ്ട് കൊടിയും പിടിച്ച് ശങ്കരനും എം ഗോപാലമേനോനും. പിന്നിൽ കെ വി ഗോപാലമേനോൻ, പി അച്യുതൻ, കൃഷ്ണസ്വാമി അയ്യർ, മുഹമ്മദ് അബ്ദുറഹിമാൻ, എം പി നാരായണമേനോൻ, കെ കേളപ്പൻ, എം ഗോപാലമേനോൻ, എം ഗോപാലൻ നായർ, മൊയ്തു മൗലവി, ടി വി ചാത്തുക്കുട്ടി നായർ, കോഴിപ്പുറത്ത് മാധവമേനോൻ, പി എം കൃഷ്ണമേനോൻ, കെ പി ചിന്നൻ മേനോൻ തുടങ്ങിയവരും.

രണ്ടാം ദിവസം, രണ്ട് റെയിൽവേ ഫയർമേന്മാർ കരിപുരണ്ട കുപ്പായവും മുഖവുമായി, കണ്ണുചുകപ്പിച്ച് ആടിയാടി അവരുടെ അടുത്തേക്ക് വന്നു.

“കള്ള് കുടിച്ചാൽ ബുദ്ധി തെളിയും.”

അവർ പ്രഖ്യാപിച്ചു. രണ്ട് തുടം കള്ളെടുത്ത് ഗോപാലമേനോനും ശങ്കരനും നല്കാൻ ശ്രമിച്ചു. അവരോട് പ്രതികരിക്കാതെ മുദ്രാവാക്യം കനപ്പിച്ചു.

പെട്ടെന്ന്, പാത്രത്തിലെ കള്ളെടുത്ത് അവർ ശങ്കരന്റെയും മേനോന്റെയും തലയിലൊഴിച്ചു. കള്ളോടുകൂടിയ പാത്രം അവരുടെ

മുമ്പിലിട്ട്, അമ്പലത്തിൽ തേങ്ങ എറിയുന്നതുപോലെ ഉടച്ചു. അവർക്ക് മാത്രം സാദ്ധ്യമായ രീതിയിൽ പാട്ടും നൃത്തവും തുടങ്ങി. ചില കുടിയന്മാരും അവരോടൊപ്പം ചില കുട്ടികളും കൂകി വിളിച്ചു. ടി വി ചാത്തുകുട്ടിനായർ അത് ക്യാമറയിലേക്ക് പകർത്തി. നൃത്തം ചെയ്യുന്ന ഫയർമേൻമാരെ ചില റെയിൽവേ ഉദ്യോഗസ്ഥന്മാർ കൂട്ടിക്കൊണ്ടുപോയി.

കോഴിക്കോട് നിരോധനാജ്ഞ പ്രഖ്യാപിച്ചു. കുറ്റ്യാടിയിലും വിലക്കുകളുണ്ടായി. എന്നാൽ അതിനെ ചോദ്യംചെയ്ത് ശങ്കരൻ പ്രസംഗം തുടങ്ങി.

"മാന്യ ഹിന്ദു മുസ്ലിം സഹോദരന്മാരേ

ഞങ്ങളുടെ പ്രസംഗം കേൾക്കാൻ നിങ്ങൾക്ക് ഇഷ്ടമുണ്ടെന്ന് എനിക്കറിയാം. ഇവിടുത്തെ പൊലീസ് വിലക്കിയത് കൊണ്ടാണ് നിങ്ങൾ പ്രസംഗം കേൾപ്പാൻ വരാതിരിക്കുന്നതെന്നും എനിക്കുറപ്പുണ്ട്."

ശങ്കരൻ ആവേശത്തോടെ സംസാരിച്ചു തുടങ്ങി.ആളുകൾ തടിച്ചുകൂടി. പൊലീസുകാർക്കെതിരെയായിരുന്നു പ്രസംഗം. രൂക്ഷമായ പരിഹാസം ശങ്കരൻ അഴിച്ചു വിട്ടു.

"ആരെപ്പറ്റിയും എന്തപവാദവും ഇവർ പറയും. ഞങ്ങൾ കള്ളന്മാരാണ്. നാട്ടുകാരുടെ പണം പറ്റി തിന്നു നടക്കുന്നവരാണ് എന്ന് ഞങ്ങളെപ്പറ്റി ഇവർ ഇവിടെ പ്രചാര വേല ചെയ്തു. അങ്ങനെ വല്ലതും ഇവർക്ക് പറയാൻ കഴിയുമെങ്കിൽ ഈ സഭയിൽ വന്ന് പറയട്ടെ."

ശങ്കരന്റെയും മാധവമേനോന്റെയും പ്രസംഗം ആളുകളിൽ ആവേശം നിറച്ചു. ആൾക്കൂട്ടത്തിൽ നിന്ന് ഒരാൾ, ഷർട്ടും കോട്ടുമൊക്കെ അണിഞ്ഞ് ഇത്തിരി പത്രാസിൽ നില്ക്കുന്ന മനുഷ്യൻ മെല്ലെ അടുത്തേക്ക് വന്നു. ശങ്കരന്റെ കൈകൾ കൂട്ടിപ്പിടിച്ച് ആളൊഴിഞ്ഞ ദിക്കിലേക്ക് നടന്നു. പൊലീസുകാരുടെ അതിക്രമത്തിന് മാപ്പു പറഞ്ഞ് സ്വയം പരിചയപ്പെടുത്തി. ശങ്കരന് പരിചയമുണ്ടായിരുന്ന കുറ്റ്യാടി ഹെഡ് കോൺസ്റ്റബിൾ നാരായണനായിരുന്നു അത്. മുമ്പ് ശങ്കരനെ നീന്തൽ പഠിപ്പിച്ച ഓർമ്മകൾ അയാൾ പങ്കുവെച്ചു. അയാൾ ശങ്കരനും സുഹൃത്തുക്കൾക്കും ചായ വാങ്ങിച്ചുകൊടുത്തു.

തലശ്ശേരി റെയിൽവേ സ്റ്റേഷനിൽ വണ്ടിയിറങ്ങി, പുത്തനമ്പലത്തിനടുത്തെത്തിയപ്പോൾ മൂർക്കോത്ത് കുമാരൻ നടന്നുവരുന്നുണ്ടായിരുന്നു. തലയിൽക്കെട്ടും ആരേയും കൂസാത്ത മുഖഭാവവുമായി മൂർക്കോത്ത് അടുത്തെത്തി.

"തീയരെ ജീവിക്കാൻ അനുവദിക്കില്ലെന്ന് ശങ്കരൻ നമ്പ്യാർ തീരുമാനിച്ചിട്ടുണ്ട് അല്ലേ?"

"തീയർക്ക് മാത്രമല്ല, പുലയരാദി സകലസമുദായങ്ങളേയും ജീവിപ്പിക്കാൻ വേണ്ടിയാണ് സഹകരണത്യാഗം നടത്തുന്നത്.."

"അതെങ്ങനെയാണ് ശങ്കരൻ നമ്പ്യാരേ ശരിയാവുക? തീയർക്ക് ഒറ്റ വ്യാപാരമേ ഉള്ളൂ.. കള്ളുണ്ടാക്കി വില്ക്കുകയാണ്. കള്ളുണ്ടാക്കി വിറ്റ് പൈസ സമ്പാദിക്കുന്നതിനുള്ള കണ്ണു കടിയല്ലേ അത്..?"

അതേ സ്വരത്തിൽ തന്നെ മറുചോദ്യവും.

“അതെങ്ങനെയാണ് മൂർക്കോത്തേ ശരിയാവുക? ഗുരുസ്വാമികൾ തന്നെ അത് പാടില്ലെന്ന് പറയുന്നുണ്ടല്ലോ..?”

“ജനങ്ങളുടെ ഉപജീവനം മുട്ടിക്കണമെന്നല്ല ഗുരുസ്വാമികൾ പറഞ്ഞത്.. കോൺഗ്രസ് ഉയർന്ന ജാതിക്കാരുടെ സംഘടനയായതുകൊണ്ട് അത്രയേ പ്രതീക്ഷിക്കുന്നുള്ളൂ..”

“കോൺഗ്രസിൽ എല്ലാ ജാതിക്കാരുമുണ്ട്.”

“ഉണ്ടാവും. നാമമാത്രമായി. താണവരെ തൊട്ടാൽ കുളിക്കുന്ന ഉയർന്ന ജാതിക്കാരുടെ സംഘടന തന്നെയാണ് കോൺഗ്രസ്.. കോൺഗ്രസ് നാട് ഭരിച്ചാൽ, ഉയർന്ന ജാതിക്കാർ ഭരിക്കാൻ തുടങ്ങിയാൽ തീയന് തലയിൽ മുണ്ട് കെട്ടാനോ, ചെരുപ്പിട്ട് നടക്കാനോ പട്ടുകുട ചൂടാനോ എഴുത്ത് പഠിക്കാനോ അനുവദിക്കില്ല. അത് സത്യമാണ്. ബ്രിട്ടീഷ് ഭരണമാണ് ഞങ്ങളെ ജീവിക്കാൻ അനുവദിച്ചത്.”

“മൂർക്കോത്ത് സംസാരിക്കുന്നത് മുഴുവൻ വികാരത്തിന്റെ പുറത്താണ്. സമുദായങ്ങളെ തമ്മിൽ അടിപ്പിക്കൽ ഗവൺമെന്റിന്റെ എല്ലാ കാലത്തുമുള്ള പണിയാണ്. തീയയുവാക്കളെ അതിൽ വീഴ്ത്തരുത്.”

“അതെങ്ങനെ ശരിയാവും? അധഃകൃതർക്ക് ഏക ബന്ധുവേ ഉള്ളൂ. അത് ബ്രിട്ടീഷ് ഭരണമാണ്.”

“ഇന്ത്യൻ ചരിത്രമറിയുന്ന മൂർക്കോത്തിനെപോലൊരാൾ ജനങ്ങളെ തെറ്റിദ്ധരിപ്പിക്കരുത്.”

“ശങ്കരൻനമ്പ്യാറേ ചരിത്രവും സാഹിത്യവും ജീവിതവും അറിയുന്ന നിലയിലാണ് ഞാൻ സംസാരിക്കുന്നത്. തിരുവങ്ങാട്ടമ്പലത്തിൽ തീയ്യർക്ക് പ്രവേശനമുണ്ടോ?”

“നാരായണഗുരു സ്ഥാപിച്ച ഈ പുത്തനമ്പലത്തിൽ പുലയരാദി സമുദായക്കാർക്ക് പ്രവേശനമുണ്ടോ?”

മൂർക്കോത്ത് ജഗന്നാഥക്ഷേത്രത്തിലേക്ക് നോക്കി. എന്നിട്ട് മന്ത്രിച്ചു.

“ഞങ്ങൾ അതിനുള്ള ശ്രമത്തിലാണ്..”

“മൂർക്കോത്തേ.. കോൺഗ്രസും അതിനുള്ള ശ്രമത്തിലാണ്..എല്ലാ ജാതിക്കാരും ഒരു കൊടിക്ക് താഴെയായി വരും.. ആ സമയത്ത് സാമുദായിക ചിന്തവെടിഞ്ഞ് നിങ്ങളും കോൺഗ്രസിലേക്ക് വരാതിരിക്കില്ല..”

“അങ്ങനെ വരട്ടെ. അങ്ങനെ വന്നില്ലെങ്കിൽ ശങ്കരൻ നമ്പ്യാർ കോൺഗ്രസിനെ വെടിയും എന്ന് കണക്കാക്കാം അല്ലേ..?”

ശങ്കരൻ ഒന്നു ചിരിച്ചു.

“അതുവരെ സമുദായങ്ങളെ ഭിന്നിപ്പിക്കുന്നത് ഒഴിവാക്കുമോ?”

മൂർക്കോത്ത് കുമാരന് സംശയമുണ്ടായിരുന്നില്ല.

“ഇല്ല. നിങ്ങളുടെ കോൺഗ്രസ് എല്ലാരുടേതും ആവുന്ന കാലം വരെ തീയർക്ക് മാനമായി നടക്കാനുള്ള സമരം ഞാൻ തുടരും..”

“മൂർക്കോത്ത് കുമാരൻ തിയ്യന്മാർക്കിടയിലും കെ ടി ചന്തുനമ്പ്യാർ നായന്മാർക്കിടയിലും സ്പർദ്ധ വളർത്തുന്നുവെന്നാണ് പറഞ്ഞ് കേൾ

ക്കുന്നത്.."

"കോൺഗ്രസുകാർ പറയുന്നതല്ലേ.. പറയട്ടെ. മലബാറിലെ ജാതി പ്രമാണിമാരുടെ വാലാട്ടി നടക്കാൻ ഇനിയിവിടെയുള്ള തിയ്യരെകിട്ടില്ല.."

"കോൺഗ്രസ് എല്ലാവരുടേതുമാണ്.."

"ശങ്കരൻ നമ്പ്യാർ കുമാരനാശാന്റെ *തീയ്യക്കുട്ടിയുടെ വിചാരം* വായിച്ചിട്ടുണ്ടോ.. അത് തന്നെയാണ് എന്റെ മതവും.. ആദ്യം ഇവിടെയുള്ള സവർണ്ണഭ്രാന്ത് നിലയ്ക്കട്ടെ.. എന്നിട്ട് സ്വാതന്ത്ര്യം വേണോ വേണ്ടയോ എന്ന് ചിന്തിക്കാം.."

"വിദേശഭരണക്കാരുടെ കളിപ്പാവയായി മൂർക്കോത്ത് മാറരുത്."

"നമ്പ്യാരോടും എനിക്കതേ പറയാനുള്ളൂ.. ശങ്കരൻ നമ്പ്യാർക്ക് മാറാതിരിക്കാനാവില്ല."

"മൂർക്കോത്തിനും.."

മൂർക്കോത്ത് ചിരിച്ചു; ശങ്കരനും.

നിലപാടുകൾ സമാന്തരമായി നീങ്ങുകയാണ്. ഏതെങ്കിലും ഘട്ടത്തിൽ അവ പരസ്പരം കൂടിച്ചേരാതിരിക്കില്ല. സാമുദായിക ധ്രുവീകരണം ശക്തിപ്പെടുന്നുണ്ട്. ചന്തു നമ്പ്യാർ മാത്രമല്ല, കൃഷ്ണമേനോനും കാമനാടൻ കുഞ്ഞിക്കണ്ണനും മൂർക്കോത്തിന് മറുപടിയായി സഞ്ചരിക്കുന്നുണ്ട്.

ഏറെ വൈകിയാണ് വീട്ടിലെത്തിയത്. ശരീരം തളർന്ന് കഴിഞ്ഞിരുന്നു.

വൈകിയെങ്കിലും നിലാവ് ആഹ്ലാദത്തോടെ കുളത്തിലേക്ക് ക്ഷണിച്ചു. ഒന്നു മുങ്ങി നിവർന്നാൽ ശരീരവും മനസ്സും തണുക്കാതിരിക്കില്ല. മൊയാരത്തെ കുളത്തിലെ തലുത്ത വെള്ളം നല്കിയ ഊർജ്ജം വലുതായിരുന്നു. നിലാവെളിച്ചത്തിൽ, കുളപ്പടവിൽ അല്പനേരമിരുന്നു. മൂർക്കോത്തിന്റെ നിലപാടുകളോട് ഒട്ടും യോജിക്കാൻ കഴിഞ്ഞില്ലെങ്കിലും കുമാരനാശാന്റെ വരികൾ മനസ്സിലേക്ക് തികട്ടി വന്നു. സ്വാതന്ത്ര്യം എന്ന പദം അത്രയെളുപ്പം വിശകലനം ചെയ്യാൻ പറ്റുന്ന ഒന്നായിരുന്നില്ല. പാരതന്ത്ര്യം വിധികല്പിതമാണെന്നും ജാതി മദിരാന്ധർ തമ്മിലടിക്കുമ്പോൾ എന്തിനാണ് സ്വരാജ്യം എന്ന ചോദ്യവും അവഗണിക്കാൻ പറ്റാത്ത ഒന്നല്ലേ? അതും കുമാരനാശാനെപ്പോലെ ഒരു കവി എഴുതുമ്പോൾ അത് തള്ളിക്കളയാവുന്നതാണോ? ജാതി എന്ന യാഥാർത്ഥ്യം ആശാനെപ്പോലെ, മൂർക്കോത്തിനെപ്പോലെ തിരിച്ചറിയാൻ ഒരു സവർണ്ണസാമൂഹികക്രമത്തിൽ പിറന്ന ഒരാൾക്ക് മനസ്സിലാവണമെന്നില്ല. ആലോചന നീണ്ടു. മുറിയിലേക്ക് കയറുമ്പോൾ പിന്നിൽ നിന്ന് മന്ത്രണം.

"കഞ്ഞി എടുത്തുവെച്ചിട്ടുണ്ട്."

മീനാക്ഷി പോയതോടെ അമ്മയ്ക്ക് തുണ അവളാണ്.

"അമ്മ ഉറങ്ങിയോ?"

"അമ്മ കിടന്നു. ഏറെ നേരം കാത്തിരുന്നു. പിന്നെ ഞാനാ പറഞ്ഞത് കിടന്നോളാൻ.."

"നീയും പോയി കെടന്നോളൂ.. പാത്രം ഞാനെടുത്ത് വെച്ചോളാം.."

അവളും അമ്മയെപ്പോലെയാണ്. പോകില്ല. ഭക്ഷണം കഴിയുന്നത് വരെ കാത്തിരിക്കും.

"തലശ്ശേരീല് പതാകസമരം ഉണ്ടായീന്ന് പറേന്നത് കേട്ടു."

ഒന്നു മൂളി.

കോൺഗ്രസ് ഓഫീസിലെ കൊടി പൊലീസ് അഴിക്കുകയും അപ്പോഴൊക്കെയും പുതിയ കൊടി കെട്ടിതൂക്കുകയും ചെയ്ത സംഭവാണ്.

"ആരാ ഇത് ഇവിടെ എത്തിച്ചത്?"

"പൊലീസ് ഇൻസ്പെക്ടർ വന്നിരുന്നു. അമ്മയോട് പറയ്ന്നത് കേട്ടു. തലശ്ശേരി ബജാറില് മുഴുവൻ, ആജ്ഞ ധിക്കരിച്ച് കൊടികെട്ടിയെന്ന്.."

ഒടുവിൽ അങ്ങനെതന്നെയായിരുന്നു സംഭവിച്ചത്. നിരന്തരം കൊടി എടുത്തുകൊണ്ട് പോയപ്പോൾ പല പീടികമേലും എടുപ്പിന്റെ മേലും കൊടി ഉയരുകയുണ്ടായി.

"അമ്മയ്ക്കാകെ സങ്കടായി."

"വേറെന്താ.. ഇൻസ്പെക്ടർ പറഞ്ഞത്.."

"നിയമം തെറ്റിച്ചാൽ വെറുതെ വിടില്ലാന്ന്.."

"അത് അയാൾക്ക് എന്നോട് പറയാമായിരുന്നു. അമ്മയെ പേടിപ്പിച്ച് എന്നെ പിന്തിരിപ്പിക്കാനാണ്.."

"ശങ്കരേട്ടനെ പൊലീസ് പിടിച്ചുകൊണ്ട് പോകോ?"

അയാൾ ഇല്ലെന്ന് തലയാട്ടി. വിഷയം മാറ്റാനെന്നവണ്ണം ചോദിച്ചു.

"നിന്റെ വായനയൊക്കെ നടക്കുന്നുണ്ടോ?"

അവൾ തലയാട്ടി.

"ശങ്കരേട്ടന്റെ പുസ്തകങ്ങളൊക്കെ ഇംഗ്ലീഷിലല്ലേ.. മലയാളമില്ലല്ലോ.."

"*മനോരമ*യിൽ വന്ന വിവേകാനന്ദന്റെ കത്തുകളുണ്ട്."

"അത് ഞാൻ വായിച്ചതാ.."

"എങ്കിൽ നിനക്ക് അടുത്താഴ്ച മലയാളം നോവൽ ബുക്കുകൾ ഏതെങ്കിലും എത്തിച്ചു തരാം.."

അവളുടെ മുഖം വിടർന്നു. അവൾക്ക് നല്കുന്ന പരിഗണന അവളെ ആനന്ദിപ്പിക്കുന്നുണ്ട്. ഓരോ മനുഷ്യജീവിയും മനുഷ്യനെന്ന നിലയിൽ പരിഗണിക്കപ്പെടാനുള്ള ആത്മദാഹത്തോടെയാണ് ജീവിക്കുന്നത്. വ്യവസ്ഥ, ആൺ ബോധം, ജാതി മഹിമ ഇതൊക്കെ തകർത്ത് കളയുന്നത് മാനുഷികമായ എല്ലാ ആത്മാഭിമാനത്തേയുമാണ്. കോൺഗ്രസ് ആത്മാഭിമാനത്തിന്റെ പതാകകൾ എല്ലാ മനുഷ്യർക്കും നല്കും. എത്ര പിഴുതെറിഞ്ഞാലും അത് വീണ്ടും വീണ്ടും തളിർത്തു വരും.

കണ്ണുകൾ അടഞ്ഞു പോകുന്നുവെങ്കിലും വായിക്കാതെ മുന്നോട്ട് പോകാൻ പറ്റില്ലെന്ന് ശങ്കരന് അറിയാം. ദേശീയ നേതാക്കന്മാരെക്കുറിച്ചുള്ള പുസ്തകങ്ങൾ ആർത്തിയോടെ വായിച്ചു. മലയാളത്തിൽ അങ്ങനെയുള്ള പുസ്തകമില്ലെന്ന് ശങ്കരൻ സങ്കടത്തോടെ ഓർത്തു.

തിരക്കുകൾക്കിടയിൽ കുരുങ്ങിപ്പോയ ദേശബന്ധുദാസ് മുഴുവനാക്കേണ്ടതുണ്ട്. അദ്ദേഹത്തിന്റെ പ്രസംഗങ്ങൾ തർജ്ജമ ചെയ്യാൻ തുടങ്ങി. വക്കീൽപണി സംശയമില്ലാതെ വലിച്ചെറിഞ്ഞ് ഇറങ്ങിത്തിരിച്ച ചിത്തരഞ്ജൻ ഇന്ത്യക്കാരെ മാത്രമല്ല ഇംഗ്ലീഷുകാരേയും വിസ്മയിപ്പിച്ചു. കല്ക്കത്താ സർവ്വകലാശാല കമ്മീഷന്റെ അദ്ധ്യക്ഷനായ മൈക്കൽ സേഡ്‌ലർ *ലണ്ടൻ ടൈംസ്* എന്ന പത്രത്തിൽ ഇങ്ങനെ എഴുതി.

"ലോകചരിത്രം മുഴുവനും പരിശോധിച്ചാൽ ചിത്തരഞ്ജൻ ചെയ്തമാതിരി ത്യാഗം കാണുകയില്ല. ഇന്ത്യക്കാർ അദ്ദേഹത്തെ അനുകരിക്കുന്നത് നന്നായിരിക്കും."

ഏറ്റവും നിഷ്കളങ്കമായ ഹൃദയത്തോടെ, തന്റെ നാടിന്റെ വിളികേട്ട ചിത്തരഞ്ജനെക്കുറിച്ചോർത്ത് ശങ്കരൻ പുലർച്ചെയ്ക്കെപ്പോഴോ മയക്കത്തിലാണ്ട് പോയി.

ഇരുപത്തിയൊന്നിന്റെ കഥ

"**മി**സ്റ്റർ കലക്ടർ നിങ്ങളീ കുഞ്ഞിനെയൊന്ന് കാണണം.."

മലബാർ കലക്ടർ തോമസും സൂപ്രണ്ട് ഹിച്ച്കോക്കും ഹജ്ജൂരാഫീസിൽ നിന്ന് താഴേക്ക് നോക്കി. കലാപകാരികളാണോ എന്ന ആശങ്കയായിരുന്നു അവരുടെ നോട്ടത്തിൽ. ഇല്ല. വിരലിലെണ്ണാവുന്നവരേ ഉള്ളൂ.

യു ഗോപാലമേനോൻ ആ കുഞ്ഞിനെ ഉയർത്തികാട്ടി ഇംഗ്ലീഷിൽ പറഞ്ഞു.

"നിങ്ങളുടെ ഗൂർഖാപട്ടാളം ചെയ്യുന്ന തോന്ന്യവാസങ്ങൾ നോക്ക്.. ഈ കുട്ടിക്ക് ഒന്നര വയസ്സാണ്.. ഒന്നരവയസ്സ്... ചുണ്ടിൽ മുലപ്പാലിന്റെ മണമുണ്ട്... കൊല്ലാമായിരുന്നു ഇവനെ.."

കുഞ്ഞിന്റെ നിലവിളി ഉള്ളുലയ്ക്കുന്നതായിരുന്നു. ഗോപാലമേനോൻ കുഞ്ഞിനെ മൊയാരത്തിന്റെ കൈകളിൽ ഏല്പിച്ചു. എവിടെ തൊട്ടാലും വേദനിക്കുന്ന ആ പിഞ്ചു ശരീരം നീറ്റലിന്റെ മൂർദ്ധന്യത്തിൽ മൊയാരത്തിന്റെ ചുമലിലേക്ക് ചാഞ്ഞു.

"ഇവന്റെ തല നോക്ക്.. ചുമൽ.. അര.. തുട.. എവിടെയാണ് മുറിവുകളില്ലാത്തത്..? പന്ത്രണ്ടിലധികം മുറിവുകൾ ഈ കുഞ്ഞ് ശരീരത്തിലുണ്ട്. മാപ്പിളമാരെ കൊല്ലാൻ നിങ്ങളിറക്കിയ ഗൂർഖാപട്ടാളത്തിന്റെ കൃപാണം കൊണ്ട് ചെയ്തു തീർത്തതാണ്. കുഞ്ഞുങ്ങളെ, ഗർഭിണികളായ സ്ത്രീകളെ, പ്രായമുള്ളവരെ ഇല്ലാതാക്കിയാൽ.. മിസ്റ്റർ കലക്ടർ.. ഇന്ത്യാ മഹാരാജ്യം ഭരിക്കാമെന്നാണോ നിങ്ങൾ കരുതുന്നത്? മിന്നജർ സുപ്രണ്ട് മലബാറിലെ മാപ്പിളമാരെ ഇല്ലാതാക്കിയാൽ ഞങ്ങളുടെ സമരം ഇല്ലാതാവുമെന്നാണോ കരുതുന്നത്?"

കുഞ്ഞ് ഉറങ്ങിക്കഴിഞ്ഞിരുന്നു. മുസ്ലിം വിരോധത്തിനു പേരു കേട്ട

ഗൂർഖാ പട്ടാളത്തെ ഇറക്കി, നൂറുകണക്കിന് മാപ്പിളമാരുടെ തലകൾ അരിഞ്ഞു തള്ളി. സ്ത്രീകളേയും കുഞ്ഞുങ്ങളേയും വൃദ്ധരേയും അതിൽ നിന്ന് ഒഴിവാക്കിയില്ല. ജനങ്ങളുടെ സമരത്തെ ചോരകൊണ്ട് ഇല്ലാതാക്കാമെന്ന വ്യാമോഹത്തെയാണ് ഗോപാലമേനോൻ ചോദ്യം ചെയ്തത്.

"മിസ്റ്റർ മേനോൻ നിങ്ങൾ പിരിഞ്ഞു പോകണം."

കലക്ടറുടെ സ്വരം ഉയർന്നപ്പോൾ മൊയാരം നിശ്ശബ്ദത വെടിഞ്ഞു.

"മിസ്റ്റർ തോമസ്.. ഞങ്ങൾ കലാപത്തിനോ നിങ്ങളുടെ മുമ്പിൽ യാചിക്കാനോ വന്നവരല്ല. മലബാറിലെ സ്വാതന്ത്ര്യസമരത്തെ നിങ്ങൾക്ക് ചോരയിൽ മുക്കി തീർക്കാൻ പറ്റില്ലെന്ന് മുന്നറിയിപ്പ് തരാൻ വന്നതാണ്. ഈ കാർഷികവിപ്ലവത്തെ സമാധാനപരമായി അവസാനിപ്പിക്കുക."

തങ്ങളുടേത് ഒരു വൃഥാശ്രമമാണെന്ന് മൊയാരവും ഗോപാലമേനോനും മനസ്സിലാക്കി. കുഞ്ഞിനേയുംകൊണ്ട് മുന്നോട്ട് നടക്കുമ്പോൾ, കഴിഞ്ഞുപോയ ദിനങ്ങളേക്കാൾ വരാനിരിക്കുന്ന ദിനങ്ങൾ ആശങ്കകളുടേതാണെന്ന് അദ്ദേഹത്തിന് ബോദ്ധ്യപ്പെട്ടു.

മണ്ണെണ്ണവിളക്കിന്റെ വെട്ടത്തിൽ ദേശബന്ധുവിന്റെ ജീവിതമെഴുതാനിരുന്നപ്പോൾ അക്ഷരങ്ങൾ പിണങ്ങി നിന്നു. സി ആർ ദാസ്, മോത്തിലാൽ നെഹ്രു, വി ജെ പട്ടേൽ, ലാലാലജ്പത് റായി ഇവരുടെയൊക്കെ ജീവിതകഥ മലയാളക്കരയിലും എത്തണം. പക്ഷേ, എഴുത്ത് ശ്വാസം കിട്ടാതെ പിടയുകയാണ്. നിലവിളിക്കുന്ന സ്ത്രീകൾ, കുഞ്ഞുങ്ങൾ... എങ്ങനെയാണ് ഇത് അവസാനിക്കുക... ഉത്തരവാദിത്വങ്ങളുടെ ഭാരം ചെറുതല്ല. ഏറ്റവും പാവപ്പെട്ട മനുഷ്യരെ ഇല്ലാതാക്കുന്ന ഈ വ്യവസ്ഥയെ എങ്ങനെ കടപുഴക്കിയെറിയും? ഉറക്കമില്ലാത്ത രാത്രികളിൽ എഴുത്തും വായനയും പൂർണ്ണമായും വിടവാങ്ങി.. മലബാറും മലബാറിലെ രക്തം ചിന്തുന്ന സമരവും മാത്രമായി മനസ്സിൽ.. കേരള സംസ്ഥാന കമ്മിറ്റി മെമ്പറും അതോടൊപ്പം കുറുമ്പ്രനാട് താലൂക്ക് സെക്രട്ടറിയുമായ മൊയാരത്തിന്റെ മനസ്സ് നാടിനൊപ്പം തിളച്ചു. ശങ്കരനിൽ നിന്ന് മൊയാരത്തിലേക്കുള്ള പരിവർത്തനഘട്ടമായിരുന്നു അത്. ഉത്തരവാദിത്വങ്ങൾ അലങ്കാരമല്ല, പൊരുതാനുള്ളതാണെന്ന് മുപ്പത്തിരണ്ടുകാരനായ ആ യുവാവിനെ ആരും പഠിപ്പിച്ച് കൊടുക്കേണ്ടതുണ്ടായിരുന്നില്ല. മാധവൻ നായരും ഗോപാലമേനോനും മൊയ്തീൻ കോയയും ജയിൽ മോചിതരായപ്പോൾ അവരെ വഹിച്ച കാർ മിഠായിത്തെരുവിലൂടെ മാനാഞ്ചിറയിലെത്തിയപ്പോൾ തോമസും ഹിച്ച്കോക്കും അനുഭവിച്ച അസ്വാസ്ഥ്യത്തിന്റെ ആഴം മൊയാരത്തിനറിയാമായിരുന്നു. ഹിന്ദു മുസ്ലിം ഭേദമില്ലാതെ ഒഴുകിയെത്തിയ ജനങ്ങൾ അവരെ അമ്പരപ്പിച്ചു. കോഴിക്കോട് കടപ്പുറത്ത് 25000 ത്തോളം വരുന്ന യോഗത്തിൽ മാധവൻ നായർ പ്രസംഗിക്കുമ്പോൾ ഹജൂരാഫീസിൽ മറ്റൊരു ഗൂഢാലോചന നടക്കുകയായിരുന്നു. റിട്ടയേഡ് ജഡ്ജ് സാമൂതിരിരാജാവ്, നിലമ്പൂർ വലിയ രാജാവ്, ആറ്റക്കോയതങ്ങൾ, ഡപ്യൂട്ടി സൂപ്രണ്ട് ആമുസാഹിബ്, സർക്കിൾ ഇൻസ്പെക്ടർ നാരായണമേനോൻ, സർക്കിൾ ഇൻസ്പെക്ടർ എടക്കണ്ടി

ഗോവിന്ദൻകിടാവ് തുടങ്ങിയവരുടെ യോഗത്തിൽ ഹിച്ച്കോക്കും തോമസും മറ്റൊരു സ്വപ്നത്തിന്റെ പാതയിലായിരുന്നു. കോൺഗ്രസ്-ഖിലാഫത്ത് പ്രസ്ഥാനത്തിന്റെ അന്ത്യമെങ്ങനെ എന്നതിനെക്കുറിച്ചുള്ള ചർച്ചയായിരുന്നു. മുസ്ലിം കർഷകർക്ക് ഇടയിൽ വളർന്നുവരുന്ന കുടിയാൻ പ്രക്ഷോഭത്തെ എങ്ങനെ നേരിടാം എന്ന് അവർ ചിന്തിച്ചു. ആയിരകണക്കിന് മാപ്പിളകൃഷിക്കാരെ ഇല്ലാതാക്കിയ, അനേകം പേരേ ജയിലിലേക്കും നിരന്തരമായ ദുരിതത്തിലേക്കും തള്ളി വിട്ട ഒരന്തരീക്ഷമൊരുക്കാനുള്ള സാമ്രാജ്യത്വത്തിന്റെയും ജന്മിത്തത്തിന്റെയും കൂടിയിരിപ്പായിരുന്നു അത്.

പൊലീസ് തുടങ്ങിവെച്ച തെമ്മാടിത്തരങ്ങൾ ഏറെയായിരുന്നു. ഖിലാഫത്തുകാർക്കും കോൺഗ്രസുകാർക്കുമെതിരെ അതിക്രമങ്ങൾ തുടങ്ങി. പൂക്കോട്ടൂർ ഖിലാഫത്ത് കമ്മിറ്റി സെക്രട്ടറി വടക്കെ വീട്ടിൽ മുഹമ്മദ്, നിലമ്പൂർ തമ്പുരാന്റെ തോക്കുകട്ടു എന്ന കഥയുണ്ടാക്കി അനുയായികളെ ഉപദ്രവിക്കാൻ തുടങ്ങി. ജനങ്ങളെ കുത്തിയിളക്കാനുള്ള ബ്രിട്ടീഷ് തന്ത്രം വിജയം കണ്ടു.

ആലോചനകളിൽ മുങ്ങിവീണ മൊയാരത്ത് ദേശബന്ധുവിനെ മറന്നു. മലബാർ കലാപത്തിന്റെ കൂടെ മനസ്സുകൊണ്ട് സഞ്ചരിച്ചു. വെടിവെപ്പും ലഹളയും നടത്താൻ നോമ്പ് നോറ്റിരുന്ന തോമസിന്റെയും ഹിച്ച്കോക്കിന്റെയും ശ്രമങ്ങൾ മൊയാരത്തിന് മനസ്സിലായി. നോട്ട്ബുക്കിൽ അദ്ദേഹം കുറിച്ചിട്ടു.

“ഇരുപതാം തീയതി പുലരുമ്പോഴേക്കും ഒരു പൊലീസ് സൈന്യം വന്ന് തിരൂരങ്ങാടിയിലെ വലിയപള്ളി വളഞ്ഞു. പള്ളിയിലേക്ക് വെടിവെച്ചു. ആൾ നാശമൊന്നും സംഭവിച്ചിരുന്നില്ല. ഉടനെ ഉടുപ്പില്ലാത്ത പൊലീസുകാർ സൈക്കിളിലായും കാൽ നടയായും ബന്ധപ്പെട്ട് രാജ്യത്തിന്റെ നാനാഭാഗങ്ങളിലും പോയി. ‘തിരൂരങ്ങാടിയിലെ വലിയപള്ളി പൊലീസും പട്ടാളവും വെടിവെച്ച് നിരത്തിക്കളഞ്ഞു’ എന്നൊരു പ്രസ്താവന പൊടുന്നനവേ നാട്ടിൽ പരത്തി. സംഖ്യയില്ലാത്ത മാപ്പിളമാർ ഒരു മണിക്കൂറിനുള്ളിൽ രാജ്യത്തിന്റെ നാനാഭാഗത്തു നിന്നും അവിടെ ചാടിയെത്തി. വെടിവെച്ച പൊലീസ് സൈന്യത്തോടൊപ്പം കളക്ടർ തോമാസും ഡിസ്ട്രിക്ട് സൂപ്രണ്ട് ഹിച്ച്കൊക്കും ഡെപ്യൂട്ടി സൂപ്രണ്ട് ആമുസാഹിബും ഉണ്ടായിരുന്നു. വെടിപൊട്ടിയാൽ മുഹമ്മദീയരെല്ലാം ഭയപ്പെട്ടോടുമെന്നായിരുന്നു സായിപ്പന്മാർ കരുതിയിരുന്നത്. നേരെ മറിച്ച് ജനങ്ങൾ വെള്ളംപോലെ ഒഴുകിവരുന്നത് കണ്ട് ഭയാക്രാന്തനായ തോമസ് കളക്ടർ കൂടുതൽ അക്രമത്തിനൊരുങ്ങി. തങ്ങൾക്ക് ചിലതു സംസാരിക്കാനുണ്ട്. എല്ലാവരും അടുത്ത് വന്ന് ഒരു യോഗം ചേർന്നിരിക്കണമെന്ന് കളക്ടറും സൂപ്രണ്ടും ആവശ്യപ്പെട്ടു. അപ്രകാരം ജനങ്ങൾ വന്ന് ഇരുന്നു കഴിഞ്ഞപ്പോൾ ഉടൻ തുരുതുരെ വെടിപൊട്ടി. അത് ജനക്കൂട്ടം തീരെ പ്രതീക്ഷിച്ചിരുന്നില്ല. തല്ക്കാലം ആളുകളെല്ലാം ഓടിക്കഴിഞ്ഞപ്പോൾ രണ്ടുപേർ മരിച്ചു വീണതും അഞ്ചാറുപേർ വെടിയേറ്റ് വീണ്

പിടയ്ക്കുന്നതും കണ്ടു. ഓടിയ മാപ്പിളമാർ നിർഭയം വെടികൊണ്ടവരുടെ ചുറ്റും വെള്ളംപോലെ പ്രവഹിച്ചു. ഭയവിഹ്വലരായി സായിപ്പന്മാരും പൊലീസ് സൈന്യവും ബംഗ്ലാവിൽ പോയി വാതിലടച്ചു കൂടിയാലോചനയായി. സ്റ്റേഷൻ വളഞ്ഞു കൊണ്ട് പൊലീസ് പാറാവു നിന്നു. തിരൂരങ്ങാടി മുഴുവൻ മാപ്പിളമാർ വന്ന് നിറയുകയും ചെയ്തു."

തലയുയർത്തിയപ്പോൾ കട്ടിളപ്പടിയിൽ അമ്മ.

"ശങ്കരാ.. "

"അമ്മ ഉറങ്ങിയില്ലേ.. "

"നീയ് എന്തൊരു ഇരുത്താ.. നേരം പാതിരയായില്ലേ.. പകല് മുഴുവൻ കോഗ്രസ്.. രാത്രി എഴുത്തും വായനേം.. "

"അമ്മ കിടന്നോളൂ.. "

കൈയിലെ മണ്ണെണ്ണവിളക്കിന്റെ വെളിച്ചത്തിൽ ഉറങ്ങാത്തതിന്റെ ക്ഷീണം മുഴുവൻ അമ്മയുടെ മുഖത്ത് കണ്ടു.

"ശങ്കരാ.. ശരീരമുണ്ടെങ്കിലേ നീയ്ള്ളൂ.. നീ ഇണ്ടെങ്കിലേ നാട്ള്ളൂ.. ഇതൊന്നും ഞാൻ പറഞ്ഞ് തരണ്ടതല്ലാലോ.. നെനക്ക് എന്നേക്കാളും വിവരോല്യേ.. "

ഒന്നും മിണ്ടിയില്ല.

"തെക്കോട്ട് ലഹള നടക്ക്ന്ന്ന്ന് കേക്ക്ന്ന്ണ്ടല്ലോ.. നീയ് സൂക്ഷിക്കണം.. "

"അത് ജന്മിമാർക്കും ബ്രിട്ടീഷുകാർക്കും എതിരാണ്. "

"അങ്ങനെയെല്ലല്ലോ കേക്ക്ന്നത്.. ഹിന്ദുക്കളെ മുഴുവൻ ഇല്ലാതാക്ക്ന്ന് എന്നാണല്ലോ..കോഴിക്കോട് ഹിന്ദുക്കള് വന്ന് കൊണ്ടിരിക്ക്യാണത്രേ.."

എത്രമാത്രം തെറ്റായാണ് ഓരോ വാർത്തയും പുറം ലോകത്തെത്തുന്നത്. നമുക്ക് വേണ്ടുന്ന വാർത്തകളാണ് നാം സ്വീകരിക്കുന്നത്.. വേണ്ടുന്നത് മാത്രം. ലഹളക്കാരുടെ പേരിൽ മുതലെടുപ്പുകൾ നടക്കുന്നത് സ്വാഭാവികമാണ്. എന്നാൽ ഹിന്ദുക്കളിൽ ഒരു വിഭാഗം പ്രചരിപ്പിക്കുന്നത് ഏറ്റവും അസ്വാഭാവികമായ വാർത്തകളാണ്. ഖിലാഫത്ത് ഭരണം തുടങ്ങിയെന്നും ഇനി ജീവിക്കണമെങ്കിൽ കുടുമ ചെത്തണം, മാർക്കം ചെയ്യണം, കുപ്പായമിടണം എന്നൊക്കെയാണ്. അതനുസരിക്കാത്തവരുടെ തലവെട്ടിക്കളഞ്ഞു, തോലുരിച്ചുകളഞ്ഞു എന്നിങ്ങനെയുള്ള അസത്യങ്ങളും അർദ്ധസത്യങ്ങളുമായ കഥകളാണ് ലഹളക്കാർക്കെതിരെ പ്രചരിപ്പിച്ചുകൊണ്ടിരിക്കുന്നത്. ഖിലാഫത്തുകാരുടെ എല്ലാ നന്മകളെയും തുരങ്കംവെക്കാനിറങ്ങിയ ഒരു കൂട്ടരുണ്ടായിരുന്നു. മുസ്ലിങ്ങളുടെ പേര് പറഞ്ഞിറങ്ങിയ ആ കൊള്ളക്കാരുടെ തോന്ന്യവാസങ്ങൾക്ക് മറുപടി പറയേണ്ട ബാദ്ധ്യതകൂടി ഖിലാഫത്തുകാരുടേതായി. ഒരു വിഭാഗം ഹിന്ദുക്കളിൽ പരിഭ്രമമുണ്ടാക്കാനും അവർക്ക് സാധിച്ചു. തല പോകും, മതം പോകും, മാനം പോകും എന്ന് കരുതി പരിഭ്രമിച്ച ഹിന്ദുകുടുംബങ്ങൾ കോഴിക്കോട്ടേക്ക് വന്ന് തുടങ്ങി. കാര്യങ്ങൾ

ബോദ്ധ്യപ്പെടുത്തുക വിചാരിച്ചതിനേക്കാൾ പ്രയാസകരമായിരുന്നു. കോഴിക്കോട്ടും തൃശ്ശൂരും കൊയിലാണ്ടിയിലും അയ്യായിരത്തിൽ പരം ആളുകൾ എത്തിച്ചേർന്നു. അവരുടെ ചെലവുകൾ രാമുണ്ണിനായർ ബോംബയിൽനിന്നും ബാക്കി എ ഐ സി സിയും ആര്യസമാജക്കാരും നല്കി. എന്തായാലും വീട് ഉപേക്ഷിച്ച് വന്നവരുടെ കഥകൾക്ക് നല്ല പ്രചാരമുണ്ടായി.

അമ്മ മറുപടി കാത്ത് നില്ക്കുകയാണ്.

"ലഹളക്കാർ ആരെയും ഉപദ്രവിക്കുന്നില്ല. കലക്ടർ തോമാസ് ഏറനാട്ട് മാപ്പിളമാരെ രണ്ട് ചേരികളായി മാറ്റിയതാണ്. പൊലീസുകാർ അഞ്ചാം പത്തിക്കാരായ മാപ്പിളമാരെക്കൊണ്ട് നാട് കൊള്ളയടിപ്പിക്കുകയാണ്.."

അമ്മ മകനെ സൂക്ഷിച്ച് നോക്കിയിട്ട് മെല്ലെ പറഞ്ഞു.

"നീയ് പറയ്ന്നതൊന്നും എനിക്ക് മനസ്സിലാവുന്നില്ല"

"ഹിന്ദുക്കളും മുസ്ലിങ്ങളും ഒന്നിച്ച് ജീവിച്ചാൽ ബ്രിട്ടീഷ്കാര് ഇവിട്ന്ന് പോകേണ്ടിവരും. അതിനുവേണ്ടി കരുതിക്കൂട്ടി ഉണ്ടാക്കിയ ചോരക്കളിയാണിത്..."

"എന്നാലും എത്ര ഹിന്ദുക്കളെയാ കൊന്നത്.."

"ഈ ദിവസത്തിനകത്ത് കൊലചെയ്യപ്പെട്ട മാപ്പിളമാരുടെ എണ്ണം കേട്ടാൽ നമ്മള് ഞെട്ടും. ജന്മിമാരും പൊലീസും ചേർന്ന് മാപ്പിളമാരെ കൊന്ന് തീർക്കുകയാ.."

"ഉള്ളതാണോ ഇത്.."

അമ്മയുടെ സംശയം മാറിയില്ല.

"നീയ് കെടന്നോള്ളൂ ശങ്കരാ.."

അമ്മ അകത്തേക്ക് നടന്നു.

മലബാർ കലാപത്തെ നാളത്തെ തലമുറയും വിലയിരുത്തുന്നത് അവരവരുടെ വീക്ഷണകോണിലൂടെയായിരിക്കും എന്നോർത്തപ്പോൾ മൊയാരം ഭയന്നു. എല്ലാ ചരിത്ര വായനകളും അനുഭവിക്കുന്ന പ്രതിസന്ധി തങ്ങൾക്ക് വേണ്ടത് മാത്രം സ്വീകരിക്കുന്നുവെന്നതാണ്. ഇരകളെ വേട്ടക്കാരാക്കുകയും വേട്ടക്കാരെ ഇരകളാക്കിത്തീർക്കുകയും ചെയ്യുന്നത് ചരിത്രത്തിൽ നിരന്തരം സംഭവിക്കുന്ന ഒന്നാണ്. മലബാർ കലാപവും അങ്ങനെ വിലയിരുത്തപ്പെട്ടേക്കാം. ചരിത്രത്തിനു മേൽ അധികാരം സ്ഥാപിക്കുന്ന ഏത് ആൾക്കൂട്ടത്തിനും ചരിത്രത്തെ മാറ്റിയെഴുതാം. ചരിത്രബോധമില്ലാത്ത ജനത അത് വിഴുങ്ങുകയും ചെയ്യും. അവിടെനിന്ന് എഴുന്നേല്ക്കാൻ തോന്നിയില്ല. മലബാർ കലാപത്തെ സത്യസന്ധമായി കാണുന്ന ഒരു പുസ്തകം നാളത്തെ തലമുറ ആവശ്യപ്പെടുന്നുണ്ടെന്ന് തോന്നി. ഉറങ്ങാൻ പോവുന്നതിനുമുമ്പ് നോട്ട് ബുക്കിൽ കുറിച്ചിട്ടു.

"ഏതു നിലയിലും 1921 ലെ മലബാർ കാർഷിക വിപ്ലവമെന്നു വിളിക്കപ്പെടുവാൻ സർവ്വഥാ അർഹമായ ആ സമരം മാപ്പിളലഹളയെന്നും

ഹിന്ദു മുസ്ലിം ലഹളയെന്നും കല്പിച്ചവഹേളിക്കപ്പെട്ടത് ഇരുപതാം നൂറ്റാണ്ടിലെ കേരളചരിത്രത്തിന്റെ നേരെ പ്രവർത്തിച്ച ഏറ്റവും വലിയ ഒരു അപരാധമാണ്."

എപ്പോഴാണ് ഉറക്കിലേക്ക് കുതിച്ചെതെന്നോർമ്മയില്ല. അമ്മയാവണം വിളക്ക് കെടുത്തിയിരുന്നു.

മൊയാരത്ത് തറവാട്ടിൽനിന്ന് താല്ക്കാലികമായെങ്കിലും മാറാനുള്ള തീരുമാനം അമ്മയെ അറിയിച്ചുവെങ്കിലും കേൾക്കുകയല്ലാതെ അഭിപ്രായമൊന്നും പറഞ്ഞില്ല. മുഴുവൻസമയ പ്രവർത്തനകേന്ദ്രമാക്കി വടകരയെ മാറ്റാൻ അത് ആവശ്യമായിരുന്നു. ലഹള തുടങ്ങിയതോടെ ഡോക്ടർ കരുണാകരമേനോൻ പന്ന്യങ്കരയിലേക്കും മാധവമേനോൻ കോഴിക്കോട്ടേക്കും പോയപ്പോൾ വടകരയിൽ തനിച്ചായി. കുറുമ്പ്രനാട്ടിൽ ഖിലാഫത്ത് പ്രവർത്തനം അവസാനിപ്പിക്കണമെങ്കിൽ മൊയാരത്തെക്കൂടി വടകരയിൽ നിന്ന് ഓടിക്കണമെന്ന് പൊലീസ് കരുതി. നിരീക്ഷിക്കാനും പിന്തിരിപ്പിക്കാനുമായി ഗോവിന്ദക്കുറുപ്പ്, അച്യുതൻനമ്പ്യാർ എന്നീ രണ്ട് കോൺസ്റ്റബിൾമാരെ നിയോഗിച്ചു.

തല്പരകക്ഷികളുടെ ശ്രമം വിജയം കണ്ടു. മലബാറിലെ കർഷക സമരത്തെ ഹിന്ദു മുസ്ലിം ലഹളയായി ചിത്രീകരിക്കാൻ സാധിച്ചു. ഗാന്ധിജി സത്യഗ്രഹസമരം നിർത്തിവെച്ചപ്പോൾ, മൊയാരത്തിന് തോന്നി. എന്തുകൊണ്ടാണ് അദ്ദേഹത്തിനുപോലും ഒരു സമരമാർഗ്ഗത്തെ മനസ്സിലാക്കാൻ കഴിയാതെ പോയത്?

വടകര ഒരു മുൾമെത്തയായിരുന്നു. ഒറ്റയ്ക്ക് എങ്ങനെയാണ് ഒരു സമരത്തെ നയിക്കുക എന്നത് പ്രതിസന്ധി സൃഷ്ടിച്ചെങ്കിലും ആശയക്കുഴപ്പമേതുമുണ്ടാക്കിയില്ല. പക്ഷേ, ഞെട്ടിക്കുന്ന കാഴ്ചകൾക്ക് സാക്ഷിയാവേണ്ടി വന്നു. കണ്ണൂരിലേക്ക് പോകുന്ന ലോക്കലിലും മെയിലിലും മാപ്പിളത്തടവുകാരെ, ചെമ്മരിയാടുകളെ വഹിച്ചെന്നതുപോലെ കൊണ്ട് പോവുന്ന കാഴ്ച ഭീകരമായിരുന്നു. വടകരയും ഒരു ലഹളയിലേക്ക് കുതിക്കുകയാണെന്ന് സംശയിച്ചു. ഒരു ജനത ക്രൂരമായ അനുഭവങ്ങളിലൂടെ കടന്നുപോകുമ്പോൾ സ്വാഭാവിക പ്രതികരണം ഉണ്ടാവുമെന്ന് ഉറപ്പാണ്. അതിനെ തടുത്ത് നിർത്താൻ രാവു പകലാക്കി പ്രവർത്തനം തുടങ്ങി. പകലുകൾ മാത്രമല്ല, രാത്രികളിൽ പള്ളികളിലും മക്കാനിയിലും മാടത്തിലും പീടികയിലും കയറി സംസാരിച്ച് അവരുടെ ക്ഷോഭം തണുപ്പിക്കാൻ മൊയാരം ശ്രമിച്ചു.

വടകരയിലെ വീട് കോൺഗ്രസ് ഓഫീസായി മാറിയിരുന്നു. സബ് ഇൻസ്പെക്ടറായ കുഞ്ഞുണ്ണി മേനോൻ ഒരു ദിവസം അവിടേക്ക് കയറി വന്നു.

"നിങ്ങളെ മാപ്പിളമാർ കൊല്ലും. ഇവിടന്ന് രക്ഷപ്പെടുന്നതാണ് നല്ലത്."

അയാളുടെ മുന്നറിയിപ്പ് ശങ്കരൻ അവഗണിച്ചു.

"മാപ്പിളമാരുടെ കൈയാലേ മരിക്കുന്നത് എനിക്ക് സന്തോഷമാണ്.

എന്റെ മേലധികാരി നിശ്ചയിച്ചിട്ടുണ്ട്. ഞാൻ വടകരയിൽ ഇരിക്കണെമെന്ന്.”

അയാൾ പിറുപിറുത്തുകൊണ്ട് ക്ഷോഭിച്ചിറങ്ങിപ്പോയി.

വടകരയിൽ ലഹളയുണ്ടാകണമെങ്കിൽ മൊയാരം അവിടെ ഉണ്ടായിരിക്കരുതെന്ന് പൊലീസിന് അറിയാമായിരുന്നു. വടകര വിടാൻ വേണ്ടി പൊലീസ് ആവശ്യപ്പെട്ടപ്പോൾ അദ്ദേഹം അത് പരിഗണിച്ചേയില്ല. ഗോവിന്ദക്കുറുപ്പും അച്യുതൻ നമ്പ്യാരും അടയ്ക്കാ തെരുവിൽ വെച്ച് ചവിട്ടിയരച്ചു. ശരീരം നുറുങ്ങുന്ന വേദനയുമായി മടങ്ങിയപ്പോഴും മനസ്സ് പൊള്ളിയില്ല. വലിയ ലക്ഷ്യത്തിന് വേണ്ടിയുള്ള പോരാട്ടത്തിൽ ചവിട്ടി മെതിക്കപ്പെട്ടാലും ഇല്ലാതായാലും നമ്മുടെ സ്വപ്നങ്ങൾ സ്വപ്നങ്ങളാണ്...

എന്താണ് മലബാറിൽ നടന്നുകൊണ്ടിരിക്കുന്നത് എന്ന് *ഹിന്ദു* പത്രത്തിൽ റിപ്പോർട്ട് വന്നത് പൊലീസിനെ ഞെട്ടിച്ചു. അതിന്റെയെല്ലാം പുറകിൽ ഈ മെലിഞ്ഞ മനുഷ്യനാണെന്നത് പൊലീസിന്റെ അരിശം വർദ്ധിപ്പിച്ചു. സബ് ഇൻസ്പെക്ടർ വീണ്ടും വന്നു. മൊയാരം ഉറപ്പിച്ച് പറഞ്ഞു.

“ഒരു കോൺഗ്രസ് പ്രവർത്തകന് അയാളുടെ അച്ഛന്റെ നാട്ടിൽ താമസിക്കാൻ പാടില്ല എന്ന് ശഠിക്കുന്ന നിങ്ങൾ ഇവിടെ ലഹളയുണ്ടാക്കാൻ ശ്രമിക്കുകയാണ്.”

“വടകരയിൽ നിങ്ങളാണ് ലഹളയുണ്ടാക്കുന്നത്. നിങ്ങളെ അറസ്റ്റ് ചെയ്യും.”

മൊയാരം കാത്തു നിന്നില്ല.

“നിങ്ങൾ അറസ്റ്റ് ചെയ്തോളൂ.. എന്താണ് വടകരയിൽ നടക്കുന്നത്? നിങ്ങളുടെ റിസർവ് പൊലീസ് കുറുമ്പ്രനാട്ടിലെ പല ഭാഗങ്ങളിലും സഞ്ചരിക്കുമ്പോൾ സ്ത്രീകളെ നോക്കി അശ്ലീലമായ തന്നാരപാട്ടുകൾ പാടുന്നു. കടമേരി മുതൽ തിരുവള്ളൂരു വരെയുള്ള നിരവധി സ്ഥലങ്ങളിൽ പറമ്പിൽ കയറി ഇരുന്നൂറും മുന്നൂറും ഇളനീർ ഓരോ ദിവസവും കക്കുന്നു. മാപ്പിളമാരുടെ ചായക്കടയിലും മക്കാനിയിലും കയറി ചായയും ബിരിയാണിയും കഴിച്ച് പണം കൊടുക്കാതെ പോകുന്നു. തുണിക്കടയിൽ കയറി തുണിയെടുത്ത് പണം നല്കാതെ പോകുന്നു. വടകര എന്താ പൊലീസ് രാജ്യമാണോ... സാധാരണ മനുഷ്യരുടെ നെഞ്ചിൽ കയറലാണോ പൊലീസിന്റെ പണി? എന്റെ റിപ്പോർട്ടുകൾ *ഹിന്ദു* പത്രത്തിനു മാത്രമല്ല, മജിസ്ട്രേറ്റ്, തഹസിൽദാർ, കളക്ടർ, പൊലീസ് സൂപ്രണ്ട്, സംസ്ഥാന കോൺഗ്രസ് കമ്മിറ്റി സെക്രട്ടറി എന്നിവർക്കെല്ലാം അയച്ചിട്ടുണ്ട്. നിങ്ങളുടെ തോന്ന്യാസം തുടർന്നാൽ ഇനിയും അയക്കും. ഇനി അത് നിർത്തണമെങ്കിൽ ഒറ്റ വഴിയേ ഉള്ളൂ.. എന്നെ അറസ്റ്റ് ചെയ്യൂ..”

സബ് ഇൻസ്പെക്ടർ ദേഷ്യത്തോടെ ഇറങ്ങിപ്പോയി.

വൈകി വീട്ടിലെത്തി കഴിഞ്ഞാൽ വായന തന്നെയായിരുന്നു. സദു

പദേശം നല്കാൻ ആരും ഇല്ലാത്തതുകൊണ്ട് വായന ചിലപ്പോൾ പുലരും വരെ നീണ്ടു.

വാതിലിനു മുട്ടുകേട്ടാണ് ഞെട്ടിയുണർന്നത്.

"ശങ്കരാ... "

അപ്പനു നമ്പ്യാർ. മൊയാരത്തു നിന്ന് അമ്മയുടെ ഒരു ബന്ധുവാണ്.

"നീയ് മരിച്ചു എന്നാണ് നാട്ടിലെ കഥ. അമ്മ ഇന്നലെ ഉറങ്ങിയിട്ടില്ല. അതാണ് വണ്ടിക്ക് പുലർച്ചെ തന്നെ ഇറങ്ങിയത്.. "

"അയ്യോ..അമ്മ.."

"ചൊക്ലി അങ്ങാടീല് വെച്ച് ആരോ പറഞ്ഞതാണ്.. മാപ്പിള ലഹളേല് നീ മരിച്ചെന്ന്.. മീനാക്ഷിയാണ് എന്നെ ഇങ്ങോട്ട് തള്ളി വിട്ടത്.."

"അമ്മയോടും ഇളയമ്മയോടും പറയുക.. ശങ്കരൻ അങ്ങനെ മരിക്കില്ലെന്ന്.. മീനാക്ഷിയോടും പറയ്ക.. "

മൊയാരത്ത് തറവാട് മരിച്ച വീട് പോലെയായിട്ടുണ്ടെന്ന് ശങ്കരന് മനസ്സിലായി. പക്ഷേ, നാടേല്പിച്ച ഉത്തരവാദിത്വങ്ങൾ അതിനെക്കാൾ വലുതായിരുന്നു. അതുകൊണ്ട് തന്നെ മടക്കയാത്ര അസാദ്ധ്യമായിരുന്നു.

അടയ്ക്കാതെരുവിൽ വീട്ടിൽ തന്നെ ഒരു സ്പിന്നിങ് സ്കൂൾ നടത്താൻ തുടങ്ങി. സ്പിന്നിങ്ങിനൊപ്പം ഇംഗ്ലീഷും കണക്കും ചരിത്രവും പഠിപ്പിച്ചു. വടകര നഗരത്തിൽ പരസ്യമായി ചക്രം നിർമ്മിക്കുകയും നൂലുണ്ടാക്കുകയും ചെയ്യുന്നത് ബോംബ് നിർമ്മിക്കുന്നതിനേക്കാൾ ഭീകരമായാണ് പൊലീസും നാട്ടുകാരും കണ്ടത്. പക്ഷേ, മൊയാരത്തിന് സമൂഹത്തെ ചിലത് ബോദ്ധ്യപ്പെടുത്താനുണ്ടായിരുന്നു.

ചൗരിചൗരസംഭവത്തോടെ നിസ്സഹകരണപ്രസ്ഥാനം ഗാന്ധിജി നിർത്തിവെച്ചത് മിതവാദികളായ ശങ്കരനും സംഘത്തിനും അസഹ്യമായിരുന്നു. ശങ്കരൻ നോട്ട് ബുക്കിൽ കുറിച്ചു.

"ഞങ്ങളിൽ ചിലർ ആത്മഹത്യയുടെ വക്കത്തെത്തിയിരുന്നു. കേളപ്പൻ തിരുവിതാം കൂറിൽ മന്നത്ത് പത്മനാഭപിള്ളയുടെ കൂടെ നായർ സർവീസ് സൊസൈറ്റിയിൽ ചേർന്നു പ്രവർത്തിക്കാൻ പുറപ്പെട്ടു."

മൊയാരം സി ആർ ദാസിന്റെ പ്രസംഗം കേട്ടുകൊണ്ടേയിരുന്നു.

"ഗാന്ധിജിയെ സർവ്വാധിപതിയാക്കിയത് യുദ്ധം നടത്തുവാനാണ്. നിർത്തുവാനല്ല.."

ഗാന്ധിയേക്കാൾ സി ആർ ദാസിനെ അറിഞ്ഞുതുടങ്ങി.

പ്രളയം എന്ന അദ്ധ്യായം

മഴ തുടങ്ങിക്കഴിഞ്ഞപ്പോഴാണ് അയാൾ കയറിവന്നത്.

ചന്തുക്കുട്ടി നമ്പ്യാരുടെ മുഖത്ത് ആഹ്ലാദമുണ്ടായിരുന്നു.

"മുഴുവൻ വിറ്റു തീർന്നു."

നൂറ് പുസ്തകം രണ്ടു ദിവസംകൊണ്ട് വിറ്റു തീർന്നതിന്റെ സന്തോഷം മൊയാരത്തിന്റെ മുഖത്തും നിറഞ്ഞു.

"എന്തായാലും വടക്കെ മലബാറിലും കോഴിക്കോട്ടുമായി നന്നായി വിറ്റഴിഞ്ഞു."

"പ്രസിൽ പണം കൊടുത്തോ?"

ചന്തുക്കുട്ടിക്ക് സംശയമുണ്ടായിരുന്നു.

"സരസ്വതീവിജയത്തിൽ അഡ്വാൻസ് കൊടുക്കാൻ അമ്മയോടാണ് പണം വാങ്ങിയത്. അത് തിരിച്ചു കൊടുക്കണം..."

ചന്തുക്കുട്ടിക്ക് മൊയാരത്തിന്റെ സ്വഭാവം നന്നായി അറിയാമെന്നതിനാൽ ഒന്നു ചിരിച്ചു.

"ചിരിക്കണ്ട.. അമ്മയുടെ പണം മാത്രമല്ല. എല്ലാരുടെ പണോം തിരിച്ചു കൊടുക്കും."

ഒന്നരവർഷം കൊണ്ടാണ് *പെൺകിടാവിന്റെ തന്റേടം* പ്രസ്സിൽ നിന്ന് ലഭിച്ചത്. എല്ലാ പുസ്തകങ്ങളുടേയും അവസ്ഥ ഇത് തന്നെയാണ്. ദേശബന്ധുവിന്റെ ജീവചരിത്രത്തിന്റെ അച്ചടി ഇത്തിരി വേഗത്തിലാക്കണെമെന്ന് മൊയാരം തീരുമാനിച്ചു. കാലതാമസമില്ലാതെ ആ പുസ്തകം ഇറക്കാൻ പറ്റണം, രാത്രി സമയം കൂടുതൽ കണ്ടെത്തിയാൽ മോട്ടിലാൽ നെഹ്റുവിന്റെ ജീവചരിത്രം ഉടൻ തുടങ്ങാം. ഇത്തിരി അദ്ധ്വാനമുണ്ടതിന്. ഉടൻ തന്നെ കുറിപ്പുകളൊക്കെ എടുത്ത് തുടങ്ങണം.

ചന്തുക്കുട്ടി തുടർന്നു.

"കടത്തനാട്ടിൽ, സാമുദായികാഖ്യായിക എന്ന നിലയിൽ പുസ്തകം വായിച്ചവരൊക്കെ മികച്ച അഭിപ്രായമാണ് പറഞ്ഞത്. രണ്ടാം ഭാഗം ഉടനിറക്കണം. ഇനിയും ഇമ്മാതിരി ബുക്കെഴുതണം."

അകത്തുനിന്ന് ഇറങ്ങിവന്ന കെ വി കൃഷ്ണനനാണ് മറുപടി പറഞ്ഞത്.

"അത് നടക്കുമെന്ന് തോന്നുന്നില്ല."

അയാൾ തുടർന്നു.

"ശങ്കരേട്ടൻ വടകരയിൽ വെച്ച് ഒരു പ്രഖ്യാപനം നടത്തി എന്ന് പറഞ്ഞു കേട്ടിട്ടുണ്ട്. സി ആർ ദാസ്, മോത്തിലാൽ നെഹ്രു, ലാലാലജ്പത് റായ് എന്നിവരുടെ ജീവചരിത്രം ഉടൻ പ്രസിദ്ധപ്പെടുത്തുമെന്ന്. അപ്പോൾ അതെഴുതണ്ടേ.."

ചന്തുക്കുട്ടി പുഞ്ചിരിച്ചു.

"ചന്തുക്കുട്ടിക്ക് കൃഷ്ണനെ അറിയില്ലേ.. പരപ്പനങ്ങാടീന്ന് ലഹള ക്കാലത്ത് വന്നയാളാണ് വക്കീൽ കൃഷ്ണൻ.."

"കേട്ടിട്ടുണ്ട്.. ആളുകളുടെ മുറുമുറുപ്പ് നാട്ടിലുണ്ട്..."

കൃഷ്ണനനും മൊയാരവും ഒന്നിച്ച് ചിരിച്ചു. കൃഷ്ണൻ പറഞ്ഞു.

"നായരും തീയനും ഒന്നിച്ച് കഴിയുന്നതിന്റെ മുറുമുറുപ്പ് നായ ന്മാർക്ക് മാത്രമല്ല. തീയന്മാർക്കും ഉണ്ട്."

മൊയാരം ഉറക്കെ പറഞ്ഞു.

"എന്തായാലും നായര് തീയരെ തൊട്ടാൽ കുളിക്കണമെന്നാ ജാത്യാ ചാരം. അതുകൊണ്ട് ഞാൻ രാവിലെ നന്നായി കുളിച്ചു."

മൊയാരം ചിരിച്ചു. ചിരിയിൽ പങ്ക് ചേർന്ന് കൃഷ്ണൻ പറഞ്ഞു.

"ഞാൻ നായരെ തൊട്ടതിനാൽ കുളി രണ്ട് നേരമാക്കി.."

വെടിക്കെട്ട് ചിരിക്ക് തുടക്കംകുറിച്ച് ചന്തുക്കുട്ടിയും ചിരിച്ചു.

"എന്നാൽ പിന്നെ ഞാൻ വീട്ടിലെത്തിയിട്ട് മൂന്ന് നേരം കുളിക്കാം. ഇത്തിരി സംഭാരവും കൂടി കിട്ടിയാൽ അതിന്റെ കുളിയും കൂടി ഒന്നി ച്ചാക്കാം.."

കൃഷണൻ കോപ്പയിലേക്ക് സംഭാരമൊഴിച്ച് കൊടുത്തുകൊണ്ട് പറഞ്ഞു.

"ചന്തുക്കുട്ടി നമ്പ്യാര് വകയിലെ അനിയൻ അല്ല, യഥാർത്ഥ അനി യൻ തന്നെ.."

ചന്തുക്കുട്ടി സംഭാരം കഴിച്ച് ഇറങ്ങാനൊരുങ്ങുമ്പൊൾ മൊയാരം ചോദിച്ചു.

"അമ്പത് പുസ്തകം കൂടി തരട്ടെ...."

ചന്തു നമ്പ്യാർ തലയാട്ടി.

"ശ്രമിക്കാം..."

പെൺകിടാവിന്റെ തന്റേടം അമ്പതു കോപ്പി കൂടി പൊതിഞ്ഞ് ചന്തു ക്കുട്ടിയുടെ കൈയിൽ കൊടുത്തു.

"ചന്തുനമ്പ്യാരേ ഒരു നിമിഷം.. ഞാനുമുണ്ട്."

കൃഷ്ണൻ അകത്ത് നിന്ന് വിളിച്ചു പറഞ്ഞു.

പെട്ടെന്ന് അസാധാരണ ശബ്ദത്തോടെയുള്ള ഇടിനാദം ദിക്കുകളെ ഞെട്ടിച്ചുകൊണ്ട് മുഴങ്ങി. ആ ഭീഷണസ്വരത്തിനു പിന്നാലെ ആർത്തലച്ച് കൊണ്ട് മഴ പെയ്ത് തുടങ്ങി. കണ്ണീരുപോലെ അത് പെയ്ത് തുടങ്ങുകയും വളരെ പെട്ടെന്ന് അസാധാരണമായ നിലവിളിയായി അത് മാറി. മേഘക്കീറുകൾ തുറന്നൊഴുകി.

ചന്തുക്കുട്ടിയും കൃഷ്ണനും മുറ്റത്തേക്കിറങ്ങാൻ കാലെടുത്ത് വെച്ചതും ഒരു തെങ്ങിന്റെ തലതെറിപ്പിച്ചുകൊണ്ട് കാറ്റ് സംഹാരാത്മകമായി പടർന്ന് കയറി. ആ പ്രദേശത്തെ മുഴുവൻ തകർത്ത് തരിപ്പണമാക്കുന്ന വിധത്തിൽ കാറ്റ് ചുഴറ്റിയടിച്ചു. ഇറങ്ങാൻ തയ്യാറായ ചന്തുക്കുട്ടി സംഭ്രമത്തോടെ പുറത്തേക്ക് നോക്കി. മഴവെള്ളം മുറ്റത്തേക്ക് ഇരച്ചു കയറുകയാണ്. ചന്തുക്കുട്ടിയും കൃഷ്ണനും കോലായയിലേക്ക് കയറി. അവരെ നനച്ചുകൊണ്ട് കാറ്റിനൊപ്പം മഴവെള്ളവും ചീറിയടിച്ചു. മൂന്ന് പേരും അകത്തേക്ക് കയറി.

കൃഷ്ണൻ ചന്തുക്കുട്ടിയുടെ പരിഭ്രമം കണ്ട് സന്ദർഭത്തെ ലഘൂകരിക്കാനായി ചിരിച്ചുകൊണ്ട് പറഞ്ഞു.

"ചന്തുക്കുട്ടി നമ്പ്യാർക്ക് മൂന്ന് തവണയല്ല, ഇന്ന് മുഴുവൻ കുളിക്കാമെന്ന് തോന്നുന്നു."

"മഴ നില്ക്കാതെ ഇനി പുറത്തേക്കില്ല."

ചന്തുക്കുട്ടി ഭീതിയോടെ പറഞ്ഞു.

"ഇന്നിനി ഇവിടെ നിന്ന് ഇറങ്ങാൻ പറ്റുമെന്ന് തോന്നുന്നില്ല.."

മൊയാരം മന്ത്രിച്ചു.

ചന്തുക്കുട്ടി വേവലാതിയോടെ പുറത്തേക്ക് നോക്കി.

"സകലമരങ്ങളും കടപുഴകി വീണിട്ടുണ്ടാവും.."

മുറ്റമവസാനിക്കുന്നിടത്ത് രണ്ട് തെങ്ങുകൾ തലതകർന്ന് പരസ്പരം പുണർന്ന് കിടക്കുന്നത് ചന്തുക്കുട്ടി ഭീതിയോടെ നോക്കി. കാറ്റും മഴയും അത്യസാധാരണമായ കോപത്തോടെ ചേർന്നലറുകയാണ്. ജീവിതത്തിൽ ഇതുവരെ കണ്ടിട്ടില്ലാത്ത, മരണനൃത്തംപോലെ പ്രകൃതി തുള്ളിയാർത്തു. വീടിനു മുകളിലേക്ക് കാറ്റ് മരക്കൊമ്പുകൾ വലിച്ചെറിഞ്ഞു. ഓട് പൊട്ടിയിട്ടാവണം മഴവെള്ളം അകത്തേക്ക് കുത്തിയൊലിച്ച് വന്നു. അതിനെ തടുത്ത് നിർത്താൻ പറ്റാത്ത വിധത്തിൽ കാറ്റ് പ്രകമ്പനം കൊള്ളിച്ചുകൊണ്ട് പിന്നേയും പിന്നേയും സംഭ്രമിപ്പിച്ചു.

അന്ന് അവർക്കാർക്കും പുറത്തിറങ്ങാനേ സാധിച്ചില്ല, അന്ന് മാത്രമല്ല തുടർച്ചയായ രണ്ട് ദിവസവും നിലയ്ക്കാത്ത പേമാരിയായിരുന്നു. കർക്കിടകം ഒന്നിനു തുടങ്ങിയ പേമാരിയും പ്രളയവും പലയിടങ്ങളിലും മൂന്നാഴ്ചയോളം നീണ്ടുനിന്നു. താഴ്ന്ന ഭാഗങ്ങൾ മാത്രമല്ല, മറ്റിടങ്ങളിലേക്കും വെള്ളം കുത്തിയൊലിച്ചുവന്നു. എത്രപേർ മരിച്ചുവെന്ന് എണ്ണിതിട്ടപ്പെടുത്താനായില്ല. ആളുകൾ മരണവെപ്രാളത്തോടെ ഉയർന്നദിക്കിലേക്ക് അഭയം തേടി. കോഴിക്കോട് പട്ടണം മുക്കാലും മുങ്ങി എന്നാണ്

വാർത്തകൾ വന്നത്. കനോലി കനാലിലൂടെ ശവശരീരങ്ങൾ ഒഴുകി നടക്കുകയായിരുന്നു എന്ന പത്രവാർത്ത മൊയാരത്തെ ചിന്താകുലനാക്കി. ബ്രിട്ടീഷ് മലബാറിലെ ഏറ്റവും വലിയ ദുരന്തമെന്ന് കളക്ടർ ജെ എ തോറൺ പറഞ്ഞത് പത്രത്തിൽ എടുത്തെഴുതിയിട്ടുണ്ട്. തെക്കെ മലയാളത്തിൽ പലയിടത്തും തീവണ്ടി നിർത്തിവെച്ചു. റെയിലിനുമുകളിൽ വെള്ളം അസാധാരണമാം വിധം ഉയർന്നുവന്നു. വീടുകൾ തകർന്ന് തരിപ്പണമായി. വടക്കെ മലബാറിൽ വളപട്ടണം പുഴയുടെ ഇരുകരകളിലും വെള്ളം പൊങ്ങി. തലശ്ശേരിയിൽ റെയിൽ തകർന്നിരിക്കുന്നു. തലശ്ശേരി–കൂർഗ് പാതയിലെ ഇരിട്ടിപ്പാലം ഒലിച്ചു പോയിരിക്കുന്നു. നൂറ് കണക്കിന് മനുഷ്യർ എല്ലാം നഷ്ടപ്പെട്ടവരായി മാറിക്കഴിഞ്ഞിരിക്കുന്നു. എട്ടും പത്തും നാഴികവിസ്തീർണ്ണത്തിൽ ഇരിക്കൂർ വരെയുള്ള താണ പ്രദേശം മുഴുവനും വെള്ളത്തിനടിയിലായി. ഏകദേശം 250 നാഴിക സമചതുരത്തിൽ എല്ലാ പ്രദേശവും എട്ടു പത്തു ദിവസത്തോളം പുഴയായി. ആളുകളും കന്നുകാലികളും വീടുകളും തേങ്ങാക്കൂടകളും വന്മരങ്ങളും ജലപ്രവാഹത്തിൽ ഒലിച്ചുപോയി. ആയിരത്തിൽപ്പരം പഴയ വീടുകളും കുടിലുകളും വെള്ളത്തിലമർന്നു. പതിനായിരത്തോളം ജനങ്ങൾ ആ പ്രദേശങ്ങളിൽ വീടും കുടിയും നഷ്ടപ്പെട്ട് നിസ്സഹായരായി.

ആര്യകേരളത്തിന്റെ ഓഫീസിൽവെച്ചു നടന്ന് കൂടിയാലോചനയിൽ പണ്ഡിറ്റ് ഋഷിറാമും കേശവമേനോനുംകൂടി റിലീഫ് പ്രവർത്തനങ്ങൾ നടത്താൻ മൊയാരത്തിനെ ചുമതലപ്പെടുത്തി. സന്തതസഹചാരികളായി ബോംബേയിൽ മിലിട്ടറി ക്ലർക്കായിരുന്ന ഇ സി കുഞ്ഞിക്കണ്ണൻ നമ്പ്യാരും വടക്കെ മലബാർ ജില്ലാ കോൺഗ്രസ് സെക്രട്ടറി എസ് കെ കോമ്പർബെയിലും. ഉത്തരവാദിത്വം വളരെ വലുതായിരുന്നു. ഇരമ്പിയാർക്കുന്ന വളപട്ടണം പുഴയിലൂടെ മൂവർസംഘം അരിച്ചാക്കും കയറ്റി ജീവൻ പണയം വെച്ചുള്ള യാത്രയാണ് നടത്തിയത്. കുത്തിയൊലിച്ചു വരുന്ന പുഴയിലൂടെ മലമ്പാമ്പും വന്മരങ്ങളും മാത്രമല്ല കാട്ടാനയും ഒഴുകിവരുന്ന ദൃശ്യങ്ങൾ അവരെ നടുക്കി. പക്ഷേ, ലക്ഷ്യം വലുതായിരുന്നു. കണ്ടക്കൈ, കൈരളം, ചെങ്ങളായി, ഇരിക്കൂർ തുടങ്ങിയ ദേശങ്ങളിലേക്ക് അവർ സഞ്ചരിച്ചു. ചിലയിടങ്ങളിൽ മനുഷ്യസഹവാസം സാദ്ധ്യമാവാത്ത ഒറ്റപ്പെട്ട ഊരുകളുണ്ട്. അവിടെയുള്ള മനുഷ്യർക്കും ജീവിതം നല്കണം. റിലീഫ് കേന്ദ്രങ്ങൾ തുറന്ന പാപ്പിനിശ്ശേരി, പറശ്ശിനിക്കടവ്, കണ്ടക്കൈ, ഇരിക്കൂർ തുടങ്ങിയ പ്രദേശങ്ങളിൽ എത്തിപ്പെട്ടെങ്കിലും ഒറ്റപ്പെട്ട പ്രദേശങ്ങളിൽ എത്തിച്ചേരുക ഏറെ വെല്ലുവിളി നിറഞ്ഞതായിരുന്നു. സാമുവൽ ആറോനും പറശ്ശിനിക്കടവിലെ കൊച്ചു മടയൻ കുഞ്ഞിരാമനും ആ സംഘത്തോടൊപ്പം ചേർന്നു. 21 ലെ കോൺഗ്രസ് റിലീഫ് ഫണ്ടിലെ ബാക്കിതുകയും ആര്യസമാജക്കാർ പിരിച്ചയച്ചതും ചേർത്ത് 12000 രൂപയ്ക്ക് ആയിരം ചാക്ക് അരിയും വസ്ത്രങ്ങളും വീട് കെട്ടാൻ ചിലർക്ക് പണവും നല്കാൻ സാധിച്ചു. സംഘത്തെ കണ്ടപ്പോൾ ആളുകൾ ആശ്വാസംകൊണ്ടു. വിശന്നു

നിലവിളിക്കുന്ന കുഞ്ഞുങ്ങൾ ഹൃദയം തകർക്കുന്ന കാഴ്ചയായിരുന്നു. പ്രസവിച്ച ഉടനെ ചോരമണം മാറാത്ത കുഞ്ഞിനെയും എടുത്ത് നില്ക്കുന്ന അമ്മമാർവരെ ആ കൂട്ടത്തിലുണ്ടായിരുന്നു. അരി കൊടുക്കുമ്പോൾ അടുത്ത് വന്ന് ഒരു കുട്ടി നിഷ്കളങ്കമായി ചോദിച്ചു.

"ഇത് മഹാത്മാഗാന്ധിയുടെ അരിയാ.."

പുഞ്ചിരിയോടെ മൊയാരം അവന്റെ കവിളിൽ തട്ടി പറഞ്ഞു.

"അതെ. ഇത് മഹാത്മാഗാന്ധിയുടെ അരി തന്നെയാ.."

ഏറ്റവും നിസ്സഹായരായ മനുഷ്യർക്ക് വേണ്ടി ചിലത് ചെയ്യുമ്പോൾ ലഭിക്കുന്ന അനുഭൂതി ജീവിതത്തെ ഒന്നുകൂടി മഹത്തരമാക്കുന്നു. ഒരു കോൺഗ്രസ്പ്രവർത്തകൻ എന്ന നിലയിൽ ആത്മാഭിമാനം തോന്നിയ നിമിഷമായിരുന്നു അത്. മറ്റ് മനുഷ്യർക്കുവേണ്ടി ഇടപെടുമ്പോൾ സ്വയം മറന്നുപോകുന്ന ചില മനുഷ്യരുണ്ടെന്നതാണ് ഈ ലോകത്തെ മനോഹരമാക്കുന്നത്. എല്ലാവർക്കും അരി നല്കി തളർന്നിരിക്കുമ്പോൾ ഒരുമ്മ അടുത്തേക്ക് വന്നു. കൈയിൽ ഒരു ഇളനീർ. നടക്കാൻ പോലും വയ്യാത്ത അവസ്ഥയിൽ അവശതയിൽ കഴിയുന്ന ആ തടിച്ച സ്ത്രീ ഏറെ സാഹസികമായി നടന്നുവന്നു.

"മോൻ കുടിക്ക്.."

ഇളനീർ വെച്ചു നീട്ടി.

"എനിക്ക് വേണ്ടുമ്മാ..ഉമ്മ കുടിച്ചോളൂ.."

അവർ പരിഭവത്തോടെ നോക്കി.

"എന്റെ മോൻ ഈ ഇളനീർ കുടിച്ചാട്ടെ.."

അവരെ ധിക്കരിക്കാൻ ത്രാണിയുണ്ടായിരുന്നില്ല. ഇളനീർ വാങ്ങി, അവരുടെ മുഖത്തേക്ക് നോക്കി. അവർ കരയുകയായിരുന്നു.

"ഈ ഓണം നാൾ രണ്ടുദിവസവും എന്റെ മോൻ പട്ടിണിയായല്ലോ.."

മൊയാരം പുഞ്ചിരിച്ചു.

"ഓണമല്ലല്ലോ ഉമ്മാ വലുത്.."

കണ്ണീർ വാർത്തുകൊണ്ട് അവർ മന്ത്രിച്ചു.

"ശരിയാ..മനുഷ്യനാ വലുത്.."

അവരുടെ പേരു ചോദിച്ചപ്പോൾ കണ്ണീർച്ചാലുകൾക്കിടയിലൂടെ പുഞ്ചിരിയോടെ അവർ മന്ത്രിച്ചു..

"കദീസ..."

അവർ തുടർന്നു.

"മോനെ പെറ്റ അമ്മയും ആ നാടും പുണ്യം ചെയ്തതാ.."

മൊയാരം ലജ്ജയോടെ ഓർത്തു. സാധുക്കളായ മനുഷ്യർ മനുഷ്യസഹജമായ പ്രവൃത്തിയെ ഇത്രമേൽ വിലമതിക്കുന്നത് അവരുടെ ദൈന്യതയിൽ നിന്നാണ്. താൻ നടത്തുന്നത് ഒരു രാഷ്ട്രീയ പ്രവർത്തനമാണെന്ന് ഉറക്കെ വിളിച്ചുപറയാൻ ആഗ്രഹിച്ചു. അവർ വാത്സല്യത്തോടെ നോക്കി. ദൂരെ മൊയാരത്ത് തറവാട്ടിൽ തന്നെ പെറ്റ അമ്മയും

ഇങ്ങനെ നോക്കുന്നുണ്ടാവുമെന്ന് മൊയാരത്തിന് തോന്നി. മറ്റുള്ളവർക്ക് വേണ്ടി സ്വയം ദഹിച്ചുപോയ മകനെ അവർ കാത്തിരിക്കുന്നുണ്ടാവും. വാത്സല്യവും പരിഭവവും ഒളിപ്പിച്ചുവെച്ച ആ നോട്ടത്തെക്കുറിച്ചോർത്തപ്പോൾ മനസ്സ് നനഞ്ഞു. ദൂരെ നനവാർന്ന കണ്ണുകളോടെ ആ അമ്മയും ഇരുന്നിട്ടുണ്ടാവണം...

തകർന്ന് കിടക്കുന്ന വീട്ടിനടുത്ത്, പുതിയത് ഒന്നുയർത്താൻ കാത്തുനില്ക്കുന്ന ഒരു കുടുംബം ഭക്ഷണവും വസ്ത്രവും നല്കുന്ന മനുഷ്യരെ നോക്കിക്കൊണ്ടിരുന്നു. കുന്നിനു മുകളിലെ മരച്ചുവടാണ് ഒരാഴ്ചയായി അവരുടെ വീട്. ഒരു വൃദ്ധ അതിസാഹസികമായി മൊയാരത്തിന്റെയും കൂട്ടരുടേയും അടുത്തെത്തി.

"എന്റെ കുഞ്ഞി മോനേ എനക്കൊരു നാഴിയരി തരണേ..എന്റെ പെറ്റു കിടക്കുന്ന മോൾക്കാണ്.."

മൊയാരം അവരുടെ കൈകളിൽ പിടിച്ചു.

"ഞാൻ മുത്തശ്ശിക്ക് നാഴിയരി എത്തിച്ചു തരാം.."

അവർ കൈകൾ ചേർത്ത് പിടിച്ച് പൊട്ടിക്കരഞ്ഞു.

"കുഞ്ഞിമ്മോനേ, നാനാഴിയരി കിട്ടിയാൽ നാലുനാൾ കഴിക്കും."

അവർ അനുഗ്രഹിക്കുന്നത് പോലെ തലയിൽ കൈകളമർത്തി.

അവരോടുള്ള വാഗ്ദാനം മൊയാരം നിറവേറ്റി.

മഴയുടെ പേപ്പെയ്ത്ത് അവസാനിച്ചു. വെള്ളമിറങ്ങിത്തുടങ്ങി. ജനങ്ങൾ ജീവിതത്തെ തിരിച്ചു പിടിക്കാൻ തുടങ്ങി. നഷ്ടങ്ങളുടേയും വേദനകളുടേയും കണ്ണീരിന്റെയും ഇന്നലെകളിൽ നിന്ന് അവർ കരകയറാൻ തുടങ്ങി. മറ്റുള്ളവർക്ക് വേണ്ടി ജീവിക്കുന്നവർ സ്വയം ദാരിദ്ര്യവും സഹനവും ഏറ്റുവാങ്ങാൻ നിയോഗിക്കപ്പെട്ടവരാണ് എന്ന് മൊയാരത്തിന് തോന്നി. ദാരിദ്ര്യം ഇരന്നു വാങ്ങുന്ന ജീവിതവുമായുള്ള ഒത്തു തീർപ്പുകളില്ലാത്ത കളികൾ തന്നെയാണ് മൊയാരം നയിച്ചത്.

പേമാരിയുടെ പെയ്ത്തിൽ തകർന്നുപോയ നൂറുകണക്കിന് മനുഷ്യർക്കിടയിലൂടെയുള്ള സഞ്ചാരം മനുഷ്യരെ ഹൃദയംകൊണ്ട് തൊടാനുള്ള അർത്ഥവത്തായ ശ്രമമായിരുന്നു. നനഞ്ഞു തീർന്ന ജീവിതത്തെ ചേർത്ത് പിടിക്കാനുള്ള ശ്രമം മനുഷ്യർ ക്കിടയിൽ ജീവിക്കുന്ന രാഷ്ട്രീയ പ്രവർത്തനമായി, അവരുടെ ഹൃദയം സ്പർശിക്കുന്ന സർഗ്ഗാത്മകതയായി.. ജീവിതപുസ്തകത്തിലെ പ്രളയം എന്ന അദ്ധ്യായം എഴുതി തീർക്കാൻ പറ്റാത്ത വലിയ നോവലാണെന്ന് മൊയാരം അനുഭവിച്ചറിഞ്ഞു. കൂടെയുണ്ട് എന്ന് നിരന്തരം പറയലാണ് സക്രിയമായ രാഷ്ട്രീയം. വിശന്ന് തളർന്ന് നില്ക്കുന്ന കുഞ്ഞുങ്ങളുടെ ചുണ്ടിലേക്ക് ഇറ്റ് വീഴുന്ന കഞ്ഞിയിൽ നിന്ന് രൂപപ്പെടുന്ന ആനന്ദം കണ്ണിലെ അവസാനിക്കാത്ത തിളക്കമായി ഉണർന്ന് വരുന്നതിനെയാണ് ജീവിതമെന്ന് പറയുന്നത്. പട്ടിണി കിടന്ന വൃദ്ധരുടെ തൊണ്ടയിലൂടെ ഇറങ്ങുന്ന ഓരോ അന്നത്തിൽ നിന്നും അനേകമായി പ്രത്യക്ഷപ്പെടുന്ന ചുണ്ടിലെ നനവാണ് ജീവിതം.. ഹൃദയത്തെ സ്പർശിക്കുന്ന അനേകമനേകം സന്ദർഭങ്ങൾ

മൊയാരത്തിന്റെ വിശപ്പിനെ പിന്തള്ളിക്കൊണ്ട് ജീവിതപ്രേമമാക്കി തീർത്തു.

പത്തണവിലയുള്ള *ദേശബന്ധുദാസ്* എന്ന പുസ്തകം വിറ്റ പണം കൊണ്ട് മാത്രം ജീവിച്ചുപോകുക എന്നുള്ളത് ഏറ്റവും ക്ലേശകരമായിരുന്നു. അംഗീകാരവും അഭിനന്ദനങ്ങളും തലയിൽവന്ന് ചേർന്നുവെങ്കിലും സ്വയം ഏറ്റുവാങ്ങിയ ദാരിദ്ര്യം ജീവിതത്തോട് ചേർന്നു നിന്നു.

രണ്ടാം കേരളസംസ്ഥാനസമ്മേളനത്തിൽ കെ എം പണിക്കരുടെ അദ്ധ്യക്ഷതയിൽ നടത്തിയ സാഹിത്യസമ്മേളനത്തിൽ വെച്ച് കെ പി കേശവമേനോൻ *ദേശബന്ധുദാസി*നെ ലോകർക്ക് പരിചയപ്പെടുത്തി.

"എഴുതാൻ വാസനയും ത്രാണിയുമുള്ള പ്രവർത്തകന്മാർ ശങ്കരൻ നമ്പ്യാരുടെ മാതിരി ഇത്തരം ജീവചരിത്രങ്ങൾ എഴുതുന്നത് രാജ്യത്തിനും ഭാഷയ്ക്കും ഒരുപോലെ ശ്രേയസ്കരമായിരിക്കും."

ആരോഗ്യം തകർന്ന് കിടക്കുമ്പോൾ എഴുതിയ പുസ്തകം സൂക്ഷ്മമാക്കുന്നതിൽ പരാജയമുണ്ടെന്ന് മൊയാരത്തിന് അറിയാമായിരുന്നു. എന്നാൽ ഭാഷാഭിമാനത്തേക്കാൾ വലിയ ദേശാഭിമാനത്തിന്റെ പുസ്തകമായിരുന്നു *ദേശബന്ധുദാസ്*.

മഴ തോർന്ന രാത്രിയിൽ, കെ വി കൃഷ്ണൻ ഏറെ വൈകുവോളം *ദേശബന്ധുദാസി*നെക്കുറിച്ച് തന്നെ സംസാരിക്കുകയായിരുന്നു. കെ കേളപ്പന്റെ മുഖവുര കൃഷ്ണൻ ആവർത്തിച്ചു വായിച്ചു.

"മനഃശക്തി, ത്യാഗം, ദീനാനുകമ്പ, ദേശഭക്തി തുടങ്ങി അവർണ്ണനീയവും അതിശയനീയവുമായ ഗുണപരമ്പരകളാൽ പരിശോഭിക്കുന്ന സാക്ഷാൽ ദാസിനെ എന്റെ മനോദൃഷ്ടിയിൽ ഞാൻ കാണുകയുണ്ടായി."

കൃഷ്ണൻ ഒന്നു നിർത്തി.

"കേളപ്പൻ നായര് പറഞ്ഞതൊക്കെ ശരി. പക്ഷേ, ഗയാ കോൺഗ്രസിൽ വെച്ച് ചെയ്ത അദ്ധ്യക്ഷപ്രസംഗം ഈ പുസ്തകത്തിൽ ചേർക്കാൻ കഴിയാതെ പോയതിലുള്ള സങ്കടം പ്രദർശിപ്പിച്ചതെന്തിനാണ്.?"

"അത് കേളപ്പൻ നായരോട് ചോദിക്കണം."

കൃഷ്ണൻ പുഞ്ചിരിച്ചു.

"ഞാൻ ചോദിക്കും..."

എന്തിനായിരിക്കും കൃഷ്ണൻ അങ്ങനെ പറഞ്ഞത്?

മതത്തേക്കാൾ മനുഷ്യനെ വേട്ടയാടുന്ന ഒന്നാണ് ജാതി എന്ന് ഓർമ്മവെച്ച നാൾ മുതൽ മൊയാരം തിരിച്ചറിഞ്ഞു കഴിഞ്ഞിരുന്നു. ഒരു ജാതീയ സാമൂഹികവ്യവസ്ഥയിൽ ഓരോ സമൂഹവും അവനവന്റെ ജാതീയ ഇടങ്ങൾ ഏറ്റവും പരിശുദ്ധമായ ഒന്നെന്നവണ്ണം അറിഞ്ഞും അനുഭവിച്ചും വന്നിരുന്നു. അതിന് മൂർച്ചകൂട്ടാനുതകുന്ന നിലയിൽ ജന്മികുടിയാൻ പ്രക്ഷോഭത്തെ ഉപയോഗപ്പെടുത്താനും ശ്രമിച്ചുകൊണ്ടിരുന്നു. നായരും തീയരും ഈ അർത്ഥത്തിൽ സമുദായ വഴക്കുകൾ രൂപപ്പെടുത്തിയെടുക്കുന്നു. സ്വസമുദായം ഏറ്റവും മഹത്ത്വമുള്ള ഒന്നാണെന്ന് വിശ്വസിക്കുന്ന അവസ്ഥയെ, മറ്റേ സമുദായത്തെ ഇകഴ്ത്തി

കാട്ടുന്ന സാമുദായികബോധത്തെ ചെറുത്തുതോല്പിക്കേണ്ടതുണ്ടെന്ന് മൊയാരത്തിനറിയാമായിരുന്നു. ജന്മി താല്പര്യം നായർ സമുദായ താല്പര്യമായി മാറ്റുന്നതിനെ മൊയാരം ചോദ്യം ചെയ്തു. ദേശീയമായ ബോധത്തെ കടന്നാക്രമിച്ച് ജാതിവഴക്ക് കടന്നു വരുന്നതിനെതിരെ നെടുമ്പ്രത്ത്, കാരാറത്ത് സ്കൂളിൽ ഒരു നായർ–തീയ്യ മഹാജന യോഗം വിളിച്ചു കൂട്ടുകയുണ്ടായി.

ജന്മിത്ത കൂട്ടുകെട്ട് ശക്തിപ്പെട്ടതോടെ കുടിയായ്മയും കൃഷിപ്രവൃത്തിയും നായർ സമുദായത്തിന്റെ അന്തസ്സിന് ചേരില്ലെന്ന വിചാരം ശക്തിപ്പെട്ടു. നായർ സ്ത്രീകൾ കൃഷിപ്പണിക്ക് ഇറങ്ങാതായി. മൊയാരത്തിന്റെ അമ്മ പതിവുപോലെ കൃഷിപ്പണിക്ക് ഇറങ്ങിയപ്പോൾ സഹോദരൻ തിരിച്ചു വിളിച്ചു. നായന്മാർ കൃഷിവിമുഖരായി മാറുന്നതും ബഹുഭൂരിപക്ഷം നായന്മാരും ജന്മി വിരുദ്ധരാകുമ്പോഴും അവർ സ്വയം പ്രഖ്യാപിത ജന്മികളാവുന്നതും മൊയാരത്തെ അത്ഭുതപ്പെടുത്തി. മദിരാശി നിയമസഭയിലേക്കുള്ള തെരഞ്ഞെടുപ്പും ചൂടു പിടിച്ചു. ജന്മി പ്രതിനിധികളായി കുതിരവട്ടത്ത് തമ്പാനും കൊല്ല ങ്കോട്ട് മാധവരാജാവും കുടിയാൻ പ്രതിനിധികളായി മന്ദത്ത് കൃഷ്ണൻ നായരും കെ പി രാമൻ മേനോനും മത്സരിച്ചു. ഇരുവനാട് ചന്ത്രോത്ത് കെ ടി കമ്മാരൻ നമ്പ്യാർ തന്റെ മൂവായിരം കുടിയാൻ വോട്ടർമാരെക്കൊണ്ട് മാധവരാജാവിന് ഒറ്റ വോട്ട് എന്ന് വിളിച്ചു പറഞ്ഞപ്പോൾ ഒരു സ്ത്രീ മുന്നോട്ടു വന്നു.

“എന്റെ വോട്ട് മന്ദത്ത് കൃഷ്ണൻ നായർക്ക് മാത്രം.”

പോളിങ്ങോഫീസർ അവളെത്തന്നെ നോക്കി. ജന്മിമാർക്കെതിരെ ഒരു പെണ്ണിന്റെ ശബ്ദം ഉയർന്നത് അയാളെ അത്ഭുതപ്പെടുത്തി.

“പേര്..”

അയാൾ സംശയത്തോടെ ചോദിച്ചു. ഒട്ടും സംശയമില്ലാതെ അവൾ പറഞ്ഞു.

“മുണ്ടങ്ങാടൻ കല്യാണി...”

പുറത്തേക്കിറങ്ങിയ കല്യാണി മൊയാരത്തിന്റെ അടുത്തേക്ക് വന്നു. മൊയാരം പറഞ്ഞു.

“കല്യാണീ.. നീ മാറ്റിയെഴുതിയത്.. പെണ്ണിന്റെ ചരിത്രം മാത്രമല്ല, ഒരു നാടിന്റെ ചരിത്രം കൂടിയാണ്.”

“അയ്യോ അതിനുമാത്രം ഞാനൊന്നും ചെയ്തില്ലല്ലോ”

“നീ ഉയർത്തിയത് ജന്മിത്തത്തിനെതിരായ ശബ്ദമാണ്. കുടിയാന്മാരുടെ അടിയായ്മക്കെതിരായ ശബ്ദമാണ്.”

കല്യാണി നേർത്ത ചിരിയോടെ പരിഭ്രമം കാട്ടാതെ ചോദിച്ചു.

“കൃഷ്ണൻ നായര് ജയിക്കില്ലേ?”

“കൃഷ്ണൻനായർ ജയിക്കുകയോ തോല്ക്കുകയോ ചെയ്യട്ടെ. ജയിച്ചാലും തോറ്റാലും നീ ജയിച്ചിരിക്കുന്നു. ഈ നാട് ജയിച്ചിരിക്കുന്നു.”

“ഒരു നാട് മാറിക്കൊണ്ടിരിക്കുമ്പം പെണ്ണുങ്ങൾക്ക് മാത്രം മാറി നില്ക്കാൻ സാധിക്കുമോ? ഈ സമരങ്ങളൊക്കെ പെണ്ണുങ്ങൾക്കും

വേണ്ടിയല്ലേ?"

കല്യാണി അഭിമാനത്തോടെ നടന്നു. മുണ്ടങ്ങാടൻ കല്യാണി എന്ന പേര് ചരിത്രത്തിൽ രേഖപ്പെടുത്തപ്പെട്ടിരിക്കുന്നു.

കല്യാണിയെപോലെ, നാടു മാറുന്നത് മനുഷ്യരൊക്കെയും തിരിച്ചറിയുമ്പോൾ എല്ലാ സമരങ്ങളും അർത്ഥപൂർണ്ണമായി തീരുമെന്ന് മൊയാരം കരുതി. സ്ത്രീകൾ ഓരോ സമരത്തിന്റെയും മുന്നണിയിലേക്ക് കടന്ന് വരുമ്പോൾ എല്ലാ യാഥാസ്ഥിതിക ബോധവും തകർന്ന് വീഴും.

ഒരു മഹാപ്രളയം പോലെ, ആണുങ്ങൾ സൃഷ്ടിച്ചെടുത്ത എല്ലാ വ്യവസ്ഥകളെയും തകർക്കാനുള്ള കരുത്തുമായി ഓരോ പെണ്ണും ഇറങ്ങി വരും. ഇത്രയുംകാലം രൂപപ്പെടുത്തിയ എല്ലാ അധികാരസമ്പ്രദായങ്ങളും അവിടെ കുത്തിയൊലിച്ചുപോവും.. അങ്ങനെയൊരു പെരുമഴയുടെ പേരായിരുന്നു മുണ്ടങ്ങാടൻ കല്യാണി...

വടകരയിൽ നിന്നൊരു തീപ്പൊരി

"ഗുരുദേവരുടെ പ്രസ്താവന.

സഹിക്കാനും ത്യജിക്കാനുമുള്ള സന്നദ്ധത വേണ്ടത് തന്നെയാണ്. എന്നുവെച്ച് വെറുതെ നനഞ്ഞു കുതിരുകയോ വിശന്നുപൊരിയുകയോ ചെയ്യേണ്ട കാര്യമൊന്നുമില്ല. പ്രവേശനം നിരോധിച്ചിരിക്കുന്നിടത്ത് പ്രവേശിച്ചിട്ട് അതിന്റെ പ്രത്യാഘാതങ്ങൾ നേരിടുക. അടിയേറ്റാലും തിരിച്ചടിക്കേണ്ടതില്ല. പക്ഷേ, മുൻപിൽ ഒരു മതിലുണ്ടെങ്കിൽ മടങ്ങി പ്പോരരുത്. അത് ചവിട്ടിക്കടക്കുക. വഴി നടക്കുന്നതിൽ നിർത്തരുത്. ക്ഷേത്രത്തിൽ കയറുക. എല്ലാക്ഷേത്രത്തിലും എല്ലാ ദിവസവും എല്ലാ വരും കയറട്ടെ. പായസനിവേദ്യം ഉണ്ടെങ്കിൽ എടുത്ത് കഴിക്കുക. ക്ഷേത്ര ത്തിൽ പന്തിഭോജനം നടക്കുന്ന സ്ഥലത്ത് ചെന്ന് മറ്റുള്ളവർക്കൊപ്പം ഇരിക്കുക. ചെയ്യാൻ പോകുന്ന കാര്യം ആദ്യം സർക്കാരിനെ അറിയി ക്കണം. ജീവൻ ത്യജിക്കേണ്ടിവരുമെങ്കിൽ അതിനും തയ്യാറായിരിക്കണം. മറ്റുള്ളവരുടെ സ്പർശനം തങ്ങൾക്ക് അശുദ്ധി വരുത്തുമെന്ന് കരുതു ന്നവരെ, അവരുടെ ശുദ്ധിയിൽ തുടരാൻ അനുവദിക്കരുത്."

എസ് എൻ ഡി പിയുടെ കാര്യദർശി അയച്ചുതന്ന കത്ത് പ്രാധാ ന്യത്തോടെ പ്രസിദ്ധപ്പെടുത്തണമെന്ന് മൊയാരത്തിന് നിർബ്ബന്ധമുണ്ടാ യിരുന്നു. എന്തെതിർപ്പ് വന്നാലും സമരമുഖത്ത് ധൈര്യവും സ്ഥൈ ര്യവും പ്രകടിപ്പിക്കുക എന്നതാണ് പ്രധാനം. പുതിയലക്കത്തിലെ ഏറ്റവും പ്രധാനപ്പെട്ട വാർത്ത അതായിരുന്നു. പത്രമയക്കാനുള്ള നടപടി തുടങ്ങുമ്പോഴാണ്, അഞ്ചലോട്ടക്കാരൻ കൊണ്ടുവന്ന കത്ത് വായിച്ചു കൊണ്ട് കെ വി കൃഷ്ണൻ അകത്തേക്ക് കയറിവന്നത്.

"ഇണ്ടൻ തുരുത്തിൽ നമ്പൂതിരിക്കും അവരുടെ സേവകന്മാർക്കും

കൈത്തരിപ്പ് തീർക്കാൻ തോന്നുന്നുണ്ടാവും. മലബാറിലായതുകൊണ്ട് രക്ഷ."

"പുതിയ കത്തിലെന്താ വിശേഷം, വൈക്കം സത്യഗ്രഹം നടത്തുന്നത് *കേരളകേസരി*യാണോ? എഴുത്ത് നിർത്തിയില്ലെങ്കിൽ വൈക്കത്തപ്പൻ ദഹിപ്പിച്ചുകളയുമെന്നാണോ?"

കൃഷ്ണൻ ചിരിച്ചു.

"ദൈവദോഷം പറയരുത്. കത്ത് ദൈവത്തിന്റെയല്ല. അപവാദപ്രചരണം ഉടൻ നിർത്തിയില്ലെങ്കിൽ നോട്ടീസ് അയക്കുമെന്നാണ് കല്പന.."

മൊയാരവും ഉറക്കെ ചിരിച്ചു.

"കൈലാസത്തിൽ നിന്നല്ലെങ്കിൽ പിന്നെവിടുന്നാണ്? വൈകുണ്ഠത്തിൽനിന്നോ സത്യലോകത്തിൽ നിന്നോ?"

"തിരുവിതാംകൂറിൽ നിന്ന്.. എന്തായാലും *കേരളകേസരി* തിരുവിതാംകൂറിലും വായിക്കപ്പെടുന്നുണ്ടല്ലോ.."

"വടകരസ്റ്റേഷനിലും പരാതി വന്നിട്ടുണ്ടെന്നാണ് സർക്കിൾ ഇൻസ്പെക്ടർ യു സി കുഞ്ഞിക്കണ്ണൻ പറഞ്ഞത്. അതിലും കോടതി വ്യവഹാരം പ്രതീക്ഷിക്കാം.."

"അയാൾ സത്യവും മര്യാദയുമുള്ള ആളായതുകൊണ്ട്, നടപടി എടുക്കാതെ കാര്യം പറഞ്ഞു. ഇല്ലെങ്കിൽ *കേരളകേസരി* പൂട്ടിക്കാൻ ആനയും അമ്പാരിയുമായി വരുമായിരുന്നു."

"എന്തായാലും വൈക്കം സത്യഗ്രഹത്തിന്റെ പര്യവസാനം വരെ പ്രചാരവേല തുടരണം. ഇണ്ടൻ തുരുത്ത് നമ്പൂതിരിയല്ല, തിരുവിതാംകൂർ റാണി പറഞ്ഞാലും ഇനി പിന്നോട്ടില്ല."

മൊയാരം കസേരയിൽ നിവർന്നിരുന്നു. കാഴ്ച ചുമരിലേക്കാണ് പതിഞ്ഞത്.

"നമ്മുടെ മുഖപ്രസംഗം ഈ ചുമരിൽ പതിപ്പിക്കണം. വടകരയിലെ കാര്യക്കാർ നടപടിയെടുക്കാൻ വരുമ്പോൾ ഇതും കാണട്ടെ.."

മൊയാരത്തിന് വാക്കുകൾ പൂർത്തിയാക്കേണ്ടി വന്നില്ല. പഴയപത്രക്കെട്ടിൽനിന്ന് കൊറുമ്പൻ തപ്പിയെടുത്ത് മുറിക്കാൻ തുടങ്ങി. കൊറുമ്പൻ, *കേരളകേസരി*യിലെ വെറും ശിപായിയായിരുന്നില്ല. *കേരളകേസരി* അയാൾക്കും ജീവിതം തന്നെയായിരുന്നു. ചുമരിൽ അത് പതിപ്പിക്കുമ്പോൾ കൊറുമ്പൻ തന്നോട് തന്നെയെന്നോണം മന്ത്രിച്ചു.

"ഇതൊക്കെ പതിപ്പിക്കാൻ എന്റെ കൈ പതിയുന്നതേ ഭാഗ്യം.."

"ശരിയാണ് കൊറുമ്പേട്ടാ, നമ്മളൊക്കെ വലിയൊരു സമരമാണ് നടത്തിക്കൊണ്ടിരിക്കുന്നത്. നാടിനെ നരകമാക്കുന്ന മർദ്ദനം, ചൂഷണം ഇവയെ അവസാനിപ്പിക്കുകയാണ് *കേരളകേസരി*യുടെ ലക്ഷ്യം."

മൊയാരം ചുമരിലേക്ക് അഭിമാനത്തോടെ നോക്കി. എല്ലാ രാജനീതികളേയും ചോദ്യം ചെയ്തുകൊണ്ട്, നിലനില്ക്കുന്ന സവർണ്ണപ്രത്യയശാസ്ത്രങ്ങളെ മുഴുവൻ പ്രതിക്കൂട്ടിലേറ്റിക്കൊണ്ട് ആ പത്രവാർത്ത

ദൈവത്തിന്റെ നീതിയേയും മനുഷ്യന്റെ നീതിയേയും പരിഹസിച്ചു. ആത്മവിശ്വാസത്തോടെ, ലോകത്തോട് മുഴുവൻ സത്യം തുറന്ന് പറഞ്ഞു.

"അയിത്തജാതിക്കാർ നടന്നുവെങ്കിൽ വൈക്കത്തപ്പൻ കടലിൽ താണുപോകുമോ?

വൈക്കത്ത് നിന്ന് ഒട്ടും ആശ്വാസകരമല്ലാത്ത വാർത്തകളാണ് വന്നുകൊണ്ടിരിക്കുന്നത്. കോട്ടയത്ത് നിന്ന് കാൽനടയായി തിരുവനന്തപുരത്തേക്ക് മൂന്ന് സമരഭടന്മാരെ കൊണ്ടുപോയി എന്നും തുടർന്ന് മജിസ്ട്രേറ്റ് ആറുമാസം വെറും തടവിന് ശിക്ഷിച്ചുവെന്നുമാണ് തിരുവിതാംകൂറിൽനിന്ന് *കേരളകേസരി* ഓഫീസിൽ കിട്ടിയിട്ടുള്ള വാർത്ത. മാർച്ച് മുപ്പതാം തീയതി ഏഴുമണിയോടെ വൈക്കത്തെ നിരത്തിലേക്ക് നടന്നുപോയ സമരവളണ്ടിയർമാരായ കുഞ്ഞപ്പി, ബാഹുലേയൻ, ഗോവിന്ദപ്പണിക്കർ എന്നീ നിർദ്ദോഷികളായ സമരക്കാരോട് അന്യായം ചെയ്തതിൽ *കേരളകേസരി* നടുക്കവും അമർഷവും രേഖപ്പെടുത്തുകയാണ്. ഇവർ യഥാക്രമം പുലയ, ഈഴവ, നായർ ജാതിയിൽ ഉൾപ്പെട്ടവരാണ്. മുഹമ്മദീയർക്കും ക്രൈസ്തവർക്കും പ്രവേശിക്കാവുന്ന പൊതുവഴി ഹിന്ദുസമുദായത്തിൽ ജനിച്ചുപോയി എന്ന ഒറ്റ തെറ്റുകൊണ്ട് എങ്ങനെയാണ് അപ്രാപ്യമാകുക? അയിത്തജാതിക്കാർ നടപ്പ് നിരോധനം ലംഘിച്ചാൽ വൈക്കത്തപ്പൻ കടലിൽ താണുപോകുമോ എന്നാണ് ഞങ്ങൾക്ക് ചോദിക്കാനുള്ളത്. കോൺഗ്രസിന്റെ കാക്കിനാഡ സമ്മേളനത്തിൽ, അയിത്തോച്ചാടന വിഷയത്തിൽ കൊണ്ടുവന്ന പ്രമേയം പാസാക്കിയതും കെ വേലപ്പന്റെ അദ്ധ്യക്ഷതയിൽ നടന്ന യോഗത്തിൽ അസ്പർശ്യതാ നിർമ്മാർജനസമിതി എടുത്ത തീരുമാനവും പാഴ്വാക്കല്ല. വൈക്കത്തെ നിരത്തുകൾ തീയനും പുലയനും ഉൾപ്പെടെയുള്ള സകല ജാതിക്കാർക്കും തുറന്ന് കൊടുക്കാൻ *കേരളകേസരി* ആവശ്യപ്പെടുന്നു."

ആ അക്ഷരങ്ങൾക്ക് ജീവൻവെച്ച് വരുന്നതും വൈക്കത്തെ പൊതുനിരത്തിലൂടെ എല്ലാ മനുഷ്യരും നടന്നുവരുന്നതും മൊയാരം സ്വപ്നം കണ്ടു.

*കേരളകേസരി*യുടെ ഓഫീസിൽ മൊയാരവും കെ വി കൃഷ്ണനും തിരക്കിട്ട ജോലിയിലായിരുന്നു. കുടിയാൻ ജാഥ സംഘടിപ്പിക്കുന്ന പ്രവർത്തനങ്ങൾ *കേരളകേസരി*യാണ് ചെയ്തുകൊണ്ടിരിക്കുന്നത്. മലബാറിൽ കുടിയാൻ പ്രക്ഷോഭവും പ്രകടനങ്ങളും സംഘടിപ്പിക്കുന്നതിൽ *കേരളകേസരി* കഠിനാദ്ധ്വാനം നടത്തി. കടവും കഷ്ടപ്പാടും കൃഷിക്കാർക്ക് വർദ്ധിച്ചുവരുമ്പോൾ അത് കണ്ടില്ലെന്ന് നടിക്കാൻ സാധിക്കുമായിരുന്നില്ല. പുതുപ്പണത്ത് കെ വി റെഡ്ഡിയുടെ അദ്ധ്യക്ഷതയിൽ വമ്പിച്ച കുടിയാൻ സമ്മേളനം നടത്തി. മൂലയിൽ കൊറുമ്പൻ എന്ന എൺപതുകാരനായ കർഷക കാരണവരുടെ നേതൃത്വത്തിൽ നൂറ് പേരടങ്ങിയ കുടിയാൻ

ജാഥ വടകരയിൽ നിന്ന് മദിരാശിയിലേക്ക് പോയി. നിയമമെമ്പർ മന്ദത്ത് കൃഷ്ണൻ നായർക്ക് നിവേദനം സമർപ്പിച്ചു.

മന്ദത്ത് കൃഷ്ണൻ നായരുടെ കുടിയാൻ നിയമം തള്ളിക്കളയേണ്ടതാണെന്ന പ്രമേയം, കുഞ്ഞികൃഷ്ണൻ നായനാരുടെ അദ്ധ്യക്ഷതയിൽ, 1926 ൽ മാവിലായിൽ വെച്ച് ഉത്തരകേരളീയ നായർ സമാജത്തിൽ അവതരിപ്പിക്കപ്പെട്ടപ്പോൾ മൊയാരത്തിന്റെ ശബ്ദം മുഴങ്ങി.

"നായന്മാർ നായർജന്മിമാരുടെ കൈയിൽ പാവകളിക്കരുത്. നായന്മാർ ഭൂരിപക്ഷം കുടിയാന്മാരാണ്. ബില്ല് കുടിയാന്മാർക്ക് സ്ഥിരാവകാശത്തിനുദ്ദേശിക്കുന്നതാണ്."

നായർ സമാജം ചരിത്രത്തിനു പുറം തിരിഞ്ഞു നിന്നു, ബില്ലു തള്ളുവാനുള്ള ജന്മിമാരുടെ പ്രമേയം പാസായി. ഒറ്റവോട്ട് മാത്രമായിരുന്നു എതിരായി ഉയർന്നത്. അത് മൊയാരത്ത് ശങ്കരന്റേതായിരുന്നു.

കേരളകേസരി മലബാറിൽ ചുവടുറപ്പിച്ചു. കോൺഗ്രസിന്റെ ഓഫീസായി *കേരളകേസരി* മാറിക്കഴിഞ്ഞു. കെ വി കൃഷ്ണൻ മാനേജരും മൊയാരം പത്രാധിപരുമായ പത്രം തൊട്ടുകുളി, തീണ്ടിക്കുളി, നാടിനെ നരകമാക്കുന്ന മർദ്ദനം, ചൂഷണം എന്നിവക്കെതിരെ തുടങ്ങിയ യുദ്ധം, മിത്രങ്ങളോടൊപ്പം ശത്രുക്കളെയും സമ്മാനിച്ചു. കടത്തനാട് എ കെ ശങ്കരവർമ്മരാജാവിന്റെ താലൂക്ക് ബോർഡ് ദുർഭരണത്തെ വിമർശിച്ചപ്പോൾ നായന്മാർ മുണ്ടുമുറുക്കിയുടുത്തു വന്നു. നായർ വക്കീൽ പരസ്യമായി പ്രഖ്യാപിച്ചു.

"അതൊരു നായർ നടത്തുന്ന തീയ്യ പത്രമാണ്. അങ്ങനെയേ വരൂ.."

എന്നാൽ ആ പ്രസംഗം ഏറ്റില്ല. ശങ്കരവർമ്മയുടെ പ്രസിഡന്റ് സ്ഥാനം തെറിച്ചു.

സി വി രാമയ്യർ കോഴിക്കോട്, കുറുമ്പ്രനാട് താലൂക്ക് ബോർഡിന്റെ പ്രസിഡന്റായപ്പോൾ മൊയാരം ഒരു മംഗളപത്രമെഴുതി.

"രാജാക്കന്മാർ ഭരിക്കുന്നതിലുമുപരിയായ് ബ്രാഹ്മണർ വേണമെന്നുള്ള ജാതി ചോദ്യമല്ലായിവിടെ ഭരണ നൈപുണ്യമേ കാര്യമുള്ളൂ.

സ്ത്രീജാതിക്കും ഭരിക്കാം-പഴയ ചെകരിയല്ലീ ജനപ്രാതിനിധ്യം

ഭൂജാതിക്കും വഹിക്കാം-പറയനുമതുപോൽ പോരുമേ പോരുമെങ്കിൽ."

കേരളകേസരി തുടങ്ങിയ യുദ്ധങ്ങൾ ജനങ്ങൾക്ക് വേണ്ടിയായിരുന്നു. ജനവിരുദ്ധനായ വടകരയൂണിയൻ പ്രസിഡന്റ് ഞാലിക്കര കുഞ്ഞിരാമൻനായരെ *കേരളകേസരി* തെറിപ്പിച്ചു. സാമുദായിക താല്പര്യങ്ങൾ നായർ സമുദായത്തിൽ മാത്രമല്ല, തീയ്യ സമുദായത്തിലും ഉടലെടുത്തു. മൂർക്കോത്ത് കുമാരൻ പരസ്യമായി *കേരളകേസരി*ക്കെതിരെ പ്രതികരിച്ചു. മൂർക്കോത്തിന്റെ *ഗജകേസരി* വൈക്കം സത്യഗ്രഹത്തിന്റെ ആദ്യഘട്ടത്തിൽ സ്വീകരിച്ച മൗനത്തെ *കേരളകേസരി* രൂക്ഷമായി വിമർശിച്ചത് അതിനൊരു കാരണമായി. ഒരു തീയ്യപ്രമാണി പത്ര

ത്തെക്കുറിച്ച് പറഞ്ഞത് ഇങ്ങനെയായിരുന്നു.

"എന്തായാലും പത്രാധിപർ നായരല്ലേ..?"

കേരളകേസരി വടകരയിൽ വെച്ചാണ് പ്രസിദ്ധം ചെയ്തതെങ്കിലും കോഴിക്കോട് മനോരമപ്രസിലാണ് അച്ചടിച്ചത്. അഞ്ഞൂറ് കോപ്പിയിൽ തുടങ്ങിയ പത്രം അമ്പതും നൂറും കോപ്പി ആഴ്ചതോറും വർദ്ധിച്ചു. *കേരളകേസരി*യുടെ പകുതി പ്രചാരംപോലും വടക്കെമലബാറിലെ മറ്റ് പത്രങ്ങൾക്കുണ്ടായിരുന്നില്ല. എന്നാൽ കേസും രജിസ്റ്റർ നോട്ടീസുകളും കേസരിയെ വിടാതെ പിന്തുടർന്നു. ഉലക്കഭടന്റെ *ദിനസരി* എന്ന പംക്തിയെ കൈക്കൂലിക്കാരായ ഉദ്യോഗസ്ഥർ ഭയന്നു. ഡെപ്യൂട്ടി സൂപ്രണ്ട് ആമുസാഹിബിന്റെ കൈക്കൂലികളെ പരസ്യമായി തുറന്നു കാണിക്കുന്ന ലേഖനപരമ്പരകൾ വന്നപ്പോൾ *കേസരി*ക്കെതിരെ ശത്രുക്കൾ വർദ്ധിച്ചുവന്നു. പൊലീസുകാരുടെ ഭീഷണിയും കുഞ്ഞിക്കോരു മൂപ്പന്റെ മാന നഷ്ടക്കേസും കോഴിക്കോട് *മനോരമ*യിൽ നിന്ന് പത്രത്തെ കണ്ണൂർ പ്രിന്റ് പ്രസിലേക്കെത്തിച്ചു. വടകരയിൽ തന്നെ സ്വന്തം പ്രസ് *കേരളകേസരി*ക്ക് വേണമെന്ന ആഗ്രഹം ശക്തിപ്പെട്ടു. *കേരളകേസരി* പ്രിന്റിങ് ആന്റ് പബ്ലിഷിങ് ബ്യൂറോ എന്ന പേരിൽ ഷെയർ ഒന്നിന് അഞ്ച് രൂപ പ്രകാരം 4000 ഷെയറിന്മേൽ ഇരുപതിനായിരംരൂപ മൂലധനമായി ഒരു ലിമിറ്റഡ് കമ്പനി രജിസ്റ്റർ ചെയ്തു. *കേരളകേസരി* വടക്കെ മലബാറിലെ കോൺഗ്രസ് ഓഫീസിന്റെ ആസ്ഥാനം എന്ന അർത്ഥത്തിൽ പൂർണ്ണമായും മാറി. *കേരളകേസരി*ക്കമ്പനി ഒരു കോൺഗ്രസ് കമ്പനിയാണെന്ന വിലയിരുത്തലുകളും വിമർശനവും ഉയർന്നുവന്നു.

ജീവിതത്തിലെ ചില പരീക്ഷണഘട്ടങ്ങൾ മൊയാരത്തെ പിന്തുടർന്നു. ആദർശത്തിനുവേണ്ടി ദാരിദ്ര്യം വരിക്കാൻ തീരുമാനിച്ച വിഡ്ഢികളിലൊരാളായി സ്വയം മാറിയതിന്റെ ആനന്ദം മൊയാരം അനുഭവിച്ചു. മദിരാശി നിയമസഭാ തിരഞ്ഞെടുപ്പിന് വി വി രാമയ്യർക്കെതിരായിനിന്ന കോൺഗ്രസ് സ്ഥാനാർത്ഥി കെ മാധവൻനായരെ മൊയാരം പിന്തുണച്ചത് ഡയറക്ടർ ബോർഡിൽ അഭിപ്രായവ്യത്യാസങ്ങളുണ്ടാക്കി. എങ്കിലും മൊയാരത്തിന് പിന്തിരിഞ്ഞ് നില്ക്കാൻ സാദ്ധ്യമായിരുന്നില്ല. *കേരളകേസരി* മൊയാരത്തിന്റെ ശരീരവും ആത്മാവുമായി മാറി. *കേരളകേസരി* അച്ചുകൂടം പുസ്തകമടിക്കാനും ഇതിനിടയിൽ തയ്യാറായി. കടത്തനാട് മാധവിയമ്മയുടെ *തച്ചോളി ഒതേനൻ* എന്ന പുസ്തകമാണ് അച്ചുകൂടത്തിൽ ഒന്നാമതായി അച്ചടിച്ച പുസ്തകം.

കോൺഗ്രസിനുവേണ്ടി ഒരു പത്രം എന്ന ചർച്ചകൾ സജീവമായി. മാധവൻ നായരുടേയും കേശവമേനോന്റെയും ശ്രമങ്ങളോടൊപ്പം *മാതൃഭൂമി* പത്രം തുടങ്ങാനുള്ള യത്നത്തിൽ മൊയാരവും പങ്കാളിയായി. കണ്ണൂർ, തളിപ്പറമ്പ്, തലശ്ശേരി, വടകര, പയ്യോളി, കൊയിലാണ്ടി തുടങ്ങിയ ഇടങ്ങളിലൊക്കെ സഞ്ചരിച്ച് രണ്ട് ദിവസംകൊണ്ട് അഞ്ഞൂറിലധികം ഓഹരി വിറ്റ് പണമുണ്ടാക്കാൻ മൊയാരത്തിനും മാധവൻ

നായർക്കും സാധിച്ചു.

ഉപ്പ് സത്യഗ്രഹത്തെക്കുറിച്ചുള്ള ചർച്ചകൾ സജീവമായി. കേരളത്തിൽ പ്രത്യേകമായി ഉപ്പ് സത്യഗ്രഹം വേണമെന്നും വേണ്ടെന്നുമുള്ള വാദങ്ങൾ ഉയർന്നുവന്നു.

മൊയാരത്തിനും കേളപ്പനും സി എച്ച് ഗോവിന്ദൻ നമ്പ്യാർക്കും മലബാറിൽ ഉപ്പ് സത്യഗ്രഹം നടത്തണമെന്ന നിർബ്ബന്ധബുദ്ധിയുണ്ടായിരുന്നു. മാധവൻനായരുടെ വിസമ്മതമായിരുന്നു ഏറ്റവും വലിയ പ്രശ്നം. ഒരു വൈകുന്നേരം മാധവൻ നായരുടെ വീട്ടിലേക്ക് മൊയാരം കയറിച്ചെന്നു. മാധവൻ നായർ തിരക്കിലായിരുന്നു.

“ശങ്കരൻ നമ്പ്യാരേ വരീ.. ഇരിക്കിൻ.. ബദ്ധപ്പാടുണ്ടോ?”

“നിങ്ങളുടെ അത്ര തിരക്കില്ല.”

മാധവൻ നായരുടെ മുഖം അത്ര പ്രസന്നമായിരുന്നില്ല.

“സത്യഗ്രഹകാര്യം സംസാരിക്കാനായിരിക്കും അല്ലേ? ഇന്നലെ കേളപ്പൻ ഇവിടെ ഉണ്ടായിരുന്നു.”

മാധവൻ നായർ മലബാർ കലാപത്തിനുശേഷം വന്ന തടസ്സങ്ങളെക്കുറിച്ചാണ് പറഞ്ഞുതുടങ്ങിയത്. അതുകൊണ്ട് തന്നെ സത്യഗ്രഹത്തിന് പ്രയാസമാണെന്ന് പറഞ്ഞ് അവസാനിപ്പിച്ചു.

“ഒരിക്കൽ വന്നാൽ പഠിക്കാത്ത വഷളനാണ് മാധവൻ നായർ എന്ന് നിങ്ങൾ കൂടി പറയുന്ന സാഹചര്യമാണുണ്ടാവുക. അതിന് ഞാൻ ഇനി ഇടവരുത്തില്ല.”

എല്ലാം കേട്ടതിനുശേഷം മൊയാരം പറഞ്ഞു.

“എന്തായാലും കെ പി സി സി യോഗം ഞാൻ വടകരയ്ക്ക് ക്ഷണിക്കാൻ വിചാരിക്കുന്നു. *കേരളകേസരി*യിൽ കൂടിച്ചേരാം..”

“ശരി. അത് തന്നെയാണ് നല്ലത്. മാധവനോട് പറഞ്ഞുവോ?”

“ഇല്ല. തീയതി നിശ്ചയിക്കുന്നതിനുമുമ്പ് നിങ്ങളുടെ സൗകര്യം അറിയണമല്ലോ..?”

“തീയതി നിശ്ചയിച്ച് മാധവനോടൊരു നോട്ടീസ് *മാതൃഭൂമി*യിൽ കൊടുക്കാൻ പറയാം.”

മൊയാരം യാത്രചോദിച്ച് പുറത്തേക്കിറങ്ങുമ്പോൾ മാധവൻ നായർ മന്ത്രിച്ചു.

“ഞാനുണ്ടാവില്ല.”

മൊയാരം അത് കേട്ടെങ്കിലും കേട്ടതായി ഭാവിച്ചില്ല.

കേരളകേസരി ഓഫീസിൽ വെച്ച് കെ കേളപ്പന്റെ അദ്ധ്യക്ഷതയിൽ നടന്ന സമ്മേളനത്തിൽ വടക്കെ മലബാറിൽനിന്ന് എല്ലാ മെമ്പർമാരുമെത്തി. സത്യഗ്രഹ പ്രമേയമവതരിപ്പിക്കാൻ മൊയാരത്തിനെ ക്ഷണിച്ചു. മൊയാരം പ്രമേയം അവതരിപ്പിച്ചു.

പാലത്തിൽ ഗോപാലനും സി എച്ച് ഗോവിന്ദൻ നമ്പ്യാരും പ്രമേയത്തെ അനുകൂലിച്ചു. കുറൂരും മാധവൻ നായരും പ്രമേയത്തെ

എതിർത്തു. മാധവൻ നായരുടെ വിയോജിപ്പായിരുന്നു ഏറ്റവും വലിയ പ്രശ്നം. കുറൂർ നമ്പൂതിരിപ്പാട് എഴുന്നേറ്റു.

"1921 ലെ മലബാർ ലഹളയുടെ ആപത്ത് മലബാറിൽ ഇനിയും തീർന്നിട്ടില്ല. ഇന്നും ആയിരക്കണക്കിന് മാപ്പിളമാർ ജയിലിൽ നരകിക്കുകയാണ്. സത്യഗ്രഹം നടത്തുക വലിയ ആപത്താണ്. മലബാർലഹളയുടെ വ്യാധി കോൺഗ്രസിനെ വിട്ടുപോയിട്ടില്ല. അതുകൊണ്ട് ഉപ്പ് സത്യഗ്രഹം മലബാറിൽ ആലോചിക്കുന്നത് അനുചിതമാണ്. ഇനി ഒരു ലഹളയുണ്ടായാൽ നമുക്ക് തടുത്ത് നിർത്താൻ പറ്റാത്ത അവസ്ഥ വരും. അതുകൊണ്ട് ഈ നിയമനിഷേധത്തിന് സന്നദ്ധതയുള്ളവരുണ്ടെങ്കിൽ രാജാജിയുടെ നേതൃത്വത്തിൽ വേദാരണ്യം എന്ന സ്ഥലത്ത് നടക്കുന്ന സത്യഗ്രഹത്തിൽ പങ്കാളിയാകുന്നതാണ് കോൺഗ്രസ് കമ്മിറ്റിക്ക് ഗുണം ചെയ്യുക."

കൃഷ്ണസ്വാമി അയ്യർ അതേറ്റു പിടിച്ചു.

"ദക്ഷിണേന്ത്യയിൽ, മഹാത്മജി ചുമതലയേല്പിച്ചത് സി രാജഗോപാലാചാരിയെയാണ്. കേരളം പ്രത്യേകമായി സത്യഗ്രഹം നടത്തേണ്ടതില്ല"

കുറൂർ നമ്പൂതിരിപ്പാട് കർക്കശമായ താക്കീത് നല്കി.

മൊയാരം എഴുന്നേറ്റു.

"കേരളത്തിൽ ഉപ്പ് സത്യഗ്രഹം നടന്നാൽ മഹാത്മജിക്കും രാജഗോപാലാചാരിക്കും സന്തോഷമല്ലേ ഉണ്ടാകൂ.. ഒരിക്കൽ ഒരു ലഹളയുണ്ടായതിനാൽ കേരളം ഒരു ദേശീയസമരത്തിൽ പങ്കെടുക്കേണ്ടേ? കേരളത്തിലെ ലഹളയ്ക്ക് ആരാണ് ഉത്തരവാദി? ഗവൺമെന്റും ജന്മിമാരുമാണ്. നമ്മുടെ സമരനേതാക്കൾ മാധവൻനായരുൾപ്പെടെയുള്ളവരാണ്. നമ്മളെല്ലാം ദേശീയ സമരത്തിന്റെ മീതെ പൊന്തിക്കാണുന്ന പാടകൾ മാത്രമാണ്. ആ പാടനീങ്ങിയാൽ, അടിയിൽ കാണുന്ന ശുദ്ധവും അനർഘവുമായ ജലം, മാധവൻ നായരെപ്പോലെ അനർഘരത്നങ്ങളെ മുന്നണിയിൽ പൊങ്ങിക്കാണാം. നമ്മുടെ നാട്ടിലെ പ്രസിദ്ധനേതാക്കന്മാരുടെ മഹനീയമായ രാജ്യാഭിമാനത്തിന്റെ ഉറവവറ്റിപ്പോയെന്ന് നാം വെറുതെ ഭയപ്പെടുകയാണ്. നമ്മൾ മഹാത്മജിയുടെ പരിപാടിയെ അനുസരിച്ചു സമരം തുടങ്ങിക്കഴിഞ്ഞാൽ മാധവൻനായരുടെയും മറ്റും തോണി കാലത്തെ കടവത്തു കാണാം."

പിന്നേയും എതിർപ്പ് വന്നു.

"എന്തായാലും മാപ്പിളനാട്ടിൽ വെച്ച് യാതൊരു സമരപരിപാടിയും വേണ്ട. പാലക്കാട്, കോഴിക്കോട് തുടങ്ങിയ പട്ടണങ്ങളും വടക്കെ മലബാറും സമരഭൂമിയാക്കിയാൽ മതി."

സത്യഗ്രഹപ്രമേയം ഭൂരിപക്ഷപ്രകാരം പാസായി. ഉപ്പുനിയമലംഘനം പയ്യന്നൂരിൽ വെച്ച് നടത്താൻ തീരുമാനമായി. സമരത്തിനാവശ്യമായ കമ്മിറ്റി രൂപീകരിക്കപ്പെട്ടു. കെ കേളപ്പൻ അദ്ധ്യക്ഷനും മൊയാ

രത്ത് ശങ്കരൻ, മാധവൻനായർ, കുറൂർ നീലകണ്ഠൻ നമ്പൂതിരിപ്പാട്, പി കെ കുഞ്ഞിശങ്കരമേനോൻ എന്നിവർ അംഗങ്ങളുമായി. വിശ്വ ഭാരതിവായനശാലാ മുറിയിലും മാളികയുടെ വരാന്തയിലും താഴത്തും നിരത്തിന്മേലും ഉൽക്കണ്ഠാകുലരായി തിങ്ങിനില്ക്കുന്ന ജനക്കൂട്ടം ആവേശത്തോടെ കൈകൊട്ടിയാർത്തു.

ഏപ്രിൽ 13 ന് കോഴിക്കോട്ട് നിന്ന് പുറപ്പെടുന്ന പയ്യന്നൂർ ഉപ്പ് സത്യഗ്രഹ ജാഥയിൽ ചേരാൻ ആഗ്രഹിക്കുന്നവർ എഴുതി അറിയിക്കണമെന്ന അഭ്യർത്ഥന *മാതൃഭൂമി*യിൽ പരസ്യം ചെയ്തു. പ്രതികരണങ്ങൾ മികച്ചതായപ്പോൾ *മാതൃഭൂമി*യും മാധവൻ നായരും ആവേശം കൊണ്ടു.

ജാഥ·കോഴിക്കോട് നിന്ന് ആരംഭിച്ചപ്പോൾ മാധവൻനായർ ഒരു ചെറു പ്രസംഗം നടത്തി. 500 രൂപയുടെ ഒരു പണക്കിഴി ജാഥാ നേതാവായ കേളപ്പന്റെ കൈയിൽ സമർപ്പിച്ചു. ഭാരതിയുടെ വാഴ്ക വാഴ്ക എന്ന ഗാനം പി കൃഷ്ണപിള്ള, ഘനഗംഭീരമായ ശബ്ദത്തിൽ നീട്ടിപ്പാടി. ജാഥ കോഴിക്കോടുനിന്ന് പയ്യന്നൂർ എത്തുന്നതുവരെയുള്ള എല്ലാ ഒരുക്കങ്ങളും നടത്താനുള്ള പൈലറ്റിന്റെ ചുമതല തലശ്ശേരി വരെ മൊയാരത്തിനും അതിനു ശേഷം സി എച്ച് ഗോവിന്ദൻ നമ്പ്യാർക്കും ആയിരുന്നു. കൈയിൽ പണമില്ലാതെ, ആവശ്യത്തിന് ആളുകളുടെയോ വാഹനത്തിന്റേയോ സൗകര്യമില്ലാതെ ജാഥയുടെ മുമ്പിൽ ഓടിപ്പോയി ബാലുശ്ശേരിയിലും കുറ്റ്യാടിയിലുമൊക്കെ സ്വീകരണമൊരുക്കുക എന്നുള്ളത് ഏറെ ക്ലേശകരമായിരുന്നു. കേളപ്പൻ നെറ്റിചുളിച്ചു.

"ശങ്കരൻനമ്പ്യാരേ. ഇങ്ങനെ ഒരു ജാഥ നടത്താനാണെങ്കിൽ ഇത്രയും കഷ്ടപ്പെടേണ്ടിയിരുന്നില്ല.."

നടത്തുന്ന പ്രവർത്തനങ്ങൾ കേളപ്പൻ നായർക്ക് അറിയാത്തതല്ല. രാവും പകലും നിരന്തരം ഓടിക്കൊണ്ടിരിക്കുകയാണ്. കോൺഗ്രസിനു വേണ്ടി ഒരു വലിയ ദൗത്യം ഏറ്റെടുക്കുകയാണ് ചെയ്തത്. അത് മൊയാരത്തിന് വേണ്ടി മാത്രമായിരുന്നില്ല.

"കേളപ്പൻ നായര് വിചാരിക്കുന്നത് പോലെയല്ല. ഇത്രയും സ്ഥലത്ത് ഓടി നടന്ന് ചെയ്യുകയാണ്."

"കുറച്ചു കൂടി ജാഗ്രത കാണിക്കണം. കൊച്ചിയും തിരുവിതാംകൂറും മാത്രമല്ല. ഇന്ത്യാമഹാരാജ്യം മുഴുവൻ മലബാറിലെ യാത്രയെ സശ്രദ്ധം കാണുന്നുണ്ട്. ഈ സത്യഗ്രഹത്തിന് മുന്നിട്ടിറങ്ങിയ ആളെന്ന നിലയിൽ ശങ്കരൻനമ്പ്യാർക്ക് ഉത്തരവാദിത്വം കൂടും.."

"ഉത്തരവാദിത്വം എല്ലാ കോൺഗ്രസുകാർക്കും ഉണ്ട്. എന്നാലും ഏറ്റെടുത്തത് വീഴ്ചയില്ലാതെ ചെയ്യാം. വഴിക്കുടനീളം സ്വീകരണവും പൊതുയോഗവും ഭക്ഷണവും താമസവും പണക്കിഴിയും അച്ചടിച്ച വിജ്ഞാപനം വിതരണം ചെയ്ത് നാട്ടുകാരെ മുൻകൂട്ടി ക്ഷണിക്കലും മറ്റ് ഒരുക്കങ്ങളും ജാഥയുടെ മുമ്പിൽ ഓടി നടന്ന് ചെയ്യുകയാണ്. കൈയിൽ പണമോ വാഹനസൗകര്യമോ ആവശ്യത്തിനില്ല. എന്തായാലും

ജാഥയ്ക്ക് ബുദ്ധിമുട്ട് നേരിടില്ല."

ഓരോ സ്ഥലത്തും ഓരോ പ്രതിസന്ധിയാണ് കാത്തുനിന്നത്. ജന്മിമാർ കോൺഗ്രസിനെ ശത്രുക്കളെപ്പോലെ കണ്ടു വരുകയാണ്. ഉപ്പു സത്യഗ്രഹത്തിനെതിരെ പൊലീസുകാരും രാജഭക്തരായ ജന്മിമാരും ഒറ്റക്കെട്ടാണ്. അതിനെ നേരിട്ടേ മതിയാവു. വഴിക്കുടനീളമുള്ള തടസ്സങ്ങൾ മാറ്റുക എന്നുള്ളത് കെ കേളപ്പൻ എന്ന ജാഥാക്യാപ്റ്റന്റെ ഉത്തരവാദിത്വമല്ല, പൈലറ്റായ മൊയാരത്ത് ശങ്കരന്റെ ദൗത്യമാണ്.

ബാലുശ്ശേരിയിലും നടുവണ്ണൂരിലും വട്ടോളിയിലും ചൊക്ലിയിലും തലശ്ശേരിയിലും പെരളശ്ശേരിയിലും കണ്ണൂരിലും മികച്ച സ്വീകരണങ്ങൾ തന്നെ ജനങ്ങൾ നല്കി.

അംശി നാരായണപിള്ളയുടെ മാർച്ചിങ് ഗാനം ആളുകളെ ആവേശഭരിതമാക്കി.

"വരിക വരിക സഹജരേ വലിയ സഹനസമരമായ്
കരളുറച്ചു കൈകൾ കോർത്തു കാൽ നടയ്ക്ക് പോക നാം..
വിജയമെങ്കിൽ വിജയവും മരണമെങ്കിൽ മരണവും
ഭയവിഹീനമഖിലജനവുമാശ്വസിച്ചിറങ്ങണം.."

ചൊക്ലി സ്വീകരണം കഴിഞ്ഞപ്പോൾ മൊയാരവും സി എച്ച് ഗോവിന്ദൻ നമ്പ്യാരും മൊയാരത്ത് വീട്ടിൽ ജാഥാംഗങ്ങളെ പാർപ്പിച്ചു. എല്ലാവരുടെയും വസ്ത്രം മുഷിഞ്ഞിരുന്നു. ധോബി വന്നിട്ടുണ്ടെന്ന് പറഞ്ഞപ്പോൾ, അലക്കാനുള്ള വസ്ത്രങ്ങൾ എല്ലാവരും സന്തോഷത്തോടെ നല്കി. മറ്റുള്ളവരൊക്കെയും ക്ഷീണിതരായിക്കിടന്നപ്പോൾ പതിനഞ്ചുകാരനായ കെ മാധവൻ, പുറത്തേക്ക് നടന്നു. സന്ധ്യയുടെ അരണ്ടവെളിച്ചത്തിൽ വയൽക്കര അവനെ മാടിവിളിച്ചു. ഇത്തിരി ദൂരെ രണ്ട് മൂന്ന് പേർ വസ്ത്രമലക്കുകയാണ്.

"കുട്ടിയെന്താ ഇവിടെ.. പോയി കിടന്നോളു.. നടന്ന് ക്ഷീണിച്ചിട്ടുണ്ടാവുമല്ലോ.."

മാധവൻ ഞെട്ടലോടെ ആ ശബ്ദം തിരിച്ചറിഞ്ഞു. നാല്പത് കഴിഞ്ഞ, ആ മനുഷ്യൻ.. തങ്ങളുടെ നേതാവ്.. മൊയാരത്ത് ശങ്കരൻ..

മാധവന് ഉറക്കം വന്നില്ല..

പിറ്റേന്ന് പലരും മൊയാരത്തിനോട് പ്രതിഷേധിച്ചു. മൊയാരം പറഞ്ഞു.

"സ്വാതന്ത്ര്യസമരസേനാനികളുടെ വിഴുപ്പ് അലക്കാൻ കഴിഞ്ഞത് തന്നെ ഞാനും കുടുംബവും ഒരു ഭാഗ്യമായി കരുതുന്നു."

പയ്യന്നൂരിൽ ഉത്സവപ്രതീതിയായിരുന്നു. പയ്യന്നൂർ വളണ്ടിയർ ക്യാമ്പിലേക്ക് കേരളത്തിന്റെ നാനാഭാഗത്തുനിന്നും ആളുകൾ പ്രവഹിച്ചു. ആദ്യദിനത്തിലെ പൊതുയോഗത്തിൽ കേളപ്പനും കുറൂരും മൊയാരവും സംസാരിച്ചു. പിന്നീടുള്ള ദിനങ്ങളിൽ മൊയാരത്തോടൊപ്പം സി എച്ച് ഗോവിന്ദൻ നമ്പ്യാരും സുബ്രഹ്മണ്യൻതിരുമുമ്പും പ്രസംഗിച്ചു.

മൂന്നാഴ്ചകാലത്തേക്ക് മലബാറിൽ അറസ്റ്റൊന്നും ഉണ്ടായില്ല. കോഴിക്കോടുനിന്ന് കൃഷ്ണസ്വാമിഅയ്യരുടേയും ശർമയുടേയും നേതൃത്വത്തിലും തിക്കോടിയിൽനിന്ന് യുവക് സംഘത്തിന്റെ ചുകപ്പ് വളണ്ടിയർമാർ ഇ സി കുഞ്ഞിക്കണ്ണൻ നമ്പ്യാരുടെ നേതൃത്വത്തിലും സത്യഗ്രഹത്തിനെത്തിച്ചേർന്നു.

മെയ് അഞ്ചാം തീയതി മഹാത്മജിയെ അറസ്റ്റ് ചെയ്തു. പന്ത്രണ്ടാം തീയതി കോഴിക്കോട് കടപ്പുറത്ത് വെച്ച് കേളപ്പന്റെയും കൃഷ്ണസ്വാമി അയ്യരുടേയും അബ്ദുറഹിമാന്റെയും കുഞ്ഞിക്കണ്ണൻ നമ്പ്യാരുടേയും ജാഥകളുടെ സംയുക്താഭിമുഖ്യത്തിൽ ഉപ്പ് നിയമലംഘനം നടത്തി. മൊയാരത്തും പാലത്തിൽ ഗോപാലനും ഇ സിയും കെ കേശവൻനായരും ഉപ്പ് കുറുക്കി. വിദ്വാൻ കേളുനായരുടെ,

"സ്മരിപ്പിൻ ഭാരതീയരേ.. നമിപ്പിൻ മാതൃഭൂമിയെ
മുലപ്പാൽ തന്നൊരമ്മയെയെന്നാളും ഹാ മറക്കാമോ.."

എന്ന ഗാനം കൃഷ്ണപിള്ളയിൽ നിന്ന് ഉയർന്ന് കേട്ടപ്പോൾ ആൾക്കൂട്ടം ആവേശത്തോടെ ഏറ്റുചൊല്ലി. സുബ്രഹ്മണ്യഭാരതിയും ദ്വിജേന്ദ്രലാൽ റോയിയും വള്ളത്തോളും സമരഭടന്മാരുടെ നാവിൽ നൃത്തം ചെയ്തു.

അന്ന് വൈകുന്നേരം ലാത്തിചാർജ് തുടങ്ങി. പൊലീസിന്റെ കൈയിലായ ദേശീയ പതാക ഏകനായി പിടിച്ചെടുത്ത പി കൃഷ്ണപിള്ളയെ ബോധം കെടുന്നത് വരെ പൊലീസ് തല്ലിച്ചതച്ചു.

കേളപ്പനെ അറസ്റ്റ് ചെയ്തതോടെ മാധവൻ നായർ കോടതിയിലേക്കുള്ള പോക്ക് പൂർണ്ണമായും അവസാനിപ്പിച്ച് മുഴുവൻ സമയ പ്രവർത്തകനായി. കേരള സത്യഗ്രഹസമിതി മൊയാരത്തെ സർവ്വാധിപതിയാക്കി. സബ് ഇൻസ്പെക്ടർ കൃഷ്ണക്കുറുപ്പിന്റെ ഭീകരമായ മർദ്ദനത്തിന് മൊയാരം വിധേയനായി. നിലത്തേക്ക് തള്ളിവീഴ്ത്തി പുറത്തേക്ക് ആഞ്ഞ് ചവിട്ടി. നെഞ്ചിലേക്ക് ചവിട്ടേല്ക്കാതിരിക്കാൻ കൈകൊണ്ട് തടുത്തപ്പോൾ കൈകളിലായിരുന്നു ചവിട്ട്. ലാത്തികൊണ്ടയാൾ തലങ്ങുംവിലങ്ങും മർദ്ദിച്ചു. പക്ഷേ, ശരീരത്തേക്കാൾ കരുത്തുറ്റ മനസ്സ് അതിനെ സധൈര്യം നേരിട്ടു.

അതിനിടയിൽ *കേരളകേസരി*യുടെ അടിയന്തരപ്രാധാന്യമുള്ള ഡയറക്ടർ ബോർഡ് യോഗം നടന്നു. സത്യഗ്രഹം വേണോ *കേരള കേസരി* വേണോ എന്നതായിരുന്നു പ്രധാനപ്പെട്ട ചോദ്യം. നിലച്ചുപോയ കേസരി പ്രവർത്തനം തുടങ്ങിയാൽ പത്രാധിപർക്ക് അൻപത് കശമ്പളവും വാഗ്ദാനം ചെയ്തു. എന്നാൽ സത്യഗ്രഹത്തിനുവേണ്ടി ഒരു കൊല്ലത്തെ അവധിയാണ് മൊയാരം ആവശ്യപ്പെട്ടത്. യോഗം അലസിപിരിഞ്ഞു. സത്യഗ്രഹത്തിന് പോയാലുള്ള നഷ്ടത്തെക്കുറിച്ച് ചന്തുക്കുട്ടി നമ്പ്യാർ അവസാനമായി ഒരിക്കൽക്കൂടി ഓർമ്മിപ്പിച്ചു. പക്ഷേ, മൊയാരമെന്ന വ്യക്തിയും *കേരളകേസരി*യും ഒരു മഹത്തായ സമരത്തിനു

മുൻപിൽ നിസ്സാരമാണെന്നായിരുന്നു മൊയാരത്തിന്റെ മറുപടി.

മഹാത്മജിയെ അറസ്റ്റ് ചെയ്ത് ഒരു മാസം തികയുന്ന ജൂൺ 5 ന് കോഴിക്കോട് മുതൽ പയ്യന്നൂർവരെയുള്ള എല്ലാ കടൽത്തീരങ്ങളിലും ഉപ്പ് നിയമലംഘനം നടത്താൻ മൊയാരം നോട്ടീസ് നല്കി. മൊയാരവും ഭാരതീയനും സുബ്രഹ്മണ്യൻ തിരുമുമ്പും നയിച്ച സംഘം പയ്യന്നൂർ രാമന്തളി കടപ്പുറത്ത് ഉപ്പ് കുറുക്കി. ക്യാമ്പിലെത്തുമ്പോഴേക്കും അറസ്റ്റ് ചെയ്യാൻ പൊലീസെത്തി. സി എച്ച് ഗോവിന്ദൻ നമ്പ്യാർ, ലക്ഷ്മണഷേണായി, മാക്കുനി ശങ്കരൻ നമ്പ്യാർ, എ കെ വാര്യർ, വിഷ്ണുഭാരതീയൻ, സുബ്രഹ്മണ്യൻ തിരുമുമ്പ്, കൃഷ്ണനടിയോടി എന്നിവരെയും മൊയാരത്തിനൊപ്പം അറസ്റ്റ് ചെയ്തു. കണ്ണൂർ സൗത്ത് മജിസ്ട്രേറ്റ് ആറുമാസം കഠിനതടവിന് ശിക്ഷിച്ച് കണ്ണൂർ ജയിലിലേക്കയച്ചു. മൊയാരം ജയിലേക്ക് സഞ്ചരിച്ചതോടെ *കേരളകേസരി* വിസ്മൃതിയിലേക്ക് എന്നന്നേക്കുമായി മടങ്ങി.

ധനധാന്യ പുഷ്പഭരാ

"ധനധാന്യ പുഷ്പഭരാ
അമേദിരി ബസുന്ധര"

കൃഷ്ണപിള്ള ഒരു ചെറുചിരിയോടെ ഗാംഭീര്യമുള്ള ശബ്ദത്തിൽ പാടി. ജയിൽ തുറുങ്കുകൾക്കപ്പുറത്ത് അത് സഞ്ചരിച്ചിട്ടുണ്ടാവണം. ജയിലിൽ എതിരേറ്റ ആദ്യത്തെ കാഴ്ച കൃഷ്ണപിള്ളയെയാണ്. സൂപ്രണ്ടിനോട് മര്യാദകേടായി പെരുമാറി എന്നാരോപിച്ചും ചകിരിതല്ലാൻ വിസമ്മതിച്ചതിനാലും, കാലിൽ കോൽ ചങ്ങലയിട്ട്, തൂക്കാൻ വിധിച്ചവരെ താമസിപ്പിക്കുന്ന കണ്ടംഡ് സെല്ലിലേക്ക് കൊണ്ടുപോവുകയാണ്. അല്പം കറുത്ത്, കരുത്തുറ്റ കൃഷ്ണപിള്ള എല്ലായ്പ്പോഴും ഭംഗിയിൽ ചിരിക്കുന്നത് മാത്രമേ കണ്ടിട്ടുള്ളൂ.. പിന്നോട്ട് കോതിവെച്ച മുടിയും വിശാലമായ നെറ്റിയുമുള്ള കൃഷ്ണപിള്ളയെ ഒരിക്കൽ കണ്ടാൽ മറക്കില്ല. ആ ഇരുപത്തിനാലുകാരനെ അടക്കിനിർത്താൻ അവരുടെ ചങ്ങലകൾ മതിയാകുമായിരുന്നില്ല. ആ അവസ്ഥയിലും മൊയാരത്തെ കണ്ടപ്പോൾ കൃഷ്ണപിള്ള പാടിക്കഴിഞ്ഞ് വീണ്ടും ഹൃദ്യമായി ചിരിച്ചു.

അടിമയെപ്പോലെ ഇരിക്കാൻ ഒരിക്കലും കൃഷ്ണപിള്ള തയ്യാറാവില്ലെന്ന് മൊയാരത്തിന് അറിയാമായിരുന്നു. ലങ്കോട്ടിയും തൊപ്പിയും ധരിച്ച് കൃഷ്ണപിള്ളയുൾപ്പെടെയുള്ളവരും കാലുറയുടുപ്പും തൊപ്പിയുമായി അബ്ദുൾ റഹ്മാനും ചകിരി തല്ലിക്കൊണ്ടിരുന്നു. അപ്പോൾ അടുത്തിരുന്ന് സംസാരിക്കാനുള്ള അവസരം കിട്ടുമായിരുന്നു. കമ്പിളിനൂൽക്കുമ്പോഴും വാചാലനാവാൻ കൃഷ്ണപിള്ളയ്ക്ക് അവസരം കിട്ടി. അങ്ങനെ സംസാരിക്കവേ നൂൽനൂല്ക്കാൻ വിട്ടുപോയപ്പോൾ ജയിൽ സൂപ്രണ്ട് ചീത്തപറഞ്ഞു. കൃഷ്ണപിള്ളയ്ക്ക് പ്രതികരിക്കാതിരിക്കുക സാദ്ധ്യമല്ല.

"ഞങ്ങൾ രാഷ്ട്രീയ തടവുകാരാണ്. ദേശീയ സ്വാതന്ത്ര്യത്തിനു

വേണ്ടിയിട്ടാണ് ഇവിടെ വന്നിട്ടുള്ളത്. മര്യാദയും മനുഷ്യത്വവും കാണി ച്ചില്ലെങ്കിൽ മര്യാദപഠിപ്പിക്കാൻ ഞങ്ങൾക്കറിയാം."

ആരുടെ മുമ്പിലും തലകുനിക്കാൻ അയാൾക്ക് സാധിക്കുമായിരു ന്നില്ല. അതിന് ലഭിച്ച ശിക്ഷയാണ് കാലിൽ ചങ്ങലയിട്ട്, തൂക്കാൻ വിധി ക്കുന്നവരെ ഇടുന്ന മുറിയിൽ ഏകാന്തത്തടവ്. മൊയാരം കൃഷ്ണ പിള്ളയിൽ തന്നെ തന്നെയായിരുന്നു കണ്ടത്.

കേളപ്പൻ ആശുപത്രിയിൽ രോഗികളെ ശുശ്രൂഷിക്കുന്നു. ജയിലിൽ കൃഷ്ണപിള്ളയോട് കാണിച്ചത് തെറ്റാണെന്ന് പറഞ്ഞപ്പോൾ കേളപ്പൻ മൗനം ദീക്ഷിച്ചു.

രാഷ്ട്രീയത്തടവുകാരെ എ, ബി, സി എന്നിങ്ങനെ വേർതിരിക്കുന്നത് സാമ്രാജ്യത്വ തന്ത്രമാണെന്ന് വിചാരണസമയത്ത് എൽ എസ് പ്രഭു പറ ഞ്ഞിരുന്നു. മൊയാരവും സംഘവും താണക്ലാസ് മതിയെന്ന് ആവശ്യ പ്പെട്ടു. ഭക്ഷണ സമയമായപ്പോൾ ആ വിവേചനത്തിന്റെ അർത്ഥം മൊയാരത്തിന് മനസ്സിലായി. മേൽ ക്ലാസുകാർക്ക് പൂണൂലുകാരൻ ഭക്ഷണം വെക്കുന്നു... സി ക്ലാസുകാർക്ക് അറപ്പിക്കുന്ന ഭക്ഷണം. രാത്രി, തടവറയിലെ ഇരുട്ടിൽ കഴിയുമ്പോൾ തൊട്ടടുത്ത സെല്ലിലെ എ കെ വാരിയർ പറഞ്ഞു.

"മൊയാരം, വെളിച്ചമില്ലാതെ ഇരുട്ടിൽ കഴിപ്പാനും പ്രയാസം.."

മൊയാരം ശങ്കിച്ചു നിന്നില്ല. മുദ്രാവാക്യം ഉയർന്നു.

"ഭാരത് മാതാ കീ.."

വാരിയർ ഏറ്റു വിളിച്ചു.

"ജയ്.."

"മഹാത്മാഗാന്ധി കീ.."

കണ്ണൂർ നഗരം മുഴുവൻ കേൾക്കേ ആ രാത്രിയിൽ, മഹാത്മാഗാന്ധി കീ ജയ്, ഭാരത് മാതാ കീ ജയ്, മുഹമ്മദാലി കീ ജയ്, ദേശബന്ധു ദാസ് കീ ജയ് മുതലായ മുദ്രാവാക്യങ്ങൾ മുഴങ്ങി. ആളുകൾ ജയിൽ ഗേറ്റിൽ തടിച്ചുകൂടി. ഒൻപത് മണിയോടെ ജയ് വിളി അവസാനിച്ചെ ങ്കിലും ബി ക്ലാസിൽ നിന്നുമാത്രം ശബ്ദം ഉയർന്നില്ല.

ബി ക്ലാസുകാരോട് ജയിൽ സൂപ്രണ്ട് പറഞ്ഞു.

"നിങ്ങളുടെ അനുയായികൾ നിങ്ങളെപ്പോലെയല്ല. നിങ്ങളൊക്കെ നല്ലവരാണ്. കേളപ്പൻ എത്ര നല്ല ആൾ. ഗാന്ധിജിയുടെ മാതൃകയിലുള്ള ഒരു ശരിയായ സത്യഗ്രഹത്തടവുകാരനാണ്."

പിറ്റേന്ന് കേളപ്പൻ അടുത്തേക്ക് വന്നു.

"നാട് മുഴുവൻ പ്രസംഗിച്ച് നടക്കുന്നത് പോലെയല്ല, ജയിലിൽ ഇരുന്ന് കഷ്ടപ്പെടുവാൻ കഴിയുമോ? രണ്ടണയുടെ ജോലി ചെയ്ത് നാൾ കഴിക്കുവാൻ നിങ്ങൾക്ക് ശേഷിയുണ്ടോ എന്നതാണ് പ്രശ്നം?"

മൊയാരത്തിന്റെ പ്രതികരണം പെട്ടെന്നായിരുന്നു.

"ഞാൻ ജയിലിൽ വന്നിരിക്കുന്നത് കഷ്ടപ്പെടാനും വേല ചെയ്ത് നാൾ കഴിക്കാനുമല്ല. ജയിൽ സത്യഗ്രഹികളെക്കൊണ്ട് നിറയ്ക്കുക,

സത്യഗ്രഹികളെ സൂക്ഷിക്കാൻ സ്ഥലമില്ലാതാക്കുക, ജയിൽ ഭരണവും പുറമേയുള്ള ബ്രിട്ടീഷ് ഭരണംപോലെ അസാദ്ധ്യമാക്കി തീർക്കുക. ഇതാണ് എന്റെ ഉദ്ദേശ്യം."

കേളപ്പനത് ബോധിച്ചില്ല.

"നിങ്ങൾ ആത്മാർത്ഥതയില്ലാതെ വാദിക്കയാണ്. ജയിലിൽ വന്ന സത്യഗ്രഹികൾ ജയിൽ നിയമം അനുസരിക്കണമെന്നാണ് മഹാത്മജി പറയുന്നത്."

"രാഷ്ട്രീയപ്രവർത്തകന്മാർ ജയിലിൽ വന്നാൽ ജയിലിനെ പരിഷ്കരിക്കാൻ കഷ്ടപ്പെടണം."

"ലോക്കപ്പിൽ വെച്ച് കീ ജയ് വിളിച്ച് ബഹളമുണ്ടാക്കിയാണോ നിങ്ങൾ ജയിലിനെ പരിഷ്കരിക്കുന്നത്? മിനിഞ്ഞാന്ന് നിങ്ങൾ കാണിച്ചത് അപമാനകരമായ തെമ്മാടിത്തമാണ്."

കേളപ്പന്റെ സംസാരം മൊയാരത്തിന് അംഗീകരിക്കാൻ സാദ്ധ്യമായില്ല. സുവ്യക്തമായി മറുപടി പറഞ്ഞു.

"അങ്ങനെ വ്യാഖ്യാനിക്കാമെങ്കിൽ എല്ലാ സമരങ്ങളും നിയമലംഘനവും തെമ്മാടിത്തവുമാണ്. അധികാരികളുടെ പരീക്ഷയാണത്. നിങ്ങൾ ജയിലധികൃതരുടെ മുഖസ്തുതിയിൽ മയങ്ങി നല്ല പിള്ളയായിരിപ്പാൻ വേണ്ടി ഞങ്ങളോട് അച്ചടക്കം പ്രസംഗിക്കുകയാണ്. ഈ ജയിലിലെ ഭക്ഷണം ഒരു സാധാരണ മനുഷ്യന് കഴിക്കാൻ നിവൃത്തിയില്ല. നമ്മളെക്കൊണ്ട് ചകിരി തല്ലിപ്പിക്കുന്നത് രാഷ്ട്രീയത്തടവുകാരുടെ അന്തസ്സ് കെടുപ്പാനാണ്. തടവുകാർക്ക് ശീലമുള്ളതും ആരോഗ്യത്തിന് പറ്റുന്നതുമായ പണികൊടുക്കണമെന്നാണ് ജയിൽ നിയമം. ഞങ്ങളെ കൊണ്ടൊക്കെ ചകിരി തല്ലിക്കുന്നതും അതു തല്ലുന്നതും തെമ്മാടിത്തരമാണ്. അത് ജയിൽ നിയമമല്ല. കൃഷ്ണസ്വാമി അയ്യരും മറ്റും ചകിരി തല്ലുന്നത് ഞങ്ങളെക്കൊണ്ടും ചകിരി തല്ലിപ്പാനാണ്. ഞങ്ങളെക്കൊണ്ട് വേല ചെയ്യിപ്പാൻ ഇത്ര ഉത്സാഹമുള്ള നിങ്ങളുടെയും ഞങ്ങളുടേയും ഭക്ഷണത്തിന് എത്ര വ്യത്യാസമുണ്ട്. ഞങ്ങളുടെ ഭക്ഷണം നന്നാക്കുവാൻ ആരെങ്കിലും ശ്രദ്ധവെച്ചുവോ? കൃഷ്ണപിള്ളയെ കണ്ടംഡ് സെല്ലിലാക്കിയതിന് നിങ്ങളാരും വല്ലതും എതിർത്തുവോ? ഇതിനെയെല്ലാം ഞങ്ങൾ എതിർക്കുന്നു എന്നൊരു സമരപ്രഖ്യാപനമാണ് മിനിഞ്ഞാന്നത്തെ കീ ജയ് വിളികൾ.."

കേളപ്പന് ക്ഷോഭം സഹിക്കാൻ പറ്റിയില്ല.

"അതൊരു ഹിംസയാണ്. സന്ധ്യാസമയത്ത് ഈ ജയിലിൽ പലരും ജപിക്കയും ധ്യാനിക്കയും ചെയ്യുന്നുണ്ടായിരിക്കും. നിങ്ങൾ ഇങ്ങനെ ശബ്ദമുണ്ടാക്കുന്നത് അവർക്കൊരു ദ്രോഹമാണ്. അത് ഹിംസയാണ്."

മൊയാരത്തിന് പറയാതിരിക്കാനായില്ല.

"അത്തരം ഭക്തന്മാർ ഈ ജയിലിൽ വരണ്ട. ഹിമാലയത്തിന്റെ ചുവട്ടിൽ പോകട്ടെ."

മൊയാരത്തിന്റെ തീക്ഷ്ണമായ മറുപടിക്കു മുന്നിൽ കേളപ്പൻ നിരായുധനായി.

തടവുകാരെ ഭിന്നിപ്പിക്കുന്നതാണ് ക്ലാസ് തിരിക്കൽ എന്നു പറഞ്ഞ എൽ എസ് പ്രഭു വന്നതും ബി ക്ലാസ് തടവുകാരനായി തന്നെയായിരുന്നു. അത് മൊയാരത്തേയും സഹതടവുകാരേയും വിസ്മയിപ്പിച്ചു.

മൊയാരം നിരാഹാരമിരിക്കാനുള്ള തീരുമാനം പ്രഖ്യാപിച്ചു. കൃഷ്ണപിള്ളയുടെ ശിക്ഷ അനീതിയാണെന്നുള്ള തിരിച്ചറിവും ജയിലധികൃതരുടെ പെരുമാറ്റവും സി ക്ലാസുകാരുടെ ഭക്ഷണം വൃത്തിഹീനമായതും അതിനു കാരണമായിരുന്നു. സൂപ്രണ്ടും ജയിലറും വന്നപ്പോൾ കാര്യം വിശദീകരിച്ചു. രാഷ്ട്രീയത്തടവുകാരെ യോഗ്യത നോക്കി മൂന്ന് ക്ലാസാക്കുന്നതിലെ അനീതി ഗവൺമെന്റിനേയും നാട്ടുകാരേയും അറിയിക്കാനാണ് സമരമുറയെന്ന് പ്രഖ്യാപിച്ചു. പിറ്റേന്ന് രാഷ്ട്രീയത്തടവുകാർക്ക് ഒരടുക്കളയും ഒറ്റവെപ്പു മായി മാറി.

പക്ഷേ, മൊയാരത്തിനുള്ള ശിക്ഷ അവർ ഉറപ്പിച്ചു കഴിഞ്ഞിരുന്നു. തടവു പുള്ളികളോട് ഏറ്റവും ക്രൂരമായി പെരുമാറുന്ന കുപ്രസിദ്ധരായ സൂപ്രണ്ട് ഹൗവും ജയിലർ ഗൺസാൽവിസും ആയിരുന്നു മദിരാശി ജയിലിന്റെ അധികാരികൾ. മൊയാരത്തേയും എട്ട് സഹതടവുകാരേയും അങ്ങോട്ടേക്ക് മാറ്റാൻ തീരുമാനിച്ചു. മലബാർ കലാപകാലത്ത് ജയിലിലടയ്ക്കപ്പെട്ട എം പി നാരായണമേനോന്റെ ജയിൽ വാസം മൊയാരം മദിരാശിയിൽ എത്തുമ്പോഴും തുടരുക തന്നെയായിരുന്നു.

മദിരാശിയിൽ ഹൗവിന്റെ ദുർഭരണമായിരുന്നു. അതിന് പറ്റിയ കൂട്ടായിരുന്നു ഗൺസാൾവിസ്. ജയിലിൽ എത്തിയതിന് പിറ്റേന്നുതന്നെ വെരിഫിക്കേഷന് പോയപ്പോൾ എം കെ വാര്യർ ചുമർ ചാരിയിരുന്നെന്ന് പറഞ്ഞ് അയാളെ കൈക്ക് ചങ്ങല ധരിപ്പിച്ച്, മൊട്ടയടിപ്പിച്ച് പ്രത്യേക മുറിയിലേക്ക് മാറ്റി. എല്ലാ ദിവസവും പുതിയ തടവുകാരെ ജയിലർ കവാത്തെടുപ്പിച്ചു. ഭയപ്പെടുത്തുക എന്നുള്ളതായിരുന്നു ലക്ഷ്യം. അതിക്രൂരമായ നടപടികളാണ് മദിരാശി ജയിലിൽ ഓരോ ദിവസവും മൊയാരത്തിനും മറ്റ് തടവുകാർക്കും അനുഭവിക്കേണ്ടിവന്നത്. ഒരു ദിവസം തടവുകാരെ നിരത്തി നിർത്തി പരിശോധനനടക്കുന്ന സമയത്ത് മദ്യപിച്ച് മത്തനായ ഹൗ, സത്യഗ്രഹ തടവുകാരെ മർദ്ദിക്കാനായി കുതിച്ചു. അപ്പോഴാണ് മധുര ജയിലിൽവെച്ച് അയാളെ തല്ലിയ തടവുകാരെ കാണുന്നത്. അയാൾ ഭയന്നോടി. എം പി നാരായണമേനോനോട് കോൺഗ്രസുകാർ തല്ലാൻ വന്ന കഥ അയാൾ അവതരിപ്പിച്ചു. പിറ്റേന്ന് കണ്ടപ്പോൾ എം പി ചോദിച്ചു.

"സത്യഗ്രഹികൾ ജയിലിൽ അതിക്രമം കാട്ടുന്നുവെന്നാണല്ലോ ജയിൽ സൂപ്രണ്ട് പറയുന്നത്.."

മൊയാരം പറഞ്ഞു.

"കോൺഗ്രസ് പ്രവർത്തകരുടെ അക്രമരാഹിത്യം ഒരു ദുർബ്ബലതയായാണ് ഹൗ കാണുന്നത്. മനുഷ്യരുടെ സ്വാഭിമാനത്തെയാണ് അയാൾ ചോദ്യം ചെയ്യുന്നത്. അതിനോട് ചിലർ പ്രതികരിച്ചു എന്നത് സത്യമാണ്."

"ജയിലിൽ ലാത്തികൊണ്ടുള്ള തല്ലും വെടിവെപ്പും നടത്തിയാൽ അവർ മാത്രമേ ജയിക്കൂ.. പൊതുജനങ്ങൾക്ക് അതിന്റെ സത്യാവസ്ഥ മനസ്സിലാക്കാനും പറ്റില്ല. പത്രങ്ങളൊന്നും നമ്മെ സഹായിക്കുകയും ഇല്ല. കരുതിയിരിക്കണം.. സൂക്ഷിക്കണം.."

എം പി നാരയണമേനോന്റെ വാക്കുകൾ സത്യഗ്രഹികൾ ലംഘിച്ചില്ല..

രാത്രിയിൽ ജയിലിലെ തൊട്ടടുത്ത മുറിയിൽനിന്ന് ഒരു പാട്ട് ഭിത്തികൾക്കപ്പുറത്തേക്ക് ഇറങ്ങിവന്നു.

"ബംഗാ അമാർ ജനനി അമാർ
ധാത്രി അമാർ അമാർ ദേശ്..."

കൃഷ്ണപിള്ളയുടേതുപോലെ മുഴക്കമുള്ള ശബ്ദമായിരുന്നു അത്. പാറാവുകാരന്റെ ചീത്തവിളികളിൽ ആ ഗാനം മുങ്ങിപ്പോയി. ആ ബംഗാളി ഗായകനെ കാണാനും പരിചയപ്പെടാനും പിറ്റേന്ന് സാധിക്കുമെന്നായിരുന്നു പ്രതീക്ഷ. പക്ഷേ, രാവിലെ തീരുമാനംവന്നു. ഇരുന്നൂറിൽ പരം സത്യഗ്രഹത്തടവുകാരെ ബെല്ലാരി ജയിലിലേക്ക് മാറ്റുകയാണ്.

ബെല്ലാരിയിൽ തമിഴ്-മലയാളി തടവുകാരുടെ സംഘർഷങ്ങൾ പരിഹരിക്കാൻ മൊയാരവും സി എച്ച് ഗോവിന്ദൻ നമ്പ്യാരും ശ്രമിച്ചപ്പോൾ സപ്രുവിനെയും ജയിക്കരെയും പോലെയെന്ന് പറഞ്ഞ് സഹതടവുകാർ പരിഹസിച്ചു. ഗാന്ധിജിയുടെയും വൈസ്രോയിയുടെയും മദ്ധ്യസ്ഥരെ പോലെ എന്നായിരുന്നു പരിഹാസത്തിനർത്ഥം. ഒന്നര മാസം രോഗശയ്യയിൽ കിടന്ന് കുഞ്ഞിരാമനടിയോടി ക്ഷയരോഗം ബാധിച്ച് മരിച്ചത് വേദനിപ്പിക്കുന്ന സംഭവമായിരുന്നു.

ബെല്ലാരിയിലെ അതിശക്തമായ ചൂട് മൊയാരത്തെ ഉലച്ചുകളഞ്ഞു. ഉഷ്ണാതിസാരം ബാധിച്ച് ആന്ധ്രാക്കാരായ കോൺഗ്രസ് പ്രവർത്തകർ മരണമടഞ്ഞിരുന്നു. മരണം തനിക്കുമുമ്പിൽവന്ന് നില്ക്കുന്നതായി മൊയാരത്തിനനുഭവപ്പെട്ടു. ബോധരഹിതനായി, ജയിലാശുപത്രിയിൽ എത്ര നേരം കിടന്നെന്ന് മൊയാരത്തിന് മനസ്സിലായില്ല. കണ്ണു തുറന്നപ്പോൾ പുഞ്ചിരിക്കുന്ന മുഖവുമായി ജയിലാശുപത്രിയിലെ ഡോക്ടർ.

"മിസ്റ്റർ ശങ്കരൻ, ഞങ്ങൾക്ക് പേടിയുണ്ടായിരുന്നു. താങ്കൾ കണ്ണു തുറക്കുമോ എന്നത്. എന്തായാലും രക്ഷപ്പെട്ടു. ഇരുപത്തിനാല് മണിക്കൂറിലധികമായി ബോധരഹിതനായി കിടക്കുകയായിരുന്നു."

വിളർത്ത ചുണ്ടുകളിൽ നിന്ന് വാക്കുകൾ അതിസാഹസികമായി പുറത്തേക്ക് വന്നു.

"താങ്ക്സ്.."

"താങ്ക്സിന്റെ ആവശ്യമില്ല മിസ്റ്റർ ശങ്കരൻ.. നിങ്ങൾ സത്യഗ്രഹികൾ നിങ്ങൾക്ക് ശരിയെന്ന് തോന്നുന്ന, നിങ്ങളുടെ ഉത്തരവാദിത്വം നിറവേറ്റുന്നു. ഞങ്ങൾ ഞങ്ങളുടെ ഉത്തരവാദിത്വവും."

മരണവുമായുള്ള മുഖാമുഖയുദ്ധത്തിൽനിന്ന് മരണം പരാജിത

നായി മടങ്ങി. ബെല്ലാരി ജയിലിലേതുപോലെ നല്ലൊരാശുപത്രിയും മികച്ച ഡോക്ടർമാരും മറ്റൊരിടത്തുമില്ലെന്ന് മൊയാരത്തിനു തോന്നി.

ഉഷ്ണാതിസാരത്തിൽ നിന്ന് മുക്തനായെങ്കിലും ശരീരം പൂർവ്വസ്ഥിതിയിലെത്തിയിരുന്നില്ല. കാതുകളിലേക്ക് വീണ്ടും ബംഗാളിഗാനത്തിന്റെ വരികൾ കുതിച്ചെത്തി.

"ധനധാന്യ പുഷ്പഭരാ
അമേദിരി ബസുന്ധര"

ചാടിയെഴുന്നേറ്റു. ആ ഗാനം കൃഷ്ണപിള്ളയെ ഓർമ്മിപ്പിച്ചു. കൃഷ്ണപിള്ളയെ മാത്രമല്ല, ഹൂഗ്ലിയിലൂടെയുള്ള യാത്രയിൽ, തോണിയിൽ നിന്ന് ഒരു ഖദർ വസ്ത്രധാരി പാടിയ ഗാനം.. അർത്ഥമറിയില്ലെങ്കിലും ആ ഗാനം എത്രയോ കാലമായി തന്നെ പിന്തുടരുന്നുണ്ടെന്ന് മൊയാരത്തിന് തോന്നി. ഏകാന്തമായ ജയിൽ മുറികളിലേക്ക്, സാന്ത്വനത്തിന്റെ പുഷ്പകാലം കുതിച്ചെത്തി. ദ്വിജേന്ദ്രലാൽ റായ് എന്ന അസാധാരണനായ മനുഷ്യന്റെ ജീവിതവും ഓർമ്മകളും നിറയ്ക്കാൻ ആ ഗാനം മതിയായിരുന്നു. സഹതടവുകാരൊക്കെയും ഉറക്കത്തിലേക്ക് കൂപ്പുകുത്തിയെങ്കിലും മൊയാരത്തിനെ ഉറക്കം പൂർണ്ണമായും കൈവിട്ടു. ദ്വിജേന്ദ്രഗീതികൾ ആലപിക്കുന്ന ആളെ കണ്ടെത്തണം എന്നുറപ്പിച്ചു.

പിറ്റേന്ന് സി എച്ച് ഗോവിന്ദൻ നമ്പ്യാരോട് ആ പാട്ടുകാരനെക്കുറിച്ച് ചോദിച്ചപ്പോൾ അങ്ങനെയൊന്ന് കേട്ടിട്ടേയില്ലെന്നായിരുന്നു മറുപടി. ജയിലിൽ അങ്ങനെയൊരു പാട്ട് ആരും കേട്ടിട്ടേയില്ല. തോന്നിയതല്ലെന്ന് മൊയാരത്തിന് ഉറപ്പായിരുന്നു.

എ എൻ ശിവരാമനോട് ചോദിച്ചപ്പോൾ ഇടയ്ക്ക് മൂളാറുണ്ടെന്നല്ലാതെ ജയിലിൽ വെച്ച് ഒരിക്കൽ പോലും ഉറക്കെ പാടിയിട്ടില്ലെന്ന് പറഞ്ഞു. ദ്വിജേന്ദ്രലാൽ റായി എന്ന മനുഷ്യനെ കൂടുതൽ പഠിക്കണമെന്ന് മൊയാരം നിശ്ചയിച്ചു. അങ്ങനെയാണ് ഹിന്ദി പഠിക്കാനായി എ കെ വാര്യരോടൊപ്പം ശിവരാമന്റെ ശിഷ്യനായത്.

ദ്വിജേന്ദ്രലാൽ റായിയുടെ ദേശഭക്തിഗാനങ്ങളും അദ്ദേഹത്തിന്റെ നാടകങ്ങളും സജീവചർച്ചയിലേക്ക് വന്നു. എന്തായാലും ശിവരാമന്റെ നല്ല വിദ്യാർത്ഥിയായിരുന്നു മൊയാരം. ശിവരാമൻ എല്ലാ ദിവസവും ദ്വിജേന്ദ്രലാലിന്റെ നാടകങ്ങൾ വായിച്ച് കേൾപ്പിക്കും. ചന്ദ്രഗുപ്ത വായിച്ച് ശിവരാമൻ പറഞ്ഞു.

"ശങ്കരൻ നമ്പ്യാരേ.. ഈ നാടകം നമുക്ക് നമ്മുടെ നാട്ടിലും കളിക്കണം.."

എന്നാൽ *മേവാഡ് പതൻ* വായിച്ചപ്പോൾ മൊയാരം പറഞ്ഞു.

"ജീവിതത്തിൽ ഒരിക്കലെങ്കിലും ഈ നാടകം കളിക്കണമെന്നാണ് എനിക്കാഗ്രഹം.. എന്തൊരത്ഭുത രചനയാണിത്..?"

ദ്വിജേന്ദ്രലാൽ റോയിയുടെ *മേവാഡ്പതനം* കാലം ആവശ്യപ്പെടുന്ന കൃതിയാണെന്ന് മൊയാരത്തിന് തോന്നി. ആ നാടകം മലയാളത്തിലേക്ക് തർജ്ജമ ചെയ്യണമെന്ന് തീരുമാനിച്ചു.

ദുർഗാദാസ് കേട്ടപ്പോൾ പിന്നെയും ആവേശം വർദ്ധിച്ചു.

"ദ്വിജേന്ദ്രലാൽ റായിയുടെ ഒരു നാടകം ജയിലിൽ കളിച്ചാലോ?"

കേട്ട് നില്ക്കുന്നവർക്കൊക്കെ ഉറപ്പായിരുന്നു, ഒരിക്കലും നടക്കില്ലെന്ന്. ഒരിക്കലും നടക്കില്ലെന്ന് മറ്റുള്ളവർ വിധിയെഴുതിയ സ്വപ്നത്തിന്റെ കൂടെയാണ് മൊയാരം ഇക്കാലമത്രയും സഞ്ചരിച്ചത്. പാനൂരിലെ കുട്ടികളുടെ കോടതി മുതൽ കേരളത്തിലെ ഉപ്പ് സത്യഗ്രഹം വരെ അനിശ്ചിതത്വത്തിന്റെയും അസംഭാവ്യതകളുടെയും ലോകത്ത് നിന്നാണ് സംഭവ്യമാക്കി തീർത്തത്. അതുകൊണ്ടുതന്നെ ദേശസ്നേഹിയായ ആ എഴുത്തുകാരന്റെ രചന ജയിൽ നാടകമായി പുനരാവിഷ്കരിക്കപ്പെടേണ്ടതുണ്ട്.

മൊയാരം ഹിന്ദിയിൽനിന്ന് മലയാളത്തിലേക്ക് *മേവാഡ് പതൻ* മാറ്റിയെഴുതാൻ തുടങ്ങി.

എഴുത്തിന്റെ ലഹരിയിലൂടെ കടന്നുപോകുമ്പോൾ ശരീരത്തിന്റെ ക്ഷീണം മറന്നു. ബെല്ലാരിയിലെ കൊടും ചൂടിന് തളർത്താൻ പറ്റാത്ത കരുത്തോടെ ആൾക്കൂട്ടത്തിനിടയിൽ നിന്ന് എഴുത്തിന്റെ ധ്യാനാവസ്ഥയിലേക്ക് മൊയാരം സഞ്ചരിച്ചു.

എന്നാൽ ചില ആഗ്രഹങ്ങൾ ആഗ്രഹങ്ങളായി തന്നെ കെട്ടടങ്ങിപ്പോവുമല്ലോ..

നവംബറിൽ മൊയാരം ജയിലിൽ നിന്ന് മോചിതനായി.

"ധനധാന്യ പുഷ്പഭരാ
അമേദിരി ബസുന്ധര"

ജയിലിൽനിന്ന് പുറത്തേക്ക് നടക്കുമ്പോഴും കാതിൽ ആ ഗാനം മുഴങ്ങിക്കൊണ്ടിരുന്നു. പുതിയ ലോകം.. പുതിയ സ്വപ്നങ്ങൾ...

മടങ്ങിപ്പോകുവിൻ നിങ്ങൾ...

ജയിൽ വിമോചിതനായതോടെ, കോഴിക്കോട് നിയമലംഘന പ്രസ്ഥാനത്തെ ശക്തിപ്പെടുത്താനുള്ള ഉത്തരവാദിത്വമായിരുന്നു മൊയാരത്തിന്. ഒരു കാരണവശാലും അറസ്റ്റ് ചെയ്യപ്പെടാതെ ശ്രദ്ധിക്കണമെന്നും മാധവൻ നായർ നിർദ്ദേശിച്ചു. പേരാമ്പ്ര, ബാലുശ്ശേരി, നടുവണ്ണൂർ തുടങ്ങിയ സ്ഥലങ്ങൾ സന്ദർശിച്ച് വളണ്ടിയർമാരെ കോഴിക്കോട്ടേക്കയച്ചു. എല്ലാ ദിവസവും 144 ലംഘിച്ച് കോഴിക്കോട് ഘോഷയാത്ര നടത്തി സമരസേനാനികൾ അറസ്റ്റുവരിച്ചു.

നിയമലംഘനത്തിന്റെ പ്രധാന കേന്ദ്രം മലബാറിൽ കോഴിക്കോടും കണ്ണൂരുമായി മാറിക്കഴിഞ്ഞിരുന്നു. പയ്യന്നൂരിൽ സ്വാതന്ത്ര്യസമരസേനാനികളെ അതിക്രൂരമായി നേരിട്ടയാളാണ് സബ് ഇൻസ്പെക്ടർ ചന്തുനായർ. പയ്യന്നൂരിൽ ചന്തുനായരുടെയും സംഘത്തിന്റെയും അടികൊണ്ട് ശരണമില്ലാതായപ്പോഴാണ് നിയമലംഘനത്തിന്റെ പ്രധാനകേന്ദ്രം മാറിയത്. മണത്തൽ രാമക്കുറുപ്പിനെ പയ്യന്നൂർ ക്യാമ്പിൽ വെച്ച് നിരവധി തവണ ചന്തുനായർ തല്ലിച്ചതച്ചു. തല്ല് കൊണ്ട്, മുഖം ചീർത്ത്, ഉടൽ മുഴുവൻ വിങ്ങി നീർകെട്ടി, രക്തക്കറകൾ കൊണ്ട് പൊതിഞ്ഞ് കണ്ണൂർ സബ്ജയിലിൽ രണ്ട് ദിവസം താമസിപ്പിച്ചുകൊണ്ട് പോകുമ്പോൾ ഭാര്യ നാരായണിക്ക് ആളെപ്പോലും മനസ്സിലായില്ല. പൊലീസുകാരുടെ ഇടയിൽ നിന്ന് അയാൾ വിളിച്ചു.

“നാരായണീ..”

രക്തത്തിൽ മുങ്ങിയ ആ രൂപത്തിന്റെ ശബ്ദം നാരായണി തിരിച്ചറിഞ്ഞു. അവരുടെ നിലവിളി തൊണ്ടവരെ ആർത്തലച്ച് വന്നെങ്കിലും സ്വയം നിയന്ത്രിച്ചു. ചോര തളംകെട്ടിയ വായിൽ നിന്ന്, ചോര പുറത്ത് തുപ്പി, ചുവന്ന പല്ലുകൾ കാട്ടി രാമർ ചിരിച്ചു.

"സങ്കടപ്പെടരുത്.."

"എന്നാലും.."

അവർ വിതുമ്പാൻ തുടങ്ങുകയായിരുന്നു.

"നീ കരഞ്ഞാൽ ഈ ദേശദ്രോഹികൾ സന്തോഷിക്കും.."

നാരായണിയമ്മ കരച്ചിലടക്കി.

"ഈ നാടിനുവേണ്ടി നമുക്ക് ചിലത് ചെയ്യാനുണ്ട്."

അവർ കണ്ണീരടക്കി പിടിച്ച് പറഞ്ഞോളൂ എന്ന അർത്ഥത്തിൽ അയാളെ നോക്കി.

"മരിക്കുന്നത് വരെ, അതല്ലെങ്കിൽ ഈ രാജ്യദ്രോഹികൾ നമ്മുടെ നാട് വിട്ട് പോവുന്നത് വരെ നമ്മൾ നിയമം ലംഘിക്കും. ഇല്ലേ..?"

അവർ ഉറക്കെ പറഞ്ഞു.

"ഒറപ്പ്.. നമ്മുടെ നാടിനുവേണ്ടി.."

നാരായണിയമ്മയുടെ ജീവിതം മറ്റൊന്നായി മാറുകയായിരുന്നു. കണ്ണൂരിലെ മഹിളാസംഘത്തെ നയിച്ച് പന്ത്രണ്ട് പ്രാവശ്യം അവർ കൊടിയുയർത്തി ഘോഷയാത്ര നടത്തി. പന്ത്രണ്ട് പ്രാവശ്യവും പൊലീസുകാർ ലോറിയിൽ കയറ്റി ദൂരെ മറ്റൊരു ദിക്കിൽ കൊണ്ട് പോയി വിടും. കണ്ണൂരിലെ കോൺഗ്രസുകാർ അവരെ കാറുമായി പോയി കയറ്റിക്കൊണ്ട് വരും. പന്ത്രണ്ട് പ്രാവശ്യം നിയമം ലംഘിച്ചിട്ടും അവരെ അറസ്റ്റ് ചെയ്തില്ല. കണ്ണൂരിൽവെച്ച് അവരെ കണ്ടപോൾ അടുത്തേക്ക് വന്നു. അവരുടെ സമര പ്രവർത്തനത്തെക്കുറിച്ച് നല്ലത് പറഞ്ഞപ്പോൾ അവർ വിനയാന്വിതയായി.

"ശങ്കരേട്ടനൊക്കെ ചെയ്യുന്നതോർക്കുമ്പോൾ ഞാൻ വലുതായിട്ട് എന്തെങ്കിലും ചെയ്യുന്നതായി തോന്നുന്നില്ല."

"നാരായണി ചെയ്യുന്ന പ്രവർത്തനം കോൺഗ്രസിനും മലയാള നാട്ടിലെ സകല സ്ത്രീകൾക്കും ആത്മവിശ്വാസം നല്കുന്നതാണ്. നാട് അഭിമാനിക്കും."

നാരായണി മന്ദഹസിച്ചു.

"ശങ്കരേട്ടാ..ഞാൻ ചെയ്യുന്നതോർത്ത് ഞാൻ സന്തോഷിക്കുകയും അഭിമാനിക്കുകയും ചെയ്യുന്നു."

"അതിനേക്കാൾ വലുതായിട്ട് ഈ മണ്ണിൽ വേറൊന്നുമില്ല നാരായണി.. നാം ചെയ്യുന്ന കാര്യങ്ങൾ നമുക്കെങ്കിലും അഭിമാനിക്കാൻ പറ്റുന്നതായാൽ.. അതിനേക്കാൾ വലുതായിട്ടൊന്നുമില്ല."

ആത്മാഭിമാനത്തിന്റെ കരുത്തുണ്ടായിരുന്നു നാരായണിയുടെ വാക്കിലും നടപ്പിലും.. പതിമൂന്നാം വട്ടം നിയമം ലംഘിച്ചപ്പോൾ നാരായണിയമ്മയെ അറസ്റ്റ് ചെയ്ത് ആറുമാസം ശിക്ഷിച്ചു.

സമരമുഖങ്ങളിലേക്ക് സ്ത്രീകൾ കരുത്തോടെയും ആത്മവിശ്വാസത്തോടെയും കടന്നുവന്നു. എം കാർത്ത്യായനിയമ്മയും കമലാവതിയും കാച്ചിയമ്മയും കുഞ്ഞിക്കാവമ്മയും മിസിസ് പാവമണിയും ഘോഷയാത്ര നടത്തി അറസ്റ്റ് വരിച്ചു. നിയമലംഘനത്തിന് സ്ത്രീകളെ

മുന്നോട്ട് കൊണ്ടുവരാൻ പയ്യോളിയിലും കൊയിലാണ്ടിയിലും മൂടാടിയിലും കാച്ചിയമ്മയും മൊയാരത്ത് ശങ്കരനും ഒന്നിച്ച് പ്രവർത്തിച്ചു. കടത്തനാട്ട് മാധവിയമ്മ, കെ ദേവി, മെറ്റിൽഡാകല്ലൻ, കൗമുദി, സി കുഞ്ഞിക്കാവമ്മ തുടങ്ങിയവരുടെ പ്രവർത്തനം മലബാറിലെ കോൺഗ്രസിനെ സംബന്ധിച്ചിടത്തോളം ഏറെ വിലമതിക്കപ്പെട്ടതായിരുന്നു.

നിയമലംഘനസമരം ഇന്ത്യാമഹാരാജ്യത്തെ ആവേശക്കടലിലേക്ക് കൊണ്ടുപോയപ്പോൾ ഓരോ കോൺഗ്രസ് പ്രവർത്തകന്റെയും ആത്മാഭിമാനം വർദ്ധിച്ചുവന്നു. ബ്രിട്ടീഷുകാർ ഇന്ത്യവിടുമെന്ന ധാരണ ശക്തിപ്പെട്ടു. എന്നാൽ പൊടുന്നനേയാണ് ഗാന്ധിജി ഉപ്പ് സത്യഗ്രഹസമരം നിർത്തി വെക്കാൻ തീരുമാനിക്കുന്നത്. മൊയാരത്തെപോലുള്ള ആയിരക്കണക്കിന് കോൺഗ്രസ് പ്രവർത്തകരുടെ അഭിമാനത്തിനും ആത്മവിശ്വാസത്തിനും മുറിവേറ്റു. ഗാന്ധി–ഇർവിൻ സന്ധി ഒപ്പുവെക്കപ്പെട്ടതോടെ ഒരു ഇച്ഛാഭംഗം തന്നെയാണുണ്ടായത്. കുഞ്ഞിരാമൻ അടിയോടിയെ പോലുള്ളവർ എന്തിനുവേണ്ടിയായിരുന്നു മർദ്ദനമേറ്റ് മരിച്ചത്? രാമക്കുറുപ്പിനെപോലുള്ള ആയിരങ്ങൾ ക്രൂരമായ മർദ്ദനമേറ്റ് വാങ്ങിയത് എന്തിനായിരുന്നു? നാരായണിയമ്മയെ പോലുള്ളവർ അനുഭവിച്ച യാതനകൾ ആർക്ക് വേണ്ടിയായിരുന്നു? പ്രിയപ്പെട്ട മഹാത്മജീ അങ്ങ് ചെയ്തത് ശരിയായിരുന്നുവോ മൊയാരം ചോദിച്ചു കൊണ്ടേയിരുന്നു. നിസ്സഹകരണ പ്രസ്ഥാനം നിർത്തിവെച്ചതോടെ നിരാശരായവർ കോഴിക്കോട് യോഗം ചേർന്നു–അവിടെ കോൺഗ്രസ് സോഷ്യലിസ്റ്റ് പാർട്ടി രൂപം കൊള്ളുകയായിരുന്നു.

വിദേശവസ്ത്ര ബഹിഷ്കരണം പ്രഖ്യാപിച്ചപ്പോൾ മൊയാരത്ത് ചിന്താധീനനായി. ഇന്ത്യൻ മുതലാളിമാരുടെ പരുത്തിവ്യവസായവും വസ്ത്രവ്യാപാരവും അഭിവൃദ്ധിപ്പെടാനുള്ള ഒന്നായി ഇത് മാറുമോ എന്നായിരുന്നു ആശങ്ക. ഗാന്ധി–ഇർവിൻ സന്ധി മുന്നോട്ട് വെച്ചത് ഇതായിരുന്നുവോ എന്ന ചോദ്യം സ്വയം ചോദിച്ചുകൊണ്ടിരുന്നു. ഉപ്പ് സത്യഗ്രഹം ഒരു വൻ വിജയമാണെന്ന് കോൺഗ്രസ് പ്രവർത്തകർ പാടിപുകഴ്ത്തുന്നത് മൊയാരത്തിന് അംഗീകരിക്കാനായില്ല. കോൺഗ്രസ് പ്രവർത്തകരുടെ ജയിൽവാസവും സത്യഗ്രഹവും രാജ്യത്തെ അടിമത്തത്തിൽ നിന്ന് മോചിപ്പിക്കാനുള്ള സമരമാർഗ്ഗമായിരുന്നു. എന്നാൽ ജയിലിൽ നിന്ന് ആളുകൾ പുറത്ത് വരുമ്പോൾ അവനവന് കിട്ടിയ താല്ക്കാലിക സ്വാതന്ത്ര്യമാണെന്ന് തിരിച്ചറിയാതെ നാടിന്റെ സ്വാതന്ത്ര്യമാണെന്ന് വിചാരിക്കുന്ന ബഹുഭൂരിപക്ഷവും സഹതാപമർഹിക്കുന്നതായി മൊയാരത്തിന് തോന്നി. ഗാന്ധി–ഇർവിൻ സന്ധിയോടെ സത്യഗ്രഹതടവുകാരായ സ്ത്രീകളെയും പുരുഷന്മാരേയും കാലാവധിയെത്താതെ വിട്ടയക്കുമ്പോൾ അവർക്കുവേണ്ടി ജയിൽ ഗേറ്റിൽ പോയപ്പോൾ മൊയാരം കണ്ടത് ഇത് തന്നെയായിരുന്നു. ഇന്ത്യ സ്വതന്ത്രയായി എന്ന് കരുതി ഓരോരുത്തരും പുറത്തേക്ക് വരികയാണ്. സത്യഗ്രഹികളെ ക്രൂരമായി മർദ്ദിച്ച് ജയിലുദ്യോഗസ്ഥരൊക്കെ രാജ്യാഭിമാനികളായി മാറി

ക്കൊണ്ടിരിക്കുന്നു. സ്വാതന്ത്ര്യസമരത്തിന്റെ ദിശ മാറിപ്പോകുന്നതായി മൊയാരം സംശയിച്ചു. എങ്കിലും വിദേശവസ്ത്ര ബഹിഷ്കരണത്തിൽ അടിയുറച്ച് നിന്നു.

തലശ്ശേരിയിലെ പൊതുയോഗം കഴിഞ്ഞപ്പോൾ, ചുറുചുറുക്കോടെ ഒരു പെൺകുട്ടി കരിക്കും പഴവുമായി വന്നു. അവളെ നല്ല പരിചയം.

"എവിടെയോ കണ്ടിട്ടുണ്ടല്ലോ? നേരത്തേ ദേശഭക്തിഗാനം ചൊല്ലുമ്പോഴേ ശ്രദ്ധിച്ചിരുന്നു."

അടുത്ത് നില്ക്കുന്ന കമലാവതിയാണ് പറഞ്ഞത്.

"ഏറ്റവും ഇളയ ആളാണ് സുഗുണ.."

"കുഞ്ഞിക്കോരു വൈദ്യരുടെ മകൾ.."

അവൾ തലയാട്ടി.

രണ്ട് കൊല്ലം മുമ്പാണ് സാമുവൽ ആറോൺ, ബോംബായിലെ കുഞ്ഞിക്കോരു വൈദ്യർക്ക് കത്തയച്ചത്. സ്വാതന്ത്ര്യപോരാട്ടത്തിൽ അവിടെ സമരം ചെയ്തുകൊണ്ടിരിക്കുന്ന മകൾ പി എം കമലയെ മലബാറിലേക്ക് അയക്കണമെന്ന്. കോൺഗ്രസിൽ സ്ത്രീകളുടെ ശക്തി മലബാറിലും രൂപപ്പെടുത്താനായിരുന്നു ശ്രമം. സൈമൺകമ്മിഷൻ ഗോബാക്ക് വിളിച്ച് ബോംബായിലെ തെരുവിൽ സമരം നയിച്ച അവർ മലബാറിന് ആവശ്യമാണെന്നായിരുന്നു കത്തിലെ ചുരുക്കം. കുഞ്ഞിക്കോരു വൈദ്യർ ചെയ്തത്, മൂന്നു പെൺമക്കളെയും തലശ്ശേരിക്കയക്കുകയായിരുന്നു. കമലയും സ്വർണ്ണയും സുഗുണയും തീപ്പന്തമാണെന്ന് പറഞ്ഞത് കാർത്ത്യായനിയമ്മയാണ്. ആ കൂട്ടത്തിൽ ഇളയവളാണ് മുമ്പിൽ നില്ക്കുന്നത്. സുഗുണ.. ഈ കൊച്ചു പെൺകുട്ടി എത്രകരുത്തോടെയാണ് സമര മുഖത്തേക്കിറങ്ങുന്നതെന്ന് മൊയാരം അത്ഭുതപ്പെട്ടു.

കമല പറഞ്ഞു.

"കുഞ്ഞിക്കോരു വൈദ്യരുടേയും രോഹിണിയുടേയും മക്കളല്ല.. പനോളി മാണിക്കോത്ത് ചിരുതമ്മയുടെ കൊച്ചുമക്കളാണ് ഞങ്ങൾ മൂന്നുപേരും."

"പ്രത്യക്ഷസമരത്തിൽ ഒരു കുടുംബത്തിൽനിന്ന് ഇത്രയും പേർ പങ്കെടുക്കുന്നത് വല്ല്യൊരു ധീരതയാണ്."

സുഗുണ ആവേശത്തോടെ പറഞ്ഞു.

"ഞങ്ങളുടെ കുടുംബത്തിൽ ദേശദ്രോഹികൾ ആറുപേരാണ്. അമ്മമ്മയും അച്ഛനും ഞങ്ങളും പിന്നെ രണ്ട് ആങ്ങളമാരും.."

മൊയാരത്തിന് അഭിമാനംതോന്നി.

കഴിഞ്ഞദിവസം, ലാത്തിചാർജ്ജിനിടയിൽ പൊലീസുകാരൻ, "ഇവറ്റകൾക്ക് വേറെ പണിയൊന്നുമില്ലേ" എന്ന് ചോദിച്ചപ്പോൾ, ലാത്തിപിടിച്ച് വാങ്ങിക്കൊണ്ട് കമലം പറഞ്ഞു. "പണിയുണ്ട്. ഉജ്ജ്വലമായ ദേശസേവനം.."

നിയമലംഘനത്തിൽ മലബാറിന്റെ മുഖമാണ് കമലയും സഹോദരിമാരും എന്ന് മൊയാരം കരുതി.

"നാളെ സുഗുണയുണ്ടാവില്ലേ? നിടുമ്പ്രത്ത് കമലത്തിന്റെ ഉജ്ജ്വല പ്രസംഗമുണ്ട്."

"സമയമുണ്ടെങ്കിൽ ഞാനും പ്രസംഗിക്കാം.."

സുഗുണ പറയുന്നത് കേട്ടപ്പോൾ മൊയാരം ചിരിച്ചുപോയി.

കമലം സുഗുണയെ നോക്കി പറഞ്ഞു.

"ശങ്കരേട്ടൻ ഒന്നും വിചാരിക്കരുത്.. ഞങ്ങളൊക്കെ ലാളിച്ചതിന്റെ കുഴപ്പമുണ്ട് ഇവൾക്ക്.."

മൊയാരം വീണ്ടും ചിരിച്ചുകൊണ്ട് പറഞ്ഞു.

"പെൺകുട്ടികളായാൽ അങ്ങനെയാണ് വേണ്ടത്.."

സുഗുണ കമലയെ നോക്കി ചിരിച്ചുകൊണ്ട് അതേയെന്ന അർത്ഥത്തിൽ തലയാട്ടി.

ആണും പെണ്ണും അവരവരുടെ ദേശാതിർത്തികൾ ലംഘിച്ച് തിരിച്ചു വരുമ്പോഴാണ് പുതിയ ലോകത്തേയും ജീവിതത്തേയും കണ്ടെത്തുന്നത്. മലബാറിലെ ജന്മിമാരെയും ജാതിക്കോമരങ്ങളെയും ഒരു വർഷമെങ്കിലും ബോംബായിലോ കല്ക്കത്തയിലോ അയയ്ക്കണം. അവിടെ മറ്റൊരു ജീവിതം അവർക്ക് കണ്ടെടുക്കാൻ പറ്റിയേക്കും.

തലശ്ശേരിയിലെ പൊതുയോഗം കഴിഞ്ഞ് മടങ്ങുമ്പോൾ മൊയാരം ആലോചിച്ചത് പിറ്റേദിവസം നടക്കേണ്ടുന്ന പൊതുയോഗത്തെക്കുറിച്ചായിരുന്നു. സന്ധ്യാ സമയത്ത് ധൃതിപിടിച്ച് ഇടവഴിയിലൂടെ നടന്നു. മുച്ചിലോട്ട് കാവിൽ നിന്ന് മുദ്രാവാക്യമുയരുന്നു. മൊയാരം ചെവിയോർത്തു. മുദ്രാവാക്യമല്ല. വിദേശവസ്ത്ര ബഹിഷ്കരണത്തിന് വേണ്ടി എഴുതിയ ഗാനമാണ്.

"മടങ്ങിപ്പോകുവിൻ നിങ്ങൾ
മറുനാടൻ തുണി വാങ്ങാൻ
മടിശ്ശീലയഴിക്കാതെ
മാനം പോകാതെ..
ഉടുവസ്ത്രമെന്നും പറഞ്ഞ-
ടിമത്തം വില്ക്കപ്പെടും
കടയിതു വീണ്ടും നമ്മെ
കടക്കാരാക്കും."

കൃഷ്ണപിള്ളയുൾപ്പെടെയുള്ളവർ പാടിയുറപ്പിച്ച ഗാനം കാവിൽ നിന്ന് കേൾക്കുന്നത് അത്ഭുതകരമാണല്ലോ എന്ന് സംശയിച്ച് കാവിലേക്ക് നടന്നു. കുട്ടിക്കാലത്ത് എപ്പോഴോ കയറിയിട്ടുള്ള മുച്ചിലോട്ട് കാവാണ്. ബുദ്ധിയുറച്ചതിനുശേഷം ഇങ്ങോട്ടൊരിക്കൽ പോലും വന്നിട്ടില്ല. തെയ്യക്കാലമാകുമ്പോൾ ചെണ്ടയുടെ കൊട്ടിനൊപ്പം തറവാടിന്റെ അകത്തളങ്ങളിലേക്ക് കുതിച്ചെത്തുന്ന മുച്ചിലോട്ടമ്മയുടെ തോറ്റം കാതിൽ ഇരമ്പി വരാറുണ്ട്. എന്നാൽ ഒരിക്കൽപ്പോലും കാൽ ഇങ്ങോട്ട് ചലിച്ചിട്ടേ ഇല്ല. തെയ്യക്കാലത്ത് വാണിയ പെൺകുട്ടികൾ കൊളുത്തി വെക്കുന്ന തിരികളുടെ പ്രഭയിൽ മുച്ചിലോട്ട് കാവ് ജ്വലിച്ച് നില്ക്കുന്നത്

എല്ലാകാലത്തും കാണാം. വർഷങ്ങൾക്ക് ശേഷം കാവിലേക്ക് കാലുകൾ നീങ്ങുകയാണ്. തോറ്റത്തിന് പകരം, മുച്ചിലോട്ട് പോതിയുടെ സ്തുതിക്ക് പകരം സ്വാതന്ത്ര്യത്തിന്റെ ഗാഥമുഴങ്ങുന്ന സ്വരസ്ഥാനം തേടി മൊയാരത്തിന്റെ കാലുകൾ ചലിച്ചു. തെയ്യക്കാലമല്ലാത്തതിനാൽ നടന്നുപോകുന്ന വഴിയിൽപോലും കാട്ടുവള്ളികൾ പടർന്ന് കയറിയിട്ടുണ്ട്. അത് വകഞ്ഞു മാറ്റി മുന്നോട്ട് നടന്നപ്പോൾ കാണുന്ന കാഴ്ച, വെളിച്ചെണ്ണയൊഴിച്ച് തിരികൾ കത്തിച്ച് കൊണ്ട് ആവേശത്തോടെ ഒരു പെൺകുട്ടി വീണ്ടും പാടുകയാണ്.

പിന്നിൽ നിന്ന് ശബ്ദം കേട്ടപ്പോൾ, പാട്ട് നിർത്തി അവൾ തലചെരിച്ചു നോക്കി. വിസ്മയത്തോടെ മുഖമുയർത്തി ചോദിച്ചു.

“ശങ്കരേട്ടനോ.? ഗുരുവായൂരും തിരുവങ്ങാട്ടും പോകാത്ത ശങ്കരേട്ടൻ വാണിയക്കാവില്..”

മൊയാരം അപ്പോഴാണ് അവളുടെ മുഖം ശ്രദ്ധിച്ചത്.

“നീയോ.. കാവില് തോറ്റല്ലേ വേണ്ടത്..? മുച്ചിലോട്ട് പോതിക്ക് സമരഗാനം ഇഷ്ടാവും അല്ലേ..?”

അവൾ ചിരിച്ചു.

“ഇതെവിടുന്നാണ് കിട്ടിയത്..?”

മൊയാരത്തിന്റെ ചോദ്യത്തിന് അവൾ മറുപടി പറഞ്ഞില്ല.

ചോദ്യം ആവർത്തിച്ചപ്പോൾ പരുങ്ങിക്കൊണ്ട് മന്ത്രിച്ചു.

“കലമ്പരുത്. സത്യം പറയാം. ശങ്കരേട്ടന്റെ മുറി വൃത്തിയാക്കാൻ കേറിയപ്പം കണ്ടതാ.. ഇഷ്ടം തോന്നിയപ്പം അവിടെ വച്ച് തന്നെ പകർത്തിയെഴുതി..”

“എന്നിട്ട് മുച്ചിലോട്ടമ്മയ്ക്ക് പാടി കൊടുക്കാമെന്ന് കരുതി ഇല്ലേ..”

“മുച്ചിലോട്ടമ്മയ്ക്ക് ഞങ്ങളെന്ത് പറഞ്ഞാലും ഇഷ്ടാവും.. കാരണം.. ഞങ്ങളുടെ അമ്മയാ..”

മൊയാരം വീണ്ടും അത്ഭുതത്തോടെ അവളെ കേട്ടു. ഒരിക്കൽ അവളുടെ പേരറിയില്ല എന്നതായിരുന്നു അനുഭവിച്ച ഏറ്റവും വലിയ സംഘർഷം.. അവളുടെ വീട്.. നാട്.. സമുദായം ഒക്കെ അന്യമാണ്.. അവൾ മൊയാരത്ത് തറവാട്ടിലെ പുറംപണിക്കാരി മാത്രമായിരുന്നു വല്ലോ?

“ഇരുട്ട് വീഴുന്നു..വാ..വല്ല ഇഴജന്തുക്കളും ഉണ്ടാവും..”

“എന്തായാലും ശങ്കരേട്ടന്റെ പാട്ട് കട്ടെടുത്തത് നന്നായി. ഏറെക്കാലത്തിനുശേഷം ഒന്ന് മിണ്ടാൻ കിട്ടിയല്ലോ..”

“എല്ലാവരെ പോലെ നടന്നാൽ എനിക്കും സമയം ഉണ്ടാകുമായിരുന്നു. പക്ഷേ തെരെഞ്ഞെടുത്ത വഴി വേറെയായിപ്പോയില്ലേ.. നിയമലംഘന സമരാണ് നടന്നു കൊണ്ടിരിക്കുന്നത്.. എപ്പോൾ വേണമെങ്കിലും അറസ്റ്റ് ചെയ്തേക്കാം.. ”

മൊയാരം തിരിഞ്ഞു നടക്കുമ്പോൾ പറഞ്ഞു.

“അറസ്റ്റിന്റെ കാര്യം അമ്മയറിയേണ്ട..”

അവൾ ഇരുട്ടിൽ ഒന്ന് മൂളി.

“നാളെ മിസ്സിസ് പാവമണിയും കമലവുമൊക്കെ വരുന്നുണ്ട്. പ്രസംഗം കേൾക്കാൻ നീയും ഉണ്ടാവണം.. ”

സന്തോഷംകൊണ്ട് അവൾ കരയുന്നത് മൊയാരം അറിഞ്ഞില്ല. അവളും അവളുടെ മുച്ചിലോട്ട് പോതിയും കരച്ചിൽ കണ്ടിട്ടുണ്ടാവണം.

അമ്മയറിയാതെ ഒളിച്ചൊളിച്ചാണ് അവൾ കോൺഗ്രസിന്റെ പ്രസംഗം കേൾക്കാനിരുന്നത്. മൊയാരത്ത് വീട്ടിനു മുമ്പിൽ കേളപ്പന്റെ അദ്ധ്യക്ഷതയിൽനടന്ന പൊതുയോഗത്തിൽ മിസ്സിസ് പാവമണി, കമലം തുടങ്ങിയവർ പ്രസംഗിച്ചു. മൊയാരത്തിന്റെ നേതൃത്വത്തിൽ കുഞ്ഞി കൃഷ്ണവർമ്മ, ടി എൻ ഗോവിന്ദനടിയോടി. അപ്പു കുഞ്ഞനടിയോടി തുടങ്ങിയ പതിനാല് വളണ്ടിയർമാരോട് കൂടി പിറ്റേന്ന് ഘോഷയാത്ര നടത്തുമെന്നും മിസ്സിസ് എൽ എസ് പ്രഭു, സി പി മാധവിയമ്മ, രുഗ്മി ണിഭായി തുടങ്ങിയവർ കതിരൂർ രാമൻ കമ്പനി പിക്കറ്റ് ചെയ്യുമെന്നും പ്രഖ്യാപനമുണ്ടായി.

കമലത്തിന്റെ പ്രസംഗം ആളുകളിൽ ആവേശം നിറച്ചു. കമലം പറഞ്ഞു.

“ആണായാലും പെണ്ണായാലും അടിമയായി ജീവിച്ചുമരിക്കുക ഏറ്റവും എളുപ്പം സാദ്ധ്യമാകും. എത്രകാലം ജീവിച്ചുവെന്ന് സ്വർഗ്ഗ ലോകത്ത് നിന്ന് കണക്ക് ചോദിക്കുമ്പോൾ ശ്വാനനായി മരിക്കും വരെ ജീവിച്ചു എന്ന് പറയുന്നത് എത്ര നിരർത്ഥകമാണ്. മനുഷ്യ ജന്മമാണെന്ന് ഉറപ്പുണ്ടെങ്കിൽ അനീതിയോട് രാജിയാവുകയല്ല വേണ്ടത്..വസ്ത്രം ധരിച്ചില്ലെങ്കിലെന്ത്? മഹാത്മാവ് നമുക്കുവേണ്ടി നഗ്നത വരിച്ചില്ലേ? കൊള്ളമുതലിന്റെ ഉച്ഛിഷ്ടം പോലുള്ള സായിപ്പിന്റെ വസ്ത്രം കത്തി ക്കാൻ പറ്റുന്നില്ലെങ്കിൽ സ്വയം കത്തിച്ചാമ്പലാകുന്നതാണ് ഭേദം. ശങ്ക രേട്ടൻ പറഞ്ഞതുപോലെ ഉടുവസ്ത്രമെന്ന് പറഞ്ഞ് അടിമത്തം വരിക്കാ തിരിക്കുക.. മടങ്ങിപ്പോവുക.. ഉത്തിഷ്ഠതാ ജാഗ്രത...”

ഒരു വെടിക്കെട്ട് പോലെ വാക്കുകൾ ആളുകളിൽ തറഞ്ഞു കയറി. കമലം മനസ്സിൽ തീയാണ് കോരിയിട്ടത്.

സുഗുണ വേദിയിൽനിന്ന് ഉറക്കെ പാടി. അവൾക്കും പാടണമെ ന്നുണ്ടായിരുന്നു.

പക്ഷേ, ധൈര്യം വന്നില്ല. എന്നാലും അവൾ പാടി.

“മടങ്ങിപ്പോകുവിൻ നിങ്ങൾ
മറുനാടൻ തുണി വാങ്ങാൻ..”

അവൾ പാടുന്നത് ആദ്യമായി ലോകം കേട്ടു.

ജാത്യാചാരങ്ങൾക്കപ്പുറം...

ആയിരത്തിത്തൊള്ളായിരത്തി മുപ്പത്തിയൊന്ന് ഫെബ്രുവരി 6 ന് മോട്ടിലാൽ നെഹ്റു അന്തരിച്ചു. രാത്രി മുഴുവൻ മൊയാരം ചിന്താധീന നായി. മോട്ടിലാൽ നെഹ്റുവിന്റെയും ലാലാ ലജ്പത്റായിയുടേയും ജീവചരിത്രമെഴുതുക എന്നുള്ളത് ഒരു കോൺഗ്രസ് പ്രവർത്തകൻ എന്ന നിലയിൽ തന്റെ ഉത്തരവാദിത്വമായിരുന്നു. പക്ഷേ, തിരക്കുകൾ നിറഞ്ഞ ജീവിതം അതിനെയൊക്കെ മാറ്റിവെച്ച് കളയുന്നു. പെട്ടിയിൽനിന്ന് പഴയ കുറിപ്പുകൾ പൊടി തട്ടിയെടുത്തു. നോട്ട് ബുക്കിൽ തലക്കെട്ട് വലുതായി എഴുതി മോട്ടിലാൽ നെഹ്റു. ഇനിയെന്തെഴുതണം എന്ന് ഏറെനേരം ആലോചിച്ചു. എങ്ങനെ തുടങ്ങണമെന്ന് സംശയിച്ച് തീർക്കാൻ മാത്രം സമയം ഒരുപാടില്ല. സംശയമേതുമില്ലാതെ കുറിക്കാൻ തുടങ്ങി.

"ഇന്ദ്രിയനിഗ്രഹം ചെയ്തവരായ സന്ന്യാസിമാർക്ക് സുഖഭോഗ ങ്ങളെ ത്യജിക്കാൻ കഴിയുന്നതിൽ അത്ഭുതമില്ല. അത് അവർ ശീലിച്ച അഭ്യാസത്തിന്റെ ശക്തിയാണ്. അങ്ങനെയുള്ള യാതൊരു നിയന്ത്രണാ ഭ്യാസങ്ങളും ശീലിച്ചിട്ടില്ലാത്ത ഒരു സാധാരണമനുഷ്യൻ-അതു തന്നെ, കുബേരതുല്യനായ ധനസമൃദ്ധിയിലും പദവിയുടെയും പരിഷ്കാരത്തി ന്റേയും പരമകാഷ്ഠയിലും മുഴുകി ജീവിച്ചിരുന്ന ഒരാൾ-പൊടുന്നനെ ആ സുഖത്തെയാകെ ഒന്നായി പരിത്യജിച്ച് അന്യരുടെ സുഖത്തിനു വേണ്ടി ക്ലേശങ്ങളെ മടിയേറ്റി ലാളിക്കുവാൻ ഒരുങ്ങുന്നത് തന്നെയാണ് ഏറ്റവും അത്ഭുതകരമായത്. അത് ഇന്ത്യയിൽ ഇന്നു സുലഭമായ കാഴ്ചയാണല്ലോ. ഈ പുതിയ ജീവിതാദർശത്തിന്റെ പ്രസാധകൻ മഹാ ത്മാഗാന്ധിയാണെങ്കിലും ഒരു കർമ്മ സന്ന്യാസിയായി ഗണിക്കപ്പെട്ടു വരുന്ന മഹാത്മജിയുടെ ത്യാഗമല്ല ഈ പുതിയ ആദർശത്തിന് പ്രചുരപ്രചാരം നല്കിയത്. മഹാത്മജി ഭാരതീയർക്ക് നല്കിയ സഹ

കരണ ത്യാഗസന്ദേശത്തെ സ്വീകരിച്ച് രാജ്യത്തിനു വേണ്ടി ഏത് മഹാസുഖിക്കും രാജ്യാഭിമാനവും ധീരതയും ഉണ്ടെങ്കിൽ മാതൃകയായ മഹാത്യാഗം ചെയ്യാൻകഴിയുമെന്നു സ്വാനുഷ്ഠാനത്താൽ ഭാരതീയ സമുദായത്തെ പഠിപ്പിച്ചതു ആദ്യമായി, ദേശബന്ധുദാസും പണ്ഡിറ്റ് മോട്ടിലാൽ നെഹ്റുവുമാണ്. മോട്ടിലാൽ ജിയുടെയും ദാസിന്റെയും ത്യാഗം ഇന്ത്യയിലെ രാഷ്ട്രീയ ലോകത്തിനു ഈ അവസരത്തിൽ സിദ്ധിച്ച ഒരു പുതിയ പാഠമാണ്. ഒട്ടേറെക്കാലമായി ഉറങ്ങികിടക്കുന്ന ഭാരതീയരെ ഒന്നാമതായി ഉണർത്തിയത് ഇവരുടെ സഹനമാണ്. ഇവരുടെ മഹാത്യാഗം ലോകത്തെ നിശ്ശേഷം അത്ഭുതഭരിതമാക്കി തീർത്തിരിക്കുന്നു. പ്രഭുത്വംകൊണ്ടും രാജ്യാഭിമാനംകൊണ്ടും ഭരണതന്ത്ര പാണ്ഡിത്യം കൊണ്ടും ഏതൊരു ഉയർന്ന നിലയിലുള്ള ഇംഗ്ലീഷുകാരനോടും കിടപോരുന്നവർ ഈ രാജ്യത്തിലുണ്ടെന്ന് നല്ലപോലെ തെളിയിച്ച ഒരു ഭാരതവീര സന്താനമാണ് കഴിഞ്ഞ ഫെബ്രുവരി 6 ന് കാലധർമ്മം പ്രാപിച്ച അതിമാനുഷൻ പണ്ഡിറ്റ് മോട്ടിലാൽ നെഹ്റു."

എഴുതിത്തുടങ്ങിയപ്പോൾ ആത്മവിശ്വാസം തോന്നി. നേരത്തെ തയ്യാറാക്കിവെച്ച കുറിപ്പുകൾ അദ്ദേഹത്തിന്റെ ജീവിതത്തിലേക്ക് കടന്ന് പോവാൻ സഹായകമായി. പകൽ മുഴുവൻ കോൺഗ്രസ് പ്രവർത്തനം നടത്തി തളർന്ന് തിരിച്ചെത്തിയാലും മോട്ടിലാലിന്റെ ജീവിതത്തെ മാറ്റി നിർത്താൻ കഴിഞ്ഞില്ല. എഴുത്ത് ഒരു ആവേശമായി മാറി. ഉറങ്ങി വീഴുന്നതുവരെ എഴുത്ത് തന്നെയായിരുന്നു.

പത്താമത്തെ അദ്ധ്യായം എഴുതിത്തീർന്നത് പുലർച്ചെ ആയിരുന്നു.

"അങ്ങനെ നമ്മുടെ കഥാനായകൻ രാജ്യത്തിനുവേണ്ടി ജനിച്ചു; രാജ്യത്തിനുവേണ്ടി ജീവിതം സമർപ്പിച്ചു, രാജ്യത്തിനുവേണ്ടി ക്ലേശങ്ങളെ വരിച്ചു; രാജ്യശുശ്രൂഷയിൽ തന്നെ മരണത്തേയും വരിച്ചു. ഈ മഹാസുകൃതിയുടെ പുണ്യജീവൻ ശാശ്വത ശാന്തിയടയട്ടെ."

എഴുതിക്കഴിഞ്ഞ് നടുവു നിവർത്തി എഴുന്നേറ്റപ്പോൾ കോഴി കൂവുന്നതിന്റെ ശബ്ദമാണ് കാതിൽ വന്നലച്ചത്. ഇനി ഉറങ്ങിയാൽ ബുദ്ധിമുട്ടാണ്. ചെയ്യാൻ ഒരുപാടുണ്ട്. ഉറങ്ങാൻ സമയമില്ല.

ശങ്കരവർമ്മയും മൊയാരവും വലിയൊരുത്തരവാദിത്വം ഏറ്റെടുത്തു. അഞ്ചാം സംസ്ഥാന സമ്മേളനത്തിന്റെ ആതിഥ്യം വടകരയിൽ, 1931 മെയ് 3, 4, 5 തീയതികളിൽ നടത്താൻ തീരുമാനിച്ചു. സ്വാഗതസംഘം യോഗത്തിൽ സമ്മേളനപ്രതിനിധികൾക്കുള്ള ഭക്ഷണം ബ്രാഹ്മണഹോട്ടലിൽ തയ്യാറാക്കണമെന്ന് വടകരയിലെ വക്കീലായ കെ എസ് നാരായണയ്യർ നിർദ്ദേശിച്ചു. അത് ശരിയല്ലെന്ന് വാദം ഉയർന്നുവന്നപ്പോൾ ഡോ. അനന്തയ്യർ എഴുന്നേറ്റ് നിന്നു.

"മഹാത്മാഗാന്ധി ചാതുർവർണ്ണ്യത്തിൽ വിശ്വസിക്കുന്നുണ്ട്. കോൺഗ്രസിൽ ജാതിഹിന്ദുക്കൾക്കും സ്ഥാനമുണ്ട്. സമ്മേളനത്തിൽ ഭോജന സൗകര്യം നല്കാതെ നിങ്ങൾ മലബാറിലെ കോൺഗ്രസിൽനിന്നും സവർണ്ണരെ സൂത്രത്തിൽ പുറത്താക്കുകയാണ്. മഹാത്മജിക്ക് കത്തെ

ഴുതി അഭിപ്രായം ചോദിക്കണം."

രൈരുക്കുറുപ്പ് പറഞ്ഞു.

"കോൺഗ്രസിൽ ജാതിയുണ്ടെന്ന് നിങ്ങൾ വരുത്തി തീർക്കുകയാണ്. കേരളത്തിലെ ഭൂരിപക്ഷനിവാസികളായ തീയരെ കോൺഗ്രസിൽനിന്ന് അകറ്റി നിർത്തുന്ന നിലയിലേക്കാണ് ഇതെത്തുന്നത്."

മൊയാരം ചാടി എഴുന്നേറ്റു.

"സവർണ്ണപാർട്ടിയാണ് കോൺഗ്രസ് എന്ന തെറ്റായ സന്ദേശം നല്കുന്നത് ശരിയല്ല. ഒരു നേരം പതിനായിരം പേർക്ക് ഭക്ഷണം കൊടുക്കാൻ പ്രാപ്തിയുള്ളവരെ ജാതിനോക്കാതെ ഏല്പിക്കുകയാണ് വേണ്ടത്."

ചർച്ചയുടെ ഒടുവിൽ കോഴിക്കോട് മോഡേൺ ഹിന്ദു ഹോട്ടൽകാരെ ഏല്പിക്കാൻ തീരുമാനിച്ചു.

തയ്യാറെടുപ്പുകൾ തുടങ്ങി, അഞ്ചൂറ് ഉറുപ്പിക മുൻകൂർ കൊടുക്കാമെന്ന് കമ്പിയടിച്ച് തീരുമാനിച്ചപ്പോൾ എടോടിയിൽ കൃഷ്ണൻ നായർ കുത്തിതിരിപ്പുണ്ടാക്കി.

ചാത്തുമാസ്റ്ററും രാമൻ മേനോനും വടകരയിലെ തീയ യുവാക്കളുടെ ആവശ്യം അറിയിച്ചു.

"ഹോട്ടൽ ജനങ്ങൾക്കനുവദിക്കണം."

സവർണ്ണരുടെ തീരുമാനത്തെ നേരത്തെ എതിർത്ത രൈരുക്കുറുപ്പും മൊയാരവും നിസ്സഹായത വ്യക്തമാക്കി. ഉടനെ എതിരഭിപ്രായം ഉയർന്നു.

"നിങ്ങൾ തീയ വിരോധികളാണ്."

തങ്ങളുടെ സ്ഥാപിതതാല്പര്യങ്ങൾക്കനുസരിച്ച് ജാതീയതയെ മാറി മാറി ഓരോരുത്തരും പ്രയോഗിക്കുകയാണെന്ന് മൊയാരം മനസ്സിലാക്കി. ശങ്കരവർമ്മയും കൃഷ്ണവർമ്മയും തീയസമുദായത്തിന്റെ വിരോധം ഭയന്ന് നിലപാട് പെട്ടെന്ന് മാറ്റി. ജാതിസമവാക്യങ്ങൾ കോൺഗ്രസിൽ പിടിമുറുക്കുന്നത് കണ്ട മൊയാരം കാര്യദർശി സ്ഥാനം രാജിവെച്ചു. പി കെ നാരായണൻ നായരും സ്വാഗതസംഘാദ്ധ്യക്ഷനായിരിക്കില്ലെന്ന് ശാഠ്യം പിടിച്ചു. എല്ലാ ഒരുക്കങ്ങളും പൂർത്തിയായ സമ്മേളനത്തെ പാതിവഴിക്ക് ഉപേക്ഷിക്കുന്നത് ശരിയല്ല എന്ന് തിരിച്ചറിഞ്ഞ മൊയാരം പബ്ലിസിറ്റി ഓഫീസറായി സ്വാഗതസംഘത്തിന്റെ ഭാഗമായി മാറി. സ്വാഗതസംഘം അനുഭവിക്കുന്ന പ്രതിസന്ധികൾ ആ സമയത്ത് തന്നെ കെ കേളപ്പനേയും *മാതൃഭൂമി* പത്രത്തേയും അറിയിക്കുകയും ചെയ്തു.

ജയിലിൽ കഴിയുന്ന എം പി നാരായണമേനോന്റെ സ്മരണാർത്ഥം നാരായണ നഗരി എന്ന് പേരിട്ട പന്തലിൽ നടന്ന സമ്മേളനം ഏറ്റവും മികവുറ്റതായിരുന്നു. സംസ്ഥാന സമ്മേളനം, തൊഴിലാളി സമ്മേളനം, രാഷ്ട്രീയത്തടവുകാരുടെ സമ്മേളനം എന്നിവയ്ക്ക് സെൻഗുപ്ത, നരിമാൻ, ടി പ്രകാശം എന്നീ മൂന്ന് അദ്ധ്യക്ഷന്മാരുമുണ്ടായി. മഹിളാ സമ്മേള നത്തിന് പത്മാവതി ആഷറും സ്ത്രീ സമ്മേളനത്തിന്

കടത്തനാട് വലിയ രാജാവിന്റെ ഭാര്യ ദാക്ഷായണികെട്ടിലമ്മയും അദ്ധ്യക്ഷരായി. ഇ സി കുഞ്ഞിക്കണ്ണൻ നമ്പ്യാരുടെ നേതൃത്വത്തിൽ ചുവന്നകുപ്പായക്കാരായ നൂറ് യുവക് സംഘം വളണ്ടിയർമാരും ഉണ്ടായിരുന്നു.

മോട്ടിലാൽ നെഹ്റു എന്ന പുസ്തകം സമ്മേളനാവസരത്തിൽ ഏറെ വിറ്റഴിഞ്ഞു. അതോടൊപ്പം *സ്വാമി വിവേകാനന്ദന്റെ കത്തുകളും* ചെലവായി. അതുകൊണ്ടുതന്നെ *കേരളകേസരി*യുടെ കടം വീട്ടാൻ സഹായകമായി.

സമ്മേളനത്തിൽ ഗുരുവായൂർ സത്യഗ്രഹം പ്രമേയമായി വന്നു. മൊയാരം പറഞ്ഞു.

"ക്ഷേത്രത്തിലും രാമകൃഷ്ണാദ്യവതാരത്തിലും ദൈവത്തിലും എനിക്ക് വിശ്വാസമില്ല. അനാചാരത്തിന്റെ കോട്ടയായ അമ്പലത്തെ പൊളിക്കാനൊക്കാത്ത നിലയ്ക്ക്, അത് ഹിന്ദുക്കളുടേതായിരിക്കുകയും ഹിന്ദുക്കളിൽ ഒരുകൂട്ടം ആളുകളെ അതിൽ കടത്താതിരിക്കുകയും ചെയ്യുന്ന അസമത്വത്തോടും അന്യായത്തോടും അടരാടാൻ എനിക്കും ബാദ്ധ്യതയുണ്ട്. എന്നാൽ ക്ഷേത്രത്തിൽ വിശ്വാസമില്ലാത്തവർ ക്ഷേത്ര പ്രവേശനസത്യഗ്രഹത്തിൽ പങ്കുകൊള്ളരുതെന്ന് മഹാത്മജി കല്പിച്ച തുകൊണ്ട് ഞാൻ നേരിട്ട് വൈക്കം സത്യഗ്രഹത്തിലെന്നതുപോലെ ഗുരുവായൂർ സത്യഗ്രഹത്തിലും പങ്കാളിയാകില്ല. മറ്റ് ദേശങ്ങളിൽ ഇതിന്റെ പ്രവർത്തനവുമായി സഹകരിക്കും. ഈ സത്യഗ്രഹത്തിൽ കേളപ്പന്റെ നേതൃത്വം നിർദ്ദേശിക്കുന്നു."

മാധവനാർ അത് ശരിവെച്ചുകൊണ്ട് സംസാരിച്ചു. ആ സമ്മേളന ത്തിൽ ഗുരുവായൂർ സത്യഗ്രഹപ്രമേയം സർവ്വസമ്മതമായി അംഗീ കരിച്ചു.

കെ പി സി സി മീറ്റിങ്ങിനുശേഷം പ്രചരണപരിപാടികൾക്ക് തുടക്കം കുറിച്ചു.

മൊയാരവും കേളപ്പനും എ കെ ഗോപാലനും പൊന്നാനിത്താലൂ ക്കിൽ പര്യടനം തുടങ്ങി.

എ കെ ഗോപാലനുമായി ഏറ്റവും കൂടുതൽ അടുത്ത സമയം അതാ യിരുന്നു. നാല്പത്തിരണ്ടുകാരായ മൊയാരവും കേളപ്പനും സംസാരി ക്കുന്നത് പോലെയായിരുന്നില്ല എ കെ ഗോപാലൻ സംസാരിച്ചത്. മൊയാരം ചോദിച്ചു.

"ഗോപാലന്റെ വയസ്സെത്രയായി..?"

"ഇരുപത്തിയേഴ്..കൂടുതൽ തോന്നിക്കുന്നുണ്ടോ?"

മൊയാരം ഒരു ചെറുചിരിയോടെ പറഞ്ഞു.

"ഒട്ടും അധികമില്ല. ഇരുപതുകാരന്റെ ചുറുചുറുക്ക് വാക്കുകളിൽ ഉണ്ട്. പ്രവൃത്തിയിലും.."

എ കെ ഗോപാലന്റെ വെളുത്ത മുഖം തുടുത്തു.

"കേളപ്പന്റെ ശിഷ്യനായതോടെ ഞാനും പിന്തിരിപ്പനായി എന്നാണ്

ആളുകൾ പറയുന്നത്. പക്ഷേ, ഞാൻ ഇത് ഒരവസരമായാണ് കാണുന്നത്..”

കേളപ്പൻ അടുത്തുള്ളതിനാൽ ഇത്തിരി ശബ്ദം താഴ്ത്തി തുടർന്ന് പറഞ്ഞു.

“വളണ്ടിയർ ക്യാപ്റ്റന്റെ ഉത്തരവാദിത്വം നിങ്ങളൊക്കെ എന്റെ ചുമലിൽവെച്ച് തരുമ്പോൾ ഞാൻ സന്തോഷിച്ചു. കാരണം നമ്മൾ നടത്താൻ പോകുന്ന സമരം അനൈക്യത്തിനും വിഭാഗീയതയ്ക്കും എതിരാണ്. അത് ഒരു ഫ്യൂഡൽ സമ്പ്രദായത്തിനെതിരെ മാത്രമല്ല, ബ്രിട്ടീഷ് സാമ്രാജ്യത്വത്തിനും എതിരെയാണ്..”

ആ ചെറുപ്പക്കാരന്റെ യുക്തി മൊയാരത്തിന് മനസ്സിലായില്ല. പക്ഷേ, അയാളുടെ പ്രസംഗം ഏറ്റവും സാധാരണക്കാരായ ആളുകൾ ആവേശത്തോടെ കേട്ടു. കാരണം അവരുടെ ജീവിതത്തോട് ചേർന്ന് നിന്ന് കൊണ്ടാണ് എ കെ ഗോപാലൻ സംസാരിച്ചത്.

“എന്റെ മുമ്പിലിരിക്കുന്ന രാമൻ നായർക്ക് ജാതിയുണ്ട്.. ആ പീടികയ്ക്കടുത്ത് നില്ക്കുന്ന വെളുമ്പനും ജാതിയുണ്ട്. പക്ഷേ, ഭഗവാൻ കൃഷ്ണനെന്ത് ജാതി..? അമ്പലത്തിന്റെ ഇടവഴിയിലൂടെ ഔസേപ്പിന് നടക്കാം.. അബ്ദുവിനും നടക്കാം.. പക്ഷേ, നമ്മുടെ വെളുമ്പേട്ടന് നടക്കാൻ പാടില്ല എന്ന് പറയുന്നത് നീതിയോ.. അനീതിയോ?”

ആളുകൾ വിളിച്ചു പറഞ്ഞു.

“വെളുമ്പനും നടക്കണം..”

“അത്രയേ ഞാനും പറയുന്നുള്ളൂ.. അങ്ങനെ എല്ലാ മനുഷ്യർക്കും വേണ്ടിയിട്ടാണ് കോൺഗ്രസിന്റെ സമരം..”

പ്രസംഗം കഴിഞ്ഞ് വണ്ടിയിൽ മടങ്ങുമ്പോൾ മൊയാരം പറഞ്ഞു.

“കൃഷ്ണപിള്ളയും നമ്പൂതിരിപ്പാടും നിങ്ങളുമാണ് കോൺഗ്രസിന്റെ പുതിയ ശബ്ദമാകേണ്ടത്.. ന്യായത്തെക്കുറിച്ചും നീതിയെക്കുറിച്ചും സംസാരിക്കുക മാത്രമല്ല, അത് പ്രവൃത്തിയിൽ കൊണ്ടുവരാൻ പറ്റുന്നവരുമാണ് നിങ്ങൾ. മറ്റാരും ചിന്തിക്കാത്തത് ചിന്തിച്ച് നടപ്പിൽ വരുത്താൻ സാധിക്കുന്നവരാവണം മുന്നിൽ നടക്കുന്നവർ. എന്തും ചെയ്യാനുള്ള കരുത്തുള്ളവർ..”

തൊട്ടടുത്ത ദിവസം തന്നെ എ കെ ഗോപാലന്റെ കരുത്ത് ബോദ്ധ്യപ്പെട്ടു.

കണ്ടോത്തെ തീയസമുദായക്കാരുടെ അമ്പലത്തിനടുത്തുള്ള നിരത്തിലൂടെ ഹരിജനങ്ങൾക്കും മറ്റും നടക്കാൻ പറ്റുമായിരുന്നില്ല. എ കെ ഗോപാലനും കേരളീയനും ആ വഴി ഘോഷയാത്ര നയിച്ചപ്പോൾ സ്ത്രീകളും വൃദ്ധരും ചെറുപ്പക്കാരും അടങ്ങിയ ഒരു വലിയ ആൾക്കൂട്ടം അടി തുടങ്ങി. സ്ത്രീകൾ ഉലക്കകളുമായാണ് വന്നതത്രേ.. അരമണിക്കൂർ നീണ്ടുനിന്ന കണ്ടോത്തെ കുറുവടി പ്രയോഗത്തിൽ രണ്ട് പേരുടെയും ബോധം പോയി. കേരളീയന്റെ മരണമൊഴിപോലും എടുത്തു. മറ്റൊരർത്ഥത്തിൽ അത് ഗുരുവായൂർ സത്യാഗ്രഹത്തിന് അനുഗ്രഹമായി.

രാത്രിയിൽ ലാലാലജ്പത് റായിയുടെ ജീവിതമെഴുത്തായിരുന്നു. മോട്ടിലാലിന്റെ ജീവിതംപോലെ ആരെയും വിസ്മയിപ്പിക്കുന്ന ജീവിതമായിരുന്നു ലാലാജിയുടേതും എന്ന് മൊയാരത്തിന് അറിയാമായിരുന്നു. അതുകൊണ്ടുതന്നെ അതിനുള്ള കുറിപ്പുകൾ തയ്യാറാക്കാൻ തുടങ്ങി.

ഒന്നാം വട്ടമേശ സമ്മേളനം കഴിഞ്ഞ് ബോംബേയിലെത്തിയ ഗാന്ധിജി അറസ്റ്റ് ചെയ്യപ്പെട്ടു. കോഴിക്കോട് 144 പാസായി. കോൺഗ്രസിനെതിരായ വെല്ലുവിളിക്കെതിരെ പി കൃഷ്ണപിള്ള, കെ എ ദാമോദരമേനോൻ, എം കാർത്ത്യായനി അമ്മ എന്നിവർ അറസ്റ്റ് വരിച്ചു.

നിയമലംഘനപ്രവർത്തനത്തിന്റെ സംഘാടനവുമായി ബന്ധപ്പെട്ട് പയ്യന്നൂർ മുതൽ ഒറ്റപ്പാലംവരെ സഞ്ചരിച്ച് പ്രധാനപ്രവർത്തകരെ മൊയാരം സംഘടിപ്പിക്കാൻ തുടങ്ങി. ഫെബ്രുവരി 4 ന് വൈകുന്നേരം കോട്ടപ്പറമ്പ് മൈതാനത്തിൽ ഗാന്ധിജിയുടെ അറസ്റ്റിൽ പ്രതിഷേധിക്കാൻ ഒരു പൊതുയോഗമുണ്ടാകുമെന്നും യോഗത്തിൽ മൊയാരത്ത് ശങ്കരൻ പ്രസംഗിക്കുമെന്നും വാർത്തകൾ വന്നതോടെ പൊലീസ് പിന്തുടർന്നു. തീക്കുനിയും കടമേരിയും ഉൾപ്പെടെ ആറേഴുസ്ഥലങ്ങളിൽ പൊലീസിനെ വെട്ടിച്ചുകൊണ്ട് മൊയാരം പ്രസംഗിച്ചു. ആൾക്കൂട്ടം ആവേശഭരിതരായി അതിൽ പങ്കാളികളായി. കടത്തനാട്ട് മാധവിയമ്മയുടെ അനുജത്തി ലക്ഷ്മിക്കുട്ടി ജാഥയുടെ കൊടിപിടിച്ച് മുൻപിൽ നടന്നത് എല്ലാവരിലും ആവേശം നിറച്ചു. പാട്ടുപാടിയും കീജൈ വിളിച്ചും അക്ഷരാർത്ഥത്തിൽ ആ ജാഥയെ ജനങ്ങൾ ഏറ്റുവാങ്ങി. തീണ്ടൽ ജാതിക്കാർക്ക് പ്രവേശനമില്ലാത്ത ലോകനാർ കാവിന്റെ നടയിൽ കൂടി കടന്ന് വന്ന് ചിറയിലിറങ്ങി കാലും മുഖവും കഴുകി. ഗുരുവായൂർ സത്യഗ്രഹം നടക്കുകയല്ലേ ലോകനാർ കാവിലും ഒരു ലംഘനമാകട്ടെ എന്ന് മൊയാരം തീരുമാനിച്ചു. കൂട്ടത്തിൽ ആരോ ചോദിച്ചു.

"അതുവഴി പോകണോ?"

മൊയാരത്തിന്റെ മറുപടി പെട്ടെന്നായിരുന്നു.

"ആകെ മുങ്ങിയാൽ ശീതം.. അല്ലാതെന്ത്?"

കോട്ടപ്പറമ്പിൽ അയ്യായിരത്തോളം ആളുകൾ തിങ്ങി നിറഞ്ഞു. ലാത്തിച്ചാർജ്ജ് ഉറപ്പിച്ച്, ഡോ. ഹണ്ടിന്റെ നേതൃത്വത്തിൽ ആശുപത്രി വരെ സജ്ജീകരിച്ചു. എന്നാൽ മൊയാരത്തിന്റെ കൂടെയുണ്ടായിരുന്നത് കടത്തനാട്ടിലെ പ്രമാണിമാരായതിനാൽ സബ് ഇൻസ്പെക്ടർ നാഗപ്പ മര്യാദ കാണിച്ചു. അറസ്റ്റ് ചെയ്ത് സ്റ്റേഷനിലേക്ക് കൊണ്ടുപോയി. നാഗപ്പ സ്നേഹപുരസ്സരം ചോദിച്ചു.

"മലബാറിൽ മുഴുവൻ ഒരേ നോട്ടീസ്, ഒരേദിവസം എല്ലായിടത്തും വിതരണം. ഇതെവിടെ നിന്നാണ്? *മാതൃഭൂമി*ക്കാർ അടിക്കില്ല. *കേരള കേസരി*യേ ആവാൻ തരമുള്ളൂ.."

*കേരളകേസരി*യിൽ ആവാൻ തരമില്ലെന്നാണ് താൻ റിപ്പോർട്ട് ചെയ്തതെന്ന് നാഗപ്പ പറഞ്ഞു. അയാൾ ഒരു കടലാസ് മൊയാരത്തിന്റെ കൈയിൽ കൊടുത്തു.

“നോട്ടീസ് ഓരോന്നും വേറെ വേറെ ടൈപ്പാണ്. എല്ലാ നോട്ടീസിന്റെയും ടൈപ്പും പ്രസ്സും പഴയതാണ്. *കേരളകേസരി*യിൽ പുതിയ ഒന്നാം തരം കേരളസന്താനടൈപ്പും പുതിയ ട്രേഡിൽ പ്രസുമാണ്. ഈ നോട്ടീസുകളെല്ലാം ഏതോ പഴയ കുന്നംകുളം പ്രിന്റിങ് പോലെയുണ്ട്. കൂടാതെ ഞാൻ *കേരളകേസരി* പ്രസും പരിശോധിച്ചു. യാതൊരു തെളിവും എനിക്ക് കിട്ടിയില്ല.”

മൊയാരം പറഞ്ഞു.

“താങ്ക്സ്..”

“എന്തു പറയുന്നു?”

അച്ചടിച്ചത് ആരാണെന്ന് പറയാൻ അയാൾ നിർബ്ബന്ധിച്ചു.

“പറഞ്ഞു കൂടാ. എത്രതന്നെ നിങ്ങൾ സ്വന്തം നിലയിൽ വിശ്വസ്തനായാലും നിങ്ങൾ ഒരു പൊലീസ് ഇൻസ്പെക്ടറാണ്..”

അങ്ങനെയുള്ള രഹസ്യങ്ങൾ അറിയാമെങ്കിലും ആരോടും പറയാൻ അധികാരമില്ലെന്ന് മൊയാരം കൂട്ടിച്ചേർത്തു.

അന്ന് പത്തുമണിക്ക് തന്നെ ഹജൂരാഫീസിൽ എത്തിച്ചു. മൊയാരം റിമാൻഡിലായി.. അവിടെനിന്ന് രണ്ടുകൊല്ലം ശിക്ഷ വിധിച്ചുകൊണ്ട് കണ്ണൂർ ജയിലിലേക്ക്...

ജയിലിലേക്കുള്ള വണ്ടിയിൽ കയറി ഇരുന്നപ്പോൾ എന്തെന്നറിയില്ല, മോട്ടിലാൽ നെഹ്റു മൊയാരത്തിന്റെ മനസ്സിൽ കയറിവന്നു. നിലനില്ക്കുന്ന വ്യവസ്ഥയോട് ഏറ്റുമുട്ടാൻ തയ്യാറായ മോട്ടിലാൽ.. ഹരിസൻ സായ്വിന്റെ കൂടെ ജാത്യാചാരങ്ങൾ ലംഘിച്ച് ഭക്ഷണം കഴിച്ചയാൾ.. സ്വന്തം വീട്ടിലെ സ്ത്രീകളെ മൂടുപടമുപേക്ഷിച്ച് പുറത്തിറങ്ങാൻ പ്രേരിപ്പിച്ചയാൾ.. വിദേശയാത്ര കഴിഞ്ഞ് വന്ന് പ്രായശ്ചിത്തം ചെയ്യാൻ ആവശ്യപ്പെട്ടപ്പോൾ അതിന് തയ്യാറാകാത്ത മനുഷ്യൻ.. ഓരോ മനുഷ്യനും നാമറിയാതെ ജീവിതത്തോട് മല്ലടിക്കുന്നുണ്ട്... ജീവിച്ചിരുന്നു എന്ന് ഉറക്കെ വിളിച്ചു പറയാൻ..

സ്വാതന്ത്ര്യത്തെ വാങ്കിത്താതാ..!

"**ആ**പ്കോ സിർഫ് നമക് ഹീ ക്യും ലേനാ ചാഹിയേ? ക്യാ സർക്കാരീ ഖജാനാ കോ ഹീ ജബ്ത് കിയാ ജാ സക്താ?"

കൃഷ്ണപിള്ളയോട് വിപ്ലവകാരികളിലൊരാളായ മോത്താസിങ്ങിന്റെ ചോദ്യമായിരുന്നു. മൊയാരത്തിന് ഏറക്കുറെ കാര്യം മനസ്സിലായി. ശിവരാമന്റെ ക്ലാസ് പ്രയോജനപ്പെട്ടതായി മൊയാരത്തിന് തോന്നി.

കൃഷ്ണപിള്ള വിശദീകരിച്ചു.

"നിങ്ങൾ എന്തിന് ഉപ്പ് വാരി വരണം? ഗവൺമെന്റിന്റെ ഖജനാവ് തകർത്തല്ലേ വരേണ്ടത്? എന്നാണ് മോത്താസിങ്ങിന്റെ ചോദ്യം."

ബംഗാൾ സ്റ്റേറ്റ് പ്രിസണേർസ് എന്നറിയപ്പെടുന്ന, ഭീകരവാദികളെന്ന് പ്രഖ്യാപിക്കപ്പെട്ട, ഭഗത്സിങ് അനുയായികളുടെ ചോദ്യം അത് തന്നെയായിരുന്നു. ബംഗാൾ തടവുകാർ ആർ എം സെൻ ഗുപ്ത, ത്രൈലോക്യനാഥ ചക്രവർത്തി, രമേശ് ആചാര്യ, പൃഥിചന്ദ് ഗാംഗുലി, ലാഹോർ ഗൂഢാലോചനാക്കേസ് പ്രതികൾ ജയ്ദേവ് കപൂർ, കമൽനാഥ തിവാരി എന്നിവരൊക്കെയും കോൺഗ്രസിന്റെ മെല്ലെപ്പോക്ക് നയത്തിൽ അസ്വസ്ഥരായിരുന്നു. വിപ്ലവം വരുമെന്ന് അവർ ഉറപ്പിച്ച് പറഞ്ഞു.

തൊടുവയിൽ കുഞ്ഞിരാമൻ നായർ, അപ്പു കുഞ്ഞനടിയോടി എന്നിവരും മൊയാരവും ഒരേ സെല്ലിലായിരുന്നു. പി കൃഷ്ണപിള്ള തൊട്ടടുത്ത സെല്ലിൽ. രാത്രി ഏറെ വൈകുന്നത് വരെ രാഷ്ട്രീയകാര്യങ്ങളും സമരകാര്യങ്ങളും കൃഷ്ണപിള്ളയുമായി സംസാരിച്ചുകൊണ്ടിരിക്കും.

സ്ഥലപരിമിതിമൂലം കണ്ണൂർ ജയിലിന്റെ പുറത്തുള്ള കോറെൻടൈനിന്റെ മുകളിലെ ലോക്കപ്പിലായിരുന്നു മൊയാരത്തെ പാർപ്പിച്ചത്. ചന്ദ്രോത്ത് കുഞ്ഞിരാമൻ നായർ, കെ എ ദാമോദരമേനോൻ, ശങ്കരനാരായണമേനോൻ, ഗുരുവായൂർ സത്യഗ്രഹവുമായി ബന്ധപ്പെട്ട് അറസ്റ്റി

ലായ എ കെ ഗോപാലൻ, ബംഗാൾ തടവുകാർ, ലാഹോർ ഗൂഢാലോചനാക്കേസ് പ്രതികൾ ഇവരൊക്കെയും അവിടെയായിരുന്നു. ജയിലിൽ തമിഴരും കുടകരുമുണ്ടായിരുന്നു.

ജയിലിൽ ടി എൻ ചക്രവർത്തിയിലൂടെയും ജയ്ദേവ് കപൂറിലൂടെയും ബംഗാളിൽ, ലാഹോറിൽ എന്താണ് നടക്കുന്നതെന്ന് കുറെക്കൂടി തിരിച്ചറിയുകയായിരുന്നു. ലാലാലജ്പത് റായിയെക്കുറിച്ചുള്ള പുസ്തകത്തെക്കുറിച്ച് സംസാരിക്കവേ, പൊലീസിന്റെ മർദ്ദനത്തിനിരയായപ്പോൾ ലജ്പത് റായ് പറഞ്ഞ വാക്കുകൾ ഉഗ്രസ്വരത്തിൽ കപൂർ ഉരുവിട്ടു.

"എന്റെ ശരീരത്തിൽ ഏല്ക്കുന്ന ഓരോ അടിയും ബ്രിട്ടന്റെ ശവപ്പെട്ടിയിലെ അവസാനത്തെ ആണിയാണ് എന്ന ലാലയുടെ പ്രഖ്യാപനം ഭഗത് സിങ് കേട്ടത് കാതുകൊണ്ടായിരുന്നില്ല. ഹൃദയം കൊണ്ടായിരുന്നു."

ഇരുപത്തിമൂന്നാമത്തെ വയസ്സിൽ വധശിക്ഷയ്ക്ക് വിധിക്കപ്പെട്ട ഭഗത് സിങ്ങിന്റെ പേരുപോലും ആ പോരാളികളുടെ മനസ്സിൽ വീര്യം നിറയ്ക്കുന്നതായി മൊയാരത്തിന് തോന്നി.

"ശങ്കരൻ നമ്പ്യാർ.. നിങ്ങളുടെ ഗാന്ധിക്ക് വേണമെങ്കിൽ ഞങ്ങളുടെ വിപ്ലവകാരിയെ രക്ഷിക്കാമായിരുന്നു. പക്ഷേ, അങ്ങനെ ചെയ്തില്ല.. ചെയ്യുകയുമില്ല..."

മൊയാരം കേട്ടിരിക്കുകയല്ലാതെ എതിർവാദമുയർത്തിയില്ല. വേണമെങ്കിൽ മഹാത്മജിക്ക് ഭഗത് സിങ്ങിനുവേണ്ടി ശബ്ദിക്കാമായിരുന്നുവെന്ന് പലപ്പോഴും തോന്നിയിട്ടുണ്ട്.

ലാലാലജ്പത് റായിയുടെ മരണം സൃഷ്ടിച്ച ശൂന്യത മൊയാരത്തിന്റെ അനേക ദിവസങ്ങളെ നിദ്രാവിഹീനമാക്കിയിട്ടുണ്ട്. സൈമൺ കമ്മീഷനെതിരെ സമാധാനപരമായി പ്രതിഷേധപ്രകടനം നടത്തിയ ലജ്പത് റായിയെയാണ് ഇല്ലാതാക്കിയത്.. ഇതിന് പ്രതികാരം ചെയ്യണമെന്ന ഭഗത്സിങ്ങിന്റെ തീരുമാനം തെറ്റായിരുന്നോ? ചക്രവർത്തി ചോദിച്ചത് പോലെ പിന്നെ ഭഗത് സിങ് എന്ത് ചെയ്യണമായിരുന്നു?

ഇതേ ഭഗത് സിങ്ങിനെയും കൂട്ടരേയുമാണ് ലജ്പത് റായ്, ഈ യുവവിപ്ലവകാരികൾക്ക് യാതൊരു ഉത്തരവാദിത്വബോധവുമില്ലെന്ന് പരിഹസിച്ചത്.. ലാലാജിയുടെ ഹിന്ദുവാദത്തെ ഭഗത്സിങ് കടന്നാക്രമിച്ചിരുന്നു. എങ്കിലും ലാലാജിയുടെ ചോരയ്ക്ക് ചോര എന്നായിരുന്നു ഭഗതിന്റെ പ്രഖ്യാപനം. ആരായിരുന്നു ശരി? ജയിലിലെ വിപ്ലവകാരികളോടൊപ്പം കഴിഞ്ഞപ്പോൾ മൊയാരം തിരിച്ചറിഞ്ഞു. സ്വാതന്ത്ര്യത്തിന് അനേകം ശരികളുണ്ട്.. മിതവാദത്തിന്റെ സാത്വികഭാവത്തിനപ്പുറത്ത് പ്രതികരണത്തിന്റെ, ചെറുത്ത് നില്പിന്റെ ഒരു വലിയ ലോകമുണ്ട്.

ജയിൽ സംവാദത്തിന്റെയും പഠനത്തിന്റെയും ഒരു പുതിയലോകത്തിലേക്ക് പതുക്കെ പതുക്കെ നടത്തിക്കുകയായിരുന്നു. ചെറുത്ത് നില്പിന്റെയും പ്രതികരണത്തിന്റെയും ചോരയോട്ടം മൊയാരത്തെയും

കൃഷ്ണപിള്ളയേയും ജയിലിലും വേറിട്ടവരാക്കി മാറ്റി. കാരണങ്ങൾ ഓരോ ദിവസവും തേടി വരികയായിരുന്നു.

കോഴിക്കോട്ടുകാരനായ പി കുമാരൻ മരത്തിന്മേൽ കയറിനിന്ന് വിളിച്ചു പറഞ്ഞു.

"മൊയാരം മെയിൻ ജയിലിൽ വരണം. സി ക്ലാസുകാരുടെ ഭക്ഷണവും സൂപ്രണ്ടിന്റെ പെരുമാറ്റവും രാഷ്ട്രീയത്തടവുകാരുടെ സ്വാഭിമാനത്തെ ഇല്ലാതാക്കുന്നതാണ്, ചോദ്യം ചെയ്യണം"

ക്വാറന്റൈനിൽ കൂടെയുണ്ടായിരുന്ന മധുരക്കാരൻ ജയിലിൽനിന്നും മടങ്ങുമ്പോൾ അഞ്ചുറുപ്പിക വഴിച്ചെലവിന് സഹായിക്കാനെന്ന വ്യാജേന ഒരെഴുത്ത് സാമുവൽ ആറോണിന് വാർഡൻ മുഖേന നല്കി. കോൺഗ്രസിന്റെ സംസ്ഥാന സമ്മേളനവും താലൂക്ക് ഫർക്കാസമ്മേളനങ്ങളും പറ്റുമെങ്കിൽ വില്ലേജ് സമ്മേളനങ്ങളും നടത്താനുള്ള നിർദ്ദേശമായിരുന്നു അത്. ജയിലിൽ കിടന്നുകൊണ്ടുതന്നെ മലബാറിൽ സമ്മേളനങ്ങൾ നടത്താനുള്ള ശ്രമം വിജയം കണ്ടു. പേരാമ്പ്ര, കതിരൂർ, കൊളവല്ലൂർ തുടങ്ങിയ പ്രദേശങ്ങളിൽ സമ്മേളനങ്ങൾ നടന്നു. ഒളിവിൽ നിന്നുകൊണ്ടാണ് കോൺഗ്രസ് പ്രവർത്തകരിൽ പലരും ഈ സമ്മേളനങ്ങൾ നടത്തിയത്.

പന്ത്രണ്ടുദിവസത്തിനുശേഷം മൊയാരത്തിനേയും കൂട്ടരേയും മെയിൻ ജയിലിലേക്കു മാറ്റി. രാഷ്ട്രീയത്തടവുകാരെ ആജ്ഞാനുവർത്തികളാക്കി തീർക്കുക എന്നത് ജയിലധികാരികളുടെ ഒരു തന്ത്രമായിരുന്നു. അതിനുവേണ്ടിമാത്രം ചിലർക്ക് ആനുകൂല്യങ്ങളും സഹായങ്ങളും നല്കി വന്നു. ജയിലിൽ വച്ച് ബീഡിയും മൂക്കിൽ വലിക്കുന്ന പൊടിയും ഉപയോഗിക്കുന്ന സത്യാഗ്രഹികൾ അത് ലഭിക്കുമ്പോൾ ജയിലധികാരികളുടെ അന്യായമായ ശാസനകൾക്കും ദുർന്നടപടികൾക്കും കീഴടങ്ങി ജീവിക്കാൻ വിധിക്കപ്പെട്ടവരായിത്തീർന്നു. പൊടിവലിക്കുന്ന ശീലമുണ്ടായിരുന്ന മൊയാരം ജയിലിലെത്തിയപ്പോൾ മുഴുവനായും ആ ശീലം കൈയൊഴിഞ്ഞു. ജയിലിൽ നടക്കുന്ന അനീതിക്കെതിരെ കൃത്യമായ ഇടപെടലുകൾ മൊയാരത്തിന്റെ ഭാഗത്തു നിന്നുണ്ടായി.

ഇൻഡ്യൻ നാഷണൽ കോൺഗ്രസിൽ സ്വയം മറന്നു ജീവിക്കുമ്പോൾ ശക്തമായ ഒരാലോചന അദ്ദേഹത്തിനുണ്ടായി. കോൺഗ്രസിന്റെ ചരിത്രമെഴുതിയാലോ എന്ന്. ഏറെ കഠിനാദ്ധ്വാനം ആവശ്യപ്പെടുന്ന ഒരു പ്രവർത്തനമായിരുന്നു അത്. ഇന്ത്യയുടെ പുരാതനചരിത്രം മുതൽ സമകാലിക ചരിത്രം വരെ എഴുതിയാൽ ഭാഷയ്ക്ക് അതൊരു അപൂർവ്വ പുസ്തകമായിരിക്കുമെന്ന് മൊയാരം ഉറപ്പിച്ചു. വായിക്കുകയും കുറിപ്പുകൾ ഉണ്ടാക്കി എടുക്കുകയും ചെയ്യേണ്ടതുണ്ടെന്ന് ജയിലിൽ വച്ചുതന്നെ തീരുമാനിച്ചുറപ്പിച്ചു. പൂർവ്വ മാതൃകകളില്ലാത്ത ഇങ്ങനെയൊരു ചരിത്ര പുസ്തകം എഴുതുക എന്നത് ഒരു രാഷ്ട്രീയ പ്രവർത്തനം തന്നെയാണ്. നോവൽ എഴുതുന്നതുപോലെ സർഗ്ഗാത്മകമല്ല. മോട്ടിലാലിന്റേയും ലജ്പത്റായിയുടേയും ജീവിതമെഴുത്തുപോലെ ഹ്രസ്വവുമല്ല അത്.

ചരിത്രത്തിൽ വസ്തുതകൾ ഉണ്ടാവണം, വസ്തുതകളെ അകർഷണീയമായി അവതരിപ്പിക്കണം. അതിനുതക്കതായ ഭാഷ ഉണ്ടാവണം. ആധികാരികമായ വിവരങ്ങൾമാത്രമേ അതിൽ ഉണ്ടാകാൻ പാടുള്ളൂ. ശ്രമകരമായ ഒരു ദൗത്യം തന്നെയാണ് അതെന്ന് മൊയാരം മനസ്സിലാക്കി. വിപുലമായ വായനയും ധൈഷണികമായ നിരീക്ഷണവും ഹൃദ്യമായ ഭാഷയുമുണ്ടെങ്കിൽ മാത്രമേ അത് പ്രായോഗികതലത്തിൽ എത്തിക്കാൻ സാധിക്കുകയുള്ളൂ. പി കൃഷ്ണപിള്ളയോട് ഈ ആശയം പങ്കുവെച്ചപ്പോൾ അദ്ദേഹം ആവേശഭരിതനായി.

"നമ്മൾ ചെയ്തില്ലെങ്കിൽ മറ്റാരാണത് ചെയ്യുക."

ഒന്നുനിർത്തി എന്നിട്ട് തുടർന്നു.

"ചരിത്രബോധമുള്ളവരും എഴുതാൻ പ്രാപ്തിയുള്ളവരും എഴുതണം. ഞങ്ങളുടെ കൂട്ടത്തിൽ അങ്ങനെ ഒരാളേയുള്ളൂ അത് മൊയാരമാണ്."

"സമയവും സാവകാശവുമാണ് പ്രശ്നം."

"ജീവിതം മാറ്റിവച്ചുള്ള മറ്റൊരു ജീവിതമല്ലല്ലോ നമ്മുടെ പോരാട്ടങ്ങൾ. നമുക്കത് ജീവിതം തന്നെയല്ലേ? എഴുതാൻ മൊയാരത്തിനു പറ്റും."

ആർക്കും സാദ്ധ്യമാവാത്ത പോരാട്ടങ്ങൾ സ്വയം ഏറ്റെടുത്തുനടത്തുന്ന അസാധാരണനായ ആ പോരാളിക്ക് എപ്പോഴും വേറിട്ടവഴികളും ചിന്തകളും ഉണ്ടായിരുന്നുവെന്ന് മൊയാരത്തിനു തോന്നി. കൃഷ്ണപിള്ള മനോഹരമായി ചിരിച്ചുകൊണ്ട് പറഞ്ഞു.

"എനിക്ക് പല കാര്യത്തിലും യോജിക്കാൻ പറ്റുന്നില്ല. നമ്മളൊക്കെ സ്വാതന്ത്ര്യത്തിനുവേണ്ടി ജയിലിൽ കഴിയുന്നവരാണ്. വ്യക്തിപൂജയുടെ കാലം കഴിഞ്ഞെന്നാണ് എനിക്ക് തോന്നുന്നത്. നാം കോൺഗ്രസുകാർ ഏറെ മാറേണ്ടതുണ്ട്."

മൊയാരം സംശയഭാവത്തിൽ കൃഷ്ണപിള്ളയെ നോക്കി. അയാളുടെ മുഖത്ത് ഗൗരവം നിറഞ്ഞു.

"കിടക്കപ്പായയിൽ നിന്നെഴുന്നേല്ക്കുമ്പോൾ സത്യഗ്രഹികൾ പലരും നടത്തുന്ന പ്രഭാത പ്രാർത്ഥന എന്തൊരസംബന്ധമാണ്."

ഇപ്പോൾ മൊയാരമാണ് ചിരിച്ചത്.

"ഗാന്ധിതാതാ, ഗാന്ധിതാതാ, എങ്കും കൺമണിയാ, സ്വാതന്ത്ര്യത്തെ വാങ്കിത്താതാ."

എന്ന രണ്ട് വരികൾ ഗാന്ധിയന്മാർക്ക് മനഃപാഠമാണ്. കുട്ടികളായ വളണ്ടിയർമാർ തുടങ്ങി വെച്ചതാണത്. പക്ഷേ, കുട്ടിത്തം വിട്ടുമാറാത്തവർ ഇപ്പോഴും തുടരുന്നു. സഹനസമരത്തിന്റെ പലഘട്ടത്തിലും പുലരുമ്പോൾ തന്നെ പ്രാർത്ഥനയോടൊപ്പം ചിലർ ഇത് ഉരുവിടുന്നത് കണ്ട് തമാശ തോന്നിയിട്ടുണ്ട്. പക്ഷേ, തമാശപ്പുറത്ത് അതിനൊരു ഗൗരവം ഇല്ലായിരുന്നു.

"അച്ഛനോട് മിഠായി വാങ്ങിത്തരാൻ വേണ്ടി കുട്ടികൾ കരയുന്നത്

പോലെ സ്വാതന്ത്ര്യത്തിനു വേണ്ടിയുള്ള നിലവിളിയാണത്. സ്വാതന്ത്ര്യം പോരാടി വാങ്ങേണ്ടതാണെന്ന് ഇവരെ ആരാണ് പഠിപ്പിക്കുക.."

അയാളുടെ ഓരോ വാക്കിലും കനലുണ്ടെന്ന് മൊയാരം മനസ്സിലാക്കി. ഏറ്റവും ചെറിയ കാര്യങ്ങളിൽ പോലുമൊരു രഷ്ട്രീയ പ്രവർത്തകൻ ജാഗ്രത കാണിക്കേണ്ടതുണ്ട് എന്ന് കൃഷ്ണപിള്ള ആവർത്തിച്ചുറപ്പിക്കുകയായിരുന്നു.

അയാളുടെ ആരെയും കൂസാത്ത നില്പും വാക്കുകളുടെ മൂർച്ചയും പഠിക്കാനുള്ള മനസ്സും ഏറ്റവും ഹൃദ്യമായ പെരുമാറ്റവും കൃത്രിമത്വമില്ലാത്ത ചിരിയും എല്ലാ രാഷ്ട്രീയ പ്രവർത്തകർക്കും പാഠമാക്കാവുന്നതാണെന്ന് മൊയാരത്തിന് തോന്നി. ഇനിയുള്ള കാലത്തിന്റെ നേതാവ് ഈ യുവാവായിരിക്കും എന്ന് മൊയാരം ഉറപ്പിച്ചു.

"കൃഷ്ണപിള്ളയ്ക്ക് പറ്റിയേക്കും.. കേളപ്പൻ നായർക്ക് പറ്റണമെന്നില്ല.."

ആ തമാശ കൃഷ്ണപിള്ള ആസ്വദിച്ചു.

"ഇന്ത്യൻ നാഷണൽ കോൺഗ്രസിന്റെ ചരിത്രമെഴുതാൻ, കൃഷ്ണപിള്ളയ്ക്കും കേളപ്പൻ നായർക്കും പറ്റണമെന്നില്ല. അത് മൊയാരത്ത് ശങ്കരനേ പറ്റൂ.."

കൃഷ്ണപിള്ള വിടാനുള്ള ഭാവമില്ല.

"ദേശബന്ധുവിന്റെയും മോട്ടിലാലിന്റെയും ലാലാലജ്പത് റായിയുടെയും ജീവിതമെഴുതിയ ആൾക്ക് ഇതൊരു അദ്ധ്വാനമേ അല്ല.."

മണി മുഴങ്ങിയപ്പോൾ കൂടിക്കാഴ്ച അവസാനിച്ചു.

കോൺഗ്രസിന്റെ ചരിത്രം എഴുതണമെന്ന് ഉറപ്പിച്ചു. ബ്രിട്ടീഷുകാർ പറയുന്ന ഇന്ത്യാ ചരിത്രമല്ലത്. ഒരിന്ത്യക്കാരൻ പറയുന്ന ഒരിന്ത്യാ ചരിത്രമാവണമത്. കോൺഗ്രസിൽ ജീവിക്കുകയും കോൺഗ്രസിനെ അനുഭവിക്കുകയും ചെയ്ത ഒരാളുടെ ചരിത്ര ബോധത്തിന്റെ നേരാഖ്യാനങ്ങൾ. മനസ്സിൽ പുസ്തകമെഴുത്ത് തുടങ്ങി. ജയിലിൽ സജീവമായി ഇടപെടുമ്പോഴും ഇന്ത്യൻ നാഷണൽ കോൺഗ്രസെന്ന മഹാവൃക്ഷത്തിന്റെ വിത്തിടുകയും അത് വളർന്ന് ശാഖോപശാഖകളായി വളർന്ന് ഒരു മരമായി മാറുകയും ചെയ്യുന്നത് മൊയാരം സ്വപ്നം കണ്ടു. കൃഷ്ണപിള്ള പറഞ്ഞതുപോലെ എഴുത്ത് മൊയാരത്തിനു ജീവിതം തന്നെയാണ്.

ജയിൽ ജീവിതത്തിനിടയിൽ മൊയാരത്തിന്റെ ഉത്തരവാദിത്വങ്ങൾ വർദ്ധിച്ചുവന്നു.

ജയിലിൽ ഐ ജിയുടെ പരിശോധനയുണ്ടായപ്പോൾ ഉത്തരവാദിത്വമുള്ള സത്യഗ്രഹികൾ എന്ന നിലയിൽ എല്ലാവരും മാറി. എന്നാൽ സൂപ്രണ്ടില്ലാത്ത ഒരാഴ്ച ഡെപ്യൂട്ടി ജയിലറുടെ നടപടികൾ തടവുകാരെ വെറുപ്പിച്ചു. സൂപ്രണ്ട് തിരിച്ചുവന്നപ്പോൾ ഡെപ്യൂട്ടി ജയിലർ പരാതിയുടെ കെട്ടഴിച്ചു. സൂപ്രണ്ടും ഡെപ്യൂട്ടി ജയിലറും ചീഫ് വാർഡനും മൊയാരത്തിന്റെ ബ്ലോക്കിലെത്തി.

മൊയാരം പരാതി പറഞ്ഞു.

"നാലഞ്ച് ദിവസമായി കക്കൂസ് മുറിയിൽ വെളിച്ചമില്ലായിരുന്നു."

മൊയാരം പറയുന്നത് കേട്ടപ്പോൾ ഡെപ്യൂട്ടി ജയിലർ ആക്രോശിച്ചു.

"ഇവർ കക്കൂസ് മുറിയിലെ വിളക്കിന്മേൽ മൂത്രം വീഴ്ത്തി കെടുത്തുകയാണ്."

"ഇത് നിങ്ങൾ കണ്ടപോലെയാണല്ലോ പറയുന്നത്.. വിളക്കിന്മേൽ മൂത്രം വീഴ്ത്താൻ മനുഷ്യർക്ക് ഭ്രാന്തുണ്ടോ?"

മൊയാരം മറ്റ് പരാതികളും എണ്ണിയെണ്ണി പറഞ്ഞു.

"അഞ്ചാറു ദിവസമായി കഞ്ഞി ഒരു പുളിയും നാറ്റവുമുള്ള കലക്കുവെള്ളമായിരിക്കുന്നു. സാപ്പാട് ഇതിലധികം മോശമായി ഈ ജയിലിൽ ഞാൻ ഒരിക്കലും കണ്ടിട്ടില്ല."

ഡെപ്യൂട്ടി ജയിലർ സമ്മതിച്ചില്ല.

"ഇതൊക്കെ ശുദ്ധകള്ളമാണ്."

"കളവൊ? എന്തിനാണ് ഞങ്ങളൊക്കെ നിങ്ങളെക്കൊണ്ട് നുണയും പറഞ്ഞ് പട്ടിണികിടക്കുന്നത്?"

മൊയാരത്തിന്റെ കർക്കശമായ വാക്കുകൾ കേട്ട് ഡെപ്യൂട്ടി ജയിലർ മുറുമുറുത്തു. മൊയാരത്തെ നോക്കി അയാൾ രൂക്ഷമായി സൂപ്രണ്ടിനോട് പറഞ്ഞു.

"ഈ മനുഷ്യനാണ് ഇവിടെ സകല കുഴപ്പത്തിന്റെയും കർത്താവ്. ഇയാളാണ് റിങ് ലീഡർ..."

അരിശത്തോടെയുള്ള അവരുടെ മടക്കം ചില കടുത്ത തീരുമാനങ്ങളിലേക്ക് നയിക്കുമെന്ന് ഉറപ്പായിരുന്നു.

പിറ്റേന്ന് രാവിലെ കൃഷ്ണപിള്ള വന്നു പറഞ്ഞു.

"മൊയാരം നിങ്ങളെ ട്രാൻസ്ഫറാക്കാൻ തീരുമാനമുണ്ടെന്ന് വാർത്തയുണ്ട്. നിങ്ങളുടെ തുണികളൊക്കെ സ്റ്റോറിൽനിന്ന് എടുത്തു വെക്കുന്നുണ്ട്."

"ഞാൻ ഇന്നലെ തന്നെ ഊഹിച്ചു."

"ഉം.. നമുക്ക് നോക്കാം. നിങ്ങളെ ടി എൻ ചക്രവർത്തി അന്വേഷിക്കുന്നുണ്ടായിരുന്നു."

"ഞാൻ അവരെ കാണാം."

ചക്രവർത്തിയും തിവാരിയും കാത്തിരിക്കുകയായിരുന്നു.

"നിങ്ങൾ ഇന്നു ഞങ്ങളെ വിട്ടു പോകുകയാണ്.."

കണ്ട ഉടനെ തിവാരി പറഞ്ഞു. ചക്രവർത്തി കൂട്ടിച്ചേർത്തു.

"അതെ. നിങ്ങളെ ഇന്ന് മാറ്റും."

"എനിക്ക് വിവരമൊന്നും തന്നിട്ടില്ല. പക്ഷേ, ഞാനറിഞ്ഞു."

സംസാരിച്ചു കൊണ്ടിരിക്കുമ്പോൾ കൃഷ്ണപിള്ളയും ദാമോദരമേനോനും അടുത്തേക്ക് വന്നു. ചക്രവർത്തിയുടെ കൂടെയുള്ള ബംഗാളി സുഹൃത്ത് ഒരു വലിയ റൊട്ടിയും ഒരു വലിയ പാത്രത്തിൽ ചായയുമായി മറ്റൊരു തടവുകാരനൊപ്പം എത്തിച്ചേർന്നു. എല്ലാവരും ചേർന്ന് റൊട്ടി

കഴിക്കുമ്പോൾ അയാൾ സ്നേഹത്തോടെ കീശയിൽനിന്ന് മൊയാരത്തിന് തോടുകളഞ്ഞ ഒരു മുട്ട എടുത്തു കൊടുത്തു. ചായ കുടിക്കുമ്പോൾ ചക്രവർത്തി പറഞ്ഞു.

"ഐസേ, സങ്കറൻ നിങ്ങൾ ഇങ്ങനെ പെട്ടെന്നു വിളിച്ചു ട്രാൻസ്ഫർ ചെയ്യുന്നതിനെ പ്രതിഷേധിക്കാതെ പോവരുത്."

"ഞാൻ എന്തു ചെയ്യണം? പോകില്ലെന്ന് പറഞ്ഞിട്ട് കാര്യമുണ്ടോ?"

തിവാരി അർത്ഥഗർഭമായി പറഞ്ഞു.

"പോകില്ലെന്ന് പറഞ്ഞിട്ട് കാര്യമില്ല. എന്നാൽ പോകേണ്ട."

മൊയാരം തലയാട്ടി.

"അത് ശ്രമിക്കാം.."

എന്തായാലും പ്രതിഷേധിക്കണമെന്ന പൊതു തീരുമാനമുണ്ടായി. ജയിലിൽ, മുമ്പൊരു പ്രക്ഷോഭമുണ്ടായപ്പോൾ തലേ ദിവസം അറിവു തരാതെ മാറ്റുകയില്ലെന്ന വാഗ്ദാനമുണ്ടായിരുന്നു. ഐ ജി പരിശോധനയ്ക്ക് വന്നപ്പോൾ സഹായിച്ചതിനുള്ള പ്രതിഫലമെന്നോണം ഭക്ഷണം മോശം, ആക്കുകയാണ് ചെയ്തത്. അതിനെതിരെ പ്രതികരിച്ചതാണ് കുറ്റം. ജയിലിലെ മോശം സ്ഥിതിയെപ്പറ്റി ആരു പറയുന്നുവോ അവരെ മാറ്റുകയാണ് അവരുടെ ഒന്നാമത്തെ സൂത്രം. അന്ന് ഉച്ചഭക്ഷണം പെട്ടെന്ന് കഴിച്ച് മൊയാരവും കൃഷ്ണപിള്ളയും എ കെ ഗോപാലനും കിടന്നു.

മൊയാരം ഉറങ്ങുന്ന ഭാവത്തിൽ കണ്ണടച്ചു കിടന്നപ്പോൾ ജയിലറുടെ ആഡർലി വന്നു. 2331 നെ സൂപ്രണ്ട് വിളിക്കുന്നെന്ന് പറഞ്ഞപ്പോൾ മൊയാരം എഴുന്നേറ്റില്ല. വാർഡൻ ചീഫ് വാർഡനേയും രണ്ട് വാർഡർമാരേയും കൂട്ടി വന്നു.

"ഇതാ സൂപ്രണ്ട് സാർ വിളിക്കുന്നു. വേഗത്തിൽ എഴുന്നേറ്റ് വരണം."

മൊയാരം കിടന്ന കിടപ്പിൽ തന്നെ പറഞ്ഞു.

"എന്താണ് ഹേ, നിങ്ങളുടെ സൂപ്രണ്ടിന് ഭ്രാന്തുണ്ടോ? ഈ നട്ടുച്ച വെയിലിൽ വിളിക്കുന്നതെന്തിനാണ്? വൈകുന്നേരം കണ്ടോളാമെന്ന് പറയിൻ.."

ചീഫ് വാർഡന് ദേഷ്യം വന്നു..

"അല്ല! സൂപ്രണ്ട് വിളിക്കുമ്പോ വൈകുന്നേരം കാണാമെന്നു പറയുന്ന നിങ്ങൾക്കാണ് ഭ്രാന്ത്.."

അഞ്ചാറുദിവസം ശരിക്ക് ഭക്ഷണം തരാത്തതിനാൽ ഭ്രാന്ത് തന്നെയാണെന്ന് മൊയാരം ശഠിച്ചു.

ഡെപ്യൂട്ടി ജയിലറും മൂന്ന് നാല് വാർഡർമാരും കോൺവിക്ട് വാർഡർമാരും കടന്നുവന്നു.

ഡെപ്യൂട്ടി ജയിലർ അരിശത്തോടെ ചോദിച്ചു.

"എന്താ നിങ്ങൾ വരില്ലേ?"

"ഇല്ല. എനിക്ക് നല്ല സുഖമില്ലെന്ന് പറയൂ.."

സംവാദത്തിനൊടുവിൽ ഡെപ്യൂട്ടി ജയിലർ പറഞ്ഞു.

“നിങ്ങൾ വരില്ലെങ്കിൽ നിങ്ങളെ എടുത്തുകൊണ്ട് ചെല്ലാനാണ് കല്പന..”

അഞ്ചാറ് വാർഡർമാർ ചേർന്ന് മൊയാരത്തെ തൂക്കിയെടുത്തു. മൊയാരം ഉച്ചത്തിൽ ‘മഹാത്മാഗാന്ധി കീ ജൈ’ എന്നു വിളിച്ചപ്പോൾ ആ രണ്ട് ബ്ലോക്കിലും ‘ഗാന്ധി കീ ജൈ’ എന്ന് മുഴങ്ങി.

സൂപ്രണ്ട് പൊട്ടിത്തെറിക്കുകയായിരുന്നു.

“എന്തുകൊണ്ട് ഞാൻ വിളിച്ചപ്പോൾ ഇവിടെ വന്നില്ല?”

മൊയാരം വിട്ടുകൊടുത്തില്ല.

“എന്തിനാണിത്ര സാഹസപ്പെട്ട് എന്നെയിവിടെ എടുത്ത് കൊണ്ട് വന്നിട്ടാവശ്യം?”

“നിങ്ങളെ ഒരൊറ്റനിമിഷം എന്റെ ജയിലിൽ വെച്ചിരിക്കാൻ ഞാൻ ഇഷ്ടപ്പെടുന്നില്ല. നിങ്ങളെ അടുത്ത വണ്ടിക്ക് ബെല്ലാരിയിലേക്കയക്കുകയാണ്.”

“വളരെ സന്തോഷം! തടവുകാരുടെ നേരെ ഇത്രയും ദയയും മര്യാദയുമില്ലാത്ത ഒരു സൂപ്രണ്ടിന്റെ ജയിലിൽ ഒരൊറ്റദിവസം ഇരിക്കാൻ എനിക്കിഷ്ടമില്ല. പക്ഷേ, എനിക്ക് പനിയുള്ളപ്പോൾ, നിങ്ങൾ എന്നെ ഇത്ര ദൂരത്ത് തീവണ്ടിയാത്ര ചെയ്വാനയക്കുന്നതിൽ എനിക്ക് ഗൗരവമായ പ്രതിഷേധമുണ്ട്. 1930 ൽ ഈ ജയിലിൽനിന്ന് പയ്യന്നൂർക്കാരൻ കുഞ്ഞിരാമൻ അടിയോടി എന്നൊരു സത്യഗ്രഹിയെ പനിയോട് കൂടി ബെല്ലാരി ക്യാമ്പ് ജയിലിലേക്കയച്ചിട്ടാണ് അയാൾ മരിച്ചത്. അങ്ങനെ നിങ്ങൾ എന്നേയും കൊല്ലാൻ പോകുകയാണ്.”

സൂപ്രണ്ട് ഒന്ന് ചിരിച്ചു. ട്രാൻസ്ഫർ നിശ്ചയിക്കാൻ വേണ്ടി നാഡി പരിശോധിക്കുവാൻ സൂപ്രണ്ട് അടുത്തെത്തി. മൊയാരം ഒറ്റ അലർച്ചയായിരുന്നു.

“എന്നെ തൊട്ടുപോകരുത്. ഞാൻ ഒരു മലയാളിയാണ്. കരുതിക്കോ.. എന്റെ ദേഹം തൊട്ടാൽ ഒന്നുകിൽ നിങ്ങൾ അല്ലെങ്കിൽ ഞാൻ, അതല്ലെങ്കിൽ നിങ്ങൾ എന്നെ വെടിവെക്കണം.”

സൂപ്രണ്ട് രോഷാകുലനായി അലറിക്കൊണ്ട് പോക്കറ്റിൽ നിന്ന് കൈതോക്ക് വലിച്ചെടുത്തു.

“ഞാൻ ഇപ്പോൾ ഇവിടെ വച്ച് നിന്നെ വെടിവെക്കും.”

“വെക്ക് വെടി..”

നെഞ്ചുയർത്തി അയാളുടെ അടുത്തേക്ക് മൊയാരം കുതിച്ചു.

“കൊണ്ട് പോ ഈ പിശാചിനെ, ഗെയ്റ്റിലേക്ക് കൊണ്ട് പോ..”

വാർഡർമാർ താങ്ങിപിടിച്ച് ഗെയ്റ്റിലേക്ക് കൊണ്ട് പോകുമ്പോൾ രണ്ട് ബ്ലോക്കിലെ സത്യഗ്രഹ തടവുകാർ മുഴുവനും പൂട്ടിയ വേലിക്കപ്പുറത്ത് നിന്ന് കീജൈ മുഴക്കുന്നത് കണ്ടു.

മൊയാരം ഉറക്കെ വിളിച്ചു പറഞ്ഞു.

“എനിക്ക് യാതൊരു ദേഹോപദ്രവവും നേരിട്ടിട്ടില്ല. എല്ലാവരും

ശാന്തമായിരിക്കണം. വന്ദേമാതരം."

ആൾക്കൂട്ടത്തിന്റെ കണ്ഠത്തിൽനിന്ന് ഒരേ മനസ്സോടെ ശബ്ദമുയർന്നു.

"വന്ദേ മാതരം."

ചുടുകാറ്റടിക്കുന്ന ബെല്ലാരിയിലെ ജയിൽ വരെ ആ ശബ്ദം മുഴങ്ങി.

"സ്വാതന്ത്ര്യത്തിനുവേണ്ടി യാചിക്കുകയല്ല, അത് പിടിച്ചു വാങ്ങിക്കുകയാണ് വേണ്ടത്."

പഞ്ചാബ് സിംഹത്തിന്റെ വാക്കുകൾ ഒരാപ്തവാക്യംപോലെ കൃഷ്ണപിള്ള ഉരുവിടുന്നത് മൊയാരം മാത്രം കേട്ടു. കാലം മാറുകയാണ്. സഹനത്തിന്റെ കാലത്തിൽനിന്ന് ചെറുത്ത് നില്പിന്റെ കാലത്തെ മൊയാരം കണ്ടെടുക്കുകയായിരുന്നു.

മേവാഡ് പതനം

ഒരു രാത്രിയിൽ, അപരിചിതത്വമേതുമില്ലാതെ കൃഷ്ണപിള്ള കയറിവന്നു. ഏറെ തിരക്കിലായിരുന്നു അദ്ദേഹം. *ഇന്ത്യൻ നാഷണൽ കോൺഗ്രസ്* എന്ന പുസ്തകം എന്തായി എന്നാണ് ആദ്യ ചോദ്യം. രണ്ടാമത്തേത് കോൺഗ്രസിനെ എങ്ങനെ പുനഃസംഘടിപ്പിക്കും എന്നുള്ളതും. ഉത്തരങ്ങളായിരുന്നില്ല അയാൾക്ക് വേണ്ടിയിരുന്നത്. തന്റെ കാഴ്ചപ്പാടുകളും നിർദ്ദേശങ്ങളും അവതരിപ്പിക്കുകയായിരുന്നു. അനുശീലൻ സമിതിയെക്കുറിച്ച് കൃഷ്ണപിള്ള സംസാരിച്ചു. കല്ക്കത്തയിലുള്ള കാലത്ത് തന്നെ, സായുധ സമരം സംഘടിപ്പിച്ച പ്രമഥ്നാഥ് മിത്രയുടെ ഈ സംഘടനയെക്കുറിച്ച് കേട്ടിരുന്നു. ജയിൽ വാസമാണോ കൃഷ്ണപിള്ളയെ അതിലേക്ക് അടുപ്പിച്ചത് എന്ന് മൊയാരം സംശയിച്ചു. കല്ക്കത്തയും ധാക്കയും കേന്ദ്രമായി പ്രവർത്തിച്ച ആ സംഘത്തോട് കൃഷ്ണപിള്ളയ്ക്കുള്ള പ്രതിപത്തി ജയിലിൽ നിന്ന് തന്നെ ബോദ്ധ്യപ്പെട്ടിരുന്നു. കൃഷ്ണപിള്ള കൈയിലുള്ള പുസ്തകം കാണിച്ച് ചോദിച്ചു.

"ഈ പുസ്തകം കണ്ടിട്ടുണ്ടോ?"

കൈയിലുള്ള *റോട്ടി കി സവാൽ* മൊയാരത്തിന് കാണിച്ചുകൊടുത്തു. കവറിന്റെ പുറത്ത് എഴുത്തുകാരന്റെ ചിത്രം കണ്ടപ്പോൾ മൊയാരം പറഞ്ഞു.

"പീറ്റർ ക്രോപ്പ്റ്റ്കിന്റെ *കോൺക്വനസ്റ്റ് ഓഫ് ബ്രഡി*ന്റെ തർജ്ജമയാണല്ലേ..?"

മൊയാരത്തിന്റെ വായനയുടെ വഴികൾ കൃഷ്ണപിള്ളയെ അത്ഭുതപ്പെടുത്തി.

മൊയാരം തുടർന്നു.

"ബ്രഡ് ബുക്ക് എന്നറിയപ്പെടുന്ന ഈ പുസ്തകം ഇനിയുള്ള

കാലത്ത് ചർച്ചചെയ്യപ്പെടും എന്ന കാര്യത്തിൽ സംശയമേതുമില്ല. മുതലാളിത്തത്തിന്റെയും ഫ്യൂഡലിസത്തിന്റെ ഡിഫക്റ്റ് ചൂണ്ടിക്കാണിക്കുന്ന ഈ കൃതി മികച്ച വർക്ക് തന്നെയാണ്."

കൃഷ്ണപിള്ള പറഞ്ഞു.

"ഇത് ഹിന്ദിയിൽനിന്ന് മലയാളത്തിലേക്ക് തർജ്ജമ ചെയ്താലോ എന്നാലോചിക്കുന്നുണ്ട്. ആളുകൾ വായിക്കേണ്ടുന്ന ഒന്നാണിത്. മൊയാരം തർജ്ജമ ചെയ്താൽ നന്നാകുമായിരുന്നു. പക്ഷേ, ചരിത്രമെഴുത്തിന്റെ ഇടയിൽ പ്രയാസമാണല്ലോ.."

മൊയാരം പുഞ്ചിരിച്ചു.

"മാത്രമല്ല. ഞാനൊരു നാടകം ചെയ്യാനുള്ള ആലോചനയിലാണ്. മേവാഡ് പതൻ.."

കൃഷ്ണപിള്ളയ്ക്ക് ആ നാടകത്തെക്കുറിച്ച് അറിയണമായിരുന്നു. ആ നാടകത്തെക്കുറിച്ച് സംസാരിച്ച് പാതിരാത്രിയെ നട്ടുച്ചയാക്കി അവർ മാറ്റി.

പുലർച്ചെ വന്നത് പോലെ കൃഷ്ണപിള്ള ഇറങ്ങിപ്പോയി. കൃഷ്ണപിള്ളയുടെ വരവും പോക്കും അങ്ങനെയായിരുന്നു. ഭക്ഷണത്തെക്കുറിച്ചോ അന്തിയുറങ്ങുന്നതിനെക്കുറിച്ചോ ആലോചിക്കാൻ കൃഷ്ണപിള്ള ഒരിക്കലും സമയം പാഴാക്കിയില്ല. സമയത്തെ കൊട്ടകയിൽനിന്ന് ആവശ്യാനുസരണം എടുത്തുപയോഗിക്കാൻ കൃഷ്ണപിള്ളയ്ക്ക് മാത്രമേ സാധിക്കുമായിരുന്നുള്ളൂ.. എങ്ങനെയാണ് ഈ മനുഷ്യൻ തിരുവിതാംകൂറിലും കൊച്ചിയിലും മലബാറിലും പറന്നുനടക്കുന്നത് എന്നത് അത്ഭുതകരമാണ്. കൃഷ്ണപിള്ളയെപ്പോലെ പറക്കാതെ ഇത്തിരിനാൾ ചൊക്ലിയിൽ നിന്നുകൊണ്ട് തന്നെ പ്രവർത്തനങ്ങൾ മുന്നോട്ട് കൊണ്ടുപോകാമെന്ന് കരുതി. ജയിൽ വാസം കഴിഞ്ഞിറങ്ങിയപ്പോൾ വടകരയിൽനിന്ന് ചൊക്ലി തന്നെയായി താമസസ്ഥലം. പ്രാദേശികമായുള്ള ഇടപെടലുകൾക്ക് ഏറെ പ്രാധാന്യമുണ്ടെന്ന് മൊയാരം കരുതി. വായനയിൽ മുങ്ങിനിവരുമ്പോൾ എല്ലാ മനുഷ്യരേയും എങ്ങനെ വായനയിൽ എത്തിക്കാമെന്ന് ചിന്തിച്ചു. പാറാലിലെ പൊതുജന വായനശാല, ന്യൂമാഹിയിലെ വിജ്ഞാന വർദ്ധിനി, ചൊക്ലിയിലെ ശ്രീനാരായണസ്മാരകം, കോടിയേരിയിലെ കേരളചന്ദ്രിക എന്നിവയുടെ സ്ഥാപനവുമായി ബന്ധപ്പെട്ട ഇടപെടലുകൾ സജീവമായി. രാത്രിയിൽ കേരളചന്ദ്രിക വായനശാലയിൽ ആവേശത്തോടെ സംവദിക്കുന്ന യുവാക്കളെ കണ്ടപ്പോൾ അവർക്കുവേണ്ടി ചിലത് ചെയ്യാനുണ്ടെന്ന് തീരുമാനിച്ചുറപ്പിച്ചു.

ദ്വിജേന്ദ്രലാൽ റോയിയുടെ *നൂർജഹാൻ, ഷാജഹാൻ, മേവാഡ് പതൻ, അമരസിംഹൻ, ചന്ദ്രഗുപ്തൻ* തുടങ്ങിയ നാടകങ്ങളൊക്കെ ചരിത്രത്തിന്റെ ഇന്ധനമാണ്. എന്നാൽ അദ്ദേഹത്തിന്റെ നാടകങ്ങളിൽ *മേവാഡ് പതൻ* തന്നെയാണ് അത്ഭുതകരമായ രാഷ്ട്രീയ ദൗത്യം നിറവേറ്റുന്നത്. *മേവാഡ് പതനം* തർജ്ജമ ചെയ്യാനുള്ള ശ്രമം ജയിലിൽ

വെച്ച് തുടങ്ങിയതിനാൽ അത് അത്രയേറെ പ്രയാസകരമാവില്ലെന്ന് ഉറപ്പിച്ചു. പഴയ നോട്ട്ബുക്കുകളിൽ നിന്ന് *മേവാഡ് പതന*ത്തെ വീണ്ടെടുത്തു,

റാണാപ്രതാപ് സിങ്ങിന്റെ കഥയും ചേതക് എന്ന കുതിരയുടെ കഥയും കെട്ടുകഥപോലെ എത്രയോ കാലമായി കേട്ടുകൊണ്ടിരിക്കുന്നതായിരുന്നു. എന്നാൽ റാണാ അമർസിങ്ങിന്റെ കഥ അപരിചിതമായിരുന്നു. *മേവാഡ് പതന*ത്തിലെ കഥാപാത്രങ്ങൾ നൂറുവട്ടം മനസ്സിൽ നാടകം കളിച്ചു കൊണ്ടിരുന്നു. അഞ്ച് അംഗങ്ങളായി വിഭാവനം ചെയ്തു. റാണാ അമർ സിങ്, സാഗർ സിങ്, മഹാബത് ഖാൻ, അരുൺ സിങ്, ഗോവിന്ദ സിങ്, അജയ് സിങ്, ഗജ സിങ്, ഹിദായത്തലി, അബ്ദുള്ള, ഹുസൈൻ, റാണി രുക്മിണി, മാനസി, സത്യവതി, കല്യണി എന്നിങ്ങനെ ദ്വിജേന്ദ്രലാലിന്റെ മാനസ കഥാപാത്രങ്ങളെ തന്റേതാക്കി മാറ്റുന്ന പ്രക്രിയ കടലാസിലും മനസ്സിലും നിർവ്വഹിച്ചുകൊണ്ടിരുന്നു. ആ ചരിത്രനാടകം എക്കാലത്തും പ്രസക്തമാണ്. ആ ചരിത്ര നാടകത്തിന്റെ അന്തഃസത്ത ചോരാതെ കടലാസിലേക്ക് പകർത്തിക്കൊണ്ടിരുന്നു. നാട്ടുകാരായ സാധാരണമനുഷ്യർക്ക് ഇതെങ്ങനെ ഹൃദ്യമാക്കി തീർക്കാം എന്നായിരുന്നു ആലോചന. മഹാബത് ഖാനിൽനിന്ന് പിരിഞ്ഞിരിക്കുന്ന കല്യാണി അദ്ദേഹത്തിന്റെ ചിത്രം കണ്ട് വേദനയും പ്രണയവും നിറച്ച് വിങ്ങലോടെ ഇരിക്കുമ്പോൾ, അമർ സിങ്ങിന്റെ മകളായ രാജകുമാരി മാനസി പറയുന്നത് കുറിച്ചപ്പോൾ മൊയാരം തന്റെ ദൗത്യം വലുതാണെന്ന് തിരിച്ചറിഞ്ഞു, മുസൽമാന്റെ കൂടെ ജീവിക്കണോ എന്ന് സന്ദേഹിക്കുമ്പോൾ മാനസി പറഞ്ഞു. “മതമോ.. ഈ.. ലോകത്ത് ഒറ്റമതമല്ലേ ഉള്ളൂ..” മനുഷ്യർ കലഹിക്കുന്ന ലോകത്ത് സ്നേഹമെന്ന ഒറ്റമതമേ ഉള്ളൂവെന്ന് ആ രാജകുമാരി ലോകത്തോട് വിളിച്ചു പറയുകയാണ്. മാനസിയുടെ ഓരോ വാക്കുകളും കുറിക്കുമ്പോൾ അവളെ സൃഷ്ടിച്ച കൈ ചുംബിക്കുവാൻ മൊയാരം കൊതിച്ചു. മഹാബത്ഖാനെ അംഗീകരിക്കാൻ സാധിക്കാതെ തിരിച്ചുവന്ന കല്യാണിയോട് മാനസി പറഞ്ഞു.

“നീ നിന്റെ സ്നേഹത്തെ മനുഷ്യകുലത്തോട് മുഴുവനുമുള്ള സ്നേഹമാക്കി മാറ്റുക..”

എന്തൊരു മാന്ത്രിക വാക്കുകളാണിത്.

സത്യവതിയും മാനസിയും തമ്മിലുള്ള സംഭാഷണം മൊയാരം നൂറുവട്ടം ഉരുവിട്ടു.

“*മേവാഡിന്റെ പതനം* എപ്പോഴാണ് തുടങ്ങിയത്? അത്യുദാരമായ ഹിന്ദുമതം ആത്മാവില്ലാത്തതായി തീർന്നു. അതോടെയാണ് മേവാഡിന്റെ പതനം തുടങ്ങിയത്. കേവലം ആചാരാനുഷ്ഠാനങ്ങളിൽ കുരുങ്ങി ധർമ്മബോധം ഇല്ലാതായി തീർന്നു. *മേവാഡിന്റെ പതന*ത്തിൽ സങ്കടപ്പെടേണ്ടതില്ല. ഒഴുകിക്കൊണ്ടിരിക്കുന്ന വെള്ളം കെട്ടി കിടക്കുന്ന വെള്ളം പോലെയായി തീർന്നതാണ് യഥാർത്ഥ പതനം.”

ഇന്ത്യൻ സാഹചര്യത്തിൽ നാടകത്തിലെ സംഭാഷണങ്ങളൊക്കെയും അർത്ഥ പൂർണ്ണമാണെന്ന് മൊയാരത്തിന് തോന്നി. ഓരോ കഥാപാത്രവും ഓരോ ശരിയാണെന്ന് തോന്നുമ്പോഴും മറ്റൊരർത്ഥത്തിൽ വലിയ തെറ്റാണെന്ന് വിളിച്ചുപറയുകയായിരുന്നു. ഗോവിന്ദസിങ്ങും സത്യവതിയും മുഗൾ സാമ്രാജ്യത്തോട് ആയുധംകൊണ്ട് പോരാടണമെന്ന് പറയുമ്പോൾ, ദേശാഭിമാനത്തിന്റെ കരുത്തും ജീവവായുവും അതിലുണ്ടെന്ന് തോന്നി. എന്നാൽ യുദ്ധം മുറിവുകൾ മാത്രം അവശേഷിപ്പിക്കുന്ന ദയനീയ ജീവിതനാടകമാണെന്ന് ബോദ്ധ്യപ്പെടുത്തി.

രക്തം രക്തത്തിനെതിരെ പോരാടുകയാണെന്ന തിരിച്ചറിവ് മനുഷ്യന് ഒരു സമരമുഖത്തും ഉണ്ടാവുന്നില്ലല്ലോ എന്ന് മൊയാരം ആശ്ചര്യപ്പെട്ടു.

"എന്റെയും നിങ്ങളുടെയും ഇടയിലൂടെ സ്വദേശത്തിന്റെ രക്തനദികൾ ഒഴുകുന്നുണ്ട്."

എന്ന കല്യാണിയുടെ വാക്കുകൾ അദ്ദേഹം ഉരുവിട്ടു. രാജ്യത്തിനുവേണ്ടി സ്വയംഹത്യ ഏറ്റുവാങ്ങിയ ഗോവിന്ദസിങ്ങിനൊപ്പം മൊയാരം ഏറെ ദൂരം സഞ്ചരിച്ചു. ഗജസിങ് ഗോവിന്ദസിങ്ങിനെ കൊള്ളക്കാരനാണോ എന്ന് സംശയിച്ചപ്പോൾ ഗജസിങ്ങിനോടും മഹാബത് ഖാനോടും ഗോവിന്ദസിങ് പറഞ്ഞു.

"ഞാൻ ഒരു രാജ്യത്തേയും കൊള്ളയടിക്കാൻ പോയിട്ടില്ല. ഞങ്ങളുടെ നാട്ടിലേക്ക് കയറി വന്ന നിങ്ങളാണ് കൊള്ളക്കാർ.."

ഇത് ബ്രിട്ടീഷ് ഭരണത്തോട് തന്നെയാണ് പറയുന്നതെന്ന് മൊയാരം കരുതി. രാജ്യാതിർത്തികൾ താണ്ടി, ഒരു ജനതയെ കൊള്ളയടിക്കാനെത്തിച്ചേർന്ന ബ്രിട്ടൻ തന്നെയാണ് കൊള്ളക്കാർ. ആവേശത്തോടെ നാടകം പൂർത്തിയാക്കിയപ്പോൾ പിന്നെ തടസ്സങ്ങളുണ്ടായില്ല. കോടിയേരിയിലെ കേരളചന്ദ്രികയിൽ വരുന്ന യുവാക്കളോട് മൊയാരം സംസാരിച്ചു. ചിലർ അഭിനയം വഴങ്ങുമോ എന്ന് സംശയം പ്രകടിപ്പിച്ചപ്പോൾ അവരോട് പറഞ്ഞു.

"നിങ്ങൾ പ്രത്യേകിച്ച് അഭിനയിക്കുകയൊന്നും വേണ്ട. അവരായിട്ട് അങ്ങ് നിന്നാൽ മതി."

എല്ലാവരെയും ഏതെങ്കിലും വിധത്തിൽ നാടകത്തിൽ പങ്കാളികളാക്കുക എന്നുള്ളത് ഒരു രാഷ്ട്രീയപ്രവർത്തനമാണെന്ന് മൊയാരത്തിന് അറിയാമായിരുന്നു. യുവാക്കളെ പരമാവധി നാടകത്തിന്റെ മുന്നണിയിൽ കൊണ്ടുവരാൻ വേണ്ടി ഭടന്മാരേയും പരിചാരകന്മാരേയും സൃഷ്ടിച്ചു. നാടക റിഹേഴ്സൽ തുടങ്ങിയതോടെ നാടകത്തെക്കുറിച്ചുള്ള ചർച്ചകളും അഭിനേതാക്കൾ മുഴുവൻ നാട്ടുകാരായതുകൊണ്ട് പ്രാദേശികമായ ചർച്ചകളും സജീവമായി. പകൽ മുഴുവൻ രാഷ്ട്രീയ പ്രവർത്തനവും രാത്രി രാഷ്ട്രീയ പ്രവർത്തനത്തിനുവേണ്ടിയുള്ള നാടകപ്രവർത്തനവുമായി.

കേളപ്പന്റെ അദ്ധ്യക്ഷതയിൽ കോഴിക്കോട് നടന്ന യോഗത്തിൽ

കോൺഗ്രസ് സോഷ്യലിസ്റ്റ് പാർട്ടിയുടെ സംസ്ഥാനകമ്മിറ്റി രൂപീകരിക്കപ്പെട്ടപ്പോൾ മൊയാരം സജീവമായി ഇടപെട്ട് തുടങ്ങി. സോഷ്യലിസം ഒരു വിമോചനമാർഗ്ഗമാണെന്ന് കോൺഗ്രസുകാർ സ്വപ്നം കണ്ടതിന്റെ തുടർച്ചയായിരുന്നു-1934 മെയ് 12 ന്റെ യോഗം. ഇന്ത്യൻ സ്വാതന്ത്ര്യസമരത്തിന്റെ വിവിധധാരകളെക്കുറിച്ചുള്ള കൃത്യമായ ഉൾക്കാഴ്ച മൊയാരത്തിനും കൃഷ്ണപിള്ളയ്ക്കും ഭാരതീയനുമുണ്ടായിരുന്നു. മൊയാരം കൽക്കത്താവാസത്തിൽനിന്നും ജയിലിൽനിന്നും തുടങ്ങിവെച്ച വിപുലവും അഗാധവുമായ രാഷ്ട്രീയബന്ധങ്ങൾ കേരളത്തിലെ കോൺഗ്രസ് സോഷ്യലിസ്റ്റ് പ്രസ്ഥാനത്തിന് കൃത്യമായ ദിശാബോധം നല്കി. സി കെ ഗോവിന്ദൻ നായർ പ്രസിഡന്റും കൃഷ്ണപിള്ള സെക്രട്ടറിയുമായി കേരള സംസ്ഥാന സമിതി രൂപംകൊണ്ടു. പി കേശവദേവ് തയ്യാറാക്കിയ പ്രമേയം ചന്ത്രോത്ത് കുഞ്ഞിരാമൻ നായർ അവതരിപ്പിച്ചു. കോൺഗ്രസ് സോഷ്യലിസ്റ്റ് പാർട്ടി നിലവിൽ വന്നു. അന്നത്തെ യോഗത്തിൽ മൊയാരവും സംസാരിച്ചു. പാട്നാ കൺവൻഷനിലേക്കുള്ള പ്രതിനിധി ഇ എം എസ് ആയിരുന്നു. കർഷകസംഘത്തിന്റെ പ്രവർത്തനങ്ങളും അതിന് സമാന്തരമായി നടന്നു. ആ വർഷംതന്നെ പട്ടാമ്പിയിൽ എൻ ജി രങ്ക പങ്കെടുത്ത കർഷകസമ്മേളനം നടന്നുവെങ്കിലും സംഘടനാരൂപം കൈക്കൊണ്ടിരുന്നില്ല.

അതിനിടയിൽ പ്രാദേശിക ഇടപെടലുകൾ സജീവമായി. മാടപ്പീടിക പൂക്കോം റോഡ്, നാട്ടുകാരെ സംഘടിപ്പിച്ച് ശ്രമദാനത്തിലൂടെ പൂർത്തിയാക്കാനുള്ള ശ്രമം തുടങ്ങി. കൃഷിക്കാരും കർഷകത്തൊഴിലാളികളുമായും സജീവബന്ധമുണ്ടാക്കിയെടുക്കാനുള്ള ശ്രമവും അതോടൊപ്പം നടന്നു. മുള്ളങ്കണ്ടി കണാരൻ, റോഡ് നിർമ്മാണോദ്ഘാടന കർമ്മം നിർവ്വഹിച്ചു. റോഡ് നിർമ്മാണം നടക്കുമ്പോൾ ഭക്ഷണം തൊട്ടടുത്ത വീടുകളിൽ നിന്നോ അല്ലെങ്കിൽ ഒരു പാത്രത്തിൽ നിന്നോ കഴിക്കുന്നത് സാധാരണവും സ്വാഭാവികവുമായി മാറി. മൊയാരം, തീയരുടെ വീട്ടിൽ നിന്ന് ഭക്ഷണം കഴിക്കുന്നത് ചില നായന്മാരെ അസ്വസ്ഥരാക്കി. അവർ അത് വ്യക്തമാക്കുകയും ചെയ്തു.

പിറ്റേന്ന് ഉച്ചയ്ക്ക് ഭക്ഷണം കഴിക്കാനുള്ള സമയമായപ്പോൾ മൊയാരം പ്രഖ്യാപിച്ചു.

“ഇന്ന് തീയ്യന്റെ വീട്ടിൽനിന്ന് ഭക്ഷണം കഴിക്കില്ല.”

കൊയ്യോത്തി അച്യുതൻ മാഷ് സംശയത്തോടെ മൊയാരത്തെ നോക്കി. മൊയാരം ചുറ്റും നോക്കി. കൂട്ടത്തിൽ ജാതീയമായി തീയരേക്കാൾ അസ്പൃശ്യതയനുഭവിക്കുന്ന മറ്റേതെങ്കിലും സമുദായക്കാരുണ്ടോ എന്നതാണ് നോട്ടത്തിനർത്ഥം. കുഞ്ഞമ്പുവിനെ കണ്ടപ്പോൾ മൊയാരം മാഷോട് പറഞ്ഞു.

“മാഷേ ഞാനൊരു ശപഥം ചെയ്തിട്ടുണ്ട്. തീയ്യന്റെ വീട്ടിൽ നിന്ന് ഭക്ഷണം കഴിക്കില്ല എന്ന്. അത് പാലിക്കാതിരിക്കാൻ പറ്റില്ല. അതുകൊണ്ട് ഇന്നത്തെ ഉച്ചഭക്ഷണം ഒരു വണ്ണാന്റെ വീട്ടിൽ നിന്നാവട്ടെ..”

കുഞ്ഞമ്പുവിന്റെ കൂടെ മൊയാരം നടന്നു പോകുന്നത് കണ്ടപ്പോൾ നായർ പ്രമാണിമാർ അരിശത്തോടെ മുറുമുറുത്തു. രാവിലെ മൊയാരത്ത് നിന്ന് ഇറങ്ങിയാൽ പലദിവസങ്ങളിലും മൊയാരം ചായ കഴിക്കുന്നത് അച്യുതൻ എന്ന നീറ്റാറത്തെ കൃഷിക്കാരന്റെ വീട്ടിൽ നിന്നായിരുന്നു. അച്യുതന്റെ ഭാര്യ മൊയാരത്തിനുവേണ്ടി പ്രത്യേകം ചായയും ദോശയും ഉണ്ടാക്കി വെക്കും. തിന്നുകൊണ്ടിരിക്കുമ്പോൾ മൊയാരം പറയും.

"ഇതിന്റെ പകുതിയേ മറ്റാരു വന്നാലും കൊടുക്കാവൂ.. കേട്ടോ.."

തീയ്യപ്പുരയിൽനിന്ന് എല്ലാ ദിവസവും ഭക്ഷണം കഴിക്കുന്ന 'വഴി തെറ്റിയ നമ്പ്യാരെ' ജാതിഭ്രാന്തന്മാർക്ക് സഹിച്ചില്ല. എന്നാൽ അതൊന്നും ശ്രദ്ധിക്കാൻ മൊയാരത്തിന് നേരമുണ്ടായിരുന്നില്ല. കൃഷിക്കാരോട് ജന്മിത്തത്തിനെതിരെയുള്ള പ്രചാരവേലയുമായി സഞ്ചാരത്തിലായിരുന്നു അദ്ദേഹം.

രാജേന്ദ്രപ്രസാദിന്റെ മലബാർ പര്യടനവേളയിൽ അദ്ദേഹത്തെ കൊണ്ട് വന്ന് ചൊക്ലിയിലെ ശ്രീനാരായണവായനശാലയുടെ ശിലാസ്ഥാപനം നിർവ്വഹിക്കാൻ മൊയാരത്തിന് സാധിച്ചു. ഗാന്ധിജിയുടെ ഫണ്ടിലേക്ക് സ്വർണ്ണാഭരണങ്ങൾ ഊരി നല്കിയ കൗമുദിയാണ് പാറാലിലെ വായനശാല ഉദ്ഘാടനം ചെയ്തത്. കെ കേളപ്പൻ അദ്ധ്യക്ഷത വഹിച്ചു.

അതിനിടയിലും *മേവാഡ് പതന*ത്തിന്റെ റിഹേഴ്സൽ കൂടുതൽ ആവേശത്തോടെ നടന്നു. റിഹേഴ്സൽ കഴിഞ്ഞ് ഏറെ വൈകിയാണ് ഉറക്കത്തിലേക്ക് പതിച്ചത്. ഉണർവ്വിലേക്കുള്ള തിരിച്ചുവരവും ഏറെ വൈകി. തലശ്ശേരിയിൽ അടിയന്തരമായി എത്തിച്ചേരണം. ബ്രണ്ണൻ സ്കൂളിനടുത്തെത്തിയപ്പോഴാണ്, പിന്നിൽ നിന്ന് ഒന്ന് നില്ക്കുമോ എന്ന ചോദ്യം ഉയർന്ന് കേട്ടത്. അവൾ മെല്ലെ അടുക്കലേക്കെത്തി.

"ഇന്ന് നാടകപഠനം ഇല്ലേ?"

"നീയിവിടെ..?"

"അമ്മയേയും കൂട്ടി വൈദ്യരെ കാണാൻ വന്നതാ.. അപ്പോഴാണ് ഇവിടെ നില്ക്കുന്നത് കണ്ടത്."

ഏറെക്കാലമായി അവളെക്കുറിച്ച് ഒരു വിവരവുമില്ല. മൊയാരത്ത് വീട്ടിൽനിന്ന് പോയി എന്ന് മാത്രമേ അമ്മ പറഞ്ഞുള്ളൂ. അവിചാരിതമായി മുമ്പിൽ പ്രത്യക്ഷപ്പെട്ടിരിക്കുന്നു.

ഇത്രയും കാലം അവൾ എവിടെയായിരുന്നു എന്ന് ചോദിക്കാത്തതിൽ നേരിയ കുറ്റബോധം തോന്നി.

"എന്നേയും നടിക്കാൻ കൂട്ടുമോ?"

മൊയാരം അമ്പരപ്പോടെ അവളെ നോക്കി.

"നീയ് നാടകത്തിൽ നടിക്കുമോ?"

അവൾ ചിരി കൈയൊഴിയാതെ തലയാട്ടി.

"സ്ത്രീകൾ നാടകം കളിക്കുമോ?"

"അതെന്താ കളിച്ചാല്..."

"ഇതുവരെ കേട്ടിട്ടില്ല. പിന്നെ തെക്ക് ഓച്ചിറവേലുക്കുട്ടിയാണ് സ്ത്രീപാർട്ട്.. മലബാറിൽ ആരെങ്കിലും ഉണ്ടോ എന്നറിയില്ല."

"പെണ്ണുങ്ങളാരുമില്ലാ..?"

മൊയാരം ഒന്നാലോചിച്ചു.

"സ്വാമി ബ്രഹ്മവ്രതന്റെ അനാർക്കലിയിൽ സ്ത്രീ പാർട്ട് സ്ത്രീ തന്നെയാണ് എടുത്തത്.. കെ ദാമോദരൻ ഒരിക്കൽ പേരു പറഞ്ഞിരുന്നു. ആ.. ലക്ഷ്മി.. പള്ളുരുത്തി ലക്ഷ്മി.. പിന്നെ പത്തിരുപത് കൊല്ലം മുൻപ് മയ്യഴിയിൽ ഒരു സ്ത്രീ നാടകം കളിച്ചിട്ടുണ്ട്."

അവൾ അത്ഭുതത്തോടെ മൊയാരത്തെ നോക്കിയിട്ട് ചോദിച്ചു.

"തന്നെയോ.. അങ്ങനെയെങ്കിൽ എനിക്കും വരാം.. അല്ലേ..?"

"നീയിത്.. ഇത്തിരി മുന്നേ പറഞ്ഞിരുന്നെങ്കിൽ.. മലബാറിന്റെ ചരിത്രം മാറുമായിരുന്നു. ഒരു പെണ്ണ് നടിക്കുക എന്നുള്ളത്.. ആളുകളെ അത്ഭുതപ്പെടുത്തുമായിരുന്നു. എന്റെ മാനസിയുടെ.. വേഷം.. നാടകറിഹേഴ്സലൊക്കെ ഏതാണ്ട് കഴിഞ്ഞു. ഇനി അരങ്ങിൽ കയറുകയേ വേണ്ടൂ.. ദിവസം നിശ്ചയിച്ച് കത്തും അടിച്ചു.. സ്ത്രീ വേഷമുണ്ടെങ്കിൽ.."

മൊയാരത്തെ ഇത്ര ആവേശഭരിതനായി അവൾ ആദ്യമായി കാണുകയാണ്. ഒരു ഫലിതം പറയലിനപ്പുറത്ത് അവൾ ഒന്നും ആലോചിച്ചിരുന്നില്ല.. പക്ഷേ, ഈ നിമിഷം.. അദ്ദേഹം ആവശ്യപ്പെട്ടാൽ.. താൻ നടിച്ചേക്കും എന്നവൾ ഉറപ്പിച്ചു.

"മാനസിക്ക് യഥാർത്ഥ പെൺ വേഷംകിട്ടുമോ എന്ന് ഞാൻ പലരോടും അന്വേഷിച്ചിരുന്നു.. പക്ഷേ, എല്ലാർക്കും പേടിയായിരുന്നു. പക്ഷേ, നീ.. ഞാൻ.. ഒട്ടും ഓർത്തില്ല.."

ഈ നിമിഷം താൻ നടിക്കാൻ തയ്യാറാണെന്ന് വിളിച്ചു പറയാൻ അവൾ കൊതിച്ചു. ഇതുവരെ കാണാത്ത.. കേൾക്കാത്ത.. പള്ളുരുത്തി ലക്ഷ്മിയെപ്പോലെ ഒരു പെൺനടൻ..

എത്രയോ കാലമായി കാണാത്ത ഒരാളെ വഴിവക്കിൽ വെച്ച് കാണുമ്പോൾ സംസാരിക്കേണ്ടുന്ന വിഷയം ഇതാണോ? മൊയാരത്തിന് അസ്വസ്ഥത തോന്നി. മനസ്സ് വായിച്ചതുപോലെ അവൾ പറഞ്ഞു.

"ശങ്കരേട്ടൻ വിചാരിക്കുന്നുണ്ടാവും ഇല്ലേ.. ഒരുപാട് കാലത്തിനു ശേഷം കണ്ടുമുട്ടുന്നയാൾ നാടകത്തെക്കുറിച്ചാണോ സംസാരിക്കേണ്ടതെന്ന്.. എല്ലാരും ചോദിക്കുന്ന ചോദ്യങ്ങൾ ശങ്കരേട്ടന് ഇഷ്ടപ്പെടില്ലാല്ലോ? ശങ്കരേട്ടന് സുഖാണോ?"

അയാൾ അതെയെന്ന് തലയാട്ടി.

"അമ്മയ്ക്കോ?"

അതേയെന്ന് പറയണമെന്ന് വിചാരിക്കുമ്പോഴേക്ക് കാർ മുമ്പിൽ വന്നു നിന്നു.

ഒരു കുഞ്ഞിന്റെ കൈ പിടിച്ച് ഒരു സ്ത്രീ അടുത്തേക്ക് വന്നു.

ആ സ്ത്രീ ചിരപരിചിതയെപോലെ തലയാട്ടി. അവളുടെ അമ്മയാവണം. കുട്ടിയുടെ മുഖത്തേക്ക് സംശയത്തോടെ നോക്കി.

"മകളാണ്..."

വണ്ടിയിലേക്ക് കയറുമ്പോൾ ആ കുഞ്ഞിനെ നോക്കി. അവളുടെ ഒരു ചെറിയ പതിപ്പ്.. ഒരു ജീവിതനാടകം അവസാനിച്ചു. വണ്ടിയിലിരിക്കുമ്പോഴും അവളെക്കുറിച്ച് തന്നെയാണ് ചിന്തിച്ചത്. എന്തിനെന്നറിയില്ല, ഒരിക്കൽ അവളെ ചീത്തവിളിക്കുന്ന ഇളയമ്മയുടെ ശബ്ദം ഉയർന്ന് കേട്ടത് ഇപ്പോൾ വ്യക്തമായി ഓർക്കുന്നു.

"നീയ്.. ആണുങ്ങളുടെ മുമ്പിൽ മാത്രമേ ബാലേ നടിക്കൂ.. അതോ..."

വാക്കുകൾ ഇളയമ്മ തന്നെ വിഴുങ്ങിയിട്ടുണ്ടാവണം..

മാനസിയും കല്യാണിയും പെൺവേഷങ്ങൾ തകർത്താടുന്നത് മൊയാരം കിനാവു കണ്ടു. അത് കിനാവ് മാത്രമായിരുന്നു... അതിനൊപ്പം മൊയാരത്ത് തറവാടിന് ചുറ്റും പുറംപണികളുമായി നടക്കുന്ന അവളേയും മൊയാരംകണ്ടു.. അവൾ അഭിനയിക്കുകയായിരുന്നില്ല...

മേവാഡ് പതനം നാടകത്തിനുവേണ്ടിയുള്ള നാടകമായിരുന്നില്ല അത്. രാഷ്ട്രീയവും ജീവിതവും പറയാനുള്ള വേറിട്ട ശ്രമമായിരുന്നു. പുതിയ തലമുറ നാടകത്തിനുവേണ്ടി കഠിനാദ്ധ്വാനം ചെയ്തു. ഉത്സവാന്തരീക്ഷത്തിൽ നാടകത്തിന്റെ ആദ്യപ്രദർശനം നടന്നു. ഓരോ സംഭാഷണവും ആളുകളുടെ കൈയടിയിൽ മുങ്ങി. മാനസിയുടെ ഹൃദയം തൊടുന്നവാക്കുകൾ ആളുകൾക്ക് പുതിയൊരു അനുഭവമായി മാറി.

"നമ്മളേക്കാൾ വലുതാണ് സമൂഹം. സമൂഹത്തേക്കാൾ വലുതാണ് മനുഷ്യത്വം. സമൂഹം മനുഷ്യത്വത്തെ ഇല്ലാതാക്കുമ്പോൾ മനുഷ്യത്വത്തിന്റെ മഹാനദിയിൽ ലയിപ്പിക്കണം. നാം മനുഷ്യരാകുന്ന നാൾ തിരിച്ചു വരും."

ജാതിയുടേയും മതത്തിന്റേയും കെട്ട് പൊട്ടിച്ച് മനുഷ്യർ ഒന്നായി തീരുന്ന ലോകം നാടകത്തിലൂടെ മൊയാരം പുനഃസൃഷ്ടിച്ചു.

"എല്ലാ അതിർത്തികളും ലംഘിച്ച് ആചാരങ്ങൾ ഇല്ലാതായി തീർന്നാൽ നാം വലിയവരായിത്തീർന്ന് പൗരാണിക ഗ്രന്ഥങ്ങൾ വലിച്ചെറിഞ്ഞ്, മറ്റുള്ളവരെ വെറുക്കാത്ത കാലത്ത് നാം പുതിയലോകത്തെ സ്വീകരിക്കും."

നാട്ടുകാരുടെ വൺസ്മോർ വിളിയിൽ മാനസി വീണ്ടും വീണ്ടും ഉരുവിട്ടു കൊണ്ടിരുന്നു. ആളുകൾ സംഭാഷണങ്ങൾ ഹൃദിസ്ഥമാക്കി.

"നാം ഭൂതകാലത്തിലല്ല ജീവിക്കുന്നത്. റാണാ പ്രതാപിന്റെ ഭൂതകാലം പാടിക്കൊണ്ട് നടന്നാൽ ഒന്നും സംഭവിക്കാനില്ല. വർത്തമാന കാലത്ത് സ്നേഹമെന്ന പുതിയ മതമുണ്ടാകും. നാം നമ്മെ ഉപേക്ഷിച്ച് മനുഷ്യത്വത്തെ തിരിച്ചറിയും."

ആളുകളുടെ ആത്മഹർഷങ്ങൾ മൊയാരത്തെ ചലിപ്പിച്ചു. കല എങ്ങനെയാണ് ഹൃദയംകൊണ്ട് സംവദിക്കുന്നതെന്ന് മനസ്സിലായി. തന്റെ ഉറങ്ങാത്ത രാത്രികൾ വെറുതെയായില്ല. രാഷ്ട്രീയപ്രവർത്തനം കലാപ്രവർത്തനം കൂടിയാണെന്ന് മൊയാരം മനസ്സിലാക്കി. ഒരേ കുടും

ബത്തിൽ പിറന്ന ഇന്ത്യൻ ജനത, ഹിന്ദുവും മുസ്ലീമുമായി വേറിട്ട് സാമ്രാജ്യത്വശക്തിയുടെ ഉപകരണമായിത്തീരുന്നുവെന്ന ബോദ്ധ്യപ്പെടുത്തൽ നാടകം സൃഷ്ടിച്ചു. സാമുദായികമായ വേർതിരിവുകളേക്കാൾ കുറേക്കൂടി വലിയവനാണ് മനുഷ്യൻ എന്ന അടിസ്ഥാനബോധം പ്രചരിപ്പിക്കാനുള്ള ഉപാധിയായി നാടകം മാറി.

യുവാക്കൾ വീണ്ടും ആ നാടകത്തെ അരങ്ങിലെത്തിക്കണമെന്ന് മൊയാരത്തോടാവശ്യപ്പെട്ടു. ഒരു ദേശം വളരുന്നത് അവിടെയുള്ള യുവാക്കളുടെ സാമൂഹിക ബോധത്തിലൂടെയായിരുന്നുവെന്ന് മൊയാരത്തിനറിയാമായിരുന്നു. അവരെ കൂടെകൊണ്ടു നടാത്താനുള്ള ഏറ്റവും മികച്ച പ്രവർത്തനം കല തന്നെയായിരുന്നു. പരമാവധി തെറ്റുകുറ്റങ്ങൾ തീർത്ത് ആവശ്യമായ തിരുത്തലുകൾ വരുത്തി ദ്വിജേന്ദ്രലാൽ റോയിയുടെ *മേവാഡ് പതനം* മയ്യഴിയിൽ അരങ്ങേറി. കോടിയേരിയിലുള്ളതുപോലെ നാട്ടുകാരുടെ സദസ്സായിരുന്നില്ല മയ്യഴിയിലേത്. കേട്ടറിഞ്ഞ് വന്ന ആളുകൾക്ക് പുറമെ വള്ളത്തോളിനെ പോലുള്ളവരും നാടകത്തിന്റെ കാഴ്ചക്കാരായി സദസ്സിൽ നിറഞ്ഞു. അവസാന രംഗത്ത് മഹാബത് ഖാനും റാണാ അമർസിങ്ങും തമ്മിലുള്ള കണ്ടുമുട്ടൽ കാണികൾ വീർപ്പടക്കി നിന്നാണ് സ്വീകരിച്ചത്. ഒരേ രക്തത്തിൽ പിറന്ന സഹോദരങ്ങൾ ശത്രുതയുടെ മേലങ്കിയണിഞ്ഞ് ഏറ്റുമുട്ടുകയാണ്. താൻ നടത്തിയത് ശരിക്കുവേണ്ടിയുള്ള യുദ്ധമാണെന്ന് മഹാബത്ഖാൻ പറഞ്ഞപ്പോൾ റാണ ചോദിച്ചു.

“ഒരു തീപ്പൊരികെടുത്താൻ സമുദ്രത്തെ പ്രവഹിപ്പിക്കുന്നതാണോ നീതിക്കു വേണ്ടിയുള്ള യുദ്ധം.”

ഇങ്ങനെയുള്ള ചോദ്യങ്ങൾ കാണികളെ അഗാധമായി സ്പർശിച്ചു. ബ്രിട്ടീഷ് രാജിനോടുള്ള പ്രതിഷേധമെന്ന നിലയിൽ നാടകം മാറിയിട്ടുണ്ടെന്ന് വള്ളത്തോൾ പറഞ്ഞു. നാടകത്തിലെ ഒരുദ്ധരണി വള്ളത്തോൾ എടുത്തു പറഞ്ഞു.

“ഒരു കുഞ്ഞു രാജ്യത്തെ മറ്റൊരു മഹാരാജ്യംകൊണ്ട് ഇല്ലാതാക്കുന്നതാണോ നീതി?”

ഈ ചോദ്യം മൊയാരത്തിന്റേതു തന്നെയായിരുന്നു. ചരിത്രം കൊണ്ട് വർത്തമാനകാലത്തിൽ ഇടപെടുകയായിരുന്നു മൊയാരത്ത് ശങ്കരൻ.

അലിഗറി ഓഫ് ദി കേവ്

പരിചിതമായ വഴിയാണെങ്കിലും അപരിചിതത്വത്തിന്റെ ഭാരവുമായി മൊയാരം നടന്നു. നിടുമ്പ്രത്തെ കാരാറത്ത് സ്കൂളിന്റെ മുമ്പിലെത്തിയിട്ടും ആലോചനയിൽ തന്നെയായിരുന്നു. ഇരുട്ടിൽ ലക്ഷ്യം തെറ്റിയവനെപ്പോലെ സംശയിച്ചു നിന്നു. വഴി തെളിയുന്നില്ല. ഇരുട്ടിൽ തന്നെ നിന്നു.

ദൂരെ നിന്ന് വരുന്ന ചൂട്ടിന്റെ വെളിച്ചത്തിലേക്ക് മൊയാരത്തിന്റെ കണ്ണുകൾ നീണ്ടു. വയലിലൂടെ ഇരുട്ടിനെ വകഞ്ഞു മാറ്റി ആ വെളിച്ചം കടന്നുവരികയാണ്. കുട്ടിക്കാലത്ത് വയലിലൂടെ പെട്ടെന്ന് കടന്നുവന്ന് അപ്രത്യക്ഷമാവുന്ന വെളിച്ചം കാണുമ്പോൾ ഇളയമ്മ പറഞ്ഞു പഠിപ്പിച്ചു തരും. അത് കൂളിച്ചൂട്ടാണ്. അങ്ങനെയാണെങ്കിൽ ആ കൂളിയെ എനിക്കൊന്ന് കാണണം എന്ന് പറഞ്ഞ് വയലിലേക്ക് കുതിക്കുമ്പോൾ ഇളയമ്മയുടെ നിലവിളി ഉയരുമായിരുന്നു. ശങ്കരൻ ഇനിയൊരിക്കലും തിരിച്ചുവരില്ലെന്നും തിരിച്ചുവന്നാൽ തന്നെ, കൂളിയുടെ ചൂട്ടിന്റെ ഉറവതേടി പോയാൽ സ്വാഭാവികജീവിതം ലഭിക്കാത്ത മനോനിലതെറ്റിയ ശങ്കരനായിരിക്കുമെന്നും ഇളയമ്മ ഭയപ്പെട്ടു. എല്ലാ ഭയത്തിന്റെ അടിയിലും വിധേയത്വത്തിന്റെ ഉടുപ്പിന്റെ അലങ്കാരങ്ങളുണ്ടാവുമെന്ന് അന്നേ അറിയാമായിരുന്നു. അതിനെ ചോദ്യം ചെയ്യുക എന്നുള്ളത് എല്ലായ്പ്പോഴും വിയോജിപ്പുകളോടൊപ്പം ജീവിക്കുക എന്നാണർത്ഥം. അത്ര എളുപ്പവുമല്ല.

ചൂട്ടിന്റെ വെളിച്ചം അടുത്തേക്ക് വന്നു. ചൂട്ടിന് ഒരു പട്ടാളച്ചിട്ടയുണ്ട്.

കുറ്റിപ്പുറത്ത് കേളനാണ്. അടുത്തേക്ക് വന്ന് ചൂട്ടുയർത്തി മുഖം നോക്കി. മൊയാരമാണെന്നറിഞ്ഞപ്പോൾ മുഖത്ത് സ്നേഹത്തിന്റെ ചൂട്ടുകൾ മിന്നി.

"എന്താ.. ഇരുട്ടത്ത്?"

"സമ്മേളനം കഴിഞ്ഞപ്പോൾ.. ഇത്തിരി വൈകി.."

"ഞാൻ മൊയാരത്ത് കൊണ്ട് ചെന്നാക്കാം.."

എതിരു പറഞ്ഞില്ല. കേളന്റെ പിന്നിലായി നടന്നു. വയൽ വരമ്പിലെ ചെളിയിലൂടെ നടക്കുമ്പോൾ കേളന്റെ ചെരുപ്പ് കരഞ്ഞു. അവശത ശരീരത്തെ ബാധിച്ചു തുടങ്ങിയപ്പോൾ കേളൻ സ്വഭാവത്തിന്റെ എല്ലാ പ്രത്യേകതകളും കൈയൊഴിഞ്ഞു. പക്ഷേ, എത്ര കഷ്ടപ്പെട്ടാണെങ്കിലും, എത്ര ദൂരം സഞ്ചരിച്ചാണെങ്കിലും കേളൻ കരയുന്ന ചെരിപ്പ് ഉപേക്ഷിച്ചില്ല. അത് കേളന്റെ പ്രതികാരത്തിന്റെ കഥയായിരുന്നു. കല്ക്കത്തെയിൽ നിന്ന് മൊയാരം തിരിച്ച ആ കാലഘട്ടത്തിലാണ് കേളൻ പട്ടാളത്തിൽ ചേരാൻ പോകുന്നത്. പിന്നെ കേളനെക്കുറിച്ച് വിവരങ്ങളൊന്നുമുണ്ടായിരുന്നില്ല. ഒന്നാം ലോകയുദ്ധത്തിൽ മരിച്ചെന്നായിരുന്നു കഥ. എന്നാൽ ഒന്നാം ലോകയുദ്ധം കഴിഞ്ഞ് ഏറെ നാളാകുന്നതിനുമുമ്പ് കേളൻ തിരിച്ചെത്തി. പഴയ കേളനായിരുന്നില്ല. തലതാഴ്ത്തി, എല്ലാവരേയും പേടിയോടെ കണ്ട, മൊയാരത്ത് തറവാട് മാത്രമല്ല, മൊയാരത്ത് വയൽ പോലും ഭീതിദമായി കണ്ട കേളൻ പുതിയ ഒരാളായിത്തീർന്നിരിക്കുന്നു. നിടുമ്പ്രത്ത് കൂടെ, കുറ്റിപ്പുറത്ത് കേളൻ ചെരിപ്പിട്ട് നടക്കുന്നത് സകല നായന്മാരുടേയും ഉറക്കംകെടുത്തി. ഒടുവിൽ കേളനെ വിളിച്ച് താക്കീത് ചെയ്തു. ജാതിയിൽ താണവൻ ചെരിപ്പിട്ടാൽ കാലുകൊത്തുമെന്നായിരുന്നു ഭീഷണി. എന്നാൽ നിടുമ്പ്രത്തെ, ചൊക്ലിയിലെ എല്ലാ ജാതിക്കോമരങ്ങളേയും പരിഹസിച്ചുകൊണ്ട് കേളൻ കരയുന്ന ചെരിപ്പുമായി നടക്കാൻ തുടങ്ങി. നാടുണരുന്ന കാലത്ത് കേളനെ ഒതുക്കുക എളുപ്പമായിരുന്നില്ല. കേളൻ ഇപ്പോഴും പട്ടാളച്ചിട്ടയിൽ നടക്കുന്നു.

പിന്നീടൊരിക്കൽ കണ്ടപ്പോൾ പറഞ്ഞു.

''തോല്ക്കാതിരിക്കണമെങ്കിൽ ജയിക്കുകയാണ് എളുപ്പവഴി. ഇങ്ങോട്ടാക്രമിക്കുന്നതിനുമുമ്പ് അങ്ങോട്ട് കടന്നാക്രമിക്കുക.. അത് കാടിന്റെ നിയമമാണ്. അതാണ് പട്ടാളക്കാരെയും പഠിപ്പിക്കുന്നത്. വെറും ചെരിപ്പ് ദേഷ്യമാണെങ്കിൽ കരയുന്ന ചെരിപ്പ് ഭയമായി മാറും. പൂച്ചയുടെ പിന്നാലെ ഓടുന്ന നായയെ പോലെയാണ് ജീവിതം. അത് നമ്മെയിട്ട് വട്ടം കറക്കും. പക്ഷേ, പൂച്ചയൊന്ന് തിരിഞ്ഞു നിന്നാൽ എല്ലാ നായകളും വിറയ്ക്കും."

അന്ന് ചിരിച്ചെങ്കിലും കേളൻ പറഞ്ഞതിൽ യുക്തിയുണ്ടായിരുന്നു. ജീവിതം കേളനെ പഠിപ്പിച്ച ജ്ഞാനത്തിൽനിന്ന് ഉരുവം കൊണ്ടതായിരുന്നു ആ വാക്കുകൾ.

മൊയാരത്തെ കുളത്തിനടുത്തെത്തിയപ്പോൾ കേളനോട് പറഞ്ഞു.

"ഇത്തിരി നേരം ഇവിടെ ഇരിക്കട്ടെ.. കുറച്ച് കഴിഞ്ഞ് പോയ്ക്കോളാം.."

കേളൻ ചൂട്ടും വീശി പട്ടാളച്ചിട്ടയിൽ നടന്ന് പോയി.

തനിച്ചിരുന്നപ്പോൾ ഇരുട്ടിൽ, ഒരു ഗുഹയ്ക്കുള്ളിലേത് പോലെയായി.

നേർത്ത നിലാവ് തെളിഞ്ഞുവരുമ്പോൾ, നിഴലുകൾ കഥ പറയാൻ തുടങ്ങി. നിഴലുകൾ യഥാർത്ഥമാണെന്ന് തെറ്റിദ്ധരിച്ച് ആയുസ് പാഴാക്കുന്ന മനുഷ്യൻ. അലിഗറി ഓഫ് ദി കേവ്. പ്ലേറ്റോയുടെ *റിപ്പബ്ലിക്.* എം പി നാരായണമേനോൻ ജയിലിൽനിന്ന് കണ്ടപ്പോൾ ചോദിച്ച ആദ്യത്തെ ചോദ്യം അതായിരുന്നു.

"ശങ്കരൻ നമ്പ്യാർ പ്ലേറ്റോയുടെ *റിപ്പബ്ലിക്ക്* വായിച്ചിട്ടുണ്ടോ?"

ഉണ്ടെന്ന് പറഞ്ഞപ്പോൾ തുടർന്നു.

"തത്ത്വജ്ഞാനിയുടെ ഭരണമാണ് പ്ലേറ്റോ സ്വപ്നം കാണുന്നത്. ജനാധിപത്യത്തെ പ്ലേറ്റോ പരിഹസിക്കുന്നുണ്ട്."

സംസാരം തുടർന്നില്ല. മറ്റ് തടവുകാർ സംസാരത്തെ മുറിച്ചുകളഞ്ഞു.

എന്തുകൊണ്ടായിരിക്കും എം പി നാരായണമേനോൻ ഇത്രയും കാലം ജയിലിൽ കിടക്കേണ്ടി വന്നത്? മാപ്പ് പറയാത്തതുകൊണ്ട് മാത്രമായിരുന്നോ? അല്ലെങ്കിൽ കോൺഗ്രസിൽ ആർക്കും നാരായണമേനോൻ പുറത്തിറങ്ങുന്നത് അംഗീകരിക്കാൻ പറ്റാത്തത് കൊണ്ടോ?

ഇന്നലെ എം പി നാരായണമേനോൻ ജയിൽ മോചിതനായിരിക്കുന്നു. നീണ്ട പതിനാല് വർഷങ്ങൾക്ക് ശേഷം...

ചൊക്ലി ശ്രീനാരായണഗുരു സ്മാരകവായനശാലയുടെ ആഭിമുഖ്യത്തിൽ ഗാന്ധിദിനം വ്യത്യസ്തമായ പരിപാടികളോടെ ആഘോഷിക്കാൻ തീരുമാനിച്ചു. മേനപ്രം ബോയ്സ് സ്കൂൾവരെ ഘോഷയാത്ര, ഉച്ചയ്ക്ക് ടി കൃഷ്ണന്റെ വസതിയിൽ ഹരിജനങ്ങൾക്ക് ഭക്ഷണം എന്നിവയുണ്ടായി. പൊതുയോഗത്തിൽ സി കെ ഗോവിന്ദൻ നായർ, ടി നാരായണൻ നമ്പ്യാർ, എ കെ ഗോപാലൻ എന്നിവർ പ്രസംഗിച്ചു.

പ്രമേയമവതരിപ്പിക്കണമെന്ന നിർദ്ദേശത്തെ ആരും എതിർത്തില്ല.

പ്രമേയമവതരിപ്പിച്ചത് മൊയാരത്ത് ശങ്കരൻ ആയിരുന്നു.

"ഏറനാട് കലാപത്തിൽ ബന്ധനസ്ഥനായി ജീവപര്യന്തം ശിക്ഷിക്കപ്പെട്ട കേരളത്തിലെ സുപ്രസിദ്ധനായ രാഷ്ട്രീയനേതാവായ എം പി നാരായണമേനോൻ ഇന്നലെ ബന്ധനവിമുക്തമായതിനാൽ ഈ യോഗത്തിനുള്ള അളവറ്റ സന്തോഷത്തെ ഇവിടെ രേഖപ്പെടുത്തുകയും ഗവൺമെന്റിനോട് അദ്ദേഹം മാപ്പ് ചോദിക്കുകയോ മേലിൽ അപ്രിയ കാര്യത്തിൽ പങ്ക് കൊള്ളുകയില്ലെന്ന് വാഗ്ദാനം ചെയ്യുകയോ ചെയ്താൽ ഇതിന് എത്രയോമുമ്പ് തന്നെ ഗവൺമെന്റ് അദ്ദേഹത്തെ വിട്ടയക്കുമെന്ന് അറിയിച്ചിരുന്നുവെങ്കിലും അങ്ങനെയൊന്നും ചെയ്യാതെ ആജീവനാന്തം ജയിലിൽ കഴിയാൻ ഒരുങ്ങിയ ആ നേതാവിന്റെ കർമ്മധീരതയെ ഈ യോഗം ഹാർദ്ദമായി അഭിനന്ദിക്കുകയും ചെയ്യുന്നു."

ടി കൃഷ്ണൻ പ്രമേയത്തെ പിന്തുണച്ചു.

യോഗം കഴിഞ്ഞപ്പോൾ കൃഷ്ണനാണ് തുടങ്ങിവെച്ചത്.

"എം പിയോട് കോൺഗ്രസ് നീതിപുലർത്തിയില്ലെന്നാണ് എന്റെ അഭിപ്രായം. എം പിക്കും അതനുഭവപ്പെട്ടിട്ടുണ്ടാവുമെന്നാണ് എനിക്ക്

തോന്നുന്നത്. ശങ്കരേട്ടൻ മദിരാശി ജയിലിൽ വെച്ച് നാരായണമേനോനെ കണ്ടിരുന്നില്ലേ?"

"കണ്ണൂർ ജയിലിൽ നിന്ന്, അച്ചടക്കമില്ലാത്ത ഞങ്ങൾ ഒൻപത് പേരെ മദിരാശിയിലേക്ക് മാറ്റിയപ്പോൾ നാരായണമേനോൻ അവിടെ ഉണ്ടായിരുന്നു. അയാൾ വലിയ അച്ചടക്കക്കാരനായിരുന്നു. നാരായണ മേനോനോട് മാത്രമല്ല. അതിനുമുമ്പ് മാപ്പിള ലഹളയുടെ കാര്യത്തിലും കോൺഗ്രസ് നീതികാണിച്ചിട്ടില്ലെന്ന് എനിക്കഭിപ്രായമുണ്ട്."

മൊയാരത്തിന്റെ മനസ്സു നിറയെ 25 ൽ കുറ്റ്യാടി മദ്രസത്തുൽ ഇസ്ലാമിയയുടെ ഉദ്ഘാടനസമയത്ത് എത്തിയ ആമുസാഹിബ് പറഞ്ഞകാര്യമായിരുന്നു. അന്നവിടെ മുഹമ്മദ് അബ്ദുറഹിമാനും ഉണ്ടായിരുന്നു. മലബാർ ജില്ലാപൊലീസ് സൂപ്രണ്ടായ ഹിച്ച് കോക്കിന് ചേർന്ന ഡെപ്യൂട്ടി സൂപ്രണ്ടായിരുന്നു ആമുസാഹിബ്.

"മലയാളത്തിലെ കോൺഗ്രസുകാർ ലഹളക്കാരെ സഹായിച്ചില്ല. മഞ്ചേരി കോൺഫറൻസിൽ വലിയ ഹിന്ദുമുസ്ലിം മൈത്രിയും കുടിയാൻ സഹഭാവവും നാലു നാവിട്ട് പ്രസംഗിച്ച മാധവൻനായർ കൂടി ലഹള പൊട്ടിപുറപ്പെട്ടപ്പോൾ മാപ്പിളമാരെ കുറ്റപ്പെടുത്തി കൈയൊഴിഞ്ഞു. പുറമേയുള്ള സർവ്വേന്ത്യാനേതാക്കന്മാരും ലക്ഷോപലക്ഷം അനുയായികളും ലഹളക്കാർ പ്രതീക്ഷിച്ചതുപോലെ ഏറനാട്ടിലേക്ക് സഹായത്തിനെത്തിയില്ല. ആലി മുസലിയാർ ഹതാശനായി."

മഞ്ചേരിയിൽനിന്ന് മാറിനില്ക്കാൻ തയ്യാറാവാത്ത ഒരേ ഒരു കോൺഗ്രസുകാരനായിരുന്നു എം പി നാരായണമേനോൻ. മാപ്പിളമാർ വിശ്വസിച്ച ഒരേ ഒരു കോൺഗ്രസ് നേതാവ്. 21 സെപ്തംബറിൽ ഒരു കൊലയാളിയെപ്പോലെ കൈയിലും കാലിലും ചങ്ങലയിട്ട് പൂട്ടി, മലപ്പുറത്ത് നിന്ന് തിരൂർ വരെ 30 നാഴിക നടത്തിച്ച്, അതിക്രൂരമായി കൊണ്ട് പോയി. എന്നാൽ ആദ്യ കേരളപ്രദേശ് കോൺഗ്രസ് സെക്രട്ടറിയായിരുന്ന കെ മാധവൻ നായർ അതിന് മുമ്പ് തന്നെ മഞ്ചേരിയിൽനിന്ന് ഒളിച്ചോടിയിരുന്നു. കലാപം അവസാനിക്കുംവരെ ഏറനാട്ടിലോ വള്ളുവനാട്ടിലോ പോകുന്നതല്ല എന്നും യാതൊരു രാഷ്ട്രീയ പ്രവർത്തനം നടത്തുന്നതല്ലെന്നും തോമസിന് എഴുതിക്കൊടുത്തു. അന്നത്തെ കേരള പ്രദേശ് കോൺഗ്രസ് സെക്രട്ടറി കെ പി കേശവമേനോൻ ഏറനാട്ടിലേക്ക് പോയേ ഇല്ല. കലാപകാലത്ത് പേടിച്ചൊതുങ്ങിയിരുന്ന മേനോൻ മദിരാശിയിലേക്ക് പോയി വക്കീൽ പണി തുടങ്ങി.

ഏറെ നേരത്തെ ആലോചനയ്ക്ക് ശേഷം മൊയാരം പറഞ്ഞു.

"ജയിലിൽ വെച്ച് പറയുന്നത് കേട്ടിരുന്നു. ജഡ്ജി പാക്കൻ ഹാംവാൽഷ് പറഞ്ഞ ഒരു തമാശ.. ഒരു വ്യക്തിക്ക് കെ മാധവൻ നായരെപ്പോലെയും കേശവമേനോനെപ്പോലെയുമുള്ള സുഹൃത്തുക്കളുണ്ടായാൽ അയാൾക്ക് പിന്നെ ശത്രുക്കളുടെ ആവശ്യമുണ്ടാകില്ല എന്ന്.."

സി കെ ഗോവിന്ദൻ നായർ ഒന്നമർത്തിമൂളി.

"കോൺഗ്രസ് ഇടപെട്ടില്ലെന്ന് പറയരുത്. മഹാത്മജിയുൾപ്പെടെ

യുള്ളവർ ഇടപെട്ടു എന്നാണ് ഞാൻ മനസ്സിലാക്കുന്നത്."

"എന്നിട്ടും പതിനാല് വർഷം എം പി ജയിലിൽ കിടന്നു. അതെന്നെ അത്ഭുതപ്പെടുത്തുന്നു."

കൃഷ്ണൻ പറഞ്ഞപ്പോൾ മൊയാരം തുടർന്നു.

"രണ്ടാം വട്ടമേശസമ്മേളനത്തിന് മഹാത്മജി ലണ്ടനിൽ പോയപ്പോൾ ബ്രിട്ടീഷ് അധികാരികളുമായി സംസാരിച്ചിരുന്നു എന്നാണ് മനസ്സിലാക്കാൻ സാധിച്ചത്. മാപ്പ് പറഞ്ഞാൽ എം പിയെ വിട്ടയക്കാമെന്നാണ് അവർ അറിയിച്ചത്. എം പി അതിനു തയ്യാറായില്ല."

കള്ളിമുണ്ടും അരക്കൈയൻ ഷർട്ടും ധരിച്ച് പൊതു സ്ഥലങ്ങളിൽ എം പി പ്രത്യക്ഷപ്പെട്ടിരുന്നു. മാപ്പിളവേഷം എന്ന് പറഞ്ഞ് ബ്രിട്ടീഷുകാരും ഹിന്ദു പ്രമാണിമാരും നാരായണമേനോനെ പരിഹസിച്ചിരുന്നു. പഠിക്കുന്ന സമയത്ത് തന്നെ ഷെർവാണിയും കുർത്തയും ടർക്കിഷ് തൊപ്പിയും ഒക്കെ ധരിച്ച് മുസ്ലിം വേഷത്തിൽ എത്തിയ നാരായണമേനോനെ പ്രിൻസിപ്പൽ വിളിപ്പിച്ചു.

"ഒരു നായർ തറവാട്ടിൽ പിറന്ന താൻ എന്തിനാണ് മുസ്ലിം വേഷം ധരിക്കുന്നത്?"

മറുപടി പെട്ടെന്നായിരുന്നു.

"വിദ്യാർത്ഥികൾ യൂറോപ്യൻ വസ്ത്രം ധരിക്കുന്നതിൽ അപാകത തോന്നാത്ത അങ്ങേക്ക് അവർ ഇന്ത്യൻ മുസ്ലിങ്ങളുടെ ഡ്രസ് ധരിക്കുന്നതിൽ വിരോധമുണ്ടാകേണ്ട കാര്യമില്ല. നായർ വിദ്യാർത്ഥികൾ മുസ്ലിം വേഷം ധരിക്കരുത് എന്ന വിലക്ക് കോളേജിന്റെ നിയമങ്ങളിലൊന്നുമുള്ളതായി എനിക്കറിയില്ല."

തമ്പുരാക്കന്മാരുടേയും ജാതിയിൽ ഉയർന്നവരുടേയും കോൺഗ്രസിൽനിന്ന് എം പി നാരായണമേനോൻ വ്യത്യസ്തനായിരുന്നു. നായന്മാരും നമ്പൂതിരിമാരും തമിഴ് ബ്രാഹ്മണരും മലബാർ കോൺഗ്രസിനെ പ്രതിനിധീകരിച്ച കാലത്ത് കുടിയാന്മാരോടോ താഴ്ന്ന ജാതിയിൽ പെട്ടവരോടോ മാപ്പിളമാരോടോ പരിഗണനപോലും കാണിച്ചില്ല. ആ ഘട്ടത്തിലാണ് നാരായണമേനോൻ എന്ന ഏറനാട്ടിലെ കോൺഗ്രസ് സെക്രട്ടറിയെക്കുറിച്ച് കേൾക്കുന്നത്. കല്ക്കത്തയിൽ പോകുന്നതിനുമുമ്പ്, പയ്യോളി പുറക്കാട് സ്കൂളിൽ അദ്ധ്യാപകനായ സമയത്താണ് നാരായണമേനോനെ ആദ്യം കണ്ടത്.

17 ഏപ്രിലിലെ കോൺഗ്രസ് സമ്മേളനത്തിൽ പങ്കെടുത്തപ്പോൾ തന്നെ മൊയാരം സംശയിച്ചിരുന്നു. എന്തുകൊണ്ടാണ് രാജഭക്തിയിൽ നിന്ന് കോൺഗ്രസ് പുറത്ത് കടക്കാത്തതെന്ന്. ഈ സംശയത്തെ അതെ അർത്ഥത്തിൽ തിരിച്ചറിഞ്ഞ നേതാവാണ് എം പി നാരായണമേനോൻ എന്ന് അന്ന് മനസ്സിലാക്കി. രാജഭക്തരുടെ സംഘടനയായ കോൺഗ്രസ്, യുദ്ധസഹായത്തിനായി പ്രമേയം അവതരിപ്പിച്ചപ്പോൾ എം പി നാരായണമേനോൻ എതിർത്തു.

"യുദ്ധക്കടം വകയിൽ നാം കൊടുക്കണമെന്ന് പറയുന്ന പണം

ഇന്ത്യയിലെ ഗവണ്മെന്റ് നമ്മോടു കടമായി വാങ്ങി ഇംഗ്ലണ്ടിലെ ഗവൺമെന്റിന് ദാനമായി കൊടുക്കുന്നതാണ്. ഇത് നീതിയാണെന്ന് തോന്നുന്നില്ല. നാം തന്നെ ഇംഗ്ലണ്ടിൽ നിന്നു വലിയ സംഖ്യകൾ കടം വാങ്ങിക്കൊണ്ടിരിക്കുമ്പോൾ നാമെങ്ങനെ ഇംഗ്ലണ്ടിന് ദാനം കൊടുക്കും? അധമർണ്ണൻ ഉത്തമർണ്ണന് ദാനംകൊടുക്കുകയോ? ഇത് നല്ല പുതുമ തന്നെ."

ഇന്ത്യാഗവൺമെന്റ് യുദ്ധക്കടം പിരിച്ച് ഇംഗ്ലണ്ടിന് ദാനമായി കൊടുക്കുന്നത് ആക്ഷേപാർഹമാണെന്ന് നാരായണമേനോൻ പറഞ്ഞപ്പോൾ രാജഭക്തരായ സാമൂതിരിയേയും സി കുഞ്ഞുരാമമേനോനെയും മറ്റുള്ളവരേയും ചൊടിപ്പിച്ചു. എന്നാൽ മൊയാരവും കെ അപ്പുനായരും യുവാക്കളായ കുറച്ചുപേരും സന്ദർശകഗാലറിയിലെ കുറച്ച് വിദ്യാർത്ഥികളും കൈയടിച്ച് അംഗീകരിച്ചു. എന്നാൽ ബ്രിട്ടീഷ് ഭക്തരുടെ തീരുമാനം അംഗീകരിക്കപ്പെട്ടു.

മഞ്ചേരി സമ്മേളനത്തോടെ കോൺഗ്രസിലേക്ക് കർഷകരും കുടിയാന്മാരും വന്നു തുടങ്ങി. എം പി നാരായണമേനോന്റെ യത്നമായിരുന്നു അത്. ആ സമ്മേളനത്തിൽ പരമ്പരാഗത വേഷത്തിൽ മുസ്ലിം കർഷകരെ എത്തിച്ചത് എം പിയാണ്. മറ്റ് കോൺഗസുകാരിൽ നിന്ന് വ്യത്യസ്തമായി ജാതിയേയും മതത്തേയും കാണാനുള്ള കഴിവ് എം പി നാരായണ മേനോനുണ്ട്.

മഞ്ചേരിയിൽ സമ്മേളനത്തിൽ, ഏറനാട് സെക്രട്ടറിയായ നാരായണമേനോന് ചുമതലയുണ്ടായിരുന്നു. രോഗാവസ്ഥയിൽ സമ്മേളനത്തിൽ പങ്കെടുത്തതിനാൽ മൊയാരത്തിന്റെ ശരീരവും മനസ്സും അസ്വസ്ഥമായിരുന്നു. ഒരിടവേളയിൽ ശാരീരികവിഷമതകൾ പറഞ്ഞുകൊണ്ടായിരുന്നു തുടങ്ങിയത്. പിന്നീട് ആനിബസന്റിന്റെ നിലപാടുകളായിരുന്നു ചർച്ചയായത്.

"ശങ്കരൻ നമ്പ്യാരേ കസ്തൂരി രങ്ക അയ്യങ്കാരും രാമയ്യരും പറഞ്ഞ നിലപാടുകളുമായി മുന്നോട്ട് പോവുക സാദ്ധ്യമല്ല. നിസ്സഹകരണ പ്രസ്ഥാനത്തിനെതിരെ പ്രമേയം പാസാക്കി മേധാവിത്തം ഉറപ്പിക്കുകയാണ് ആനിബസന്റിന്റെയും കൂട്ടരുടേയും ശ്രമം. അത് നടക്കാൻ പോകുന്നില്ല."

"കോഴിക്കോട്ട് നിന്ന് മഞ്ചേരി രാമയ്യർ ലോറിയിൽ പ്രതിനിധികളെ കൊണ്ട് വരുമ്പോഴേ ഞാൻ സംശയിച്ചതാണ്. അതിനു പിന്നിൽ കോൺഗ്രസ് സമ്മേളനം ജയിപ്പിക്കുകയല്ല ലക്ഷ്യമെന്ന്.."

"നിങ്ങൾ നോക്കിക്കൊള്ളൂ.. ജനങ്ങളുടെ താല്പര്യമാണ് ജയിക്കുക. ഈ സമ്മേളനത്തിൽ പങ്കെടുക്കുന്ന മൂവ്വായിരത്തോളം പ്രതിനിധികളിൽ, ന്യായത്തിനുവേണ്ടി ഉറച്ച് നില്ക്കുമെന്ന് ഞാൻ പ്രതീക്ഷിക്കുന്ന ചിലരുണ്ട്. അതവരാണ്.."

നേരത്തെ തന്നെ കൗതുകം തോന്നിയ ഒരു കാര്യമായിരുന്നു അത്. ഏറനാട്, വള്ളുവനാട് ഭാഗത്ത് നിന്ന് സമ്മേളനത്തിന് എത്തിച്ചേർന്ന മാപ്പിളപ്രതിനിധികളായിരുന്നു അത്.

നാരായണമേനോൻ തുടർന്നു.

"നിങ്ങൾക്ക് വിശ്വസിക്കാൻ പറ്റിയ ഒരു ജനസമൂഹം ഉണ്ടെങ്കിൽ അത് മലബാറിലെ ഈ മാപ്പിളകർഷകരാണ്.. മാപ്പിള കർഷകരും ജാതിയിൽ താണ ഹിന്ദുക്കളുമില്ലെങ്കിൽ എന്ത് കോൺഗ്രസ്..? സഹകരണ ത്യാഗത്തിന്റെ പ്രമേയം മാത്രമല്ല കെ പി രാമൻ മേനോൻ മറ്റൊരു പ്രമേയം കൂടി ഇന്നവതരിപ്പിക്കുകയാണ്. ഇന്ത്യയിലെ കോൺഗ്രസിന് ചെയ്യാൻ പറ്റാത്തത് മലബാറിലെ കോൺഗ്രസ് ചെയ്യുകയാണ്. കർഷകാശ്വാസത്തിനും ഭൂനിയമപരിഷ്കരണത്തിനുമുള്ള ബിൽ പാസാക്കണം എന്ന പ്രമേയം."

നാരായണമേനോന്റെ കൃത്യമായ ആസൂത്രണമായിരുന്നു യോഗത്തിനെത്തിയ നൂറ് കണക്കിന് മാപ്പിള പ്രതിനിധികൾ. ആനി ബസന്റിന്റെ വ്യക്തിമാഹാത്മ്യമല്ല, കേരളത്തിന്റെ സ്വാതന്ത്ര്യദാഹമാണ് വിജയിക്കുക എന്നുള്ളത് ഉറപ്പായിരുന്നു.

ആ സമ്മേളനം എം പി നാരായണമേനോന്റെ കാഴ്ചപ്പാടുകൾക്കകത്ത് നിന്നാണ് രൂപംകൊണ്ടത്. കോൺഗ്രസിനെ ജനങ്ങൾക്കിടയിലേക്ക് ഇറക്കിക്കൊണ്ട് വരണമെന്ന തീരുമാനത്തിന്റെ ഭാഗമായിരുന്നു അയിത്തോച്ചാടനപ്രമേയം. അതിന്റെ പ്രാധാന്യം കോൺഗ്രസിൽ ബോദ്ധ്യപ്പെടുത്താൻ മൊയാരത്തിനായി. നിസ്സഹകരണ പ്രമേയം, കുടിയാൻ പ്രമേയം, അയിത്തോച്ചാടന പ്രമേയം എന്നിവ മലബാറിലെ മാപ്പിളമാർ വിജയിപ്പിച്ചു എന്നു പറയുന്നതാവും ശരി.

ഏപ്രിൽ 29 ന് രാവിലെ മൊണ്ടേഗ്-ചെംസ്ഫോർഡ് ഭരണപരിഷ്കാരത്തെ എതിർത്തുകൊണ്ടുള്ള പ്രമേയം കെ പി രാമൻ മേനോൻ അവതരിപ്പിച്ചു.

"പൂർണ്ണമായ ഉത്തരവാദഭരണത്തിന് ഇന്ത്യ തികച്ചും അർഹമാണ്. ഇന്ത്യയുടെ ഈ ന്യായമായ അവകാശം മൊണ്ടേഗു ഭരണപരിഷ്കാര റിപ്പോർട്ടിൽ തീരെ അവഗണിക്കപ്പെട്ടിരിക്കുന്നു. ഈ പരിഷ്കാരാഭാസം അതൃപ്തികരവും പ്രതിഷേധാർഹവുമാകുന്നു."

ആനിബസന്റ് അതിന് ഭേദഗതിയും അവതരിപ്പിച്ചു. മാപ്പിള കർഷകരുടെ മഹാസമുദ്രത്തെ പരാജയപ്പെടുത്താനാവില്ല എന്ന് തിരിച്ചറിഞ്ഞപ്പോൾ ആനിബസന്റും സംഘവും ഇറങ്ങിപ്പോയി. ഇന്ത്യൻ രാഷ്ട്രീയരംഗത്ത് നിന്ന് ആനി ബസന്റ് ഇറങ്ങിപ്പോയി എന്നു പറയുന്നതാവും ശരി. അതിന് കാരണക്കാരനായി തീർന്നത് എം പി നാരായണമേനോനായിരുന്നു. കോൺഗ്രസിന്റെ നാലു വർഷികസമ്മേളനങ്ങളിലും രാജഭക്തി പ്രകടിപ്പിച്ച്, ബ്രിട്ടീഷ് മഹാരാജ്യത്തെ അഭിനന്ദിക്കാൻ മാത്രമേ സമയം കണ്ടെത്തിയിരുന്നുള്ളൂ. എന്നാൽ ആനിബസന്റും സംഘവും ആദ്യമായി ജനങ്ങളുടെ താല്പര്യത്തിനു മുമ്പിൽ പരാജയപ്പെട്ടു.

മലബാർ കലാപകാലത്ത് മാപ്പിളപ്പോരാളികൾ അംഗീകരിക്കുകയും അനുസരിക്കുകയും ചെയ്ത ഏക കോൺഗ്രസ് നേതാവ്.

തീരുമാനങ്ങളിൽ ദൃഢത, നിശ്ചയദാർഢ്യം, മറ്റാർക്കും മനസ്സി

ലാകാത്ത കരുത്തുള്ള എം പി ജയിലിൽ ശാന്തനായിരുന്നു. മഹാത്മ ജിയുടെ നിർദ്ദേശത്തിന് പോലും വഴങ്ങാത്ത ഒരു കോൺഗ്രസുകാരൻ.. അദ്ദേഹത്തെ മനസ്സിലാക്കുക എളുപ്പമല്ലെന്ന് മൊയാരത്തിന് തോന്നി.

ഗുഹയ്ക്കുള്ളിലെ നിഴലുപോലെ, യഥാർത്ഥമാണെന്ന് കരുതി എം പി നാരായണ മേനോൻ കോൺഗ്രസിനുവേണ്ടി തന്റെ ജീവിതം ജയിലിൽ പാഴാക്കുകയായിരുന്നോ? അങ്ങനെ ചിന്തിക്കുന്നത് വ്യർത്ഥ മാണെന്ന് മൊയാരത്തിനു തോന്നി. ഇഷ്ടപ്പെട്ട ജീവിതത്തെ കണ്ടെടുക്കു കയാണല്ലോ ഓരോ പോരാളിയും..

ഒരു നിലവിളിയാണ് ഉറക്കത്തെ തകർത്ത് കളഞ്ഞത്.. മുമ്പിൽ ഇള യമ്മ. ഞെട്ടലോടെ കണ്ണുതുറന്നു. കുളപ്പടവിൽ ഒരു ശവശരീരം പോലെ കിടക്കുകയായിരുന്നു.

ഇന്നലെ ഈ ഗുഹയ്ക്കുള്ളിൽ കുരുങ്ങിക്കിടക്കുകയായിരുന്നു.. ഇരു ന്നുറങ്ങുകയായിരുന്നു എന്ന് ഞെട്ടലോടെ അറിഞ്ഞു... നിഴലുകൾമാത്രം നിറഞ്ഞ ഗുഹയല്ല ഇന്ത്യൻ നാഷണൽ കോൺഗ്രസ് എന്ന് അവനവനെ യെങ്കിലും ബോദ്ധ്യപ്പെടുത്തേണ്ടതുണ്ട്.. മൊയാരം എഴുതാൻ തുടങ്ങി..

ചരിത്രമെഴുതുമ്പോൾ...

ഇന്ത്യൻ നാഷണൽ കോൺഗ്രസിന്റെ ചരിത്രമെഴുതുക എന്ന തീരുമാനം ഭാരിച്ച ഒരു ഉത്തരവാദിത്വം തന്നെയായിരുന്നു. ജയിലിൽ നിന്ന് തയ്യാറാക്കിയ പ്രാഥമികമായ കുറിപ്പുകൾക്കപ്പുറം ആഴമേറിയ വായനയും എഴുത്തും നിസ്സാരമായിരുന്നില്ല. ചരിത്രത്തെ ബലി കഴിക്കാതെ, എന്നാൽ ഹൃദ്യമായി വായിക്കാനുതകുന്ന ഒരു ചരിത്ര പുസ്തകം എങ്ങനെ രൂപപ്പെടുത്തും? ആലോചനകളും കുറിപ്പുണ്ടാക്കലും തുടർന്നു. കിട്ടാവുന്ന പുസ്തകങ്ങളൊക്കെ വരുത്തി. തലക്കെട്ട് കുറിച്ചു.

"ഇന്ത്യയുടെ പുരാതനചരിത്രം.."

എഴുതിയപ്പോൾ സംശയിച്ചു. ഇന്ത്യയുടെ പുരാതനചരിത്രത്തിന് അത്രയധികം പ്രാധാന്യം നല്കിയാൽ പുസ്തകത്തിന്റെ വലുപ്പം വർദ്ധിക്കും. എല്ലാ അർത്ഥത്തിലും കുറച്ചുകൂടി ചെറുതാകുന്നതാവും സൗകര്യം. അച്ചടിച്ചു കഴിഞ്ഞാൽ ഇരുന്നൂറ്റമ്പത് പുറങ്ങളിൽ കൂടിയാൽ ബുദ്ധിമുട്ടാവും. തലക്കെട്ടുകൾ ഒന്നുകൂടി ചുരുക്കി. ഒന്നാമത്തെ തലക്കെട്ട് മാറ്റിയെഴുതി.

"ഇന്ത്യയുടെ പുരാതനചരിത്രവും ആംഗ്ലേയവാഴ്ചയുടെ ആരംഭവും."

എഴുതി തുടങ്ങി.

"വിദേശാധിപത്യം ഏതൊരു രാജ്യത്തും ദീർഘകാലം നില നിന്നിട്ടില്ല. ഇന്ന് ഇന്ത്യയെ ഭരിക്കുന്ന ബ്രിട്ടനെ. ഏറെക്കാലം വിദേശീയരായ പലരും ആക്രമിച്ചു ഭരിച്ചിരുന്നു. ഇംഗ്ലണ്ടും ഒരു കാലം റോമാ സാമ്രാജ്യത്തിന്റെ കീഴിലായിരുന്നു. അക്കാലത്ത് റോമൻ സാഹിത്യവും റോമൻ പരിഷ്കാരവും ഇംഗ്ലണ്ടും സ്വീകരിച്ചിരുന്നു. ഇംഗ്ലണ്ടിൽ റോമാക്കാരുടെ ആധിപത്യം നശിച്ചതോടുകൂടി അവരുടെ പരിഷ്കാരവും

അവരുടെ സാഹിത്യവും അവിടെ നിന്ന് നാട് കടന്നു. എങ്കിലും റോമൻ പരിഷ്കാരം ഇംഗ്ലണ്ടിനെ സാമാന്യത്തിലധികം സംസ്കരിക്കയുണ്ടായിട്ടുണ്ട്. ഇന്ത്യയിൽ നിന്നുള്ള ആംഗ്ലേയ വാഴ്ചയുടേയും പാശ്ചാത്യ പരിഷ്കാരത്തിന്റെയും ഗതി ഇതു തന്നെയായിരിക്കും. ആംഗ്ലേയ വാഴ്ച ഇവിടെ അചിരേണ അവസാനിക്കും."

തുടങ്ങിക്കഴിഞ്ഞപ്പോൾ കുഴപ്പമില്ലെന്ന് തോന്നി. ആശങ്കകൾ വിട്ടുമാറി.

രാത്രി വൈകിയെത്തിയാലും എഴുത്തിൽ തന്നെയായിരുന്നു.

പകലുകൾ ഏറ്റവും തിരക്കു പിടിച്ചതും.

കോൺഗ്രസ് സോഷ്യലിസ്റ്റ് പാർട്ടിയുടെ രൂപീകരണത്തിനു ശേഷം തിരക്കുകൾ വർദ്ധിച്ചു വന്നു.

പാർട്ടിക്ക് ഒരു മുഖപത്രം വേണമെന്ന ആവശ്യം ശക്തിപ്പെട്ടു. മൊയാരത്തിന്റെ അഭിപ്രായങ്ങളും നിർദ്ദേശങ്ങളും വിലപ്പെട്ടതായി കരുതി. *കേരളകേസരി*യുടെ നിലപാടുകൾ മൊയാരത്തിന്റേത് തന്നെയാണെന്ന് അറിയാവുന്നവരായിരുന്നു അവരൊക്കെയും. അതോടൊപ്പം *മാതൃഭൂമി*ക്ക് വേണ്ടി നടത്തിയ ശ്രമങ്ങളും അറിയാവുന്നവരായതുകൊണ്ട് മൊയാരത്തിന്റെ ക്രിയാത്മക നിർദ്ദേശങ്ങൾക്ക് എല്ലാവരും കാതോർത്തു.

ശങ്കരൻ നമ്പൂതിരിപ്പാട് പത്രാധിപരും ഐ സി പി നമ്പൂതിരി പ്രിന്ററും പബ്ലിഷറും കെ പി ദാമോദരൻ മാനേജരുമായി പ്രവർത്തനം തുടങ്ങി.

1935 ജനുവരി 9 ന് ഷൊർണൂർ ബസ് സ്റ്റാന്റിന് സമീപമുള്ള പഴയ ലൈൻ വീട്ടിൽ ഒരു സംഘം കാത്തിരിക്കുന്നുണ്ടായിരുന്നു. ശങ്കരൻ നമ്പൂതിരിപ്പാട്, മൊയാരത്ത് ശങ്കരൻ, കെ ദാമോദരൻ, രാമചന്ദ്രൻ നെടുങ്ങാടി, ഐ സി പി നമ്പൂതിരി, കെ പി ദാമോദരൻ എന്നിവർ. പ്രസവ മുറിക്ക് പുറത്തുള്ള കാത്തിരിപ്പുപോലെ അവർ അക്ഷമരായി ഇരുന്നു. ഡമ്മി അരസൈസിൽ ബ്രൗൺ നിറത്തിൽ *പ്രഭാതം* പുറത്തിറങ്ങിയപ്പോൾ ആവേശത്തോടെ അവർ സ്വീകരിച്ചു. കേരളത്തിലെ ഒന്നാമത്തെ ഇടതുപക്ഷ പത്രം ജനനം കൊള്ളുകയായിരുന്നു. കെ പി സി സിയുടെ മുഖപത്രമെന്ന നിലയിൽത്തന്നെയായിരുന്നു. മൊയാരത്തിന്റെ സ്ഥിരമായി ലേഖനങ്ങൾ *പ്രഭാത*ത്തിൽ വന്നു. ചൊകജര പരമേശ്വരന്റെ ഭഗത് സിങ്ങിനെക്കുറിച്ചുള്ള കവിതയും കൃഷ്ണപിള്ളയുടെ അയർലണ്ടിന്റെ സ്വാതന്ത്ര്യസമരത്തെക്കുറിച്ചുള്ള ലേഖനവും ഗവൺമെന്റിനെ പ്രകോപിപ്പിച്ചു. ഏഴ് മാസത്തെ ആയുസ്സ് മാത്രം നല്കി *പ്രഭാതം* അവസാനിച്ചു. ആ അവസാനിക്കൽ പുതിയൊരു പ്രഭാതത്തിന് വേണ്ടി കൂടിയായിരുന്നു.

കോൺഗ്രസിന്റെ ചരിത്രത്തിൽ തന്നെയായിരുന്നു മൊയാരത്തിന്റെ മനസ്സ്. എന്നാൽ മരുമകന്റെ അപ്രതീക്ഷിതമായ മരണം മൊയാരത്തെ തളർത്തി. എഴുത്ത് പാതിവഴിക്കായി. മൊയാരം വീട്ടിൽ തന്നെയായി. പ്രാദേശികപ്രവർത്തകരുമായി നിടുമ്പ്രം പന്ന്യന്നൂർ നിരത്ത് പണിയി

ലിറങ്ങി. അത് വിചാരിച്ചതുപോലെ എളുപ്പമായിരുന്നില്ല. നീണ്ട് നീണ്ട് പോയി. എങ്കിലും സ്വന്തം പ്രദേശത്ത് നടത്തുന്ന ഇടപെടൽ മൊയാരത്തെ ആനന്ദിപ്പിച്ചു.

രാഷ്ട്രീയപ്രവർത്തനം ഒരു സാംസ്കാരികപ്രവർത്തനവും അത് ഒരു സാഹിത്യ പ്രവർത്തനവും ആണെന്ന് മൊയാരം കരുതി. തലശ്ശേരിയിൽ ഒരു യുവജന സാഹിത്യ സമ്മേളനം നടത്തണമെന്ന ആശയം ശക്തിപ്പെട്ടു. അതിന്റെ സംഘാടനത്തിൽ മൊയാരം മുങ്ങിതാണു. വള്ളത്തോളിന്റെ അദ്ധ്യക്ഷതയിൽ പരിപാടി നടക്കണമെന്ന് പൊതു തീരുമാനമുണ്ടായി. 1935 മെയ് 9 നായിരുന്നു യുവജനസാഹിത്യ സമ്മേളനത്തിന്റെ തീയതി നിശ്ചയിച്ചത്. മൂർക്കോത്ത് കുമാരന്റെ നേതൃത്വത്തിൽ നടത്തുന്ന സമസ്ത കേരളസാഹിത്യപരിഷത്ത് സമ്മേളനത്തിന് കെ ടി ചന്തു നമ്പ്യാർ വിയോജിപ്പ് പ്രകടിപ്പിച്ചതോടെയാണ് സമാന്തരമായി മറ്റൊരു സമ്മേളനത്തിന് തുടക്കംകുറിച്ചത്. യുവജന സാഹിത്യപരിഷത്ത് ബാസൽ മിഷനിൽവെച്ച് നടത്താൻ തീരുമാനിച്ചു. വള്ളത്തോളും കുട്ടമത്തും കേശവദേവും സമ്മേളനത്തിൽ പങ്കെടുത്തു. *രാമായണം* ചുട്ടെരിക്കാനുള്ള ദേവിന്റെ ആഹ്വാനം ആളുകളെ ഞെട്ടിച്ചു.

സമ്മേളനത്തിരക്കുകൾ കഴിഞ്ഞതോടെ എഴുത്തിലേക്ക് മനസ്സിനെ പൂർണ്ണമായും കൊണ്ടുപോയി. ബംഗാൾ വിഭജനത്തിൽ നിർത്തിവെച്ച എഴുത്ത് തുടർന്നു. മോണ്ട്ഫോർഡ് ഭരണപരിഷ്കാരം എന്ന അദ്ധ്യായത്തിലൂടെ കടന്നുപോകുമ്പോൾ മൊയാരം ചിന്താധീനനായി. ചരിത്രമെഴുതുമ്പോൾ വസ്തുതകൾ പ്രസക്തമാണ്. ചരിത്രയാഥാർത്ഥ്യങ്ങളെ മറന്നുകൊണ്ടുള്ള ഏതൊരെഴുത്തും ചരിത്രമെഴുതുന്നയാളുടെ പരാജയമാണ്. ന്യായീകരണമല്ല എഴുത്ത്; സത്യസന്ധതയാണാവശ്യം.. ആ അദ്ധ്യായത്തിലെ അവസാന ഖണ്ഡിക മൊയാരം ഇങ്ങനെ അവസാനിപ്പിച്ചു.

"ഭരണപരിഷ്കാരങ്ങൾ വന്നാൽ കോൺഗ്രസ് നേതാക്കന്മാരിൽ ഒരു ഗണ്യമായ ഭാഗം സ്ഥാനമാനങ്ങളുടെ ആഡംബരത്തിൽ വ്യാമോഹിതരായി അതിന്റെ പിന്നാലെ പോകുന്നതും രാജ്യസേവനത്തിനു നഷ്ടപ്രായന്മാരാകുന്നതും സാധാരണ പതിവാണ്. ആ പതിവിനെ അനുസ്മരിപ്പിക്കുമാറ് സാധാരണയിൽക്കവിഞ്ഞ ഭിന്നിപ്പ് മോണ്ട്ഫോർഡ് ഭരണപരിഷ്കാരത്തിന്റെ മുഖം കണ്ടപ്പോൾ 1918 ലും കോൺഗ്രസിനകത്തുണ്ടായി."

എഴുത്ത് നിർത്തി മൊയാരം എഴുന്നേറ്റു. പുസ്തകം ആവശ്യപ്പെടുന്ന ഗൗരവം അതിനുണ്ടെന്ന് അദ്ദേഹം തീർച്ചപ്പെടുത്തി. കഴിയുന്നതും വേഗം പുസ്തകം പൂർത്തീകരിക്കണമെന്ന് ഉറപ്പിച്ചു.

സെപ്തംബറിൽ കോൺഗ്രസിന്റെ കേരളസംസ്ഥാന കമ്മിറ്റി യോഗത്തിൽ കോൺഗ്രസിന്റെ ചരിത്രപുസ്തകങ്ങളെക്കുറിച്ചുള്ള ചർച്ചകൾ നടന്നു. കോൺഗ്രസിന്റെ സുവർണ്ണജൂബിലിയുടെ അവസരത്തിൽ ഇന്ത്യൻ നാഷണൽ കോൺഗ്രസിന്റേയും കേരളത്തിലെ കോൺ

ഗ്രസിന്റേയും ഓരോ ചരിത്രപുസ്തകങ്ങൾ പ്രസിദ്ധീകരിക്കണമെന്ന് തീരുമാനിച്ചു. ഇന്ത്യൻ നാഷണൽ കോൺഗ്രസിന്റെ ചരിത്രം, മൊയാരത്ത് ശങ്കരൻ നമ്പ്യാർ എഴുതി തുടങ്ങിയിട്ടുണ്ടെന്ന് ഒരു മെമ്പർ പ്രസ്താവിച്ചു. എഴുതി പൂർത്തിയായാൽ ജൂബിലി കമ്മിറ്റിയുടെ അംഗീകാരത്തോടെ പുസ്തകം പ്രസിദ്ധീകരിക്കാമെന്ന് തീരുമാനിച്ചു. കേരള കോൺഗ്രസിന്റെ ചരിത്രമെഴുതാൻ എ കെ പിള്ളയേയും ചുമതലപ്പെടുത്തി.

സമയ ബന്ധിതമായി എഴുത്ത് തീർക്കാനുള്ള കഠിനയത്നത്തിലായിരുന്നു. കനത്ത പനിച്ചൂടിലാണ് ഇരുപതാമത്തെ അദ്ധ്യായം പൂർത്തിയാക്കിയത്. ഗാന്ധി ഇർവിൻ സന്ധിയെക്കുറിച്ച് എഴുതുമ്പോൾ തനിക്ക് ശരിയെന്ന് തോന്നുന്ന ചരിത്ര വസ്തുത തന്നെ എഴുതണമെന്ന് നിർബ്ബന്ധമായിരുന്നു. ചരിത്രത്തോടാണ് നീതി പുലർത്തേണ്ടതെന്ന് മൊയാരം ഉറച്ച് വിശ്വസിച്ചു.

എഴുത്തിൽ മുങ്ങിയിറങ്ങുമ്പോൾ അമ്മ അടുത്തേക്ക് വന്നു.

"ശങ്കരാ.. എനിക്ക് മാത്രല്ല.. നിനക്കും വയസ്സായി തുടങ്ങി.."

ആ ആമുഖം എന്തിന്റെ തുടക്കമാണെന്ന് മൊയാരത്തിനു മനസ്സിലായി.

"എന്റെ കാര്യം നോക്കാൻ മാത്രമല്ല, നിന്റെ കാര്യം നോക്കാനും ആരെങ്കിലും വേണ്ടേ?"

അമ്മ ചിലത് തീരുമാനിച്ചുറപ്പിച്ച് വന്നതാണെന്ന് തോന്നി.

"ശങ്കരാ.. നെനക്ക് വയസ്സെത്രയായി?"

മിണ്ടിയില്ല.

"എല്ലാ കാലത്തും ഒറ്റത്തടിയായി നടക്കാൻ പറ്റ്വൊ?"

അമ്മ കരയുകയായിരുന്നു.

തിരക്ക് പിടിച്ച ജീവിതപാച്ചലിനിടയിൽ ഒരു വിവാഹം അപ്രസക്തമാണെന്ന് മൊയാരത്തിന് തോന്നി. വേദനിപ്പിക്കാൻ വേണ്ടി ഒന്നിച്ചു ജീവിക്കാൻ പ്രേരിപ്പിക്കുന്നത് അനീതിയാണെന്ന് അറിയാമായിരുന്നു. ഒരു വ്യക്തിക്ക് നല്കേണ്ടുന്ന സ്നേഹവും പരിഗണനയും തനിക്ക് നല്കാൻ പറ്റുമോ എന്ന് സംശയിച്ചു.

അമ്മ കണ്ണീർ വാർത്തു.

"ചെമ്പിലോട് കരുമാരത്ത് ശങ്കരൻ നമ്പ്യാർക്ക് ഒരു മോളുണ്ട്..നീയ് ഒന്ന് പോയി കാണണം.."

"ഒരു പെണ്ണിന്റെ കണ്ണീരു വീഴ്ത്താൻ എനിക്ക് പറ്റില്ല.."

"ശങ്കരാ.."

അമ്മ പൊട്ടിക്കരഞ്ഞു.

"നീയ് എന്നോട് പ്രതികാരം ചെയ്യുകയാ.."

"അമ്മ പറയുന്നത് എനിക്ക് മനസ്സിലാവുന്നില്ല. ഇനി ഈ നാല്പത്തിയാറാം വയസ്സിൽ.. വേണ്ട.. എനിക്ക് പറ്റില്ല.."

"ശങ്കരാ.. നമ്മുടെ തറവാട്ടിൽ നെന്നെക്കാളും തെരക്കുള്ളോറ്

മംഗലം കയ്ച്ചിട്ടില്ലേ.. നെന്നെക്കാളും വയസ്സുള്ളാള് മംഗലം കയ്ച്ചി റ്റില്ലേ.."

ശങ്കരൻ ഒന്നും മിണ്ടിയില്ല.

"നെനക്ക് വേണ്ടി മാത്രല്ല.. എനിക്ക് വേണ്ടി കൂടി.. നീ നാളെ പോവണം.."

പോവാതിരിക്കാനായില്ല.

ചിന്നമ്മുവിനോട് ഒറ്റ കാര്യമേ പറഞ്ഞുള്ളൂ..

"ഒരു കോൺഗ്രസുകാരന്റെ വധുവാകുക എന്നുള്ളത് കഷ്ടപ്പെടാൻ വേണ്ടി ഇറങ്ങിത്തിരിക്കുക എന്നുള്ളതാണ്. നന്നായിട്ട് ആലോചിക്കുക."

ചിന്നമ്മു അധികമാലോചിച്ചില്ല.

ആയില്യത്ത് ചന്ദ്രോത്ത് ചിന്നമ്മു മൊയാരത്ത് തറവാട്ടിലെ വധുവായി.

പകൽ മുഴുവൻ രാഷ്ട്രീയപ്രവർത്തനത്തിന് വേണ്ടി ഓടിനടക്കു കയും രാത്രി മുഴുവൻ ഇരുന്ന് കുത്തിക്കുറിക്കുകയും ചെയ്യുന്ന ആ മനു ഷ്യൻ ചിന്നമ്മുവിന് അത്ഭുതമായിരുന്നു.

രാത്രി ഏറെ വൈകിയും എഴുതിക്കൊണ്ടിരിക്കുന്ന ആ മനുഷ്യ നോട് ചിന്നമ്മു ചോദിച്ചു.

"ഉറങ്ങണ്ടേ.."

"ചിന്നമ്മു കിടന്നോളൂ.. കുറച്ചു കൂടി എഴുതാനുണ്ട്.."

ചിന്നമ്മു ഉറങ്ങിയില്ല. വന്നു കിടക്കുമ്പോൾ മന്ത്രിച്ചു.

"ഒരുപാട് മനുഷ്യർ ഉറങ്ങാതിരിക്കുകയാണ്.. വരാനിരിക്കുന്ന കാലത്ത് എല്ലാ മനുഷ്യർക്കും സ്വസ്ഥമായി ഉറങ്ങാനായി.."

ചിന്നമ്മു ചിരിച്ചു.

"ചിന്നമ്മു.. ഇന്ന് ഒരു വലിയ പ്രവർത്തനം പൂർത്തിയായി.. ഇന്ത്യൻ നാഷണൽ കോൺഗ്രസിന്റെ ചരിത്രം.."

ശങ്കരൻ അന്ന് സ്വസ്ഥമായി ഉറങ്ങി.

ദാമോദരമേനോനെ പുസ്തകം ഏല്പിച്ചു.

"മുഖവുര എഴുതിപ്പിക്കണം.. എ ബാലകൃഷ്ണപിള്ളയോട് പറ ഞ്ഞിട്ട്.."

മുഖവുര ലഭിക്കാൻ അധികം താമസമുണ്ടായില്ല.

ബാലകൃഷ്ണപിള്ള എഴുതി.

"ശ്രീമാൻ ശങ്കരന്റെ കോൺഗ്രസ് ചരിത്രം ശാസ്ത്രീയമായ രീതി യിൽ ഒരു ചരിത്രമെഴുതുവാനുള്ള ഒരു ഉദ്യമമാകുന്നു. സത്യത്തെ ബലി കഴിച്ചിട്ട് ഭംഗി പിടിപ്പിക്കുവാൻ ശ്രമിക്കുന്ന 'റൊമാന്റിക്' ചരിത്രരചനാ രീതിയല്ല. സത്യത്തിനും യഥാർത്ഥസംഭവങ്ങൾക്കും സർവ്വ പ്രാധാന്യം നല്കി സാഹിത്യപരമായ ഭംഗിയെ ബലി കഴിക്കാൻ സന്നദ്ധമാകുന്ന ശാസ്ത്രീയചരിത്രമെഴുത്ത് രീതിയാണ് ശ്രീമാൻ ശങ്കരൻ ഇതിൽ ഏറ ക്കുറെ സ്വീകരിച്ചിരിക്കുന്നത്."

ആ മുഖവുരയോടെ ശാരദാ പ്രിന്റിങ് വർക്സ് അച്ചുകൂടത്തിൽ

പുസ്തകമേല്പിച്ചു.

രാഷ്ട്രീയപ്രവർത്തനത്തിൽ ചിന്നമ്മുവും പങ്കാളിയാവാൻ തുടങ്ങി. എ വി കുട്ടിമാളു അമ്മയും മെറ്റിൽഡാ കല്ലനും കുഞ്ഞിക്കാവമ്മയും ഉൾപ്പെടുന്ന സംഘത്തോടൊപ്പം ചിന്നമ്മുവും സജീവമായി.

“ശങ്കരാ.. മൊയാരത്ത് തറവാട്ടിലെ പെണ്ണുങ്ങൾ രാഷ്ട്രീയം നടത്തി പതിവില്ല..”

അമ്മയാണ്.

“ചിന്നമ്മുവിന് ഇഷ്ടാണെങ്കിൽ ഈ തറവാടിനപ്പുറത്തുള്ള മനുഷ്യരെ അവളും കാണട്ടെ..”

അമ്മയ്ക്ക് അത് ഇഷ്ടപ്പെട്ടില്ലെന്ന് തോന്നി.

എങ്കിലും അമ്മ പിന്നെയൊന്നും പറഞ്ഞില്ല.

അമ്മ അറിഞ്ഞിരുന്നില്ല. ജാതിയും തറവാടിത്തവും ഒക്കെ കടപുഴകി വീഴുകയാണെന്ന്.. ആണും പെണ്ണും ചേർന്ന് സൃഷ്ടിക്കുന്ന പുതിയ ലോകം തറവാടുകളുടെ കിടപ്പു മുറി മാത്രമല്ലെന്ന് അമ്മയ്ക്കറിയുമായിരുന്നില്ല..

“ഒള്ളതാണോ ശങ്കരാ..”

ടി എൻ ഗോവിന്ദനടിയോടിയും തീയ സമുദായത്തിൽപെട്ട നാരായണി ടീച്ചറും വിവാഹം കഴിച്ചത് അമ്മ ഭയപ്പാടോടെയാണ് കണ്ടത്.

“നാട് മാറുകയാണമ്മേ..”

പന്ന്യന്നൂർ അരയാക്കൂൽ സ്കൂളിൽവെച്ച് നടത്തിയ മിശ്രഭോജനത്തിന്റെ തുടർച്ചയായിരുന്നു ആ മിശ്രവിവാഹം. വി ടി ഭട്ടതിരിപ്പാടിന്റെ കാർമ്മികത്വത്തിൽ കേളപ്പന്റെ സാന്നിദ്ധ്യത്തിലായിരുന്നു കല്യാണം. നവ ദമ്പതികൾക്ക് ആശംസ നേർന്നുകൊണ്ട് മൊയാരം നടത്തിയ പ്രസംഗം ആൾക്കൂട്ടം വിസ്മയത്തോടെ കേൾക്കുന്നത് ചിന്നമ്മു കണ്ടു.

കോൺഗ്രസ് സോഷ്യലിസ്റ്റ് പാർട്ടിയുടെ പ്രവർത്തനങ്ങൾ സജീവമായി. പാർട്ടിയുടെ ഉദ്ദേശലക്ഷ്യങ്ങൾ വിവരിച്ചുകൊണ്ടുള്ള പ്രചരണ ജാഥകൾ സംഘടിപ്പിക്കാൻ തീരുമാനിച്ചതോടെ മൊയാരം വിശ്രമമറിയാതെ സഞ്ചരിച്ചു.

1936 ഫെബ്രുവരി 26 ന് വൈകുന്നേരം പ്രചരണസംഘം തലശ്ശേരിയിലെ തലായിയിൽ എത്തിച്ചേർന്നു. പൊതുയോഗത്തിൽ എ കെ ഗോപാലൻ അദ്ധ്യക്ഷത വഹിച്ചു. പി കൃഷ്ണപിള്ള, കെ പി ഗോപാലൻ, സി എച്ച് കണാരൻ എന്നിവരോടൊപ്പം മൊയാരത്ത് ശങ്കരനും സംസാരിച്ചു. കോൺഗ്രസും മന്ത്രിപദസ്വീകരണവും എന്നായിരുന്നു വിഷയം.

“മന്ത്രിപദം സ്വീകരിക്കുക എന്നാൽ ഗവൺമെന്റിന്റെ ഭാഗമായി നിന്നുകൊണ്ട് രാജ്യത്തിന് ദ്രോഹകരമായ പുതിയ ഭരണഘടനയെ നടപ്പിൽ വരുത്തുക എന്നാണർത്ഥം. മന്ത്രിമാർക്കാവട്ടെ രാജ്യത്തിന് ഗുണകരമായനിലയിൽ പ്രവൃത്തിയെടുക്കാൻ സാധിക്കാത്ത നിലയിലാണ് ഭരണഘടനയുടെ നില.”

ജനങ്ങൾ ആവേശത്തോടെ മൊയാരത്തെ കേട്ടു. പിറ്റേദിവസം

ചൊക്ലിയിൽ കെ എ കേരളീയനും പങ്കെടുത്തു. തുടർന്ന് കതിരൂരിലും പാറപ്പുറത്തും യോഗം നടന്നു. ജൂൺ മാസത്തിൽ തലശ്ശേരി വിക്ടറി ഹാളിൽ കോൺഗ്രസ് സോഷ്യലിസ്റ്റ് പാർട്ടിയുടെ മൂന്നാം സംസ്ഥാന സമ്മേളനം നടന്നു. സമ്മേളനാദ്ധ്യക്ഷൻ സമ്പൂർണ്ണാനന്ദയായിരുന്നു.

സംഘടനാതിരക്കുകളിൽ ഭർത്താവ് മുങ്ങിയാഴുന്നത് ആദ്യം ഉൾക്കൊള്ളാൻ പ്രയാസപ്പെട്ട ചിന്നമ്മു പിന്നെ പിന്നെ ആവേശത്തോടെ പ്രവർത്തനങ്ങളെ നോക്കി കണ്ടു. ഭർത്താവിനെ നന്നായി മനസ്സിലാക്കിയ ഭാര്യയായിരുന്നു ചിന്നമ്മു. രാത്രി ഏറെ വൈകിയെത്തുന്ന മൊയാരത്തിന്റെ കൂടെ കടന്നുവരുന്ന അതിഥികൾ പല തരത്തിലുള്ളവരായിരുന്നു. സി എച്ച് കണാരനോ തറമ്മൽ കൃഷ്ണനോ പി കെ മാധവനോ തറവാട്ടിനകത്തിരുന്ന് ഭക്ഷണം കഴിക്കുമ്പോൾ ചിന്നമ്മുവിൽനിന്നും ജാതി പതുക്കെ പതുക്കെ അപ്രത്യക്ഷമാകുകയായിരുന്നു.

എ കെ പിള്ളയുടെ *കേരളവും കോൺഗ്രസും* പുറത്ത് വന്നെങ്കിലും *ഇന്ത്യൻ നാഷണൽ കോൺഗ്രസ്* പ്രസിൽ കെട്ടികിടക്കുകയായിരുന്നു. കോൺഗ്രസിലെ സോഷ്യലിസ്റ്റ് വിരുദ്ധർ പുസ്തകത്തോട് ആഭിമുഖ്യം കാണിച്ചേ ഇല്ല. പുസ്തകം മൊയാരത്തിന്റെ ഉത്തരവാദിത്വം മാത്രമായി മാറി.

കെ എ ദാമോദരമേനോൻ മൊയാരത്തെ കാണാൻ വന്നു. അവതാരിക എഴുതാനും അച്ചടിക്കാനും *കേസരി*യെ ഏല്പിച്ചത് അദ്ദേഹമായിരുന്നു.

“പ്രസാധകർക്ക് പണമില്ലാതെ പുസ്തകമിറക്കാൻ പറ്റില്ല. പണം കൊടുത്ത് പുസ്തകം വാങ്ങണം.”

മോഹിച്ച പുസ്തകം പുറത്തിറക്കാൻ പറ്റാത്തതിന്റെ ആശങ്കകൾ മുഴുവൻ മൊയാരത്തിനുണ്ടായിരുന്നു. സാമ്പത്തികപ്രതിസന്ധിയുടെ നടുവിൽ കിടന്ന് നട്ടം തിരിയുകയായിരുന്നു.

“ഒരു നേരത്തെ ഊണിനുവേണ്ട കാശുപോലും കൈയിലില്ല. എന്റെ കീറിയ മുണ്ട് നോക്കൂ! ഇനിയും ഇത് തന്നെ പറഞ്ഞാൽ എനിക്ക് ഭ്രാന്തു പിടിക്കും.”

ദാമോദരമേനോൻ ഒന്നും പറഞ്ഞില്ല.

അകത്ത് നിന്ന് മുരടനക്കം.

മൊയാരം തിരിഞ്ഞു നോക്കി.

“ഒരു കാര്യം പറയാനുണ്ടായിരുന്നു”

പിന്നിൽ ചിന്നമ്മു.

അകത്തേക്ക് നടന്നു.

അവർ കെട്ടുതാലിയും ആഭരണങ്ങളും ഊരിയെടുക്കുകയായിരുന്നു.

“ഇത് കൊണ്ട് മതിയാകുമോ?”

മൊയാരം അവരുടെ മുഖത്ത് നോക്കിയില്ല.

ചിന്നമ്മുവിന്റെ ആഭരണങ്ങളായിരുന്നു *ഇന്ത്യൻ നാഷണൽ കോൺഗ്രസ്*.

കോൺഗ്രസുകാർ ബോധപൂർവ്വം തിരസ്കരിക്കുകയായിരുന്നോ *ഇന്ത്യൻ നാഷണൽ കോൺഗ്രസ്* എന്ന പുസ്തകത്തെ എന്ന് മൊയാരം ആലോചിച്ചു.

"സോഷ്യലിസ്റ്റുകാരുടെ പ്രഥമപ്രവേശം കോൺഗ്രസിനെ ബലമായൊന്നു കുലുക്കിയതും ചരിത്രപ്രധാനമായ സംഭവങ്ങളാണ്.."

ഈ അവസാനവാക്യം വലതുപക്ഷക്കാരെ അരിശം കൊള്ളിച്ചിട്ടുണ്ടാവുമോ?

മൊയാർസ്കി

“ശ്രീ മൊയാരത്ത് ശങ്കരൻ ഈയിടെ തന്റെ പേര് ‘ശ.മൊയ’ എന്നു മാറ്റിയിരിക്കുന്നതായി കേട്ടു. ഏതായാലും പേരുമാറ്റാൻ ഒരുങ്ങിയ സ്ഥിതിക്ക് ‘ശ.മൊയാർസ്കി’ എന്നാക്കി, അതിന് ഒരു റഷ്യൻ ഛായ കൊടുക്കാമായിരുന്നു എന്നെനിക്കു തോന്നി. അല്ലെങ്കിൽ ‘ശസ്കി മൊയാർസ്കി’ അത് കുറച്ചുകൂടി റഷ്യനായി. അഥവാ ‘മൊയാരത്ത്’ എന്ന പഴയ തറവാട്ടുപേര് വാല് ഛേദിച്ചെങ്കിലും ഛേദിക്കുന്നത് ഗർഹണീയമായ ഒരു ബൂർഷ്വാസമ്പ്രദായമാണെന്നും വല്ല സഖാക്കൾക്കും ആവലാതിയുണ്ടെങ്കിൽ വെറും ‘ശസ്കി’ എന്നായാലും മതി. ശകാരം ഏതായാലും വിട്ടുകളയരുതെന്നേ അദ്ദേഹത്തിന്റെ ഒരു പ്രാണസുഹൃത്തായ ഞാൻ ഉപദേശിക്കുന്നുള്ളൂ.”

ശ്രീ. അച്യുതൻ വായന നിർത്തി, ചുവന്ന മുഖത്തോടെ മൊയാരത്തിനെ നോക്കി. മൊയാരം ചിരിക്കുകയായിരുന്നു.

“ശങ്കരേട്ടൻ എന്തിനാണ് ചിരിക്കുന്നത്? സഞ്ജയന് നമ്മൾ കൃത്യമായ മറുപടി കൊടുക്കണം”

“മാസ്റ്റർ അത് മുഴുവൻ വായിക്ക്..”

“എന്നെക്കൊണ്ടു പറ്റില്ല. എന്തൊരു പരിഹാസമാണിത്. പരിഹാസമല്ല തോന്ന്യാസം എന്നാണ് ഇതിന് പറയേണ്ടത്..”

“മാസ്റ്റർ മുഷിയേണ്ട. ജീവൽ സാഹിത്യപ്രസ്ഥാനത്തിനും തൊഴിലാളി പ്രസ്ഥാനത്തിനും എതിരെയുള്ള വിമർശനമാണത്. ഞാനതിന്റെ മുമ്പിൽ നില്ക്കുന്നത് കൊണ്ട് അത് എനിക്കെതിരായി അത്രയേ ഉള്ളൂ..”

തൃശൂരിൽ വെച്ച് ജീവൽ സാഹിത്യപ്രസ്ഥാനം എന്ന സംഘടന രൂപീകരിക്കുകയും കലയും സാഹിത്യവും പുതിയ സമൂഹത്തിന്റെ നിർമ്മിതിക്കുവേണ്ടി എന്ന മുദ്രാവാക്യം ഉയർത്തുകയും ചെയ്തിരുന്നു.

ജീവൽ സാഹിത്യസമ്മേളനത്തിൽ അവതരിപ്പിച്ച കെ ദാമോദരന്റെ 'പഴയ സാഹിത്യവും നമുക്കാവശ്യമുള്ള പുതിയ സാഹിത്യവും' എന്ന ലേഖനം *കേരളപത്രിക*യിൽ മൂന്ന് ലക്കങ്ങളായി പ്രസിദ്ധീകരിക്കുകയും ചെയ്തതിനെ തുടർന്ന് ചാവൽ സാഹിത്യത്തിനെതിരെ കുരിശുയുദ്ധം തുടങ്ങുകയും ചെയ്തു. കുട്ടികൃഷ്ണമാരാരും ജോസഫ് മുണ്ടശ്ശേരിയും അതിനെ തുറന്നെതിർക്കാൻ തുടങ്ങി. സഞ്ജയനാവട്ടെ രൂക്ഷമായ പരിഹാസങ്ങൾ തുറന്നു വിട്ടു. പരിഹാസത്തെ അതേ രീതിയിൽ നേരിടുന്നതിനു പകരം യുക്തിയുടെ ഭാഷയിലാണ് മൊയാരം സംസാരിച്ചത്. സജ്ഞയദഹനം എന്ന പേരിൽ തൊഴിലാളികൾ സഞ്ജയൻ മാസികയുടെ കോപ്പികൾ ചുട്ടുകരിച്ചു. ഇതിനെതിരെയാണ് സഞ്ജയൻ വീണ്ടും ആഞ്ഞടിച്ചിരിക്കുന്നത്.

"വായിക്ക് മാസ്റ്ററേ.."

മാസ്റ്റർ പരിഭവത്തോടെ മൊയാരത്തെ നോക്കി. എന്നിട്ട് വായന തുടർന്നു.

"വാരാന്തചിന്തകൾ തുടങ്ങിയിട്ട് വാരം ആറു തികഞ്ഞില്ല. അതിലിടയ്ക്ക് ആളുകൾ ആറായിരം മുഷിഞ്ഞു കഴിഞ്ഞു. മൊയാർസ്കിയുടെ മുഷിച്ചിൽ മാനാഞ്ചിറ മൈതാനത്തിൽ വെച്ച് ഭയങ്കര ശകാരമായി പരിണമിച്ചു എന്നാണ് കേട്ടത്."

അച്യുതൻ മാസ്റ്റർ വായന നിർത്തി.

"എന്നെക്കൊണ്ട് പറ്റില്ല.."

മൊയാരം പറഞ്ഞു.

"നമുക്കെതിരെ രൂക്ഷമായ വിമർശനം വരുന്നുണ്ടെങ്കിൽ അതിനർത്ഥം നമ്മളെന്തെങ്കിലും ചെയ്യുന്നുണ്ടെന്നാണ്."

"ഈ പത്രിക ചുട്ടുകരിക്കയാ വേണ്ടത്.."

"മാസ്റ്ററെപ്പോലുള്ള ആളുകൾ ഇത് ഇത്ര വൈകാരികതയോടെ കണ്ടാലോ.. നമുക്ക് ആശയസംവാദം തുടരുകതന്നെ വേണം. *കേരളപത്രിക*യോടോ സഞ്ജയനോടോ അല്ല നമ്മുടെ പ്രതിഷേധം. അതുന്നയിക്കുന്ന വിഷയത്തോടാണ്."

അച്യുതൻ മാസ്റ്റർക്ക് അതൊന്നും അംഗീകരിക്കാൻ പറ്റുന്നില്ലെന്ന് മുഖഭാവത്തിലൂടെ മനസ്സിലായി.

"ഇതിന്റെ അവസാനഭാഗം വായിച്ച് നോക്ക്.."

മൊയാരം അവസാനഭാഗം വായിച്ചു.

"മൊയാർസ്കി എന്നെ ഇങ്ങനെ ശകാരിച്ചതിൽ ഞാൻ അങ്ങേയ്ക്ക് ശകാർസ്കി എന്നൊരു പേർ കൂടി തരും. പിന്നെയും ശകാരിച്ചാൽ കശപിശസ്കി എന്നിട്ടും വിട്ടില്ലെങ്കിൽ ശാസ്കി, അതുകൊണ്ടും അടങ്ങിയില്ലെങ്കിൽ ശണ്ഠസ്കി. ഇതിൽ ഓരോന്നിലും ഒന്നാംതരം ശകാരമുണ്ടെന്നോർക്കണേ.. അങ്ങനെ താങ്കളുടെ ശകാരവും സഞ്ജയന്റെ ചിന്തകളും അവസാനിക്കുമ്പോഴേക്ക് അവിടുന്ന് പാലാഴിയിൽ പള്ളികൊള്ളുന്ന മഹാവിഷ്ണുജിയെപ്പോലെയോ, കൈലാസവാസിയായ

സാക്ഷാൽ ശങ്കർ സ്കിയെപ്പോലെയോ സഹസ്രനാമമായി പരിണമിക്കും. എനിക്കിതു വളരെ സമ്മതമാണ്."

മൊയാരം ഉറക്കെ ചിരിച്ചു. മാസ്റ്റർ മൊയാരത്തെ തന്നെ നോക്കി.

"സഞ്ജയൻ അവസാനിപ്പിക്കുന്നത് നോക്കൂ.. അത് തന്നെയാണ് എന്റെ മതവും"

"എന്താത്? "

"അവനവൻ കുറെ ശകാരം കേട്ടാലും ശരി ആളുകൾക്ക് ഒരു തരം നേരമ്പോക്കിരിക്കട്ടെ എന്നാണ് സഞ്ജയന്റെ ആദർശം. അതുകൊണ്ട് അടുത്ത ശകാരം വരെ ഗുഡ് ബൈ."

മൊയാരം ഒന്നു കൂടി ചിരിച്ചു. പിന്നെ ഗൗരവത്തിൽ പറഞ്ഞു.

"നമ്മൾ മുന്നോട്ട് വെക്കുന്ന രാഷ്ട്രീയത്തിന്റെയും സാഹിത്യത്തിന്റെയും മാനവികത എല്ലാർക്കും മനസ്സിലാവണമെന്ന് ശാഠ്യം പിടിക്കേണ്ടതില്ല. പക്ഷേ, നമുക്കത് മനസ്സിലാവണം. സഞ്ജയനെ വായിക്കുന്ന നൂറുകണക്കിനാളുകളുണ്ട്. ശങ്കരനെ വ്യക്തിഹത്യ നടത്തിയാൽ ആളുകൾക്ക് ഒരു നേരമ്പോക്കാവും അത്രതന്നെ."

ജീവൽ സാഹിത്യസമ്മേളനം നടന്ന അതേ മാസത്തിൽ തന്നെയായിരുന്നു പയ്യന്നൂരിൽ വടക്കെ മലബാർ ജില്ലാ കോൺഗ്രസ് സമ്മേളനം നടന്നത്. ഉത്സവാന്തരീക്ഷത്തിൽ നടന്ന സമ്മേളനത്തിന്റെ സ്വാഗത സംഘം അദ്ധ്യക്ഷൻ മൊയാരമായിരുന്നു. ബോംബേയിലെ തൊഴിലാളി നേതാവ് ദിനകർ മേത്തയായിരുന്നു വിശിഷ്ടാതിഥി. ചിന്നമ്മു സജീവമായി സമ്മേളനത്തിൽ പങ്കെടുത്തു. പന്തലിൽ വെച്ച ജാതി മത പരിഗണനയില്ലാത്ത അന്തരീക്ഷത്തിൽ ചിന്നമ്മു ഭക്ഷണം കഴിച്ചത് തറവാട്ടിൽ ചർച്ചാവിഷയമായി. സമ്മേളനങ്ങൾക്ക് ചിന്നമ്മു പോകാൻ പാടില്ലെന്ന് തറവാട്ടിൽ വിലക്ക് പ്രഖ്യാപിച്ചു. കൊട്ടിയൂർ പെരുമാളിന് നെയ്യമൃത് കൊണ്ട് പോകുന്ന ആ കാലത്ത്, മൊയാരത്ത് തറവാട്ടിൽ നിന്നായിരുന്നു വ്രതമെടുക്കുന്ന വില്ലിപ്പാലൻ കുറുപ്പന്മാർക്ക് ഭക്ഷണം. സ്വന്തം തറവാട്ടിൽ അയിത്തവും അനാചാരവും സമ്മതിക്കില്ലെന്ന വാശിയോടെ മൊയാരം നിരാഹാരം തുടങ്ങി. തറവാട്ടിലെ കാരണവന്മാർക്കെതിരെയുള്ള ആ യുദ്ധം *മാതൃഭൂമി* റിപ്പോർട്ട് ചെയ്തു. വാർത്തയറിഞ്ഞ് കേളപ്പൻ ഓടിയെത്തി മദ്ധ്യസ്ഥശ്രമങ്ങൾ നടത്തി. മൊയാരം നിരാഹാരമവസാനിപ്പിച്ച ദിവസം അരയാക്കൂൽ സ്കൂളിൽ മിശ്രഭോജനം നടത്തി.

മൊയാരത്ത് തറവാട്ടിലേക്ക് ഒരു കോൺഗ്രസുകാരൻ കയറി വരുമ്പോൾ തറവാട്ടു കൂട്ടങ്ങളുടെ ചോദ്യങ്ങൾ മുഴുവൻ തറച്ചത് ചിന്നമ്മുവിലായിരുന്നു. ശങ്കരനോട് പറയാൻ മടിച്ചതൊക്കെയും ചിന്നമ്മുവിൽ മാത്രം കൊണ്ടു. വലിയ തറവാട്ടിൽ, കോൺഗ്രസുകാരന്റെ വധുവായതിനാൽ മാത്രം കിട്ടാതെ പോയ സ്വാസ്ഥ്യങ്ങൾ.. ചില ദിവസങ്ങൾ വിശപ്പ് മറന്ന്, അവസാനം വന്ന കോൺഗ്രസ് പ്രവർത്തകന് കലത്തിലെ അവസാനത്തെ വറ്റും ഊറ്റിയെടുത്ത് കൊടുത്ത്, ഭക്ഷണം കഴിച്ചെന്ന് അവനവനെയും ഭർത്താവിനേയും വിശ്വസിപ്പിച്ച നാളുകൾ..

"കുഞ്ഞൂട്ടിയുടെ പീടികേലെ ചെരട്ടപുട്ടിന് നല്ല സ്വാദാ..രണ്ടെണ്ണം കഴിച്ചു. നെനക്കും വാങ്ങിക്കാമായിരുന്നു."

കരച്ചിൽ അലച്ചലച്ച് വന്നെങ്കിലും തടുത്ത് നിർത്തി.

"കളവു പറയാൻ അറിയില്ലാന്ന് അമ്മ പറഞ്ഞിട്ടുണ്ട്. വെശക്കുന്നുണ്ട്.. അല്ലേ? "

ഇരുട്ടിൽ ഒന്ന് ചിരിച്ചെന്ന് തോന്നി.

"നാട് വെശക്കാതിരിക്കാൻ നമുക്ക് വെശന്നിരിക്കാം. അല്ലേ ചിന്നമ്മൂ.. പക്ഷേ, ഇപ്പോൾ നിന്റെ വെശപ്പിനെക്കുറിച്ചാണ് ഞാൻ ചിന്തിക്കുന്നത്.. ഒരു രാഷ്ട്രീയ പ്രവർത്തകന്റെ ഭാര്യയാവുക എന്നാൽ കഷ്ടപ്പാടുകൾ ഏറ്റുവാങ്ങുക എന്നാണർത്ഥം."

ചിന്നമ്മു ഒന്നു മൂളി. വലിയ തറവാട്ടിൽ പരമദരിദ്രരായി ജീവിക്കേണ്ടി വരിക...

"ചിന്നമ്മൂ.. വിഷ്ണുഭാരതീയന് കഴിഞ്ഞ ദിവസം കോൺഗ്രസ് മീറ്റിങ്ങിനെത്താൻ പറ്റിയില്ല.. ഭാര്യയുടെ ബന്ധത്തിലൊരു മരണം.. "

ഒന്നു നിർത്തി.

"ഉറങ്ങിയോ?"

ഇല്ലെന്ന് മൂളിയപ്പോൾ തുടർന്നു.

"വിഷ്ണുഭാരതീയൻ മരണം കൂടാൻ പോയതല്ല. വൃത്തിയുള്ള ഒറ്റ മുണ്ടേ അയാൾക്ക് ഉണ്ടായിരുന്നുള്ളൂ.. അന്ന് ആ മുണ്ടുടുത്താണ് ഭാര്യ പുറത്ത് പോയത്.. അയാൾ വീട്ടിലിരുന്നു."

തലയിൽ വിരലോടിച്ചുകൊണ്ട് തുടർന്നു.

"നമ്മള് പട്ടിണി കിടക്കുന്നത് നാടിന് വേണ്ടിയാണ്.. നമ്മുടെയൊന്നും കുഞ്ഞുങ്ങള് പട്ടിണി കിടക്കാതിരിക്കാൻ വേണ്ടി.. വെഷമം തോന്നരുത്.."

നെഞ്ചിൽ തല ചേർത്ത് വെച്ച് ചിന്നമ്മു പറഞ്ഞു.

"ഇല്ല.."

ചിന്നമ്മു അനുഭവിച്ച സംഘർഷങ്ങൾ ചെറുതായിരുന്നില്ല. മൊയാരവും ചിന്നമ്മുവും ചെയ്യുന്ന കാര്യങ്ങൾക്കെതിരെ തറവാട്ടംഗങ്ങൾ മുഴുവൻ ഒറ്റക്കെട്ടായി ചെറുത്തു നിന്നു. മൊയാരത്ത് തറവാട്ടിൽ ചിന്നമ്മുവിന്റെ ജീവിതം അസഹ്യമായി തീർന്നു. അമ്മാവൻ വന്ന് ചിന്നമ്മുവിനെ ചെമ്പിലോട്ടേക്ക് കൂട്ടിക്കൊണ്ട് പോയി.

മൊയാരത്തെ കുളക്കടവിലിരുന്ന് മൊയാരം വയലിലേക്ക് നോക്കി. ഓരോ പക്ഷിയും അതിന്റെ കൂട്ടിലേക്ക് മടങ്ങുന്ന സന്ധ്യാസമയമായിരുന്നു അത്. പകൽ മുഴുവൻ സഞ്ചരിച്ച് വൈകുന്നേരം സ്നേഹിച്ചു. കലഹിച്ചും തങ്ങളുടെ പ്രിയപ്പെട്ടവരുടെ കൂടെ ഓരോ ജീവജാലങ്ങളും ആനന്ദത്തിന്റെ ഒരു ലോകത്തെ സ്വാംശീകരിക്കുന്നു. എന്നാൽ മനുഷ്യനെന്ന ജന്തുവിന് മാത്രം എല്ലായിടങ്ങളും അസ്വാതന്ത്ര്യത്തിന്റെ പരിമിതമായ ലോകം മാത്രമേ ഉള്ളൂ. വ്യക്തിജീവിതത്തിന്റെയും സാമൂഹിക ജീവിതത്തിന്റെയും സംഘർഷങ്ങൾ ഏറ്റുവാങ്ങാൻ

വിധിക്കപ്പെട്ടവനാണ് ഓരോ മനുഷ്യജീവിയും. കുളികഴിഞ്ഞ് തറവാട്ടിലേക്ക് നടക്കുമ്പോഴും ആലോചന തന്നെയായിരുന്നു. മുച്ചിലോട്ട് കാവിൽ നിന്ന് ചെണ്ടയുടെ മുഴക്കം കേൾക്കുന്നുണ്ട്. പോതി ഉറഞ്ഞാടുകയായിരിക്കും. ചിന്നമ്മുവുണ്ടെങ്കിൽ അമ്മയോടോപ്പം കാവിലെത്തിയിട്ടുണ്ടാവും. ശങ്കരൻ ദൈവങ്ങളേയും ദൈവങ്ങൾ ശങ്കരനേയും എന്നേ ഉപേക്ഷിച്ചിരിക്കുന്നു. വയലിലൂടെ നടന്നുവരുന്ന ആളുകൾ, മുച്ചിലോട്ട് തറവാട്ടിന്റെ ഇടവഴിയിലൂടെ കടന്നു പോകുന്നത് മൊയാരം കണ്ടു. വയൽ ചിലത് ഓർമ്മപ്പെടുത്തി. കർഷകർ ഉണരുകയാണ്. കഴിഞ്ഞു പോയ ഇന്നലെകളല്ല, വരാനിരിക്കുന്ന നാളുകൾ.. അത് പുതുക്കപ്പെട്ടു കൊണ്ടിരിക്കുന്നു. പൊന്നാനി കർഷക സമ്മേളനത്തിൽ പാട്ടബാക്കി കളിച്ചത് ഈ മാറ്റത്തിന്റെ സൂചനയാണ്. മലബാർ മുതൽ മദിരാശി വരെ എ കെ ഗോപാലന്റെ നേതൃത്വത്തിലുള്ള പട്ടിണിജാഥ നടന്നു കഴിഞ്ഞിരിക്കുന്നു. കോട്ടയം താലൂക്കിലെ വളണ്ടിയർ ക്യാപ്റ്റന്റെ ഉത്തരവാദിത്വം ചെറുതല്ലെന്ന് മൊയാരത്തിന് അറിയാമായിരുന്നു. എത്രയും പെട്ടെന്ന് ബ്ലാത്തൂരിലെത്തേണ്ടതുണ്ട്. കർഷകർക്കെതിരെ നടക്കുന്ന കൊടിയ പീഡനങ്ങൾക്ക് മറുപടിയായാണ് കർഷകസംഘം ബ്ലാത്തൂരിൽ സമ്മേളനം നടത്താൻ തീരുമാനിച്ചത്. വിഷ്ണുഭാരതീയനെ കല്യാട്ട് എശമാന്റെ ഗുണ്ടകൾ തല്ലിച്ചതച്ചിരിക്കുന്നു.

ബ്ലാത്തൂരിലെത്തുമ്പോൾ കേരളീയൻ അതിനുമുമ്പേ അവിടെ എത്തിക്കഴിഞ്ഞിരുന്നു. മലബാറിൽ എല്ലായിടത്തും കർഷകർക്കെതിരെ നടക്കുന്ന അനീതികൾ അവിടെയും തുടരുകയായിരുന്നു. സ്ത്രീകൾ ജന്മിമാർക്ക് അവകാശപ്പെട്ടതാണെന്ന ബോധം തകരണം. മേൽമീശവെക്കാനും വെളുത്തമുണ്ടുടുക്കാനും എല്ലാവർക്കും അവകാശമുണ്ട്. കല്യാട്ടുകാരുടെ വകയിലുള്ള ഏതോ കുളത്തിൽ കുളിച്ചതിനാണ് കുളങ്ങരേത്ത് കമ്മാരൻ നായർക്ക് പത്ത് ഉറുപ്പിക പിഴയിട്ടത്. മൊയാരം പൊട്ടിത്തെറിച്ചു.

"ഇനിമേലാൽ കല്യാട്ടുള്ളവരുടെ കൈ ഞങ്ങളുടെ നേരെ ഉയർന്നാൽ ഞങ്ങൾക്ക് വെറുതെ നോക്കിനില്ക്കാനാവില്ല. അവർ ഞങ്ങളുടെ സ്ത്രീകളുടെ മേൽ കൈവെച്ചാൽ മറിച്ചും ഉണ്ടാകുമെന്ന് ഓർക്കുന്നത് നന്ന്."

അതൊരു ഭീഷണി തന്നെയായിരുന്നു.

ക്രൂരതയുടെ പര്യായമായ ശ്രീകണ്ഠാപുരത്തെ ഓടത്തുപാലത്തിലെ തൂക്കുമരംപോലും മൊയാരത്തിന്റെ ഗർജ്ജനത്തിൽ ഞെട്ടി.

എല്ലാ എതിർപ്പുകളേയും അവഗണിച്ച് ബ്ലാത്തൂരിലെ അസാധാരണമായ കർഷകസമ്മേളനം നടന്നു. ഇരുപത്തിരണ്ടോളം പ്രാദേശിക കർഷകസംഘങ്ങളുടെ ആ സംയുക്ത സമ്മേളനത്തിൽ കർഷകസംഘം അഖിലേന്ത്യാ ജനറൽസെക്രട്ടറി എൻ ജി രങ്ക അദ്ധ്യക്ഷത വഹിച്ചു. ചരിത്രപ്രധാനമായ ആ സമ്മേളനത്തെക്കുറിച്ച് *പ്രഭാത*ത്തിൽ മൊയാരം എഴുതി. കല്യാട്ടെ കൃഷിക്കാർ അനുഭവിക്കുന്ന സംഘർഷങ്ങൾ ലോക

മറിഞ്ഞു. മണ്ണും ജീവനും ജന്മിമാരുടെ കൈപ്പിടിയിൽ കുരുങ്ങിക്കിടക്കുന്നതിനെക്കുറിച്ചുള്ള വിശദമായ ലേഖനമായിരുന്നു അത്. കല്യാട്ട് പ്രദേശത്ത് നിയമപാലകർ പട്ടാളഭരണമാണ് നടത്തുന്നതെന്നും കർഷക സംഘങ്ങളുടെ നിലവിളി മദിരാശി കോൺഗ്രസ് മന്ത്രിസഭയുടെ ചെവിയിൽ അടിയന്തരമായി എത്തിച്ചേരണമെന്നും മൊയാരം ആഹ്വാനം ചെയ്തു.

"ബ്ലാത്തൂരിലെ കൃഷിക്കാർ ചരിത്രം നിർമ്മിക്കുകയാണ്. അവരുടെ പുതിയ ഉണർവ്വും ഉദ്ബുദ്ധതയും അന്യാദൃശ്യമാണ്. അഞ്ച് ദിവസം കൊണ്ടാണവർ പതിനായിരം ആളുകൾക്ക് ഭക്ഷണത്തോട് കൂടിയ, ഒരുക്കത്തോട് കൂടിയ, പ്രത്യേകം വിശാലവും മനോഹരവുമായി കെട്ടിയുണ്ടാക്കിയ പന്തലിൽ വെച്ച് ഒരു വമ്പിച്ച കർഷക മഹാസമ്മേളനം കഴിച്ചത്. വാസ്തവത്തിൽ ആയിരത്തിൽപ്പരം കർഷകസ്ത്രീകളടക്കം പതിനയ്യായിരം ജനങ്ങൾ അവിടെ സമ്മേളിച്ചിരുന്നു. അനാവശ്യമായ ആഡംബരങ്ങളില്ല, അധികം പ്രമേയങ്ങളില്ല, ദീർഘമായ പ്രസംഗങ്ങളില്ല."

മൊയാരം പ്രതീക്ഷിച്ചതുപോലെ സമ്മേളനത്തെ തുടർന്ന് കള്ള ക്കേസുകൾ പ്രവഹിച്ചു. കർഷകസംഘം വണ്ണാത്തിമാറ്റ് തടഞ്ഞു എന്നു മുതൽ അറുപത് കാരിയെ ബലാത്സംഗം ചെയ്തു എന്നിങ്ങനെയുള്ള കേസുകൾ ചാർജ് ചെയ്യുക മാത്രമല്ല, ജന്മിമാരുടെ ഒത്താശയോടെ മലബാർ കലക്ടർ ഇരിട്ടിയിൽ ക്യാമ്പ് ചെയ്യാനും തുടങ്ങി.

പന്ന്യന്നൂർ അരയാക്കൂൽ സ്കൂളിൽ ഒരു യോഗം കഴിഞ്ഞ് നിടുമ്പ്രത്തേക്ക് നടന്നുവരുമ്പോൾ കുഞ്ഞിരാമൻ നായർ മുമ്പിൽ പ്രത്യക്ഷപ്പെട്ടു. കുഞ്ഞിരാമൻ ചിരിച്ചുകൊണ്ട് പറഞ്ഞു.

"സോഷ്യലിസ്റ്റുകാർ മൊത്തം നാട്ടിൽ കൊഴപ്പം ഉണ്ടാക്കുകയാണെന്നാണല്ലോ ശങ്കരേട്ടാ പറയുന്നത്..?"

സംശയത്തോടെ മുഖത്തേക്ക് നോക്കി.

"കുഞ്ഞിരാമന് അങ്ങനെ തോന്നിയോ?"

അയാൾ തലയാട്ടി. ആ തലയാട്ടലിന്റെ അർത്ഥം അതെ എന്നാണോ അല്ലെന്നാണോ എന്ന് മൊയാരത്തിന് മനസ്സിലായില്ല.

"പറഞ്ഞത് മറ്റാരുമല്ല. ഗണപതി അടിയോടിയാണ്..ഓർക്കാട്ടേരി ചന്തയിൽനിന്നാണ് അടിയോടിയെ കണ്ടത്.. അടിയോടി കോൺഗ്രസാണല്ലോ.."

"അടിയോടി എന്താണ് പറഞ്ഞത്..?"

"ഇവിടെ റഷ്യപോലെ ആവും എന്നാണ് പറഞ്ഞത്?"

വയൽ വരമ്പിലൂടെ നടക്കുന്നത് കൊണ്ട് നായരുടെ മുഖം കാണാൻ കഴിഞ്ഞില്ല.

"നല്ലതല്ലേ.."

പിന്നിൽ നിന്ന് അനക്കമൊന്നും കേൾക്കുന്നില്ല. മൊയാരം തിരിഞ്ഞു നോക്കി. കുഞ്ഞിരാമൻ നായർ വരമ്പിൽ പ്രതിമപോലെ നില്ക്കുകയാണ്.

"എന്താ.. അവിടെ നിന്നുകളഞ്ഞത്.."

അയാൾ സംശയിച്ച് സംശയിച്ച് മുന്നോട്ട് വന്നു. അയാളുടെ ഭാവം കണ്ടാൽ ഇപ്പോൾ കരയുമെന്ന് തോന്നി.

"ദച്ചു.. എന്റെ ദച്ചു.."

അയാൾ വിതുമ്പാൻ തുടങ്ങി.

"എന്റെ നായരേ നിങ്ങൾ കരയാതെ കാര്യം പറയ്.. ദച്ചൂനെന്താ പറ്റിയത്?"

"റഷ്യപോലെയായാൽ.. എന്റെ ദച്ചു.."

"നിങ്ങള് കാര്യം പറയ്.. കുഞ്ഞുങ്ങളെപ്പോലെ മോങ്ങാതിരിക്ക്.."

"റഷ്യയിൽ ഒരാളുടെ ഭാര്യ എല്ലാരുടേതുമല്ലേ.. അപ്പോ എന്റെ ദച്ചു.."

മൊയാരം ഉറക്കെ ചിരിച്ചു.

"ഇതാണ് അടിയോടി ഓർക്കാട്ടേരി ചന്തയിൽനിന്ന് പഠിപ്പിച്ച് തന്നത് അല്ലേ..? പിന്നെന്തൊക്കെയാ അടിയോടി പറഞ്ഞത്..?"

"സോഷ്യലിസ്റ്റുകൾ ഭാര്യമാരെ എല്ലാരുടേതുമാക്കും.. ദൈവത്തേയും മതത്തേയും ഇല്ലാതാക്കും.. എന്നൊക്കെയാ പറയുന്നത്.."

"ഇതൊക്കെ വിശ്വസിക്കുന്ന കുഞ്ഞിരാമൻ നായരെയാണ് പറയേണ്ടത്.. ആ ബുദ്ധിയില്ലാത്ത അടിയോടിയെ അല്ല. നായരേ.. തൊഴിലാളികൾക്കും കർഷകർക്കുംവേണ്ടി കോൺഗ്രസിന്റെ പ്രവർത്തനത്തെ വ്യാപിപ്പിക്കുകയാണ് കോൺഗ്രസിലെ സോഷ്യലിസ്റ്റുകളുടെ ലക്ഷ്യം.. അല്ലാതെ ജന്മിമാരെപ്പോലെ ഒരുത്തന്റെ ഭാര്യയെ എല്ലാരുടേതുമാക്കുകയല്ല.. ബ്ലാത്തൂരിലും കല്യാട്ടുമൊക്കെ ഞങ്ങൾ സമരം ചെയ്യുന്നത് അതിനുവേണ്ടിയാ.."

കുഞ്ഞിരാമൻ നായരുടെ മുഖത്ത് ഒരു ചെറു ചിരി പ്രത്യക്ഷമായി.

"അപ്പോൾ അടിയോടി വെറുതെ പറഞ്ഞതാ അല്ലേ..?"

മൊയാരത്തിന്റെ മറുപടി പെട്ടെന്നായിരുന്നു.

"അല്ല.. അടിയോടി ബോധപൂർവ്വം പറഞ്ഞതാണ്. കോൺഗ്രസ് സോഷ്യലിസ്റ്റ് പാർട്ടി വളർന്ന് വന്നാൽ രാജ്യത്തിനുമുഴുവൻ അപകടമാണെന്ന് പറയുന്നവർ അടിയോടിയെപ്പോലുള്ളവർ മാത്രമല്ല. ഞങ്ങളുടെ നേതാവ് കേളപ്പൻ നായർ *മാതൃഭൂമി*യിൽ എഴുതിയ പത്രാധിപക്കുറിപ്പ് അവരെ സൂക്ഷിക്കുക എന്നാണ്.. അതുകൊണ്ട് സോഷ്യലിസ്റ്റുകാരെ ഭയപ്പെടുന്നവർ ഉണ്ടാക്കുന്ന കഥകൾ നിങ്ങളെപ്പോലുള്ള ശുദ്ധഗതിക്കാർ വിശ്വസിക്കാതിരിക്കുക. അടുത്ത ദിവസം നമുക്ക് ചൊക്ലിയിൽ ഒരു സമ്മേളനം വെക്കാം.. ആളുകൾ സത്യമറിയട്ടെ.."

ഇങ്ങനെയുള്ള കോൺഗ്രസ് നിലപാടുകൾ ശക്തമായതുകൊണ്ട് തന്നെ, വടക്കെ മലബാറിലെ കർഷകസമരങ്ങളെക്കുറിച്ചുള്ള ധാരണ ത്രിപുരി സമ്മേളനത്തിൽ കോൺഗ്രസ് നേതൃത്വത്തിന് മൊയാരം നല്കിയിരുന്നു. ആ സമ്മേളനത്തിൽ ആദ്യത്തെ പ്രമേയങ്ങളിലൊന്നായി വടക്കെ മലബാറിലെ കർഷകപ്രസ്ഥാനത്തിനുള്ള സൗഹൃദ സന്ദേശം

പാസാക്കാനും സാധിച്ചു. സമരമുഖങ്ങൾ പിന്നേയും പിന്നേയും ശങ്കരനെ കാത്തിരുന്നു. ന്യൂ ഡർബാർ ബീഡിക്കമ്പനിയിൽനിന്ന് പിരിച്ചുവിട്ട തൊഴിലാളികൾക്ക് വേണ്ടി കൃഷ്ണപിള്ളയും എ കെ ജിയും സി എച്ചും ഒപ്പം മൊയാരവും ഇടപെട്ടു. കക്കാട്, ചൊവ്വ, അലവിൽ, പുതിയതെരു തുടങ്ങിയ ഇടങ്ങളിൽ നെയ്ത്ത് തൊഴിലാളികളുടെ പ്രാദേശികയൂണിറ്റ് രൂപീകരണത്തിലും സജീവമായി.

അഞ്ചലോട്ടക്കാരൻ കൊണ്ടുവെച്ച പത്രവും മാസികയും മേശമേൽ മൊയാരത്തെ കാത്തിരുന്നു. ശരീരത്തിന്റെ ക്ഷീണം നന്നായിട്ടുണ്ട്. പക്ഷേ, അത് പൊട്ടിച്ചൊന്ന് മറിച്ചുനോക്കാതെ ഉറക്കം വരില്ല. റാപ്പർ പൊട്ടിച്ച് പുറം മറിച്ചപ്പോൾ ആദ്യം കണ്ണിൽ പെട്ടത് സഞ്ജയൻ എന്ന പേരു തന്നെയായിരുന്നു. പുതുവർഷത്തിലെ ആദ്യദിനത്തിലെ എഴുത്ത് തന്നെ ആരെ പ്രകോപിപ്പിക്കാനാണ് എന്നറിയാനായിരുന്നു കൗതുകം. ഇത്തവണ ലാത്തി ഗീതിയാണ്. വായന തുടങ്ങിയപ്പോൾ തന്നെ ചിരിപൊട്ടി.

"ജനഗണ തല അടിനായക ജയ, ഹേ!
വഞ്ചിതവഞ്ചി വിധാതാ!
പഞ്ചാബ്, കൊച്ചി, മലബാറു, മറാട്ടാ,
ദ്രാവിഡ, കന്നടാ (വങ്കാ!)
സഹ്യമഹാചല അറബി സമുദ്ര
പറയടി തകൃതി തരംഗാ
താവക പാതേ വീണേ! ഭീകരമർദ്ദനപാണേ!
കേൾക്കൂ തവ ജയഗാഥാ!
ജനഗണ കുസൃതി വിധായക, ജയ, ഹേ!
വഞ്ചിതവഞ്ചി വിധാതാ;
ജയ, ഹേ! ജയ, ഹേ! ജയ, ഹേ! ജയ,
ജയ, ജയ, ജയ, ജയ, ഹേയ്!"

ചിരിക്കാതിരിക്കാനായില്ല.

സഞ്ജയൻ ഇപ്പോൾ പരിഹസിക്കുന്നത് കോൺഗ്രസിനെ തന്നെയാണ്. കോൺഗ്രസിന്റെ കല്ക്കത്താ സമ്മേളനത്തിൽ 'ഭാഗ്യവിധാത' ടാഗോർ തന്നെയായിരുന്നു അവതരിപ്പിച്ചത്. ഇന്ത്യൻ നാഷണൽ കോൺഗ്രസിന്റെ എല്ലാ സമ്മേളനങ്ങളിലും പാടിക്കൊണ്ടിരിക്കുന്ന ഈ ഗാനത്തെയും സഞ്ജയൻ വെറുതെ വിട്ടിട്ടില്ല. സോഷ്യലിസ്റ്റുകളെ മാത്രമല്ല സഞ്ജയൻ പരിഹസിക്കുന്നതെന്ന് പലപ്പോഴും തോന്നിയിട്ടുണ്ട്. ബ്രിട്ടീഷ് ഭരണത്തോട് ചേർന്ന് നില്ക്കുന്ന പ്രമാണിമാരേയും വെറുതെ വിടാറില്ലല്ലോ..

ഉറങ്ങാനായി കിടന്നപ്പോഴും സഞ്ജയൻ തന്നെയായിരുന്നു മനസ്സിൽ. സംഘടനയേയും അതിന്റെ ഭാഗമായി മൊയാരത്ത് ശങ്കരൻ എന്ന മനുഷ്യനേയും കടന്നാക്രമിക്കുന്ന സഞ്ജയൻ, *മാതൃഭൂമി*യിൽ വെച്ച് ആദ്യമായി കണ്ടപ്പോൾ സുപരിചിതനെപ്പോലെ ഏറ്റവും ഹൃദ്യമായി

ചിരിച്ചത് മൊയാരത്തിന്റെ ഓർമ്മയിലേക്ക് വന്നു. കൃഷ്ണപിള്ളയെ പോലെ ചിരിച്ചു എന്നു പറയുന്നതാവും ശരി. ഉറക്കത്തിൽ കിനാവിലെന്നതുപോലെ സഞ്ജയനുപകരം കൃഷ്ണപിള്ള കടന്നുവന്നു. സോഷ്യലിസ്റ്റ് പാർട്ടിയെ പുതിയ രീതിയിൽ സംഘടിപ്പിക്കാൻ വേണ്ടി ഈ പാതിരാവിലും കൃഷ്ണപിള്ള ബോംബേയിൽ നിന്ന് ചെറുവത്തൂരിലേക്ക് യാത്രതിരിച്ചിട്ടുണ്ടാവണം. കല്ക്കരി വണ്ടിയിൽ പാഞ്ഞുപോകുന്ന കൃഷ്ണപിള്ളയായിരുന്നു ഉറങ്ങിയെഴുന്നേല്ക്കുമ്പോളും മനസ്സ് നിറയെ..

എ ഹാൻഡ്ബുക്ക് ഓഫ് മാർക്സിസം

സി എച്ച് കണാരൻ കയറിവന്നത് രാത്രിയിലായിരുന്നു. മൊയാരത്തിന്റെ മുറിയിലെത്തിയപ്പോൾ സി എച്ച് ഏറെ ക്ഷീണിതനായിരുന്നു. മൊയാരത്തിന് കണ്ടപ്പോൾ തന്നെ കാര്യം മനസ്സിലായി.

"ഇന്നൊന്നും കഴിച്ചില്ല ഇല്ലേ?"

സി എച്ച് ഒന്നും മിണ്ടിയില്ല.

മൊയാരത്തിനറിയാമായിരുന്നു ഇപ്പോൾ സി എച്ചിന് വേണ്ടത് ഭക്ഷണമാണെന്ന്.

"അടിയന്തരമായ ചില കാര്യങ്ങളുള്ളത് കൊണ്ടാണ് പുന്നോലിലേക്ക് പോകാതെ നേരെ ഇങ്ങോട്ട് വന്നത്."

വരവിന്റെ ഉദ്ദേശ്യം സി എച്ച് വ്യക്തമാക്കി.

എല്ലാവരും ഒരുവട്ടം ഉറക്കം കഴിഞ്ഞിട്ടുണ്ടാവും. മൊയാരം അടുക്കളയിലേക്ക് ചെന്നു. പിന്നാലെ സി എച്ചും ബാക്കിയായ ചോറിൽ വെള്ളമൊഴിച്ച് വെച്ചിട്ടുണ്ടായിരുന്നു.

മൊയാരം നിസ്സഹായനായി സി എച്ചിനെ നോക്കി. സി എച്ചിന് ഭാവഭേദമൊന്നുമുണ്ടായില്ല. കലത്തിൽനിന്ന് അത് കോരിയെടുത്ത് ആർത്തിയോടെ കഴിച്ചു.

കുറ്റ്യാടിയിൽ പുനംകൃഷിക്കാരുടെ സമരം നടന്നപ്പോൾ, തലശ്ശേരിയിലെ ബീഡിത്തൊഴിലാളികളുടെ വളണ്ടിയർ സേനയെ നയിച്ച് കുറ്റ്യാടിയിലേക്ക് പോയ ആളാണ് സി എച്ച് കണാരൻ. കർഷകരേയും തൊഴിലാളികളേയും ഒന്നിച്ച് കൊണ്ടുപോകലാണ് യഥാർത്ഥപ്രവർത്തനം എന്ന് ബോദ്ധ്യപ്പെടുത്തിയ മനുഷ്യൻ. തലശ്ശേരിയിലെ ബീഡിത്തൊഴിലാളികളുടെ പകരം വെക്കാനില്ലാത്ത നേതാവ്. അതിപ്രധാനമായ കാര്യം സംസാരിക്കാൻ വേണ്ടിയാണ് പാതിരാത്രിയിൽ എത്തിച്ചേർന്നത്.

കൃഷ്ണപിള്ളയുടെ രഹസ്യ സന്ദേശമാണ് കൈമാറിയത്.

കോൺഗ്രസ് സോഷ്യലിസ്റ്റ് പാർട്ടി എന്ന നിലയിൽ തുടരേണ്ടതില്ലെന്നും കമ്യൂണിസ്റ്റ് പാർട്ടിയുടെ സമ്മേളനം വിളിക്കേണ്ടതിന്റെ ആവശ്യകതയെക്കുറിച്ചും നേരത്തെതന്നെ കൃഷ്ണപിള്ള പറഞ്ഞിരുന്നു. ഇന്ത്യൻ നാഷണൽ കോൺഗ്രസിന്റെ ലഖ്നൗ സമ്മേളനത്തിൽ, സമ്മേളനപ്രതിനിധികൾക്ക് നിയമവിരുദ്ധമായ കമ്യൂണിസ്റ്റ് ലഘുലേഖകൾ കൃഷ്ണപിള്ള വിതരണം ചെയ്തിരുന്നു. സോഷ്യലിസ്റ്റ് പാർട്ടിക്കുള്ളിലെ കമ്യൂണിസ്റ്റ് ഫ്രാക്ഷൻ എന്നനിലയിൽ കൃഷ്ണപിള്ളയും നമ്പൂതിരിപ്പാടും ദാമോദരനും എൻ സി ശേഖറും രഹസ്യയോഗം ചേർന്നിരുന്നു. കേന്ദ്രകമ്മിറ്റിയിൽനിന്ന് എസ് വി ഘാട്ടെ ആയിരുന്നു പങ്കെടുത്തത്. സെക്രട്ടറിയായി കൃഷ്ണപിള്ളയെ തിരഞ്ഞെടുത്തു. ഇത്രയും കാര്യം മൊയാരം നേരിട്ടറിഞ്ഞിരുന്നു. മഞ്ചുനാഥറാവുവിന്റെ വീട്ടിൽ കൂടിയ യോഗത്തിൽവെച്ച് കമ്യൂണിസ്റ്റ് പാർട്ടിയുടെ യോഗം കൂടാൻ തീരുമാനിച്ചിരുന്നു. തുടർന്ന് രഹസ്യസ്വഭാവമുള്ള നിരവധി സമ്മേളനങ്ങൾ നടത്തി. മൊയാരവും ആ സമ്മേളനങ്ങളിൽ പങ്കെടുത്തു.

മാർക്സിസം പഠിപ്പിക്കാൻ വേണ്ടി, *എ ഹാൻഡ് ബുക്ക് ഓഫ് മാർക്സിസം* എന്ന പുസ്തകം കൃഷ്ണപിള്ള നല്കുകയുണ്ടായി.

കൃഷ്ണപിള്ള പറഞ്ഞു.

“കമ്യൂണിസ്റ്റ് ആശയഗതി ആളുകളിൽ എത്തിക്കാൻ നമുക്ക് ചിലത് ചെയ്യേണ്ടതുണ്ട്..”

മൊയാരത്തിന് കൃത്യമായ നിർദ്ദേശമുണ്ടായിരുന്നു.

“പാർട്ടിവിദ്യാഭ്യാസം നല്കേണ്ടതുണ്ട്. ഓരോ പാർട്ടിപ്രവർത്തകനും പാർട്ടി എന്താണെന്ന് പഠിക്കുകയും പഠിപ്പിക്കുകയും വേണം.”

കൃഷ്ണപിള്ള തലയാട്ടി.

“ജനങ്ങൾക്കിടയിൽ പ്രവർത്തിക്കുന്നവർ നിർബ്ബന്ധമായും വായിക്കണം.. മാർക്സിസം മാത്രമല്ല, ഓരോ കാലത്തും നമുക്ക് ചുറ്റുമുണ്ടാവുന്ന മാറ്റങ്ങളും അവർ അറിയണം.”

“പാർട്ടി രൂപപ്പെടുന്ന കാലത്ത് തന്നെ പാർട്ടിവിദ്യഭ്യാസം നല്കിയാലേ രാഷ്ട്രീയമായ സമരങ്ങൾക്കൊപ്പം ജനങ്ങളെ ചേർത്ത് നിർത്താൻ കഴിയുകയുള്ളൂ..”

“നമ്പൂതിരിപ്പാടും ഇതേ അഭിപ്രായം പറയുകയുണ്ടായി..”

മൊയാരം തുടർന്നു.

“വിദ്യാഭ്യാസ സെൽ ഉണ്ടാക്കി. അതിന് കൃത്യമായ ചുമതലയും നല്കണം.”

“അങ്ങനെ ഒരു ആലോചന നടന്നിട്ടുണ്ട്..”

അഭിപ്രായ രൂപീകരണവും കൃത്യമായ തീരുമാനമെടുക്കലും കൃഷ്ണപിള്ളയുടെ സംഘാടനമികവായിരുന്നു. മലബാറിൽ ഉടനീളം *ഹാൻഡ് ബുക്ക് ഓഫ് മാർക്സിസം* എത്തിക്കാനുള്ള ശ്രമം കൃഷ്ണപിള്ളയുടെ

നേതൃത്വത്തിൽ നടന്നു. ഒരു കൂട്ടുപഠനത്തിന്റെ സാദ്ധ്യതകൾ നന്നായി രൂപപ്പെടുത്താൻ സാധിച്ചു.

കൂത്തുപറമ്പിൽ വെച്ച് ഹാൻഡ് ബുക്ക് ഓഫ് മാർക്സിസം കൃഷ്ണപിള്ള പരിചയപ്പെടുത്തുകയായിരുന്നു. കോൺഗ്രസ് സോഷ്യലിസ്റ്റുകാരായ പ്രവർത്തകരെ പഠിപ്പിക്കുക ഭാരിച്ച ഉത്തരവാദിത്വമായിരുന്നു. പാർട്ടി വിദ്യഭ്യാസ സെല്ലിന്റെ ചുമതലക്കാരിൽ ഒരാളായ ഉണ്ണിരാജ ക്ലാസ് എടുത്ത് കൊണ്ടിരിക്കെ, കെ എൻ ചാത്തുകുട്ടി എഴുന്നേറ്റുനിന്ന് ചോദിച്ചു.

"അല്ല സഖാവേ, ഇതെന്താണെന്ന് മനസ്സിലാവുന്നില്ല. എന്താ ചെയ്യേണ്ടതെന്ന് പറഞ്ഞാൽ അത് പോലെ ചെയ്യാം.. ഞങ്ങളെ എന്തിനാ ബുദ്ധിമുട്ടിക്കുന്നത്.."

ഇത് കേട്ട കൃഷ്ണപിള്ള ചാടിയെഴുന്നേറ്റു.

"ഇരിക്കെടാ അവിടെ.."

ആ അട്ടഹാസത്തിൽ ചാത്തുകുട്ടി വാ തുറന്നില്ല.

പഠിക്കാതെ ആർക്കും മുന്നോട്ട് പോവാൻ പറ്റില്ലെന്ന് കൃഷ്ണപിള്ളയെപ്പോലെ മൊയാരവും വിശ്വസിച്ചു.

സി എച്ച് കണാരൻ പറഞ്ഞു.

"സോഷ്യലിസ്റ്റ് പ്രവർത്തകരുടെ വിപുലമായ ഒരു യോഗം പിണറായി പാറപ്പുറത്ത് നടത്തിയാലോ എന്നാണ് ആലോചന."

"കൃഷ്ണപിള്ളയ്ക്ക് ഒളിവിൽനിന്ന് എത്തിച്ചേരാൻ പറ്റുമോ?"

"എന്തായാലും എത്തിച്ചേരും. അവിടെ സോഷ്യലിസ്റ്റ് പാർട്ടിയുടെ പ്രവർത്തകരുടെ ഒരു രഹസ്യവളണ്ടിയർ സേനയെ തയ്യാറാക്കി നിർത്തണം."

ക്ഷീണിതനായി കയറി വന്ന സി എച്ച് കണാരൻ അന്നുറങ്ങിയില്ല. പുലർച്ചെ അയാൾ തലശ്ശേരിയിലേക്ക് നടന്നു.

പാറപ്പുറത്ത് സമ്മേളനത്തിനുവേണ്ടിയുള്ള ഒരുക്കങ്ങൾ രഹസ്യമായി ഏറെ ആവേശത്തോടെ നടന്നു. പാറപ്പുറത്തെ കർഷകസംഘം അതിന്റെ ആസൂത്രണം കൃത്യമായി നടത്തി. പുഴയാൽ ചുറ്റപ്പെട്ട പാറപ്പുറത്ത് രഹസ്യപ്പൊലീസോ മറ്റുള്ളവരോ വരുന്നത് നിരീക്ഷിക്കാൻ കൃത്യമായ ചുമതലകളുണ്ടായി. അവരവരുടെ തൊഴിലിൽ ഏർപ്പെട്ട് കൊണ്ട് തന്നെ കണ്ണും കാതും തുറന്ന് വെക്കാൻ അവർ തയ്യാറായി. പിണറായി ആർ സി അമല സ്കൂളിൽ, റാഡിക്കൽ ടീച്ചേഴ്സ് യൂണിയന്റെ പരസ്യസമ്മേളനവും വെച്ചു. അപരിചിതരായ ആളുകൾ പിണറായിയിലേക്ക് വരുമ്പോൾ പൊലീസിന് സംശയം തോന്നാതിരിക്കാനായിരുന്നു ഈ നീക്കം.

ഒറ്റുകാരില്ലാത്ത ആ ഗ്രാമത്തിലേക്കുള്ള യാത്ര രാത്രിയായിരുന്നു. മദിരാശി പൊലീസിന് പാറപ്പുറത്തേക്ക് കടന്നുവരാൻ എളുപ്പമായിരുന്നില്ല. അഞ്ചരക്കണ്ടിപ്പുഴയും അണ്ടല്ലൂർപ്പുഴയും വയലും കുന്നുകളും

കണ്ടൽ പുതച്ച ചതുപ്പുനിലങ്ങളും പാറപ്പുറത്തെ വേറിട്ടതാക്കി. തണു ത്തുറഞ്ഞ ഡിസംബറിൽ പറമ്പൻ പുല്ലുകൾ വകഞ്ഞുമാറ്റി മൊയാരം മുമ്പോട്ട് നടന്നു. ആരും സംസാരിക്കുന്നില്ല. നിഗൂഢമായ ഒരു സ്വപ്നത്തി ലേക്ക് അവർ നടന്നടുക്കുകയായിരുന്നു. ആരൊക്കെയോ ബീഡിക്ക് തീ കൊളുത്തിയിട്ടുണ്ട്. ഒറ്റയടിപ്പാതയിലെത്തിയപ്പോൾ, വെളിച്ചം വഹിച്ചു നീങ്ങുന്ന ഒരു സംഘമായി അവർ രൂപപ്പെട്ടു. തണുപ്പ് കാറ്റ് അവരെ കുളിരിലേക്ക് ആഴ്ത്തിയിടുന്നുണ്ട്. മൊയാരം ചുമലിലെ തോർത്തെടുത്ത് തലയിലേക്ക് കെട്ടി. വഴിയിൽ കാവൽ ഭടന്മാരെപോലെ ആളുകൾ.. പാറപ്പുറം സമ്മേളനത്തിന് വിവേകാനന്ദ വായനശാലയിൽ എത്തിച്ചേരാ നായിരുന്നു നിർദ്ദേശം. അവിടെനിന്ന് വീട്ട് മുറ്റത്തേക്ക് ആളുകളെ എത്തിച്ചു. മഞ്ഞിൽ കുളിച്ച് നില്ക്കുന്ന അപ്പക്കുട്ടികാരണവരുടെ വീട്ടു മുറ്റത്ത് കെ പി ഗോപാലൻ സമ്മേളനത്തിന് തുടക്കംകുറിച്ചു. കൃഷ്ണപിള്ള സംസാരിച്ചു തുടങ്ങി. സാർവ്വദേശീയ തലത്തിൽനിന്ന് തുടങ്ങി കോൺഗ്രസ് സോഷ്യലിസ്റ്റ് പാർട്ടിയുടെ നിഷ്ക്രിയത്വത്തിലേക്ക് വരെ സംസാരം തുടർന്നു. കമ്യൂണിസ്റ്റ് പ്രസ്ഥാനത്തിന്റെ പ്രസക്തി അതിസൂക്ഷ്മം കൃഷ്ണപിള്ള വിശദീകരിച്ചു.

"കോൺഗ്രസിന്റെയും കോൺഗ്രസ് സോഷ്യലിസ്റ്റ് പാർട്ടിയുടേയും നേതൃത്വങ്ങൾ ജനങ്ങളെ ആകെ വഞ്ചിച്ചിരിക്കുന്നു. ഇന്ത്യയുടെ സ്വാത ന്ത്ര്യസമരത്തെ ശക്തിപ്പെടുത്താൻ കേരളത്തിലൊരു കമ്യൂണിസ്റ്റ് പാർട്ടി സ്ഥാപിക്കേണ്ടത് ആവശ്യമായി വന്നിരിക്കുന്നു. നമ്മുടെ ഭാവി കമ്യൂണിസ്റ്റ് പാർട്ടിയുടെ കൂടെയാണ്. കൂടുതൽ കഷ്ടങ്ങളും ത്യാഗങ്ങളും സഹിക്കാൻ നാം തയ്യാറായേ പറ്റൂ.."

മൂന്ന് മണിക്കൂറോളം നീണ്ടുനിന്ന കൃഷ്ണപിള്ളയുടെ പ്രസംഗം കൃത്യമായ നിലപാടുകളുടെ വിശദീകരണമായിരുന്നു.

തുടർന്ന് സംസാരിച്ച നമ്പൂതിരിപ്പാട് സംഘടനാസംവിധാനത്തെ ക്കുറിച്ചും പാർട്ടി പരിപാടിയെക്കുറിച്ചും സംസാരിച്ചു.

"കമ്യൂണിസ്റ്റ് പാർട്ടിക്ക് മാത്രമാണ് രാജ്യത്തേയും തൊഴിലാളി വർഗ്ഗത്തേയും കർഷകവർഗ്ഗത്തേയും മറ്റ് സാമാന്യവിഭാഗത്തേയും സ്വാതന്ത്ര്യത്തിലേക്കും പുരോഗതിയിലേക്കും നയിക്കാനുള്ള ആത്മാർ ത്ഥവും കാര്യക്ഷമവുമായ പരിപാടിയുള്ളത്. എന്നെ സംബന്ധിച്ച് പറ യുകയാണെങ്കിൽ കമ്യൂണിസ്റ്റ് പാർട്ടിയിൽ ചേരുന്നതിനാണ് ഞാനിഷ്ട പ്പെടുന്നത്."

നമ്പൂതിരിപ്പാട് സംസാരിച്ചതിനുശേഷം ഒന്നുരണ്ട് പേർ ചില സംശയങ്ങൾ ചോദിച്ചു. തുടർന്ന് പ്രവർത്തക സമ്മേളനങ്ങൾ ചേരുക, പാർട്ടി ഗ്രൂപ്പുകൾ സംഘടിപ്പിക്കുക, മാർക്സിസത്തിന്റെ അടിസ്ഥാന തത്ത്വങ്ങൾ പഠിപ്പിക്കാനുള്ള ക്ലാസുകൾ സംഘടിപ്പിക്കുക തുടങ്ങിയ തീരുമാനങ്ങളെടുത്ത് യോഗമവസാനിപ്പിച്ചു. ഉടൻതന്നെ കമ്യൂണിസ്റ്റ് പാർട്ടിയായി മാറണമെന്ന പ്രമേയം സമ്മേളനം അംഗീകരിച്ചു. പി കൃഷ്

ണപിള്ളയെ സെക്രട്ടറിയായി തെരഞ്ഞെടുത്തു. പാതിരാത്രിയിൽ ആ രഹസ്യയോഗം അവസാനിക്കുമ്പോൾ സിരകളിൽ തണുപ്പായിരുന്നില്ല ആവേശിച്ചത്. പുതിയകാലത്തിന്റെ ചൂടായിരുന്നു.

കൃഷ്ണപിള്ള കൈയിലെ സഞ്ചി ഒതുക്കുമ്പോൾ അതിൽനിന്ന് *ഹാൻഡ് ബുക്ക് ഓഫ് മാർക്സിസം* പുറത്തുചാടി.

മൊയാരം അതിലേക്ക് നോക്കിയപ്പോൾ കൃഷ്ണപിള്ള പറഞ്ഞു.

"ഈ കോപ്പി ശങ്കരേട്ടന്റെ കൈയിലിരിക്കട്ടെ.."

മൊയാരം എതിർത്തൊന്നും പറഞ്ഞില്ല.

കൃഷ്ണപിള്ള തുടർന്നു.

"ശങ്കരേട്ടൻ ഗൗരവത്തിൽ ആലോചിക്കണം. പാർട്ടിപ്രവർത്തകർക്ക് പാർട്ടി എന്താണെന്നറിയാൻ പറ്റുന്ന ലഘുലേഖകൾ തയ്യാറാക്കുന്നതിനെക്കുറിച്ച്.. ഇ എമ്മും ആലോചിക്കുന്നുണ്ട്."

ശ്രമിക്കാം എന്ന മറുപടിയായിരുന്നു മൊയാരത്തിന്റേത്.

രണ്ട് മണിയോടെ ഏകദേശം 80 പേരടങ്ങിയ ആ സംഘം പല വഴികളിലായി തിരിഞ്ഞു.

തണുത്തുറഞ്ഞ് തലശ്ശേരിയിലേക്ക് നടക്കുമ്പോൾ അകം നിറയെ പുതിയ കാലത്തിന്റെ ചൂടായിരുന്നു. കിഴക്ക്, അന്നുദിച്ചത് ഒരു പുതിയ സൂര്യനായിരുന്നു.

1940 ജൂൺ 2 ലെ *മാതൃഭൂമി*യിൽ വാർത്ത വന്നു:

"ടി സുബ്രഹ്മണ്യൻ തിരുമുമ്പ്, പി എം കൃഷ്ണമേനോൻ, കെ കുഞ്ഞിരാമൻ, മൊയാരത്ത് ശങ്കരൻ, എ വി കുഞ്ഞമ്പു എന്നിവർ ഗാന്ധിജിയുടെ നേതൃത്വത്തിൽ വിശ്വാസമില്ലാത്തതിനാലും തൊഴിലാളികളുടേയും കർഷകരുടേയും വിദ്യാർത്ഥികളുടേയും സമരങ്ങളെ നയിക്കേണ്ടതുള്ളതിനാലും കോൺഗ്രസ് കമ്മിറ്റിക്കുള്ളിൽ തങ്ങൾക്കുള്ള സ്ഥാനങ്ങൾ രാജിവെച്ചിരിക്കുന്നു."

ജനകീയസമരത്തിന്റെ എഴുത്തുകൾ പേനകൊണ്ടായിരുന്നില്ല മൊയാരം എഴുതാൻ തുടങ്ങിയത്.

ചെർപ്പുളശ്ശേരിയിലേക്കുള്ള യാത്രയ്ക്കിടയിലാണ് കണാരൻ മാസ്റ്ററുടെ വീട്ടിലെത്തിയത്.

"ശങ്കരേട്ടൻ കമ്യൂണിസ്റ്റായോ?"

മുമ്പിൽ ചോദ്യഭാവത്തിൽ നില്ക്കുകയാണവൾ. കണാരൻ മാസ്റ്ററുടെ മകൾ ജാനകി.

അവളെ വാത്സല്യത്തോടെ നോക്കി. കൊച്ചുകുട്ടിയാണെങ്കിലും പ്രായത്തേക്കാൾ വലിയ പക്വതയുള്ളവൾ. മൂന്ന് വയസ്സിൽ അവൾ പറഞ്ഞു.

"ശങ്കരേട്ടനെപ്പോലെ ഞാനും കോൺഗ്രസാവും."

അവളാണ് ഇപ്പോൾ സംശയത്തോടെ ചോദിക്കുന്നത്.

കണാരൻ മാസ്റ്റർ മകളെ നോക്കി ചിരിച്ചു. എന്നിട്ട് പറഞ്ഞു.

"ഈ സംശയം ഞങ്ങൾക്കും ഉണ്ട്."

"കൃത്യമായി ആലോചിച്ചെടുത്ത തീരുമാനമാണ് മാസ്റ്ററേ.."

മൊയാരം തുണിസഞ്ചിയിൽനിന്ന് പുസ്തകമെടുത്ത് കണാരൻ മാസ്റ്റർക്ക് നല്കി.

"ഇത് കണാരൻ മാസ്റ്റർക്കിരിക്കട്ടെ."

അത് *ഹാൻഡ് ബുക്ക് ഓഫ് മാർക്സിസം* ആയിരുന്നു.

"നമ്മുടെ നാട്ടിലെ ആളുകൾക്ക് ഇത്തിരി ധാരണ നല്കാൻ കണാരൻ മാസ്റ്റർക്ക് സാധിച്ചേക്കും.."

കണാരൻ മാസ്റ്റർക്ക് സ്വീകരിക്കാതിരിക്കാനായില്ല.

പതിമൂന്ന് വർഷത്തോളം കുറുമ്പ്രനാട് താലൂക്ക് സെക്രട്ടറിയായി, കെ പി സി സി അംഗമായി പ്രവർത്തിച്ച, വർഷങ്ങളായി എ ഐ സി സി അംഗമായി മുന്നോട്ടു പോകുന്ന ഒരു മനുഷ്യൻ ഒറ്റയടിക്ക് എല്ലാം വലിച്ചെറിഞ്ഞത് മൊയാരത്തെ അറിയുന്നവരെ വിസ്മയിപ്പിച്ചു.

"മാസ്റ്ററേ, കോൺഗ്രസിന്റെ നയങ്ങളോടും സമീപനങ്ങളോടുമുള്ള വിയോജിപ്പാണ് ഞങ്ങളെയൊക്കെ കോൺഗ്രസ് സോഷ്യലിസ്റ്റ് പാർട്ടിയിലെത്തിച്ചത്. സോഷ്യലിസമാണ് പുതിയ കാലത്തിന്റെ രാഷ്ട്രീയം. സോഷ്യലിസ്റ്റ് പാർട്ടിയുടെ അഖിലേന്ത്യാ നേതൃത്വത്തിന് വലതുപക്ഷ സമീപനമാണുള്ളത്. എന്നാൽ ഇവിടെ അതിൽ നിന്ന് വ്യത്യസ്തമാണ്. ഇവിടെ സോഷ്യലിസ്റ്റ് പാർട്ടി കമ്യൂണിസ്റ്റ് പാർട്ടിയിൽ ലയിച്ചു കഴിഞ്ഞിരിക്കുന്നു. പുതിയ ലോകത്തിന്റെ രാഷ്ട്രീയം കമ്യൂണിസ്റ്റിന്റേതാണ്."

ജാനകിക്കുട്ടിക്ക് ഒന്നും മനസ്സിലായില്ല. എങ്കിലും അവൾ സംശയത്തോടെ മൊയാരത്തെ നോക്കി. എല്ലാ ദിവസവും അവൾ കേട്ട് കൊണ്ടിരുന്നത് മൊയാരം എന്ന കോൺഗ്രസുകാരന്റെ വീരകഥകളാണ്. താൻ കോൺഗ്രസാവുമെന്ന് പ്രഖ്യാപിച്ചപ്പോൾ, ഉറപ്പായിട്ടും അങ്ങനെയാവണമെന്ന് പറഞ്ഞയാളാണ്. എന്നിട്ടും..

"എനിക്ക് കോൺഗ്രസ് തന്നെയായാൽ മതി..."

ദേശബന്ധുവിന്റേയും മോട്ടിലാലിന്റേയും ലാലാലജ്പത് റായിയുടേയും കഥകൾ പറഞ്ഞുതന്നത് മൊയാരത്തെ ശങ്കരേട്ടനാണ്.. എന്നിട്ടും അദ്ദേഹം കമ്യൂണിസ്റ്റായിരിക്കുന്നു. അവൾക്കത് വിശ്വസിക്കാൻ പ്രയാസമായി തോന്നി.

അവളെ നോക്കിക്കൊണ്ട്, കണാരൻ മാസ്റ്ററുടെ ഇളയ മകൻ മടിയിലിരുന്ന് മന്ത്രിച്ചു.

"എനക്ക് കമ്യൂണിസ്റ്റായാൽ മതി."

ആ കൊച്ചുകുട്ടിയുടെ തലയിൽ തടവി മൊയാരം എഴുന്നേറ്റു. ജാനകിയുടെ സംശയം അപ്പോഴും മാറിയിരുന്നില്ല. മൊയാരം അവളെ നോക്കി ചിരിച്ചു.

"ശങ്കരേട്ടൻ നാളെ വരുമോ?"

കുഞ്ഞു ജാനകിക്ക് ചോദിക്കാതിരിക്കാനായില്ല. മൊയാരം മന്ത്രിച്ചു.

"നാളെ വരില്ല. അടുത്തയാഴ്ച വരാം."

"ഇപ്പോ എങ്ങോട്ടാ പോകുന്നത്?"

അവൾ വിട്ടില്ല.

"ചെർപ്പുളശ്ശേരിയിലേക്ക്.."

മൊയാരം നടന്ന് പോകുന്നത് ജാനകി നോക്കിനിന്നു.

അക്ഷരമറിയാത്ത കൊച്ചു ദാമു എന്താണെന്നറിയാതെ വിസ്മയിച്ച്, *ഹാൻഡ് ബുക്ക് ഓഫ് മാർക്സിസ*ത്തിലൂടെ വിരലോടിച്ചു. ജാനകി എല്ലാ ദിവസവും കാത്തു നിന്നു. ഒപ്പം ദാമോദരനും. പക്ഷേ, മൊയാരം വന്നേയില്ല.

തിരിയാ ലോകരഹസ്യമാർക്കുമേ...

ചെർപ്പുളശ്ശേരി യുദ്ധവിരുദ്ധ പ്രസംഗത്തോടെ രാജ്യ രക്ഷാനിയമ പ്രകാരം വാറണ്ട് പുറപ്പെടുവിച്ചു. മൊയാരം ഒളിവിലേക്ക് പോയി. വീടുകൾ, സ്ഥലങ്ങൾ മാറി മാറി സഞ്ചരിച്ചു. ആളും പേരും മാറിയുള്ള സഞ്ചാര പഥങ്ങൾ..

ഒളവണ്ണയിലെ തുവശ്ശേരി പെരച്ചന്റെ വീടായിരുന്നു പുതിയ തട്ടകം. പെരെച്ചന്റെ അകന്ന ബന്ധു എന്ന നിലയിലാണ് താമസം. പെരച്ചൻ ഓരോ മനുഷ്യരേയും സൂക്ഷ്മമായി നിരീക്ഷിച്ചുകൊണ്ടിരുന്നു. പക്ഷേ, മൊയാരത്തിന് വെറുതെ ഇരിക്കാനായില്ല. തൊട്ടടുത്ത കടയുടെ അടുത്ത് നിന്ന് ചെറുപ്പക്കാരുമായി സംവദിക്കാനുള്ള ശ്രമമായിരുന്നു ഏറ്റവും വലിയ രാഷ്ട്രീയ പ്രവർത്തനം. യുദ്ധഭീതിയിൽ തുടങ്ങി സാമ്രാജ്യത്വത്തിന്റെ ഇടപെടലുകളിലേക്ക് ആ സംവാദം പതുക്കെ പതുക്കെ നീങ്ങി വന്നു. തന്റെ രാഷ്ട്രീയനിലപാടുകളിലേക്ക് ആളുകളെ എത്തിക്കാനുള്ള ശ്രമം വിജയം കണ്ടു. എന്നാൽ പെരച്ചന് വലുത് കൂടെയുള്ള സഖാവായിരുന്നു.

“സഖാവേ, പുറത്ത് നിന്ന് ഇങ്ങനെ സംസാരിക്കുമ്പോ ആളുകൾ ഒറ്റുമോ എന്നാണ് എന്റെ പേടി.”

“ഉണ്ണാനും ഉറങ്ങാനും നിങ്ങളെ ബുദ്ധിമുട്ടിക്കാനും ഞാൻ ഇവിടെ വന്ന് താമസിക്കണോ?”

“സഖാവെന്താ അങ്ങനെ പറഞ്ഞത്.. കമ്യൂണിസ്റ്റുകാരൻ പറയുന്നത് എല്ലാ മനുഷ്യർക്കും വേണ്ടിയാണെന്ന് പലർക്കും മനസ്സിലാവില്ല. സഖാവ് പറയുന്നത് പോലെ വർഗ്ഗശത്രുക്കൾ ചുറ്റുമുണ്ട്.”

“ഒരു കമ്യൂണിസ്റ്റുകാരൻ കാണേണ്ടത് നാളെ ഏതൊരു ശത്രുവും നമ്മുടെ കൂടെ വരും എന്നതാണ്. വ്യക്തിപരമായ ശത്രുത നമുക്കില്ല.

ആശയപരമായി അവരെ മാറ്റിയെടുക്കലാണ് പ്രധാനം.”

“ശത്രുതയുടെ പ്രശ്നമല്ല. മറിച്ച് സഖാവ് പുറത്തുണ്ടായാൽ മാത്രമേ പ്രവർത്തനം മുന്നോട്ട് പോകുകയുള്ളൂ. പൊലീസിന് പിടികൊടുക്കാതിരിക്കാൻ ശ്രദ്ധിക്കേണ്ടതല്ലേ..”

“പറഞ്ഞത് എനിക്ക് മനസ്സിലാവുന്നുണ്ട്. ആ ചെറുപ്പക്കാർ നാളെ കമ്യൂണിസ്റ്റ് പാർട്ടിയെ നയിക്കുന്നവരാകാതിരിക്കില്ല.”

“പക്ഷേ, അവർ ഒറ്റിക്കൊടുത്താൽ..”

മൊയാരത്തിന്റെ മറുപടി ഒരു ചിരിയായിരുന്നു.

പക്ഷേ, പെരച്ചന്റെ കാതുകളും കണ്ണുകളും ജാഗ്രതയോടെ ഉണർന്നിരിക്കുകയായിരുന്നു.

“ആരോ വരുന്നുണ്ട്. സഖാവ് മാറിനിന്നോളൂ..”

മൊയാരം അകത്തേക്ക് നീങ്ങി. പുറത്തുനിന്ന് ചെമ്മൺ പാതയിലേക്ക് ആരോ നടന്നു വരുന്നുണ്ട്.

“ആരാ..?”

പെരച്ചന്റെ ശബ്ദം മുഴങ്ങി.

“സഖാവില്ലേ..”

വന്നയാൾ മന്ത്രിച്ചു.

പെരച്ചൻ മിണ്ടിയില്ല.

ശത്രുവോ മിത്രമോ എന്ന സംശയത്തിലായിരുന്നു അയാൾ.

“ഉണ്ണിപെരവനാണ്. ഇമ്പിച്ചൂട്ടി പറഞ്ഞിട്ടാണ് വരുന്നതെന്ന് സഖാവിനോട് പറഞ്ഞാൽ മതി.”

ശബ്ദം കേട്ടപ്പോൾ തന്നെ മൊയാരത്തിന് ആളെ മനസ്സിലായി.

മൊയാരം പുറത്തിറങ്ങി.

ഉണ്ണിപെരവൻ കൈയിലുള്ള കെട്ട് മൊയാരത്തിന് കൈമാറി. ആവേശത്തോടെ അത് തുറന്നു.

‘തൊഴിലാളി വർഗ്ഗപാത’യുടെ കോപ്പികളാണ്. അച്ചടിമഷിയുടെ ഗന്ധം മൊയാരം ആസ്വദിച്ചു. *പ്രഭാതം* അടച്ചു പൂട്ടിയപ്പോൾ സംഘടിപ്പിച്ച ഏതാനും ടൈപ്പുകൾ ഉപയോഗിച്ച്, കോഴിക്കോടിനടുത്തുള്ള മക്കടയിൽ ഒരു രഹസ്യകേന്ദ്രം സജ്ജീകരിച്ചിരുന്നു. അവിടെനിന്ന് രഹസ്യരേഖകൾ അച്ചടിച്ച് പുറത്തെത്തിക്കാനുള്ള മൊയാരത്തിന്റെ ശ്രമമാണ് വിജയം കണ്ടത്. ഇമ്പിച്ചൂട്ടിയും പി സി രാഘവൻനായരും ഉൾപ്പെടെയുള്ളവർ സഹായികളായി കൂടെ തന്നെയുണ്ട്. സന്തോഷം ചെറുതായിരുന്നില്ല. ദിനാജ്പൂരിലെ കൃഷിക്കാർ എന്നതിന്റെ കൈയെഴുത്ത് പ്രതി ഉണ്ണിപെരവന് കൈമാറി.

യുവാക്കളുമായുള്ള സംവാദം തുടർന്നു. എന്നാൽ പെരച്ചൻ ഭയപ്പെട്ടത് സംഭവിച്ചു. പൊലീസ് വരുന്നുണ്ടെന്ന വിവരം കിട്ടിയ ഉടനെ അത്ഭുതകരമായി രക്ഷപ്പെട്ടു.

മൊയാരത്തിന്റെ ഒളിത്താവളങ്ങൾ മാറിക്കൊണ്ടിരുന്നു.

ചിന്നമ്മു ഓരോ ദിവസവും ഭർത്താവിനെ കാത്തിരുന്നു. ഒളി

സങ്കേതങ്ങളിൽ നിന്ന് ഗർഭിണിയായ തന്നെ കാണാൻ എപ്പോഴെങ്കിലും എത്തുമെന്ന് അവർ വിശ്വസിച്ചു.

ഓരോ രാത്രിയും അവർ കാത്തിരുന്നു.

വൈകുവോളം നിരത്തിലേക്ക് നോക്കി ചിന്നമ്മു ഇരുന്നു.

ചിന്നമ്മുവിന്റെ പ്രതീക്ഷകൾ അസ്ഥാനത്തായില്ല.

ഇരുട്ടിലൂടെ ക്ഷീണിച്ച്, അവശനായി മൊയാരം കോലായിലേക്ക് കയറി വന്നു.

മുഷിഞ്ഞ വേഷത്തിൽ, അലക്കാത്ത മുണ്ടും കുപ്പായവും ധരിച്ച്, മെലിഞ്ഞുണങ്ങിയ ആ മനുഷ്യരൂപത്തെ കണ്ട് ചിന്നമ്മുവിന്റെ അകം പൊള്ളി. ഇപ്പോൾ വീണുപോകുമെന്ന് തോന്നുന്ന രൂപം.. അവർക്ക് സഹിക്കാൻ സാദ്ധ്യമായിരുന്നില്ല. എത്ര ഒതുക്കിവെച്ചിട്ടും കണ്ണീർ തടുത്ത് നിർത്താനായില്ല.

അവർ മൊയാരത്തിന്റെ കൈകൾ ചേർത്ത് പിടിച്ചു. പിന്നെ നിറ വയറ്റിൽ ചേർത്തു വെച്ചു.

അവരുടെ വയറ്റിലേക്ക് നോക്കി മൊയാരം മന്ത്രിച്ചു.

"ചിന്നമ്മൂ.. നമ്മൾ നയിക്കുന്ന ഈ സമരങ്ങളൊക്കെയും നമുക്ക് വേണ്ടി മാത്രമല്ല. നമ്മുടെ കുഞ്ഞിനും വരാനിരിക്കുന്ന എല്ലാ കുഞ്ഞുങ്ങൾക്കും മനുഷ്യരായി ജീവിക്കാനാണ്."

ചിന്നമ്മുവിന് ഒന്നും പറയാനുണ്ടായിരുന്നില്ല. ഒരു രാഷ്ട്രീയപ്രവർത്തകന്റെ ഭാര്യയാവുകയെന്നാൽ പട്ടു വിരിച്ച രാജപാതകളല്ല, സഹനത്തിന്റെ കടൽ നീന്തികടക്കുക തന്നെയാണ്.

ചിന്നമ്മു ഭർത്താവിന്റെ കൈ ചേർത്ത് പിടിച്ച് ആലോചിച്ചത്, ഒന്നിച്ച് ജീവിക്കാൻ പറ്റുമോ എന്നത് തന്നെയായിരുന്നു. കുഞ്ഞു പിറന്നു വീഴുന്നത് വരെ, ഇനിയുള്ള രണ്ട് മാസങ്ങളെങ്കിലും മൊയാരം തന്റെ കൂടെയുണ്ടാവുമെന്ന് അവർ പ്രതീക്ഷിച്ചു.

പക്ഷേ, ആ പ്രതീക്ഷകൾക്ക് ഒരു രാത്രിയുടെ പോലും ആയുസ്സുണ്ടായിരുന്നില്ല.

വാതിലിന് മുട്ട് കേട്ടു.

"വാതിൽ തുറക്ക്.. ഇല്ലെങ്കിൽ ചവിട്ടിപ്പൊളിക്കും."

മൊയാരം ജനാലയിലൂടെ പുറത്തേക്ക് നോക്കി.

രക്ഷപ്പെടാൻ ഒരു വഴിയുമില്ല. പൊലീസ് വീട് വളഞ്ഞിരിക്കുന്നു.

വാതിൽ തുറന്നു.

ഇൻസ്പെക്ടർ കൈ കടന്ന് പിടിക്കാനൊരുങ്ങവേ മൊയാരം ഗർജ്ജിച്ചു.

"എന്നെ തൊടരുത്. ഞാൻ ഓടിപ്പോവില്ല."

പൊലീസിന്റെ കൂടെ നിരത്തിലേക്ക് ഇറങ്ങിപ്പോകുന്ന ഭർത്താവിനെ വാതിൽപ്പടിയിൽ നിന്ന് ചിന്നമ്മു നോക്കിക്കൊണ്ടിരുന്നു.

ദൂരെ എവിടെയോ നിർത്തിയിട്ട പൊലീസ് വണ്ടിയുടെ ശബ്ദം ഇപ്പോൾ അവർ വ്യക്തമായി കേട്ടു.

പിന്നീട്, *മാതൃഭൂമി* വലിയ പ്രാധാന്യത്തോടെ നല്കിയ വാർത്തയാണ് ചിന്നമ്മു വായിച്ചത്.

"ചെർപുളശേരിയിൽ വെച്ച് അക്രമം പ്രസംഗിച്ചുവെന്നും യുദ്ധത്തിനെതിരായി പ്രസംഗിച്ചുവെന്നും ഉള്ള കാരണത്തിൻ മേൽ അറസ്റ്റ് ചെയ്ത് സ്ഥലം സബ്ജയിലിൽ റിമാന്റിലുണ്ടായിരുന്ന ശ്രീ മൊയാരത്ത് ശങ്കരന്റെ പേരിലെ കേസിൽ, പ്രതിക്ക് രാജ്യ രക്ഷാനിയമം സെക്ഷൻ 2-38(1) പ്രകാരം 18 മാസത്തെ കഠിനതടവും രാജ്യരക്ഷാനിയമം 34 (6) പ്രകാരം 2 കൊല്ലം കഠിനതടവും 300 ക പിഴയും 6 മാസം കൂടുതൽ തടവും ശിക്ഷിച്ചുകൊണ്ട് ഇന്ന് വൈകുന്നേരം നാലു മണിക്ക് മലപ്പുറം ജോയിന്റ് മജിസ്ത്രേട്ട് മി.കോമ്പ്രി ഐ സി എസ് വിധി പ്രസ്താവിച്ചിരിക്കുന്നു. രണ്ട് ശിക്ഷകളും ഒന്നായി അനുഭവിച്ചാൽ മതി."

ഭൂമിയിലെ മഹാനരകമായ അലിപുരം ക്യാമ്പ് ജയിലാണ് മൊയാരത്തെ കാത്തുനിന്നത്. യുദ്ധത്തിനെതിരെ പ്രസംഗിച്ചവരും പ്രവർത്തിച്ചവരുമായിരുന്നു ആ ജയിലിലെ തടവുകാർ. ഓടിനു പകരം ടിന്നു പാകിയ മേല്പുരയിൽ പതിക്കുന്ന കനത്ത ചൂടിൽ ആരും ഉരുകിയൊലിച്ചു പോവും. ജയിൽ വളപ്പിൽ പടർന്ന് പന്തലിച്ച മുൾച്ചെടികൾ.. ഒപ്പം മർദ്ദന മുറകൊണ്ട് വിഖ്യാതനായ ഹൗ എന്ന ജയിൽ സൂപ്രണ്ടിന്റെ ഭരണവും. മൊയാരത്തെക്കുറിച്ച് ആ വെള്ളക്കാരൻ സൂപ്രണ്ടിന് അറിയാമായിരുന്നു. കത്തിക്കരിയുന്ന ചൂടിൽ വെള്ളത്തിനു വേണ്ടിയുള്ള മുറവിളി ജയിലിൽ എപ്പോഴും മുഴങ്ങിക്കൊണ്ടിരുന്നു.

എല്ലാ കുഴപ്പങ്ങൾക്കും നേതൃത്വം നല്കുന്ന ആളെന്ന നിലയിൽ ഹൗ തന്റെ കൈയിലെ ബാറ്റൺകൊണ്ട് മൊയാരത്തിന്റെ വയറ്റിൽ കുത്തി.

മൊയാരം അയാൾക്കെതിരെ പൊട്ടിത്തെറിച്ചു.

"യു.. ഇഡിയറ്റ്.. തടവുകാരന്റെ ശരീരത്തിൽ കൈവെക്കാൻ ജയിൽ മാന്വൽ അനുസരിച്ച് നിങ്ങൾക്കധികാരമില്ല. "

പ്രതിഷേധം തുടങ്ങി. തടവുകാർ ആഹാരം കഴിച്ചില്ല.. ഹൗവ്വിനെതിരെ സമരം ശക്തമായി. മേലധികാരികൾക്ക് പരാതി നല്കാൻ കടലാസിനാവശ്യപ്പെട്ടെങ്കിലും നല്കിയില്ല. മൊയാരവും സഹതടവുകാരൻ ഇമ്പിച്ചുട്ടിയും നിരാഹാരം തുടങ്ങി. പ്രിസൺസ് ആക്ട് അനുസരിച്ച് മൊയാരത്തെ ഒരു കൊല്ലത്തേക്ക് കൂടി കഠിനതടവിന് ശിക്ഷിച്ചു. രാഷ്ട്രീയത്തടവുകാർക്കെതിരെയുള്ള പകപോക്കൽ തുടർന്നു. പല തടവുകാരെ ചുട്ടുപൊള്ളുന്ന വെയിലിൽ നിർത്തി. ജയിലിൽ ലാത്തിച്ചാർജ് നടന്നു. മൊയാരത്തിനും മയ്യഴിയിലെ സമരനേതാവ് ഐ കെ കുമാരൻ മാസ്റ്ററും ഉൾപ്പെടെയുള്ള പലർക്കും ക്രൂരമായ മർദ്ദനമേറ്റു. അതിനിടയിൽ നാലു പേർ അലിപുരത്തുനിന്ന് തടവു ചാടിയത് ഹൗവിനെ ഞെട്ടിച്ചു. മൊയാരം രക്ഷപ്പെട്ടിട്ടുണ്ടാവുമെന്ന മുൻ വിധിയുമായാണ് ഹൗ വന്നത്.

ചോദ്യം ചെയ്യാൻ തുടങ്ങി.

"തടവുകാർ എപ്പോഴാണ് ജയിൽ ചാടിയത്?"

മൊയാരം മിണ്ടിയില്ല.

"ആരൊക്കെയാണ്? എങ്ങനെയാണ് ജയിൽ ചാടിയത്?"

ഹൗവ്വിന്റെ ശരീരം വിറച്ചു.

മൊയാരം ശാന്തനായി പറഞ്ഞു.

"ആരാണ്, എങ്ങനെയാണ് ജയിൽ ചാടിയതെന്ന് നോക്കാൻ എനിക്ക് ബാദ്ധ്യതയില്ല. നിങ്ങളാണ് ഈ ജയിലിന്റെ ഏറ്റവും ഉയർന്ന ഉദ്യോഗസ്ഥൻ. നിങ്ങൾ തന്നെയാണ് ഇതിന് മറുപടി പറയേണ്ടതും."

മറുപടി അയാളെ അരിശം കൊള്ളിച്ചു. അയാൾ ദേഷ്യത്തോടെ പിൻവാങ്ങി.

മൊയാരത്തെ ബെല്ലാരിയിലേക്ക് മാറ്റി. ബെല്ലാരിയിലെ ജയിലിലെത്തിയപ്പോൾ മൊയാരത്തെ കാത്തുനിന്ന വാർത്ത, കെ പി ആർ ഗോപാലനെ തൂക്കിക്കൊല്ലാൻ വിധിച്ചുവെന്നതായിരുന്നു. ധീരനായ ആ രാഷ്ട്രീയപ്രവർത്തകന് മൊയാരം കരുത്ത് നല്കി.

കണ്ണൂർ സെൻട്രൽ ജയിൽ മൊയാരത്തെ സ്വീകരിച്ചു. ബെല്ലാരിയിലെ ജയിലിൽ നിന്നനുഭവിച്ച ക്രൂരമായ ശാരീരികാക്രമണങ്ങൾ ആരോഗ്യം തകർത്ത് കളഞ്ഞു. വായനയിലേക്കും പഠനത്തിലേക്കും ഇറങ്ങിച്ചെന്നു. തടവുകാരുടെ ടീച്ചറായി മൊയാരം മാറി. ഇംഗ്ലീഷും മലയാളവും അദ്ദേഹം പഠിപ്പിച്ചു. സാഹിത്യകുതുകികൾ മൊയാരത്തെ പിന്തുടർന്നു.

"ഒരു നിശ്ചയമില്ലയൊന്നിനും
വരുമോരോ ദശവന്ന പോലെ പോം
തിരയുന്നു മനുഷ്യനേതിനോ
തിരിയാ ലോകരഹസ്യമാർക്കുമേ"

മൊയാരം *ചിന്താവിഷ്ടയായ സീത* ആസ്വദിച്ചുരുവിട്ടു.

"ലോകരഹസ്യം ആർക്കും തിരിയില്ലെന്ന് പറഞ്ഞാൽ അതൊരു തരം ആത്മീയതയല്ലേ.. അങ്ങനെയെങ്കിൽ നമ്മുടെ സമരങ്ങൾ എന്തിനു വേണ്ടിയാണ്.."

സഹതടവുകാരുടെ ആവേശപൂർവ്വമായ ചോദ്യമാണ്.

"ഭൗതികജീവിതത്തെ മാറ്റിയെടുക്കാൻ ശ്രമിച്ച ഗുരുവിന്റെ ശിഷ്യനാണ് ആശാൻ. ജ്ഞാനത്തിൽനിന്ന് രൂപപ്പെടുന്ന ആത്മബോധമാണ് പ്രധാനം. ആ തിരിച്ചറിവിൽനിന്നാണ് നമ്മുടെയൊക്കെ സമരങ്ങൾ രൂപപ്പെടുന്നത്. ഭൗതിക ലോകത്തിന്റെ അജ്ഞാനം തന്നെയാണ് നമ്മെ നയിക്കുന്നത്. അജ്ഞാനികൾക്ക് വേണ്ടിയാണ് ആരാധാനാലയങ്ങൾ എന്ന് നാരായണഗുരു പറഞ്ഞതോർക്കുക. ഇങ്ങനെ അജ്ഞാനത്തിന്റെ ആത്മബോധത്താൽ നയിക്കപ്പെടുന്ന മനുഷ്യർക്ക് ലോകരഹസ്യം പിടികിട്ടില്ല തന്നെ. ഒരു ഭൗതികവാദിയുടെ കണ്ണുകൾകൊണ്ട് ലോകത്തെ നോക്കി നില്ക്കുമ്പോൾ മറ്റൊരു ലോകം അനാവൃതമായേക്കാം.."

സംശയങ്ങൾ തുടർന്നു.

"അപ്പോൾ എന്താണ് ഈ ലോക രഹസ്യം?"

“നമുക്കജ്ഞേയമായ ജീവിതമാണ് ലോകരഹസ്യം. എന്നാൽ നാം അറിയുന്ന യാഥാർത്ഥ്യങ്ങളുണ്ട്. നാം എന്തിനാണ് ജയിലിൽ കഴിയേണ്ടി വന്നത്?”

“കുറെക്കൂടി നല്ലൊരു ലോകം പ്രതീക്ഷിക്കുന്നതിനാൽ..”

“തീർച്ചയായും. ഒരു ഭൗതികവാദി ഈ ലോകത്തെ അറിയുന്നത്, തനിക്ക് വേണ്ടി മാത്രമല്ല, മറ്റുള്ളവർക്ക് വേണ്ടിക്കൂടിയുള്ളതാണ് ഈ ലോകമെന്നതാണ്. ചുറ്റും ഇരുൾ മൂടുമ്പോൾ സീത, ഏകാന്തതയിൽ നിന്ന് ലോകത്തിന്റെ നശ്വരതയെക്കുറിച്ച് ചിന്തിക്കുന്നു. അവിടെ ജീവിതം തന്നെ ക്ഷണികവും അറിവില്ലായ്മയുടെ വലിയ ഒരിടവുമായി മാറുന്നു. നാം ആൾക്കൂട്ടത്തിൽ നിന്ന് ലോകത്തെ അറിയുമ്പോൾ, ലോകരഹസ്യം അറിയാവുന്നവരായി തീരുന്നു. ഭൗതികവാദം ലോകത്തെ നിർണ്ണയിക്കുന്നത് മറ്റൊർത്ഥത്തിലാണെന്ന് ചുരുക്കം. ”

ജയിലിൽനിന്ന് മണി മുഴങ്ങിയപ്പോൾ എല്ലാവരും എഴുന്നേറ്റു.

കൂട്ടത്തിൽ ആരോ ചോദിച്ചു.

“ലോകരഹസ്യം തുടങ്ങിയിട്ടേ ഉള്ളൂ.. അല്ലേ?”

മൊയാരം പുഞ്ചിരിച്ചു.

“ശരിയാ.. കുമാരനാശാന്റെ കവിതയ്ക്കകത്ത് കയറാൻ ഈ ജീവിതം മതിയാകില്ല.”

ജയിൽ ജീവിതത്തിന്റെ കൂടിയിരിപ്പുകൾക്കൊപ്പം സഞ്ചരിക്കുമ്പോഴും ചില നേരങ്ങളിൽ ഏകാന്തതയ്ക്കകത്ത് അകപ്പെട്ടവനായി മൊയാരം മാറി. സീതയുടെ ഏകാന്തതയുടെ ആഴം ആ സമയത്ത് തൊട്ടറിഞ്ഞു. തന്നെ കാത്തിരിക്കുന്ന രണ്ട് സ്ത്രീകൾ.. അമ്മയും ഭാര്യയും.. ഒപ്പം ഒരിക്കലും കാണാത്ത മകൻ.. എല്ലാ കാലത്തും മകനെക്കുറിച്ച് സങ്കടപ്പെടാൻ മാത്രമായിട്ട് ഒരമ്മ.. വിവാഹജീവിതത്തിനിടയിൽ ആഹ്ലാദത്തോടെ ഒരു ദിവസംപോലും കഴിയാൻ സാദ്ധ്യമാകാതെ പോയ ഭാര്യ.. ഇത് ഓരോ രാഷ്ട്രീയ പ്രവർത്തകന്റെയും ധർമ്മസങ്കടങ്ങളാണ്.. മറ്റുള്ളവർക്ക് വേണ്ടി ജീവിക്കുന്നതിനിടയിൽ സ്വജീവിതം കൈമോശം വന്ന് പോകുന്ന മനുഷ്യർ.. ചിന്നമ്മു അയക്കുന്ന കത്തിൽ ഓരോ തവണയും മകനെക്കുറിച്ചെഴുതി.

ഒരു രാഷ്ട്രീയപ്രവർത്തകൻ ആൾക്കൂട്ടത്തിനിടയിൽ അനുഭവിക്കുന്ന ഏകാന്തതയേക്കാൾ വലിയ ദുരന്തമൊന്നുമില്ലെന്ന് മൊയാരത്തിനു തോന്നി. ഇതുവരെ അനുഭവിക്കാത്ത അസ്വസ്ഥതകൾ മൊയാരത്തെ കീഴടക്കാൻ തുടങ്ങി.. *ചിന്താവിഷ്ടയായ സീത*യിലെ ആദ്യ ശ്ലോകത്തിന്റെ അർത്ഥം ഇത്രമേൽ തീവ്രമാണെന്ന് ആദ്യമായി മൊയാരത്തിനനുഭവപ്പെട്ടു. ‘അതിചിന്ത’ എന്താണെന്ന് കൃത്യമായി മനസ്സിലാവുന്നുണ്ട്. നാട് വിളിച്ചു കൊണ്ടിരിക്കുകയാണ്.. പക്ഷേ, അതുപോലെ തീവ്രമായി സ്വന്തം രക്തത്തിൽ പിറന്ന മകനും.. കുടുംബത്തോട് ഒട്ടും നീതി ചെയ്യാൻ പറ്റിയില്ലെന്ന തോന്നൽ മൊയാരത്തെ വരിഞ്ഞു മുറുക്കി. ശരീരത്തിനും മനസ്സിനും ഇതുവരെയില്ലാത്ത ക്ഷീണം അനുഭവപ്പെട്ട്

തുടങ്ങി. ഭക്ഷണം ജീവൻ നിലനിർത്താൻ മാത്രമുള്ള ഒന്നായി.. ശരീരം ശോഷിച്ചു തുടങ്ങി. എങ്കിലും ജയിലിലെ ശിക്ഷണം തുടർന്നു. *ചിന്താവിഷ്ടയായ സീത*യുടെ അവസാനവരിയിലെത്താൻ ഈ ജീവിതം മതിയാകില്ലെന്ന് തോന്നി. 'ലോകം വെടിഞ്ഞാൾ സതി' എന്നെഴുതുമ്പോൾ ആശാനനുഭവിച്ച സംഘർഷം മൊയാരത്തിനൂഹിക്കാൻ കഴിഞ്ഞു. രാമനേയും പൗരസമക്ഷത്തേയും നോക്കി അത്ര എളുപ്പത്തിൽ ജീവൻ വെടിയാൻ സീതയ്ക്ക് സാദ്ധ്യമാവില്ല എന്നതാണ് സത്യം. ലോകത്തോട് കെട്ടപെട്ടവരായ താനുൾപ്പെടെയുള്ള ഓരോരുത്തർക്കും ജീവിതം വിലപിടിച്ചതാണ്. വായിച്ചും വ്യാഖ്യാനിച്ചും സീതയിലൂടെ കടന്ന് പോകുമ്പോൾ അനുഭവിക്കുന്ന അത്ഭുതമാണ് ജീവിതം.

"ശങ്കരേട്ടൻ ഉച്ചയ്ക്ക് ഭക്ഷണം കഴിച്ചില്ല. അല്ലേ?"

കുങ്കനാണ്. *ചിന്താവിഷ്ടയായ സീത*യെ അത്ഭുതത്തോടെ കേട്ടിരിക്കാറുള്ള എൻ വി കുങ്കൻ നായർ.

"ശങ്കരേട്ടൻ നിരാഹാരം കിടന്നത്, ഭക്ഷണം ഉപേക്ഷിച്ചത് ഒക്കെയും ഒരു സമരത്തിന്റെ ഭാഗമായാണ്.. എന്നാൽ ഇപ്പോഴോ?"

കുങ്കൻ വിടാനുള്ള ഭാവമില്ല. ശരീരത്തിന്റെ വിശപ്പ് എന്നേ കെട്ടുപോയിരിക്കുന്നു എന്ന് പറഞ്ഞാൽ കുങ്കൻ സമ്മതിച്ച് തരില്ല. വിശപ്പ് ലോകത്തിനുവേണ്ടിയുള്ളതാണെന്ന് തിരിച്ചറിയാൻ കുങ്കന് പറ്റുമൊ ആവോ?

രാത്രിയിൽ ശരീരത്തിന്റെ വേദന ഞരമ്പുകളിലൂടെ നൂറ് കണക്കിന് സൂചികൾ കുത്തിയിറക്കിയതുപോലെ വിടാതെ പിന്തുടരുകയാണ്. മൊയാരത്തിന്റെ മരണ കിടക്കയായി ജയിൽ മാറുകയാണെന്ന് ഉറച്ച് വിശ്വസിച്ചു. ലോകം വെടിഞ്ഞാൾ സതി എന്നത് വ്യാഖ്യാനിക്കാൻ താൻ അവശേഷിക്കുകയില്ലെന്ന് മൊയാരത്തിന് തോന്നി. എന്നാൽ ക്വിറ്റിന്ത്യാ സമരത്തിൽനിന്ന് കമ്യൂണിസ്റ്റ് പാർട്ടിവിട്ട് നിന്നതോടെ കമ്യൂണിസ്റ്റുകാരിൽ ചിലരെ ജയിൽ വിമുക്തമാക്കി. സഖാക്കളോടൊപ്പം ഒടിഞ്ഞുതൂങ്ങിയ ശരീരവുമായി മൊയാരവും ജയിൽ ഭിത്തികൾ വിട്ടിറങ്ങി.

കമ്യൂണിസ്റ്റ് ഡോക്ടർ ആത്മകഥയെഴുതുന്നു...

ചിറ്റാരിപ്പറമ്പിലെ ശുദ്ധവായു മൊയാരത്തിന് പുതിയ ഊർജ്ജം നല്കി. വയൽ വരമ്പിലൂടെയുള്ള നടത്തവും പറമ്പിലൂടെയുള്ള കറക്കവും നഷ്ടപ്പെട്ട ശാരീരികാരോഗ്യം മെച്ചപ്പെടുത്താൻ സഹായകമായി. ഗോപാലൻ നമ്പ്യാർ പലപ്പോഴും കൂടെയുണ്ടാവും. കെ ടി ഗോപാലൻ നമ്പ്യാരാണ് മൊയാരത്തെ ചിറ്റാരിപ്പറമ്പിലേക്ക് ക്ഷണിച്ചത്. കുഴിയിലാണ്ട കണ്ണുകളും, തളർന്ന മുഖവും, മെലിഞ്ഞൊട്ടിയ ശരീരവുമായി നില്ക്കുന്ന മൊയാരത്തെ കണ്ടപ്പോൾ ഗോപാലൻ നമ്പ്യാർ തകർന്ന് പോയി. നൂറ് കണക്കിന് മനുഷ്യരെ ആവേശഭരിതനാക്കിയ നേതാവ്... അശക്തരായ മനുഷ്യർക്ക് കരുത്തും പ്രതീക്ഷയും നല്കിയ മനുഷ്യൻ.. ബ്രിട്ടീഷുകാരന്റെ അടിമപ്പട്ടാളത്തോട് പൊരുതി ജയിച്ച പോരാളി.. ഇപ്പോൾ ഭൂമിയിലെ ഏറ്റവും നിസ്സഹായനായ മനുഷ്യനായി ശരീരം തളർന്ന് മുമ്പിൽ നില്ക്കുന്നു. കൊടിയ മർദ്ദനമേറ്റ് തളർന്ന ശരീരവുമായി മുമ്പിൽ.. ആ ശബ്ദം മാത്രമാണ് കരുത്തനായ മൊയാരത്തിന്റെതായിട്ടുള്ളൂ..

"ശങ്കരേട്ടൻ വേറൊന്നും ആലോചിക്കേണ്ട.. ആരോഗ്യമൊക്കെ വീണ്ടെടുക്കുന്നത് വരെ ഇവിടെ നില്ക്ക്.."

മൊയാരം എതിരഭിപ്രായം പറഞ്ഞില്ല. ചിന്നമ്മുവിന് ഭർത്താവിനേയും ബിക്കുവിന് അച്ഛനേയും കുറച്ചകാലമെങ്കിലും ലഭിക്കട്ടെ.. ജീവിതത്തിന്റെ സന്തോഷം എന്താണെന്നറിയാത്ത അവർ ഇത്തിരിനാൾ സന്തോഷം കണ്ടെത്തട്ടെ.. അങ്ങനെയായിരുന്നു തീരുമാനം.

ചിറ്റാരിപ്പറമ്പ് മോഹിപ്പിക്കുന്ന പ്രദേശമായിരുന്നു.. കുറ്റിക്കാടുകളും വയലുകളും.. പച്ച മനുഷ്യരും പ്രകൃതിയുടെ നൈസർഗ്ഗികതയുടെ ഉറവ് പോലെ അവിടെ ചേർന്ന് നില്ക്കുന്നു.

ജനജീവിതത്തിനിടയിൽ ആണ്ടിറങ്ങുന്ന മൊയാരത്തിന് കുടുംബ ജീവിതത്തിന്റെ കെട്ടുകൾക്കുള്ളിൽ ഒരുപാട് കാലം ഞെരുങ്ങിക്കഴിയുക സാദ്ധ്യമല്ലെന്ന് മറ്റാരേക്കാളും ഗോപാലൻ നമ്പ്യാർക്ക് നന്നായറിയാം. മുമ്പെന്നത്തേക്കാളും മൊയാരം വായനയിൽ മുഴുകുന്നുണ്ട്. എന്നാൽ വായന മനുഷ്യന് വേണ്ടിയാണെന്ന് വിശ്വസിക്കുന്ന മൊയാരത്തിന് ആ കെട്ടുപാടുകൾ ഏറ്റവും വലിയ പരിമിതിയായിരിക്കും എന്ന കാര്യത്തിൽ സംശയമുണ്ടായിരുന്നില്ല.

"ശങ്കരേട്ടന് സ്വന്തം കഥയെഴുതി കൂടേ"

മൊയാരം സംശയഭാവത്തിൽ നമ്പ്യാരെ നോക്കി.

"നമ്മുടെ നാടും നാടിന്റെ ചരിത്രവും ഞങ്ങൾക്കും വരാനിരിക്കുന്ന കുട്ടികൾക്കും പഠിക്കാമല്ലോ.."

മൊയാരം ഒന്നും പറഞ്ഞില്ല. പക്ഷേ, ആ മനുഷ്യനെ കൗതുകത്തോടെ നോക്കി. ചിറ്റാരിപറമ്പ് അധികാരിയുടെ മകനാണ്.. പക്ഷേ, സ്വാതന്ത്ര്യവായു ശ്വസിക്കാനായിരുന്നു മോഹം. നിയമലംഘനത്തിന് ശിക്ഷിക്കപ്പെട്ട് ക്രൂരമായ മർദ്ദനമേറ്റുവാങ്ങിയ ആൾ.. തലയ്ക്കും മുഖത്തും മർദ്ദനമേറ്റ് ചെവിയിലൂടെ ചോരയൊഴുകി.. പിന്നീട് കാതുകൾ സാധാരണ നിലയിലായില്ല.. മറ്റുള്ളവർ സംസാരിക്കുമ്പോൾ ഗോപാലൻ നമ്പ്യാർ ചുണ്ടുകളിലേക്കാണ് സൂക്ഷിച്ച് നോക്കുക. ശബ്ദം സ്വന്തം കാതനക്കമായല്ല, മറ്റുള്ളവരുടെ ചുണ്ടനക്കമായേ ഗോപാലൻ നമ്പ്യാരിൽ എത്തുകയുള്ളൂ.. ആ മനുഷ്യനാണ് ആത്മവിശ്വാസം കുത്തിയിളക്കാൻ വേണ്ടി നിരന്തരമായി സംസാരിച്ചുകൊണ്ടിരിക്കുന്നത്.

"ഓർമ്മിച്ചെടുക്കലൊക്കെ പ്രയാസമാണ്.."

അയാൾ എഴുതിച്ചേ അടങ്ങൂ എന്ന വാശിയിലാണ്.

"ഓർമ്മകൾ നഷ്ടപ്പെടാനുള്ള സമയോന്നും ശങ്കരേട്ടനായിട്ടില്ല.."

"അതൊക്കെ വല്യ പണിയാണ്.."

അങ്ങനെ പറഞ്ഞെങ്കിലും എഴുത്തിനെക്കുറിച്ചുള്ള ചിന്തകൾ മനസ്സിലേക്ക് ഒരു തുള്ളിയായി ഇറ്റു വീണു. രാഷ്ട്രീയജീവിതത്തിനൊപ്പം കൊണ്ട് നടന്ന ഏറ്റവും ആത്മാർത്ഥമായ ശ്രമമായിരുന്നു എഴുത്തും വായനയും. അതുകൊണ്ടുതന്നെ അത് അവഗണിക്കുക സാദ്ധ്യമായിരുന്നില്ല.

ഗോപാലൻ നമ്പ്യാർ വിടാനുള്ള ഒരുക്കമില്ല.

"ശങ്കരേട്ടന്റെ കൂടെ പലഘട്ടത്തിലും പ്രവർത്തിച്ചവരില്ലേ.. അവരോടൊക്കെ ആ കാലത്തെ ഓർത്തെടുക്കാൻ പറഞ്ഞാൽ അവർക്കും സന്തോഷമാകുമല്ലോ.."

ആലോചന നീണ്ടില്ല.

ആളുകളെ ലിസ്റ്റ് ചെയ്യാനുള്ള ശ്രമം തുടങ്ങി. ജീവിച്ചിരിക്കുന്ന, എന്നാൽ നിശ്ശബ്ദരായ പലരേയും ഉണർത്താനുള്ള വഴിയാണെന്ന് തിരിച്ചറിഞ്ഞപ്പോൾ അത് ആനന്ദകരമായ അനുഭവമായി. വിലാസം കണ്ട് പിടിച്ച് അവർക്കൊക്കെ കത്തുകളെഴുതാൻ തുടങ്ങി. ചിലർ

പ്രതികരിച്ചേയില്ല. എന്നാൽ മറ്റുചിലർ ഏറെ ആവേശത്തോടെ സ്വജീവിതകഥ കുറിച്ചയച്ച് തന്നു. മൊയാരം ജീവിതത്തെ കൂടുതൽ അർത്ഥപൂർണ്ണമാക്കാനുള്ള ശ്രമം തുടങ്ങി. ഇരുവനാടിന്റെ കഥ മുതൽ എഴുതിത്തുടങ്ങിയാലേ അവനവന്റെ കഥ ദേശത്തിന്റെ കഥയാവുകയുള്ളൂ എന്ന് മൊയാരം തിരിച്ചറിഞ്ഞു. നോട്ട് ബുക്കിൽ എഴുതിത്തുടങ്ങി. എഴുത്ത് ആരംഭിച്ചപ്പോഴാണ് ഓർമ്മകൾക്കൊന്നും മങ്ങലേറ്റിട്ടില്ലെന്ന് തിരിച്ചറിഞ്ഞത്. ചിന്നമ്മുവിനോടും ബിക്കുവിനോടും ഒപ്പമുള്ള ജീവിതം എഴുത്തുപോലെ ഹൃദ്യമായി മൊയാരത്തിനനുഭവപ്പെട്ടു.

"ചുരുക്കിപ്പറയാമെന്ന് വെച്ചാൽ ഞാൻ ജനിച്ച നാടും സമുദായവും പലവഴിക്കും സാമ്പത്തികമായി അധഃപതിക്കുവാൻ തുടങ്ങിയ പശ്ചാത്തലത്തിലാണ് എന്റെ ജീവിതം ആരംഭിച്ചത്. അങ്ങനെ തന്നെ എന്റെ വാസനയ്ക്കും വളർച്ചയ്ക്കും എതിരായിരുന്ന വീട്ടിന്റെയും വീട്ടുകാരുടെയും യാഥാസ്ഥിതികത്വത്തോട് എന്റെ ജീവിതത്തിൽ ആദ്യം മുതല്ക്കേ എനിക്ക് മല്ലിടേണ്ടതായി വന്നിട്ടുണ്ടെന്നും അടുത്ത അദ്ധ്യായങ്ങൾ തെളിയിക്കുന്നതായിരിക്കും."

ആദ്യ അദ്ധ്യായം എഴുതിക്കഴിഞ്ഞപ്പോൾ വലിയ കുഴപ്പമില്ലെന്ന് തോന്നി. വിചാരിച്ചതിനേക്കാൾ എളുപ്പത്തിൽ കാര്യങ്ങൾ മുന്നോട്ട് പോവുന്നുണ്ട്. ചിറ്റാരിപ്പറമ്പിൽ തുടരുകയാണെങ്കിൽ ആത്മകഥ പൂർത്തിയാവും.

ചിന്നമ്മു നോട്ട് ബുക്കെടുത്ത് മറിച്ചുനോക്കുന്നത് ശ്രദ്ധയിൽ പെട്ടിരുന്നു. സാധാരണയായി മറ്റൊരാൾ എഴുതി തീരുന്നതിനുമുമ്പ് അത് സ്പർശിക്കുന്നത് പോലും ഇഷ്ടമായിരുന്നില്ല. പക്ഷേ, ഇപ്പോൾ അപ്രിയമൊന്നും തോന്നിയില്ല. സാധാരണയായി ഒന്നിലും അഭിപ്രായം പറയുകയോ ഇടപെടുകയോ ചെയ്യാത്ത ആളാണവൾ. ആത്മകഥയായത് കൊണ്ടാവാം ഇത്തിരി താല്പര്യത്തോടെ മറിച്ച് നോക്കുന്നത്. പക്ഷേ, അവൾക്ക് പറയാനൊന്നും ഉണ്ടായില്ല.

ആരോഗ്യം വീണ്ടെടുത്ത് തുടങ്ങിയപ്പോൾ ചിറ്റാരിപ്പറമ്പിലെ ചെറിയ ബസാറിലേക്ക് ഇടയ്ക്ക് പോവും. ചെറുപ്പക്കാരുമായി രാഷ്ട്രീയചർച്ച തുടങ്ങിവെക്കും. റഷ്യൻ വിപ്ലവം മുതൽ ഇന്ത്യൻ സ്വാതന്ത്ര്യസമരം വരെ ചർച്ച ചെയ്യും.

അതോടൊപ്പം ചിന്നമ്മുവിനോടൊന്നിച്ച് കൃഷിയിലേക്കും സഞ്ചരിക്കാൻ തുടങ്ങി.

കൃഷ്ണപിള്ളയും കെ ദാമോദരനും വരുമ്പോൾ, കൃഷിയിടത്തിൽ നില്ക്കുന്ന മൊയാരത്തെയാണ് കണ്ടത്.

"ജനങ്ങൾക്ക് വേണ്ടി ജീവിതം മുഴുവൻ നീക്കിവെക്കാനൊരുങ്ങിയ മൊയാരത്ത് ശങ്കരൻ കൃഷിയിലും കുടുംബത്തിലും മാത്രം ജീവിക്കാൻ തുടങ്ങിയോ?"

മൊയാരം മറുപടി പറഞ്ഞില്ല.

കൃഷ്ണപിള്ള തുടർന്നു.

"മൊയാരത്ത് ശങ്കരന് ശങ്കരനെ വേണ്ടെങ്കിലും നാട്ടുകാർക്ക് നിങ്ങളെ വേണം."

കെ ദാമോദരൻ കൂട്ടിച്ചേർത്തു.

"നമുക്ക് വിശ്രമിക്കാൻ ഒരുപാട് സമയമില്ല. കൃഷിക്കാരുടെ പ്രശ്നങ്ങൾ കൂടി വരുകയാണ്."

മൊയാരം പറഞ്ഞു.

"ശരിയാണ് ഞാൻ കുറച്ച് ദിവസമായി ആലോചിച്ച് വരുകയാണ്. ഇവിടെയും പ്രശ്നം വ്യത്യസ്തമല്ല. ശരിക്കും *പാട്ടബാക്കി* ഇവിടെയൊക്കെ കളിക്കേണ്ടതുണ്ട്."

കൃഷ്ണപിള്ള ആവേശഭരിതനായി.

"മതി.. ഇത്രയും മതി.. മൊയാരം എന്ന കമ്യൂണിസ്റ്റുകാരൻ മരിച്ചില്ലല്ലോ.. ആശ്വാസം.."

ഒരുക്കങ്ങൾ വളരെ പെട്ടെന്നായിരുന്നു. നോട്ടീസടിച്ച് പ്രചരണം തുടങ്ങി. വൻ ജനാവലിയുടെ സാന്നിദ്ധ്യത്തിൽ *പാട്ടബാക്കി* അരങ്ങേറി.

എഴുത്ത് അതിനിടയിലും തുടർന്നു.

നോട്ട് ബുക്കിൽ സ്കൂളിൽ ഒരു കോടതി എന്നെഴുതിയതിന് താഴെയുള്ളത് ചിന്നമ്മു വായിക്കുകയായിരുന്നു.

"പാനൂർ സ്കൂളിൽ പഠിക്കുമ്പോൾ ഒരു സംഭവമുണ്ടായി. അത് ഞാൻ ജീവപര്യന്തം മറക്കില്ല. ഞങ്ങൾ നാലിലും അഞ്ചിലും പഠിക്കുന്ന കുട്ടികൾ ഒരു കോടതി നടത്തി. അത് മൂന്നുമാസം നടന്നപ്പോൾ മാസ്റ്റർമാർക്ക് വിവരം കിട്ടി. സ്കൂളിൽ വലിയ ക്ഷോഭമായി. അതിനെ അട്ടിമറി പ്രസ്ഥാനംപോലെ അദ്ധ്യാപകന്മാർ ഭയപ്പെട്ടു. അവർ സ്വകാര്യമായി യോഗം കൂടി നടപടിയെടുക്കാൻ തീരുമാനിച്ചു. ഒരാഴ്ചയോളം പഠിപ്പ് നിർത്തി. ഞങ്ങളെയെല്ലാം വിസ്തരിച്ച് തെളിവെടുത്തു. അതിൽ നേരിട്ടു പങ്കെടുത്ത കുട്ടികൾക്ക് ഓരോ ആളും വഹിച്ച പങ്കിന്റെ ഗൗരവം പോലെ എട്ടും പന്ത്രണ്ടും പതിനാറും വീതം അടി വിധിച്ചു."

ചിന്നമ്മു വായന നിർത്തി തലയുയർത്തിയപ്പോൾ മുമ്പിൽ മൊയാരം.

ചിന്നമ്മു ചിരിക്കുന്ന മുഖത്തോടെ എഴുന്നേറ്റു.

"അന്നേ തുടങ്ങിയതാണല്ലേ?"

അവർ വീണ്ടും ചിരിച്ചു. മൊയാരവും കൂടെ ചിരിച്ചു.

"എത്ര കിട്ടി?"

"പതിനാറ്."

മൊയാരം തന്റെ കൈവെള്ളയിലേക്ക് നോക്കി. ഇപ്പോഴും വേദനയുള്ളതായി അനുഭവപ്പെട്ടു. സ്കൂൾ ഹെഡ്മാസ്റ്റർ കൊട്ടാരത്തിൽ അപ്പു നമ്പ്യാർ മുന്നിൽവന്ന് നില്ക്കുന്നതായി മൊയാരത്തിന് തോന്നി. ജീവിതത്തിൽ ശരി ചെയ്ത് നേടിയ അടിയുടെ പാടുകൾ ഓർമ്മകൾപോലെ ശരീരത്തിൽ വിങ്ങി നിന്നു. കൈകളിലും നെഞ്ചിലും തലയ്ക്കും ലഭിച്ച അടിയുടെ പാടുകൾ മൊയാരത്തെ പിന്തുടർന്നു. ശരീരത്തിന്

ക്ഷീണമനുഭവപ്പെടുകയാണ്. എവിടെയെങ്കിലും ഇരിക്കണം. അസ്വാഭാവികമായ നോട്ടത്തിൽ ചിന്നമ്മുവിന് പന്തികേട് തോന്നി. അവർ ശരീരത്തെ താങ്ങിപ്പിടിച്ചു.

കസേരയിൽ ഇരുത്തി.

അവർ നെറ്റിയിൽ കൈവെച്ച് നോക്കി.

"പനിക്കുന്നുണ്ട്."

മൊയാരത്തെ കാത്തുനിന്നത് മലമ്പനിയായിരുന്നു. ചിറ്റാരിപ്പറമ്പിലെ വാസം അവിടെ അവസാനിച്ചു. രോഗാവസ്ഥയിൽ ചെമ്പിലോട്ടേക്ക് മടങ്ങി.

അസുഖം ഏറെനാൾ നീണ്ടു നിന്നു. എഴുത്ത് പൂർണ്ണമായി മുടങ്ങി.

സ്വാഭാവികജീവിതത്തിലേക്ക് തിരിച്ചുവന്ന് തുടങ്ങിയ ദിവസങ്ങളിലൊന്നിലാണ് കൃഷ്ണപിള്ളയെത്തുന്നത്.

"പുറം ലോകം കാണണം. ജനങ്ങൾ കാത്തിരിക്കുന്നുണ്ട്."

കൃഷ്ണപിള്ള കണ്ണൂരിൽ താമസമായതിനാൽ ഇടയ്ക്കിടെ കണ്ടുമുട്ടും.

"നാടിന് നിങ്ങളെ ആവശ്യമുണ്ടെന്ന് നിങ്ങൾക്ക് തോന്നുന്നുണ്ടെങ്കിൽ വീണ്ടും സജീവമാകണം."

ഇത്തിരിക്കാലം കൂടി വിശ്രമമാവശ്യമാണെന്ന് ചിന്നമ്മുവിനറിയാമായിരുന്നു. എന്നാൽ മൊയാരം വീണ്ടും സജീവമാകാനുള്ള തയ്യാറെടുപ്പുകൾ തുടങ്ങി.

കണ്ണൂരിൽ താമസിക്കുന്ന കൃഷ്ണപിള്ളയേയും തങ്കമ്മയേയും കാണാൻ എത്തിയപ്പോൾ ഭക്ഷണസമയം കഴിഞ്ഞിരുന്നു.

കൃഷ്ണപിള്ള മൂന്ന് പ്ലേറ്റ് കഴുകി രണ്ട് പേർക്കുള്ള ചോറ് മൂന്ന് പേർക്കുമായി വിളമ്പി.

മൊയാരത്തെ തങ്കമ്മ വേണ്ടത്ര പരിഗണിച്ചില്ല എന്ന തോന്നൽ അന്ന് കൃഷ്ണപിള്ളയ്ക്കുണ്ടായി. തങ്കമ്മയോട് പറഞ്ഞു.

"1930 ൽ ഉപ്പ് സത്യഗ്രഹയാത്ര മുതൽ ഞങ്ങളൊന്നിച്ചുണ്ട്. അന്നത്തെ പൈലറ്റാണ് ശങ്കരൻ നമ്പ്യാർ."

തങ്കമ്മ മൊയാരത്തെ തിരിച്ചറിയാതെ പോയത് വലിയ തെറ്റാണെന്ന് കൃഷ്ണപിള്ള കരുതി. കൃഷ്ണപിള്ള എല്ലാവരുടേയും സഖാവായിരുന്നു, മൊയാരത്തിന്റെയും.

പിന്നീടുള്ള മൊയാരത്തിന്റെ വരവ് കുട്ട നിറയെ സാധനങ്ങളുമായാണ്. നാടൻ നെല്ല്, പുഴുങ്ങിക്കുത്തിയ അരി, നാളികേരങ്ങൾ, പച്ചക്കറികൾ തുടങ്ങിയവയൊക്കെയും ഉണ്ടായിരുന്നു.

"അരിക്കും മറ്റും ബുദ്ധിമുട്ടാവും. സഖാവ് ഇവിടെ ടൗണിൽ ഒറ്റയ്ക്ക് ജീവിക്കയല്ലേ. ഒരു സഹായമാവട്ടേ എന്ന് കരുതി കൊണ്ടു വന്നതാണ്."

ഓരോ സഖാവിന്റെയും വീട്ടിൽ അഭിമാനത്തിന്റെ പൂമുഖം മാത്രമേ ഉണ്ടായിരിക്കു എന്നും അടുക്കളകൾ ഒഴിഞ്ഞു കിടക്കാറാണ് പതിവെന്നും ആരേക്കാളും നന്നായി മൊയാരത്തിനറിയാമായിരുന്നു.

മലബാറിൽ ഭക്ഷണക്ഷാമം പടർന്ന് പിടിക്കുന്നതിനും മലമ്പനി വ്യാപിക്കുന്നതിനും ഇടയിൽ മൊയാരം ഏറ്റവും തിരക്ക് പിടിച്ച അവസ്ഥയിലേക്ക് എടുത്തെറിയപ്പെട്ടു. ശരീരം പതുക്കെ പതുക്കെ പൂർവ്വാവസ്ഥയിലേക്ക് വന്ന് കൊണ്ടിരിക്കുകയായിരുന്നു. എന്നാൽ ശരീരത്തെ തോല്പിച്ചുകൊണ്ട് മനസ്സ് ജാഗ്രതയോടെ ഇറങ്ങി പുറപ്പെട്ടു. സന്നദ്ധ സംഘങ്ങളായി മൊയാരത്തിന്റെ നേതൃത്വത്തിൽ കമ്യൂണിസ്റ്റ് പാർട്ടി മാറി.

മൊയാരം രാഷ്ട്രീയപ്രവർത്തകനും സന്നദ്ധപ്രവർത്തകനും ആരോഗ്യപ്രവർത്തകനുമായി സഞ്ചരിച്ചു കൊണ്ടിരുന്നു. വൃത്തിഹീനമായ ചുറ്റുപാടുകളിൽനിന്നും ലഭിക്കുന്ന വെള്ളം, ആഹാരം എന്നിവയിലൂടെയാണ് കോളറരോഗം ശരീരത്തിൽ എത്തുന്നതെന്ന് മൊയാരം ബോധവല്ക്കരിച്ചു. കോളറ നിവാരണത്തിനുള്ള ഒരു യോഗത്തിൽ വെച്ച് വിബ്രിയോ കോളറേ എന്ന ബാക്ടീരിയയെക്കുറിച്ചും മനുഷ്യ വിസർജ്ജനത്തിൽക്കൂടി ഈ ബാക്ടീരിയകൾ കുടിവെള്ളത്തിൽ കലർന്ന്, രോഗം പകരുന്നുവെന്നും ഈച്ചയാണ് പ്രധാനമായി രോഗം പരത്തുന്നതെന്നും മൊയാരം പറഞ്ഞു. വയറിളക്കവും ഛർദ്ദിയുമാണ് പ്രധാനലക്ഷണമെന്ന് പ്രസംഗിച്ചു. മൊയാരത്തെ പരിചയമില്ലാത്ത ഒരാൾ കൃഷ്ണപിള്ളയോട് ചോദിച്ചു.

"ഇതേതാണ് ഈ കമ്യൂണിസ്റ്റ് ഡോക്ടർ?"

കൂടെ നിന്നയാൾ പറഞ്ഞു.

"അതാണ് ഡോക്ടർ മൊയാരത്ത് ശങ്കരൻ.."

അരിഭക്ഷണം മാത്രം കഴിക്കുന്ന കേരളീയരുടെ പൊതുസ്വഭാവം മാറണമെന്ന് അദ്ദേഹം ഒരു ലഘുലേഖയിലൂടെ വ്യക്തമാക്കി. മരച്ചീനിയടക്കമുള്ള മറ്റ് ഭക്ഷ്യവസ്തുക്കളിലെ പോഷകഘടകങ്ങളുടെ ഒരു പട്ടിക അച്ചടിച്ച് നല്കാനും മൊയാരം തയ്യാറായി. മലബാറിലെ ദുരിതാശ്വാസ പ്രവർത്തനങ്ങൾക്കായി ടി എസ് തിരുമുമ്പ് പ്രസിഡന്റായി കേരള പീപ്പിൾസ് റിലീഫ് കമ്മിറ്റി രൂപീകരിക്കപ്പെട്ടു. ഫണ്ട് പിരിവിന് വേണ്ടി മൊയാരം മൈസൂരിലും ബാംഗ്ലൂരിലും യാത്രചെയ്തു.

സമാന്തരമായി ജന്മിത്തത്തിനെതിരെയുള്ള പ്രക്ഷോഭങ്ങളിലും നിരന്തരം ഇടപെട്ടു. കോൺഗ്രസും കമ്യൂണിസ്റ്റ് പാർട്ടിയും പലയിടങ്ങളിലും മുഖാമുഖം വന്നു. കമ്യൂണിസ്റ്റുകാർക്ക് പൊതുയോഗം ചേരാൻ പോലും സാദ്ധ്യമല്ലാതായി. മൊയാരത്തിന്റെ നേതൃത്വത്തിൽ എടക്കാട് നടന്ന പൊതുയോഗത്തെ കോൺഗ്രസുകാർ ആക്രമിക്കുകയുണ്ടായി. നിരവധിയാളുകൾക്ക് പരിക്കേറ്റു. സമരജീവിതസഞ്ചാരങ്ങൾ മൊയാരത്തിന്റെ എഴുത്തിനെ പാതിവഴിയിലാക്കി. ആത്മകഥയെഴുതാൻ നോട്ട് ബുക്കുമായി ഇരിക്കുകപോലും അസാദ്ധ്യമായി. ഉറക്കമില്ലാത്ത രാത്രികളിൽ എഴുത്തും ജീവിതവും കെട്ടുപിണഞ്ഞു കിടന്നു. രണ്ടദ്ധ്യായങ്ങൾ പൂർത്തിയാക്കിയ നോട്ട് ബുക്ക് ഒരു പ്രലോഭനംപോലെ മൊയാരത്തെ നോക്കി.

കൃഷ്ണപിള്ള ചെമ്പിലോട്ടെത്തിയപ്പോൾ മൊയാരം കുളിക്കുകയായിരുന്നു. വരാനുള്ള കാത്തിരിപ്പിനിടയിൽ ആത്മകഥ കുറിക്കുന്ന നോട്ടുബുക്കിലൂടെ സഞ്ചരിച്ചു.

എന്റെ രാജ്യസഞ്ചാരം എന്ന അദ്ധ്യായം വായിച്ച് തലയുയർത്തിയപ്പോൾ മുമ്പിൽ മൊയാരം. കുളികഴിഞ്ഞിട്ടും കണ്ണിൽ ഉറക്കം ബാക്കിയാക്കിയിരിക്കുന്നു. തലതുവർത്തിക്കൊണ്ട് മൊയാരം ഒന്നു ചിരിച്ചു.

കൃഷ്ണപിള്ള പറഞ്ഞു.

“എന്തൊരാഗ്രഹമാണിത്?”

കൃഷ്ണപിള്ള മൊയാരം എഴുതിയത് ഉയർത്തി കാണിച്ചു.

“എന്താ സഖാവേ എനിക്കാഗ്രഹിച്ചു കൂടേ..”

“എന്തായാലും കോളറക്കാലം മൊയാരത്തെ ഒരു നാടിന്റെ ഡോക്ടറാക്കിയല്ലോ..”

“സഖാവ് സഞ്ജയന് പഠിക്കുകയാണോ?”

രണ്ടുപേരും ഉറക്കെച്ചിരിച്ചു.

കൃഷ്ണപിള്ള എഴുന്നേറ്റു.

“ഇന്ത്യയിലെ ബ്രിട്ടീഷ് ഭരണത്തെ നശിപ്പിക്കണം; അതു കഴിഞ്ഞില്ലെങ്കിൽ അതിനുള്ള പരിശ്രമത്തിൽ ഞാൻ നശിച്ച് മറ്റുള്ളവർക്ക് മാതൃകയാവണം-ഇങ്ങനെ പറയാൻ ഒരു കമ്യൂണിസ്റ്റുകാരന് മാത്രമേ സാധിക്കുകയുള്ളു.. സഖാവ് ഡോക്ടർ മൊയാരത്തിന്..”

ആകുലതയേതുമില്ലാതെ കൃഷ്ണപിള്ള കൂട്ടിച്ചേർത്തു.

“പെട്ടന്നിറങ്ങ്.. ഇന്നൊരു വാർത്തയുണ്ട്. കമ്യൂണിസ്റ്റ് പാർട്ടിയുടെ സംഘടനാ പ്രവർത്തനം നിരോധിക്കപ്പെട്ടു.”

“അറസ്റ്റ്..”

കൃഷ്ണപിള്ള കൂട്ടിച്ചേർത്തു.

“തീർച്ചയായും അറസ്റ്റ് പ്രതീക്ഷിക്കാം..”

ഒരു ഒളിവുകാലത്തിലേക്ക് കൂടി അവർ സഞ്ചരിക്കുകയായിരുന്നു.

പക്ഷേ, മൊയാരത്തിന് അധികം സഞ്ചരിക്കേണ്ടി വന്നില്ല. തിരൂരിൽ വെച്ച് അറസ്റ്റ് ചെയ്യപ്പെട്ടു.

ജയിലിൽ നിന്നുള്ള കുറിപ്പുകൾ

"**മൊ**യാരത്ത് ശങ്കരൻ
പൊളിറ്റിക്കൽ പ്രിസണർ
ഡെറ്റിന, വെല്ലൂർ സെൻട്രൽ ജയിൽ
05.02.1947
മൈ ഡാർലിങ്ങ്

ഞാൻ തിരൂരിൽ നിന്ന് കോഴിക്കോട്ടേക്ക് മടങ്ങുമ്പോൾ അറസ്റ്റിൽ പെട്ടു. വിവരം കുഞ്ഞിരാമൻ എഴുതിയിട്ടുണ്ടായിരുന്നെന്ന് പറഞ്ഞു. അവൻ, എന്റെ പ്രിയ സഹോദരൻ എനിക്ക് വേണ്ടുന്ന എല്ലാ സൗകര്യങ്ങളും ചെയ്തുതന്നു. മാധവി കരഞ്ഞില്ല. അവൾക്ക് വല്ലാതെ വിങ്ങുന്നുണ്ട്. അവളുടെ കുട്ടിക്ക് യാതൊന്നും കൊടുപ്പാൻ കഴിഞ്ഞില്ല. പിറ്റേ ദിവസം മെയിലിന് വണ്ടി കയറി. അതിന്റെ പിറ്റേന്ന് രാവിലെ ഇവിടെ എത്തി. ഇവിടെ ഒരുവിധം ക്ഷേമം തന്നെ. എങ്കിലും ഡെറ്റിന തടവുകാരുടെ അവകാശങ്ങളൊന്നും അനുവദിക്കുന്നില്ല. ഭക്ഷണം തരക്കേടില്ല. നല്ല നെയ്യില്ല. പുസ്തകങ്ങൾ അനുവദിക്കുന്നുണ്ട്. മലയാള പത്രങ്ങളൊന്നും കിട്ടുന്നില്ല. ഞങ്ങൾ മദിരാശി സംസ്ഥാനത്തിലെ എണ്ണപ്പെട്ട കമ്യൂണിസ്റ്റുകാർ 120 പേർ ഇവിടെ ഉണ്ട്. പഠിപ്പും വെപ്പുപണിയുമാണ് ഞങ്ങളുടെ ജോലി.."

കത്ത് പാതിവഴിയിൽ നിർത്തി മൊയാരം അക്ഷരങ്ങളിലേക്ക് തന്നെ ഉറ്റ് നോക്കി. എന്താണെഴുതേണ്ടത്? ബിക്കുവിനെക്കുറിച്ചുള്ള ചിന്തയിൽ മുങ്ങി. അവനുവേണ്ടി ഒന്നും ചെയ്യാതെ പോയ നിസ്സഹായനായ അച്ഛനാണ് താൻ. ജീവിതത്തിന്റെ പ്രാരാബ്ധങ്ങളേറ്റ് വാങ്ങുമ്പോൾ ചിന്നമ്മുവിന് അവനെ നന്നായി നോക്കാൻ പറ്റുമോ എന്ന ആധി കനത്തു. അവനെ ദേഷ്യപ്പെടാതെ പഠിപ്പിക്കാൻ അവൾക്കാവുമോ? എല്ലാവരേയും

ഊട്ടി സ്വയം ഭക്ഷണം കഴിക്കാൻ മറന്ന് പോയവരാണ് താനും അവളും. അതുപോലെ മകനും പട്ടിണികിടക്കേണ്ടി വരുമോ എന്ന ആലോചന മൊയാരത്തെ തളർത്തി. വ്യക്തി ജീവിതത്തിൽനിന്ന് ഒളിച്ചോടി സാമൂഹികജീവിതത്തിൽ നിന്ന് അഭയം കണ്ടെത്തിയ വിപ്ലവകാരിയുടെ വ്യഥയായിരുന്നു അത്. പാർട്ടിയുടെ ഔദ്യോഗികഭാരവാഹിത്വമില്ലെങ്കിലും ബ്രിട്ടീഷ് സർക്കാരിന് ഭീകരവാദിയാണ്.. കത്തിൽ വ്യക്തിപരമായ വിശേഷങ്ങൾക്കപ്പുറം മറ്റൊന്നും എഴുതുക സാദ്ധ്യമല്ല. മലയാളത്തിലായത് കൊണ്ട്, മദിരാശിയിലേക്ക് എത്തി അവിടെനിന്ന് വായിച്ചതിന് ശേഷം, രാജ്യവിരുദ്ധതയൊന്നും ഇല്ലെന്ന് ബോദ്ധ്യപ്പെട്ടാൽ മാത്രമെ കത്ത് ചിന്നമ്മുവിന്റെ കൈയിലെത്തുകയുള്ളൂ. ഒരർത്ഥത്തിൽ ഇംഗ്ലീഷിൽ എഴുതുന്നതാണ് നല്ലതെന്ന് തോന്നുന്നു. കല്ലു ഇത്തിരിക്കൂടി ഇംഗ്ലീഷ് പഠിക്കുന്നത് നന്നായിരിക്കും. ചിന്നമ്മുവിന് അങ്ങനെ എഴുതാം. അടുക്കള പണിയിലാണ് കല്ലു ആനന്ദം കണ്ടെത്തുന്നത്. കത്ത് വായിക്കാനായെങ്കിലും അവൾ ഇത്തിരി വായിക്കുകയും പഠിക്കുകയും ചെയ്യുമല്ലോ. അവളുടെ രോഗാവസ്ഥയെപ്പറ്റിയൊന്നും അവൾ മനസ്സിലാക്കുന്നില്ല. അവൾക്കും മറ്റാർക്കും അത് അറിയില്ല. എന്തായാലും കത്തിൽ അത് വ്യക്തമാക്കേണ്ടതുണ്ടെന്ന് മൊയാരത്തിന് തോന്നി. ചിന്നമ്മു സന്തോഷത്തോടെ ഇരിക്കുന്നതാണ് ഏറ്റവും വലിയ സ്വപ്നം. ഓരോ രാഷ്ട്രീയ പ്രവർത്തകന്റെയും പ്രിയപ്പെട്ടവർ ഏറ്റവും ആനന്ദത്തോടെ, നേരിന് വേണ്ടിയുള്ള ജയിൽ വാസത്തെ ഏറ്റവും അഭിമാനത്തോടെ കാണേണ്ടതുണ്ട്. പക്ഷേ, അങ്ങനെയൊന്നും എഴുതാൻ നിർവ്വാഹമില്ല. കത്ത് പുറത്തെത്തില്ല എന്നത് ഉറപ്പാണ്. അതുകൊണ്ട് തന്നെ വ്യക്തിപരമായ സ്നേഹപ്രകടനത്തിനപ്പുറത്ത് ഒന്നും സാദ്ധ്യമല്ല. കത്ത് ഇങ്ങനെ അവസാനിപ്പിച്ചു.

"ഇപ്പോൾ ഇത്രമാത്രം. നീ എപ്പോഴും പ്രസന്നമുഖിയായി ഇരിക്കുന്നതാണ് എനിക്കും നിനക്കും അഭിമാനം. കഷ്ടപ്പാട് ഈ നിലയിൽ നമുക്ക് അഭിമാനകരമാണ്.

എന്ന്

സ്വന്തം മൊയാരത്ത് ശങ്കരൻ

(ഒപ്പ്)"

ജയിൽ ഏകാന്തതയുടെ തുരുത്താണ്. ആൾക്കൂട്ടത്തിൽ അലഞ്ഞു നടന്ന മനുഷ്യരെ സംബന്ധിച്ചിടത്തോളം ഒറ്റപ്പെടലിന്റെ ഇടങ്ങൾ തന്നെയാണ് ഏറ്റവും വലിയ ശിക്ഷ. യഥാർത്ഥ തന്നിൽ നിന്ന് മറ്റുള്ളവർ അറിയുന്ന തന്നിലേക്കുള്ള ദൂരമോർത്ത് മൊയാരത്തിന് ചിരിക്കാനാണ് തോന്നിയത്. മദിരാശി ഗവൺമെന്റയച്ച കോൺഫിഡൻഷ്യൽ റിപ്പോർട്ട് അവരുടെ ഏറ്റവും വലിയ തമാശകളിൽ ഒന്നുതന്നെയാണ്. അതിന് മറുപടി അയക്കണം. എന്തൊക്കെയാണ് എഴുതിപിടിപ്പിച്ചിരിക്കുന്നത്. മൊയാരം ഒരിക്കൽക്കൂടി അത് വായിച്ചു.

"മലയാളികളായ കമ്യൂണിസ്റ്റുകാരെ സംഘടിപ്പിക്കാനും പാർട്ടി

ഫണ്ടിലേക്ക് വൻതോതിൽ പണം ശേഖരിക്കാനുമായി മലബാറിലും കോലാർ സ്വർണ്ണഖനികളിലും മൈസൂർസ്റ്റേറ്റിലും അയാൾ ഉടനീളം സഞ്ചരിച്ചിട്ടുണ്ട്. കോട്ടയം, കുറുമ്പ്രനാട്, ചിറക്കൽ എന്നീ താലൂക്കുകളിലെ കൃഷിക്കാർക്കിടയിൽ പ്രവർത്തിക്കുന്ന ശക്തനും അപകടകാരിയുമായ ഒരു പ്രവർത്തകനാണ് അയാൾ. മലബാറിന്റെ ഉൾപ്രദേശങ്ങളിലാണ് അയാൾ പ്രവർത്തനം മുഴുവൻ കേന്ദ്രീകരിച്ചിട്ടുള്ളത്."

സാങ്കല്പികവും അസത്യവുമായ ഉത്തരവിനെതിരെ കൃത്യമായ മറുപടി കൊടുക്കേണ്ടതുണ്ട്. അവർക്ക് ആ മറുപടി സ്വീകാര്യമല്ലെങ്കിൽ പോലും.. താൻ നടത്തിയ പ്രവർത്തനങ്ങൾ ഒന്നും നിയമവിരുദ്ധമല്ല. നിയമം അനുശാസിക്കുന്നതാണ്. ചിറ്റാരിപറമ്പിൽ ജീവിക്കുന്ന ഘട്ടത്തിൽ എന്ത് രാഷ്ട്രീയ ഗൂഢാലോചനയാണ് താൻ നടത്തിയത്. കൂത്തുപറമ്പ് പൊലീസ് രേഖകൾ അവർക്ക് പരിശോധിക്കാമല്ലോ. കമ്യൂണിസ്റ്റ് പാർട്ടി കെട്ടിപ്പടുക്കാനായി മലബാറിൽ ഉടനീളം സഞ്ചരിച്ചുവെന്നത് ഏത് രേഖകളുടെ അടിസ്ഥാനത്തിലാണെന്ന് അവർ വ്യക്തമാക്കേണ്ടതുണ്ട്. കൃത്യമായ മറുപടി തന്നെ തയ്യാറാക്കി. മറുപടിക്കൊടുവിൽ വസ്തുതാപരമായ ശരികൾ ശരികൾ തന്നെയാണെന്ന് ഉറപ്പിച്ചു പറഞ്ഞു.

"കോലാർ സ്വർണഖനികളിലും മൈസൂർ സംസ്ഥാനത്തും ഞാൻ സഞ്ചരിച്ചത് കേരള കമ്യൂണിസ്റ്റ് പാർട്ടി ആസൂത്രണം ചെയ്ത കേരള പീപ്പിൾസ് റിലീഫ് കമ്മിറ്റിയുടെ ഭാഗമായാണ്. വെള്ളപ്പൊക്കകാലത്തും ക്ഷാമത്തിന്റെ സമയത്തും ഇങ്ങനെയുള്ള റിലീഫ് വർക്കുകൾ നടത്തിയിട്ടുണ്ട്. അതുകൊണ്ട് തന്നെ റിലീഫ് വർക്കുകൾ മനുഷ്യത്വപരവും നിയമവിധേയവുമാണ്."

വിശദീകരണത്തിനൊടുവിൽ അവർ പറയുന്നതിനെ ഖണ്ഡിച്ചുകൊണ്ട് ഉപാധികളില്ലാതെ വിടുതൽ ചെയ്യണമെന്ന ആവശ്യമാണുന്നയിച്ചത്. അവർ അത് പരിഗണിക്കില്ലെന്ന് ഉറപ്പായിരുന്നു. എല്ലാ കമ്യൂണിസ്റ്റുകാരും അവർക്ക് ഭീകരവാദികളായിരുന്നു. ശരിചെയ്യുന്നവരെ എല്ലാ കാലത്തും തെറ്റുകാരായി ഭരണകൂടം വിധിക്കുമെന്ന് മൊയാരത്തിന്റെ ചരിത്രബോധം അദ്ദേഹത്തെ പഠിപ്പിച്ചിരുന്നു.

ജയിലിൽ ചില സന്ദർഭങ്ങളെങ്കിലും രാഷ്ട്രീയചർച്ചകൾ സജീവമായി. വായനയ്ക്ക് വേണ്ടിയുള്ള സമയം കണ്ടെത്തലും സാദ്ധ്യമായി. ജീവിതമെഴുത്തിനെക്കുറിച്ചുള്ള ആലോചനകളിൽ ചില നേരങ്ങളിൽ മൊയാരം മുങ്ങിത്താണു. എന്നാൽ അതിനിടയിലും ബിക്കുവിനെക്കുറിച്ചുള്ള ആലോചനകളിലേക്ക് കൂപ്പ് കുത്തി വീണു. നിസ്സഹായമായ ഒരു കുഞ്ഞുമുഖം അച്ഛനെ കാത്തിരിക്കുന്നത് പല രാത്രികളിലും ആകുലതയോടെ കണ്ടു. ചിന്നമ്മുവിന് എഴുതി.

"ഇവിടെ ഇടയ്ക്ക് സദ്യയുണ്ടാവുമ്പോൾ ഞാൻ ബിക്കുവിനെ ഓർക്കാറുണ്ട്. വിഷുവിന് സദ്യയുണ്ടായിരുന്നു. നിങ്ങൾക്കോ? ഇറച്ചി, പഴം മുതലായത് ഇഷ്ടംപോലെ കിട്ടും. എന്തു കിട്ടിയാലും നീയും ബിക്കുവും കല്ലുവും അമ്മയും കൂടിയില്ലാതുള്ള അമൃത് തന്നെ കയ്ക്കും. ഇവിടെ

മേശ, കസേല, ചാരുകസേല, കട്ടില്, കിടക്ക ദർബാർ തന്നെ എന്നു വെക്കുക. എന്നാലും നീയും ബിക്കുവും ഇല്ലാഞ്ഞാൽ ഉപ്പും മുളകുമില്ല: രുചിയും ദീപനവുമില്ല."

ജയിൽ ജീവിതം ഏറ്റവും സ്വാഭാവികമാണെന്ന് കത്തിലെഴുതാൻ എല്ലായ്പ്പോഴും ശ്രമിച്ചു. ജയിൽ ജീവിതത്തിന്റെ സങ്കീർണ്ണതകളോ വേദനകളോ അവർ അറിയേണ്ടതില്ല. താൻ സന്തോഷവാനാണെന്ന് ഓരോ എഴുത്തിലും ബോദ്ധ്യപ്പെടുത്തി. ജയിലിൽ ഏറ്റവും നിസ്സാരനായി, സന്തോഷങ്ങൾ പരിത്യജിക്കപ്പെട്ട്, സ്വാതന്ത്ര്യത്തിന് കൂച്ചു വിലങ്ങിട്ട് കഴിയുമ്പോഴും പുറം ലോകത്തേക്കാൾ ഹൃദ്യമാണ് അകം ലോകമെന്ന് ഓരോ എഴുത്തിലും പറയാൻ ശ്രമിച്ചു. നിരന്തരമനുഭവിച്ചു കൊണ്ടിരിക്കുന്ന സങ്കടങ്ങളെ സന്തോഷത്തിന്റെ സ്വപ്നലോകത്തേക്ക് എഴുത്തിലൂടെ ആവാഹിച്ചു. ജയിലിൽ നിന്ന് ലഭിച്ച കടലാസുകൾ ചേർത്ത് വെച്ച് എഴുതാനിരിക്കുമ്പോഴും മൊയാരത്തെ നയിച്ച ചിന്തകൾ അത് തന്നെയായിരുന്നു. ജയിൽവാസമനുഭവിച്ച ഓരോ സ്വാതന്ത്ര്യസമര സേനാനിയും മൊയാരത്തിന്റെ മനസ്സിലേക്ക് കുതിച്ചെത്തി. കോൺഗ്രസുകാരും സോഷ്യലിസ്റ്റുകാരും കമ്യൂണിസ്റ്റുകാരും ഉൾപ്പെടെയുള്ള പ്രിയപ്പെട്ട ഓരോരുത്തരുടേയും ചിത്രം മനസ്സിൽ ഇരമ്പിയാർത്ത് വന്നു. ജയിൽ മനുഷ്യന്റെ സ്വാഭാവികജീവിതത്തെ ഇല്ലാതാക്കുന്ന നരക സമാനമായ ഇടം തന്നെയാണ്. ആത്മകഥാപുസ്തകത്തിൽ മൊയാരം എഴുതി.

"സഹകരണത്യാഗത്തിന്റെ പരാജയം ഇന്ത്യയിലങ്ങോളമിങ്ങോളം വലുതായ നിരാശ ഉളവാക്കി. വലിയ നിലയിൽ ജീവിച്ചുവന്ന മോത്തിലാൽ, സി ആർ ദാസ്, ഷൗക്കത്തലി, വി ജെ പട്ടേൽ, ലജ്പത്റായ് മുതലായവരുടെ ആരോഗ്യത്തെ ഇന്നത്തെ പോലെ എ ക്ലാസും ബി ക്ലാസുമില്ലാത്ത കഠിനതടവിന്റെ ദേഹാദ്ധ്വാനവും കഷ്ടപ്പാടും വല്ലാതെ തകർത്തു. ദേശബന്ധുദാസും ഷൗക്കത്തലിയും ലാലാജിയും ജയിലിൽ നിന്നു വന്നതു മുതൽ സ്ഥിരം രോഗികളായിത്തീർന്നു. ദേശബന്ധു പിന്നെ വളരെ ജീവിച്ചിരുന്നില്ല. വി ജെ പട്ടേൽ പിന്നീട് ശരിയായി എഴുന്നേറ്റ് നടക്കുകയുണ്ടായില്ല. എത്രയോ വളണ്ടിയർമാർ ലാത്തിത്തല്ലും കാരാഗൃഹവും കായക്ലേശവും നിമിത്തം സ്ഥിരം ക്ഷയരോഗികളായി."

കഴിഞ്ഞ ജയിൽ ജീവിതമാണ് തന്റെ ആരോഗ്യത്തേയും തകർത്ത് കളഞ്ഞത്. അനീതിക്കെതിരെയുള്ള സമരമാണ് ജയിലിൽ എത്തിച്ചതെങ്കിൽ ജയിൽ തന്നെ അനീതിയുടെ വലിയ ഒരു ലോകമാണ്.

എഴുത്ത് നിർത്തി മൊയാരം ചിന്തയിലേക്ക് ആണ്ടിറങ്ങി. ഇന്ത്യക്ക് സ്വാതന്ത്ര്യം കിട്ടുമെന്ന ചർച്ചകൾ ജയിലിലും സജീവമായിട്ടുണ്ട്. സ്വാതന്ത്ര്യം കിട്ടട്ടെ. ഓർമ്മവെച്ച നാൾ മുതൽ ആഗ്രഹിച്ചതാണ് സഫലമാവാൻ പോകുന്നത്. പത്ത് വയസ്സ് മുതൽ കണ്ട സ്വപ്നം. പക്ഷേ, ഇങ്ങനെയൊരു സ്വാതന്ത്ര്യമാണോ സ്വപ്നം കണ്ടത്? ഈ സ്വാതന്ത്ര്യത്തിനുവേണ്ടിയായിരുന്നോ മോഹിച്ച് നടന്നത്? ചിന്തയുടെ ഒഴുക്കിൽ

കറങ്ങി കറങ്ങി നിലയില്ലാ കയത്തിലേക്ക് മുങ്ങിയമരുകയാണ്.

ജയിൽ ലൈബ്രറിയിലെ പുസ്തകങ്ങൾക്കിടയിൽ തകഴിയുടെ *രണ്ടിടങ്ങഴി* കണ്ടപ്പോൾ വിസ്മയിച്ചു. എന്തൊരു വിരോധാഭാസമാണിത്? കർഷകർക്ക് വേണ്ടിയും തൊഴിലാളികൾക്ക് വേണ്ടിയും ശബ്ദിക്കുന്ന വരെ ജയിലിലിടുക. എന്നാൽ കർഷകനും തൊഴിലാളിയും നാളെയെ സ്വപ്നം കാണുന്ന രചനകൾ, ജയിൽഭിത്തി തകർത്തുകൊണ്ട് അകത്തെത്തുന്നു. ദേവിനേയും വർക്കിയേയും തകഴിയേയും പോലുള്ള എഴുത്തുകാരുടെ രാസവിദ്യ അത്ഭുതകരമാണ്. *രണ്ടിടങ്ങഴി* ആവേശത്തോടെ വായിച്ചു. തകഴി ശിവശങ്കരപ്പിള്ളയുടേതോ മൊയാരത്ത് ശങ്കരൻ നമ്പ്യാരുടേതോ അല്ല പുതിയകാലത്തിന്റെ എഴുത്ത്. തറവാടുകളുടെ കെട്ടുകാഴ്ചകളിൽനിന്ന് സാധാരണമനുഷ്യന്റെ കൃഷിയിടങ്ങളിലേക്കും തൊഴിലിടങ്ങളിലേക്കും അത് ഇറങ്ങി വരികയാണ്. *രണ്ടിടങ്ങഴി* വായിക്കാൻ വൈകിയതിൽ ഖേദം തോന്നി. സാധാരണ മനുഷ്യന്റെ വിയർപ്പിന്റെ മണമാണ് പുതിയകാലത്തിന്റെ എഴുത്തിനുള്ളത്.

ജയിൽ വാസത്തിന്റെ സന്തോഷനിമിഷങ്ങളിലൊന്ന് ചിന്നമ്മുവിന്റെ എഴുത്ത് കിട്ടുന്നതാണ്. മുൻപ് അയച്ച രണ്ട് കത്തും ചിന്നമ്മുവിന് ഒന്നിച്ചാണ് കിട്ടിയത്. സവിസ്തരം ചിന്നമ്മു മറുപടി എഴുതിയിട്ടുണ്ട്. മറുപടി, നാളേക്ക് നീട്ടി വെക്കുക സാദ്ധ്യമല്ല. എഴുതിത്തുടങ്ങി. മകനെക്കുറിച്ചോർത്തപ്പോൾ വിഷാദം നിറഞ്ഞു.

"ബിക്കുവിന്റെ എഴുത്തു കണ്ടു. മണിപ്രവാളവും ഗുണകോഷ്ഠവും പഠിക്കുന്നുണ്ടെന്ന് കണ്ട് വളരെ സന്തോഷിച്ചു. ദിവസേന പുസ്തകം നോക്കി സ്ലേറ്റിൽ എഴുതണം. അവന് പുതിയ കുപ്പായവും ട്രൗസറും മുറിപ്പിച്ചു കൊടുക്കണം. എരുളിവെച്ച് കൊടുക്കണം. നെയ്യും പാലും കുറേശ്ശെ കൊടുക്കണം. കല്ലു, ബാലകൃഷ്ണൻ, ശേഖരൻ ഇവരോടെല്ലാം എന്റെ അന്വേഷണം പറയണം."

ജയിലിനകത്ത് താനനുഭവിക്കുന്ന ഏകാന്തതയേക്കാൾ ദുഃസ്സഹമായിരിക്കും ജയിലിന് പുറത്ത് ചിന്നമ്മുവും ബിക്കുവും അനുഭവിക്കുന്ന ഏകാന്തത. അറിയാതെ കണ്ണ് നിറഞ്ഞു.

ഭൗതികവാദികളെ സംബന്ധിച്ചിടത്തോളം ഇഹലോകജീവിതത്തിന്റെ സംഘർഷങ്ങളിൽ നിന്ന് വിമുക്തിയില്ല. മനുഷ്യന് പ്രാപ്യമായ കുറെക്കൂടി നല്ല ലോകത്തെക്കുറിച്ചുള്ള സ്വപ്നമാണ് ഓരോ ഭൗതികവാദിയും സൂക്ഷിക്കുന്നത്.

ചിന്നമ്മുവിന് എഴുതി.

"നിങ്ങളൊക്കെ വലിയ വേദാന്തികളാണ്. പുണ്യപാപങ്ങളിൽ വിശ്വസിക്കുന്നവരാണ്. ഞാൻ ഭൗതികവാദിയാണ്–ചിലർ ഭൂതവാദി. ഒരാൾ ഊണ് കഴിച്ചാൽ–അമ്മ തിന്നാൽ കുട്ടിക്ക് വയറു നിറയില്ല, ഊണ് കഴിച്ചാലേ വയറ് നിറയുകയുള്ളൂ. വയറിന്റെ പ്രശ്നമാണ് മനുഷ്യന്റെ സകലകാര്യങ്ങളേക്കാളും പ്രധാനമെന്ന് വിശ്വസിക്കുന്നവനാണ് ഞാൻ. ഈ ലോകത്തിൽ പട്ടിണികിടന്ന് പരലോകത്തിൽ സുഖിക്കാമെന്നല്ല–ഇന്ന്

പട്ടിണി കിടന്ന് നാളെ സദ്യ കഴിക്കാമെന്നല്ല–പട്ടിണി കിടന്ന് ധർമ്മം കൊടുത്ത് ഔദാര്യശാലികൾ എന്ന് പറയിക്കാനല്ല എന്റെ നോട്ടം. ഞാൻ ദാനധർമ്മത്തിൽ വിശ്വസിക്കുന്നില്ല. നീ എന്നെ ആശ്രയിച്ച് ജീവിക്കേണ്ട. നീ ആട്ടിനേയും പശുവിനേയും പോറ്റിയിട്ടും നിനക്കും കുട്ടിക്കും കിട്ടാനുള്ള വാരവും പാട്ടവും വാങ്ങിയിട്ടും എന്നെയോ മറ്റൊരാളെയൊ ആശ്രയിക്കാതെ ജീവിക്കുന്നതാണ് മാനം. അതാണ് സ്വാതന്ത്ര്യം."

അവനവന്റെ കരുത്തിലും കഴിവിലും വിശ്വാസമർപ്പിച്ച് ആത്മാഭിമാനത്തോടെ ജീവിക്കാനുള്ള സ്വാതന്ത്ര്യമാണ് യഥാർത്ഥ സ്വാതന്ത്ര്യം എന്ന് മൊയാരം വിശ്വസിച്ചു. വൈയക്തികമായ ഉത്തരവാദിത്വങ്ങളുടെ ഭാരം വഹിച്ചാണ് ഓരോ കത്തും ജയിലിന് പുറത്തേക്ക് പറന്നത്. സാമൂഹിക ഉത്തരവാദിത്വത്തെക്കുറിച്ച് മിണ്ടിയാൽ കത്ത് ചിന്നമ്മുവിന്റെ കൈകളിൽ എത്തില്ലെന്ന് ഉറപ്പായിരുന്നു. എങ്കിലും ജയിലനുഭവങ്ങൾ പറയാതെ മുന്നോട്ട് പോകാൻ മൊയാരത്തിന് സാദ്ധ്യമായിരുന്നില്ല. വെല്ലൂരിലെ കത്തുന്ന ചൂടിൽ ശരീരവും മനസ്സും പൊള്ളിയാണ് ഓരോ ദിവസവും കടന്ന് പോയത്. ചിന്നമ്മുവിനോട് മൊയാരം പറഞ്ഞു.

"ഇവിടെ ഉഷ്ണംകൊണ്ട് ഒരു നിവൃത്തിയുമില്ല. പത്തുമണിമുതൽ രാത്രി 8 മണിവരെ പുറത്തിറങ്ങിയാൽ നെരിപ്പോട്ടിലായി. വല്ല ആവശ്യവുമുണ്ടോ കണ്ണൂര് ഒരു വലിയ ജയിലുള്ളപ്പോൾ ഇത്ര ദൂരത്ത് ഇത്ര ചീത്ത സ്ഥലത്ത് എന്നെപ്പോലുള്ള വൃദ്ധന്മാരേയും പത്തു നാല്പത് മലയാളികളേയും വെല്ലൂരിലേക്കയച്ചിട്ട്, ഇക്കൂട്ടർക്ക് പ്രാന്തല്ലേ? അത് പറഞ്ഞാൽ, തലവെട്ടിക്കളയും!"

കൂടെയുള്ള സഖാക്കൾ കൃഷ്ണപിള്ളയും എ കെ ഗോപാലനും ഇ എം എസും തങ്ങളുടെ യുവത്വത്തിന്റെ കരുത്തുമായി മുന്നോട്ട് പോകുമ്പോൾ താൻ പ്രായം ചെന്ന ഒരാളായി മൊയാരം സ്വയം കരുതി.

കൃഷ്ണപിള്ള നിരന്തരം പറയുമായിരുന്നു.

"തിരുമുമ്പിന്റെ രചന വായിച്ച മൊയാരം ഇങ്ങനെ പറയരുത്."

എന്നിട്ട് ഉറക്കെ ചൊല്ലും.

"കൊടിയദുഷ്പ്രഭുത്വത്തിൻ തിരുമുമ്പിൽ
തലകുനിക്കാത്ത ശീലമെൻ യൗവനം."

കൃഷ്ണപിള്ളയെക്കുറിച്ചോർത്തപ്പോൾ തങ്കമ്മ ഓർമ്മയിലേക്ക് വന്നു.

കണ്ണൂരിൽ കൃഷ്ണപിള്ളയെ കാണാൻ പോയപ്പോഴാണ് തങ്കമ്മ പശുവിനെ ഏല്പിച്ചത്.

"ചിന്നമ്മുവിനോട് ഇതിനെ പോറ്റാൻ പറയൂ..പ്രസവിച്ചാൽ ഞാൻ കൊണ്ട് പോയ്ക്കൊള്ളാം. കോഴിക്കോട്ടേക്കോ നാട്ടിലേക്കോ പോകണമെങ്കിൽ പ്രയാസമാണ്. തല്ക്കാലം ശങ്കരേട്ടൻ കൈയിലുള്ള പണം തന്നാൽ മതി."

കൈയിലുള്ള എൺപത് ക തങ്കമ്മയ്ക്ക് കൊടുത്തിരുന്നു. ഇപ്പോൾ പശു പ്രസവിച്ചിരിക്കുന്നു. അതിന്റെ ഉടമസ്ഥൻ വന്നു എന്നാണ് ചിന്നമ്മു

പറയുന്നത്. വിശദമായി ചിന്നമ്മുവിനെഴുതി.

ആന്തരികമായി ലോകത്തെക്കുറിച്ചുള്ള ഉൽക്കണ്ഠയിൽ ഇടറി വീഴുമ്പോഴും ചിന്നമ്മുവിനെഴുതുന്ന എഴുത്തുകളിലൊക്കെയും ഏറ്റവും കുഞ്ഞു കുഞ്ഞു കാര്യങ്ങൾ കുറിച്ചിട്ടു. അവൾക്ക് മാത്രമല്ല, തനിക്കും അത് ഗുണം ചെയ്യുമെന്ന് മൊയാരം കരുതി. മറ്റുള്ളവരെക്കുറിച്ചുള്ള ചിന്ത വിഷാദരോഗംപോലെ പടരാതിരിക്കാൻ, ജീവിതത്തിലെ ഏറ്റവും കുഞ്ഞുകാര്യങ്ങളിൽ നിന്ന് ആനന്ദത്തെ കണ്ടെടുക്കണമെന്ന് ഡോക്ടർ മൊയാരത്തെ ആരും പഠിപ്പിച്ച് കൊടുക്കേണ്ടതില്ല.

ഇതുവരെയില്ലാത്ത അർത്ഥത്തിൽ ജയിൽജീവിതം ഒരു ഭാരം പോലെ മൊയാരത്തെ ആവേശിക്കാൻ തുടങ്ങി. എഴുത്തിലേക്കും വായനയിലേക്കും മുഖം ആഴ്ത്താൻ ആത്മാർത്ഥമായി ശ്രമിച്ചു. പക്ഷേ, സാദ്ധ്യമായില്ല. വെല്ലൂർ ജയിലിലെ കിട്ടാവുന്ന പുസ്തകങ്ങളൊക്കെയും വായിക്കാനെടുത്തു. പക്ഷേ, ഒന്നിലേക്കും ആഴ്ന്നിറങ്ങാൻ പറ്റുന്നില്ല.

പക്ഷേ, സഖാക്കൾ പറയുന്നത് ശരീരം മെച്ചപ്പെട്ടിട്ടുണ്ടെന്നാണ്. രണ്ടും മൂന്നും ദിവസം കൂടുമ്പോൾ കിട്ടുന്ന ഏറ്റവും മോശമായ എണ്ണ ഒഴിവാക്കണമെന്ന് ഒട്ടും തോന്നിയില്ല. അത് നല്കിയ ശിക്ഷയാണ് ശരീരത്തിന്റെ തടി.

വെല്ലൂരിലെ മലബാറുകാരൻ ജയിലർ ഒരു പുതിയ പുസ്തകം കൊടുത്തയച്ചു. എന്തുകൊണ്ടാണെന്നറിയില്ല, അയാൾ ഇത്തിരി പരിഗണന നല്കുന്നുണ്ട്.

പുസ്തകം തുറന്ന് നോക്കി. വൈക്കം മുഹമ്മദ് ബഷീറിന്റെ *ബാല്യകാലസഖി.* ഏറെ താല്പര്യത്തോടെ വായന നീണ്ടു. പക്ഷേ, *ബാല്യകാലസഖി* പൂർത്തിയാക്കാനായില്ല.

സ്വാതന്ത്ര്യലബ്ധിയോടനുബന്ധിച്ച് കമ്യൂണിസ്റ്റുകാർക്കെതിരെയുള്ള കേസുകൾ പിൻവലിച്ചിരിക്കുന്നു. സ്വാതന്ത്ര്യത്തിന്റെ ശുദ്ധവായു ശ്വസിച്ചുകൊണ്ട് പുറത്തേക്ക്.. പുതിയ ലോകം.. പുതിയ സ്വപ്നങ്ങൾ...

കറുത്ത സായ്പൻമാർ അധികാരത്തിലേക്ക് വന്നിരിക്കുന്നു...

അപൂർണ്ണമായ നോവൽ പുസ്തകം

കടത്തനാട്ട് മാധവിയമ്മ എഴുതിയ 'കണ്ണുനീർ' എന്ന കവിത അയാൾ വീണ്ടും വായിച്ചു.

"അന്ധകാരത്തിൻ ശൂന്യശൂന്യമാംകയത്തിങ്കൽ
ബന്ധുരസ്മരണയായ് മാഞ്ഞുപോയല്ലോ ഭവാൻ
പശ്ചിമാകാശത്തിന്റെ വക്കത്തു രക്താംബരം
ചുറ്റിയ വെൺ മേഘങ്ങൾതൻ മദ്ധ്യത്തിൽ നില്ക്കുമ്പോഴും
മാഞ്ഞീലാ,ഭവൻ മുഖത്തുറിയ മന്ദസ്മിതം
ചാഞ്ഞീല തവാശയം കൂരിരുൾകൂത്താട്ടത്തിൽ
നിങ്കൽ നിന്നടർന്നെത്തി മാമരത്തുഞ്ചംതോറും
തങ്ങിനില്ക്കുമീ സൂക്ഷ്മസുന്ദരകിരണങ്ങൾ
സ്വീയമാം പ്രകാശത്താലിപ്പൊഴുമെതിർക്കുന്നു
കൂരിരുളിനെയെന്നാൽ, നീ ഇരുളടഞ്ഞല്ലോ"

കനത്ത ഇരുളിനെ തോല്പിക്കാൻ നിരന്തരം ശ്രമിച്ച ഒരു മനുഷ്യന്റെ ജീവിതം ഇരുളിലേക്ക് പതിപ്പിച്ച അനീതിയുടെ രാഷ്ട്രീയവ്യവസ്ഥയോട് എഴുത്തുകാരൻ അമർഷം പൂണ്ടു. ഇരുളിലേക്ക് ആണ്ടുപോയത് ഒരു മനുഷ്യന്റെ ജീവിതം മാത്രമല്ല. ഇനിയും വെളിച്ചമേശാത്ത, ആർക്കും അറിയാത്ത ഒരു ജീവിത കഥകൂടിയാണ്. ഒരു നോവലിന്റെ ഏറ്റവും സാങ്കല്പികമായ ലോകത്ത് കുരുങ്ങിക്കിടക്കാൻ വിധിക്കപ്പെട്ടതിനേക്കാൾ വിചിത്രമായ കഥകൾ ആ ജീവിതത്തിൽ ഇനിയും ഉണ്ടാകും. അപൂർണ്ണമായ നോവൽ പുസ്തകമാണ് മൊയാരത്ത് ശങ്കരൻ.. കേട്ട കഥകളെക്കാൾ ഇനിയും കേൾക്കേണ്ടുന്ന കഥകൾ ബാക്കിവെച്ചുള്ള യാത്രയായിരുന്നു അദ്ദേഹത്തിന്റേത്.. ഇനിയെന്തെഴുതണം എന്ന സന്ദേഹം മാത്രം ബാക്കിയായി.

മൊയാരത്തിന്റെ ജീവചരിത്രകൃതിയുമായി എഴുത്തുകാരനിരുന്നു. അയാൾ ജീവചരിത്രം പിന്നേയും പകർത്താൻ തുടങ്ങി.

“തലേന്ന് അദ്ദേഹം ചമ്പാട്ടെ കെ എം അനന്തനെ പോയിക്കണ്ടു. പാനൂരിനടുത്ത് പി സി സി സൊസൈറ്റിയിൽ പണിയെടുക്കുകയായിരുന്നു അനന്തൻ. ഒന്നിച്ച് പണ്ട് ജയിലിൽ കഴിഞ്ഞ ഉശിരുള്ള ചെറുപ്പക്കാരനാണ്. തല്ക്കാലത്തെ വഴിച്ചെലവിന് ഇരുപത്തഞ്ചുറുപ്പിക വേണം. മൊയാരം അനന്തനോട് പറഞ്ഞു.

അനന്തൻ വേഗം ഇരുപത്തഞ്ചുറുപ്പിക കൊടുത്തു.

“മൊയാരം ശ്രദ്ധിച്ചേ നടക്കാവൂ. കാലം അത്ര നന്നല്ല.”

അനന്തനും അദ്ദേഹത്തോട് പറഞ്ഞു.

മൊയാരം അതൊന്നും കൂട്ടാക്കിയില്ല.

“അറുപതോടടുത്ത വൃദ്ധനെ ആർ ഉപദ്രവിക്കാൻ? ആയുസ്സിന്റെ നല്ലൊരു ഭാഗം കോൺഗ്രസിനുവേണ്ടി പണിയെടുത്തു. ഇപ്പോഴാകട്ടെ അവർ രാജ്യം ഭരിക്കുന്നു. മൊയാരത്ത് ശങ്കരന് അവരുടെ അനുവാദം വാങ്ങിയിട്ട് മാത്രമേ നടക്കാവൂ എങ്കിൽ...”

അദ്ദേഹം പറഞ്ഞു നിർത്തി.

അന്ന് 1948 മെയ് 10 ആയിരുന്നു. എടക്കാട് വെച്ച് കോൺഗ്രസ് പ്രവർത്തകരുടെ കൈയിലകപ്പെടുന്നതിന് തലേദിവസം.

അന്ന് മൊയാരം മറ്റ് ആരെയൊക്കെ കണ്ടിട്ടുണ്ടാവാം.. ഒരു നോവൽ പുസ്തകം ചരിത്രത്തെ അവതരിപ്പിക്കുന്ന ഒന്നല്ല. ചരിത്രത്തിന്റെ വിടവുകൾ പൂരിപ്പിക്കുന്ന ഒരു പ്രക്രിയയാണ്. അസാദ്ധ്യതയുടെ സാദ്ധ്യതകൾ കണ്ടെത്താനുള്ള അപൂർണ്ണമായ ശ്രമമാണ്. ചരിത്രത്തോട് നീതിപുലർത്താൻ ശ്രമിക്കുമ്പോഴും ചരിത്രത്തിന്റെ സന്ദിഗ്ദ്ധതകളെ കണ്ടെത്താനുള്ള അർത്ഥവത്തായ ശ്രമമാണ്. അതുകൊണ്ട് എഴുത്തുകാരൻ പിന്തുടരുന്നത് ചരിത്രത്തെയല്ല. ചരിത്രത്തെ കൊടിയടയാളമാക്കിയ ആ മനുഷ്യനെയാണ്.

കഥ തുടരുകയാണ്.

ഇന്ത്യക്ക് സ്വാതന്ത്ര്യം കിട്ടി ഏതാനും നാളുകൾക്കകം മൊയാരം ജയിൽ മോചിതനായി.

വെല്ലൂർജയിലിൽനിന്ന് ഇറങ്ങി വരുമ്പോൾ ഇനിയൊരു യാത്ര അങ്ങോട്ടേക്കില്ലെന്ന് മൊയാരമുറപ്പിച്ചിരുന്നു. കാരണം മറ്റൊന്നുമായിരുന്നില്ല. ശരീരം വിസമ്മതങ്ങൾ പ്രകടിപ്പിച്ചു തുടങ്ങിയിരുന്നു. ഇനിയൊരിക്കലും തിരിച്ചുകിട്ടാത്തവിധം ആരോഗ്യം പൂർണ്ണമായി നശിച്ചതായി മൊയാരത്തിന് തോന്നി. നടക്കാൻപോലും പറ്റാത്ത അവസ്ഥ.. ഇപ്പോൾ വീണുപോകുമെന്ന് തോന്നിക്കുന്ന ശാരീരികാവസ്ഥ.. അൻപത്തിയെട്ട് വയസ്സ് എന്നത് ജീവിതാവസാനമാണെന്ന് മൊയാരം കരുതി.. ചുമയ്ക്കുമ്പോൾ ശരീരത്തിൽ രക്തം മുഴുവനും ഇളകി വരുന്നത് പോലെ.. മർദ്ദനത്തിന്റെയും ക്രൂരമായ ഭേദ്യങ്ങളുടേയും ഇടയിൽനിന്ന് ജീവിച്ചത് തന്നെ അത്ഭുതകരമാണല്ലോ എന്ന് മൊയാരം ഓർത്തു.

വെല്ലൂരിൽ നിന്ന് റിക്ഷയിൽ കാട്പാടി റെയിൽവെ സ്റ്റേഷനിൽ വന്നിറങ്ങിയപ്പോൾ ഇതുവരെ കാണാത്ത ഒരു പുതുമ ചിലയിടങ്ങളിലെങ്കിലും കാണാൻ സാധിച്ചു. അത് സ്വാതന്ത്ര്യത്തിന്റെ പുതുമയായിരുന്നു.. എന്നാൽ സ്റ്റേഷൻ പരിസരത്ത് യാചനയുമായി നടക്കുന്ന മനുഷ്യരിലൊന്നും പുതിയ ഇന്ത്യ കണ്ടില്ല..

തീവണ്ടി സ്റ്റേഷനിൽവന്ന് നിന്നപ്പോൾ എല്ലാവരേയുംപോലെ ഓടിക്കയറാൻ ശരീരം സന്നദ്ധമായില്ല.. മനസ്സിന് പ്രായംകൂടിയിരിക്കുന്നു. വീണുപോകുമെന്ന് തോന്നിയപ്പോൾ ഒരു പെൺകുട്ടിയുടെ കൈ നീണ്ടുവന്നു. അവൾ അടുപ്പത്തോടെ മുൻപിലെ സീറ്റിലെ കുട്ടിയെ നീക്കിയിരുത്തി അല്പം സ്ഥലം ഇരിപ്പിടത്തിനായി ഒഴിച്ചിട്ടു. പരിചിതമായ ഒരുമുഖമാണതെന്ന് മൊയാരത്തിന് തോന്നി.. പരിചിതമായ ഒരു ഛായ..

തിരക്കൊഴിഞ്ഞപ്പോൾ അവൾ അടുത്തിരുന്നു.

"ജയിലീന്നാണ് അല്ലേ?"

അയാൾ എങ്ങനെ മനസ്സിലായി എന്ന അർത്ഥത്തിൽ അവളെ നോക്കി. അവൾ എല്ലാമറിയാമെന്ന അർത്ഥത്തിൽ ചിരിച്ചു.

"കമ്യൂണിസ്റ്റ്..?"

അവൾ പിന്നേയും മനോഹരമായി ചിരിച്ചു. കണ്ടുമറന്ന ഒരു ചിരി അവൾ ബാക്കിയാക്കിയിട്ടുണ്ടെന്ന് മൊയാരത്തിന് തോന്നി.

"വെല്ലൂരിൽ നിന്നുള്ള കമ്യൂണിസ്റ്റുകാരെയൊക്കെ എനിക്കറിയാം.."

മൊയാരത്തിന്റെ അത്ഭുതം കൂടിക്കൂടി വന്നു. പക്ഷേ, അവളെ കേട്ടിരിക്കുക എന്നല്ലാതെ ഒന്നും ചോദിക്കണമെന്ന് തോന്നിയില്ല. ജയിൽ അനുഭവിപ്പിച്ച മടുപ്പിന്റെ ആഴം അത്രമേൽ വലുതായിരുന്നു. ശരീരം കുറെക്കൂടി ശോഷിച്ച്, നിറം മങ്ങി, അസ്ഥികൂട സമാനമായിരിക്കുന്നു. വാ തുറക്കുമ്പോൾതന്നെ ഒരസ്വസ്ഥത.. ഞരമ്പുകളിലൂടെ പാഞ്ഞു വരുന്ന വേദന.. എങ്കിലും ചോദിക്കാതിരിക്കാനായില്ല..

"നാടെവിടെയാ.."

"മലബാറിൽ.. മൊയാരത്ത് ശങ്കരന്റെ നാടിനടുത്താണ്.."

ഇപ്പോൾ മൊയാരം അക്ഷരാർത്ഥത്തിൽ വിസ്മയിച്ചു. എങ്ങനെയാണ് തന്നെ തിരിച്ചറിഞ്ഞത് എന്ന് ആലോചിച്ചുകൊണ്ടിരിക്കുമ്പോൾ അവൾ പറഞ്ഞു.

"മൊയാരത്ത് ശങ്കരനെ അറിയില്ലേ..? കമ്യൂണിസ്റ്റാണ്.."

അയാൾ അറിയാമെന്ന് തലയാട്ടി.

"നിങ്ങളുടെ നാടോ?"

അവൾ തിരിച്ചു ചോദിച്ചു.

"എന്റെ നാടും മൊയാരത്തിന്റെ നാടിനടുത്ത് തന്നെയാണ്.."

മൊയാരം മറുപടി പറഞ്ഞു.

അവൾ അത്ഭുതത്തോടെ പുരികമുയർത്തി. അവളുടെ എല്ലാ ഇടപെടലുകളിലും ഒരു കൊച്ചു കുഞ്ഞിന്റെ കൗതുകമുണ്ടായിരുന്നു.

മൊയാരം ചോദിച്ചു.

"നിന്റെ പേരെന്താ..?"

അവൾ പറഞ്ഞു.

"മീനാക്ഷി.."

"എന്റെ സഹോദരിയുടെ പേരും മീനാക്ഷിയെന്നാ.."

അവൾ ഇപ്പോൾ ഒന്നുകൂടി കണ്ണിറുക്കി ചിരിച്ചു. അവൾ മൊയാരത്തോട് പേര് ചോദിച്ചു.

"അതും മൊയാരത്തിന്റെ തന്നെയാ.. ശങ്കരൻ.."

ഇപ്പോൾ എല്ലാ കൗതുകങ്ങളുംകൂടി അവളെ ഒരു പൊട്ടിച്ചിരിയിലേക്ക് നയിച്ചു.

അവൾ മന്ത്രിച്ചു.

"ഫന്റാസ്റ്റിക്.."

"കുട്ടി എന്തു ചെയ്യുന്നു?"

"വെല്ലൂർ ക്രിസ്ത്യൻ മെഡിക്കൽ കോളേജിൽ പഠിക്കുന്നു.. ഇടയ്ക്ക് ഞങ്ങളുടെ പ്രാക്ടീസിന്റെ ഭാഗമായി ജയിലാസ്പത്രിയിൽ വരാറുണ്ട്.."

"ഇഡാ സ്കഡർ എന്ന മദാമ്മ സ്ഥാപിച്ച കോളേജ് അല്ലേ? 28 ൽ മഹാത്മജി സന്ദർശിച്ചിരുന്നു. അന്നൊക്കെ സ്ത്രീകൾക്ക് മാത്രമായിരുന്നു ആസ്പത്രി. ഇപ്പോഴും അങ്ങനെ തന്നെയാണോ?"

"ഇപ്പോൾ ഒന്നുരണ്ട് കൊല്ലമായിട്ട് എല്ലാരേയും പ്രവേശിപ്പിക്കുന്നുണ്ട്. അതിന്റെ ചരിത്രോക്കെ അറിയാം ഇല്ലേ?"

"ജയിലിൽ വേറെ പണിയൊന്നും ഇല്ലല്ലോ.."

മൊയാരം വേദന മറന്ന് ചിരിച്ചു... അവളും...

ശരീരത്തിന്റെ ക്ഷീണം മൊയാരത്തിനെ മയക്കത്തിലേക്ക് തള്ളിവിട്ടു.

തലശ്ശേരിയിൽ എത്തുമ്പോൾ ഏറെ വൈകിയിരുന്നു.

ശരീരം ഇനിയൊട്ടും തളരാൻ ബാക്കിയില്ലാത്തവണ്ണം ജഡാവസ്ഥയിൽ എത്തിക്കഴിഞ്ഞിരുന്നു.

അവൾ അപ്പോഴും പ്രസന്നവദനയായിരുന്നു.

യാത്ര പറയാനൊരുങ്ങിയപ്പോൾ അവൾ ഒരു ചിത്രമെടുത്തു കാണിച്ചുതന്നു. ഉറക്കത്തിനിടയിലെപ്പോഴോ മൊയാരത്തിനെ വരച്ചതായിരുന്നു.

മൊയാരം മന്ത്രിച്ചു.

"എന്റെ ചിത്രം എനിക്ക് തന്നേക്ക്.. "

അവൾ പുഞ്ചിരിച്ചുകൊണ്ട് പറഞ്ഞു.

"തരണമെന്നുണ്ട്. പക്ഷേ, ഒന്നുകൂടി വൃത്തിയാക്കണം.. ഞാൻ നന്നായി വരച്ച് തപാലിൽ അയച്ച് തരാം.."

മൊയാരം മറുപടി പറഞ്ഞില്ല. ഒരു നേർത്ത ചിരിയോടെ, ക്ഷീണിച്ച കാലുകളുമായി നടക്കാനാരംഭിച്ചു. ഇത്തിരി മുന്നോട്ട് നീങ്ങിയേ ഉള്ളൂ.. പിന്നിൽ നിന്ന് വിളിക്കുന്നു..

"ഏയ്.. ഒന്ന് നിക്കൂ.. ചിത്രമയക്കണമെങ്കിൽ തപാൽ വിലാസം

വേണ്ടേ.. പറഞ്ഞില്ലല്ലോ..”

അവൾ എഴുതാനുള്ള തയ്യാറെടുപ്പിലാണ്.

മൊയാരം പറഞ്ഞു.

“മൊയാരത്ത് ശങ്കരൻ നമ്പ്യാർ
മൊയാരത്ത് വീട്
നിടുമ്പ്രം”

ബാക്കിയൊന്നും അവൾക്ക് കേൾക്കണമെന്നുണ്ടായില്ല.

തന്റെ കൂടെ യാത്രചെയ്ത മൊയാരത്തിനെ തിരിച്ചറിയാത്തതിൽ ആത്മനിന്ദയനുഭവിച്ചു. സത്യം പറയാത്തതിൽ അയാളോട് പരിഭവവും തോന്നി.

“അമ്മ പറയാറുണ്ട്.. മൊയാരത്ത് ശങ്കരൻ നമ്പ്യാരെക്കുറിച്ച്.. ”

“അമ്മയോ”

മൊയാരം വിസ്മയിച്ചു.

“അമ്മ കുറേക്കാലം മൊയാരത്ത് തറവാട്ടിലുണ്ടായിരുന്നു.. പുറം പണിക്കാരിയായി..”

ഇപ്പോൾ മൊയാരമാണ് അവിശ്വസനീയതയോടെ അവളെ നോക്കിയത്..

അവൾ നടന്നകന്ന് പോകുന്നത് വരെ മൊയാരം അവളെ നോക്കി നിന്നു.

ഏതാനും ദിവസങ്ങൾക്ക് ശേഷം അഞ്ചൽശിപായി മൊയാരത്തിന് ഒരു ചിത്രം കൊണ്ടുകൊടുത്തു. ക്യാമറയിലെന്നതുപോലെ മൊയാരത്തിന്റെ ഒരു ചിത്രം.

ഒരുപക്ഷേ, ഇല്ലാതായിക്കഴിഞ്ഞാലും ജീവിച്ചിരുന്നുവെന്ന് ബോദ്ധ്യപ്പെടുത്താനായിരുന്നുവോ ആ ചിത്രം? മെലിഞ്ഞ്, ക്ഷീണിച്ച്. ഏറ്റവും ദയനീയമായ ആ ചിത്രമല്ലാതെ മറ്റൊന്ന് നീക്കിയിരിപ്പില്ലെന്ന് എഴുത്തുകാരനും തോന്നി. മൊയാരത്തിന്റെ ജീവിതത്തെ എങ്ങോട്ടാണ് കൊണ്ടുപോകുന്നത് എന്നതിൽ അയാൾ സന്ദേഹിയായി. അയാളുടെ സംഘർഷങ്ങൾ മൊയാരത്തെ അപൂർണ്ണമായ നോവൽ പുസ്തകമാക്കി മാറ്റുമെന്ന് ഭയപ്പെട്ടു. എഴുതുന്നതൊക്കെയും ശരിയാണെന്ന് ബോദ്ധ്യപ്പെടുത്താൻ, അത് അവളയച്ച ചിത്രമാണെന്ന് ഉറപ്പിക്കാൻ അവളെ കണ്ടെത്തേണ്ടതുണ്ട്.. അവളെ കണ്ടെത്തിയാൽ, തീവണ്ടിയിൽ വെച്ച് അവൾ സംസാരിച്ചതിന്റെ വിശദാംശങ്ങൾ കിട്ടിയേക്കും.. പിന്നീടെപ്പോഴെങ്കിലും അവൾ മൊയാരത്തെ കണ്ടിരുന്നുവോ എന്നതിന്റെ ഉത്തരവും ലഭിച്ചേക്കും.. അകത്തിരുന്നെഴുതേണ്ട കൃതിയല്ല നോവൽ.. പുറത്തിരുന്നെഴുതേണ്ടതും പുറത്താക്കപ്പെട്ടവരുടേതുമായ സങ്കടങ്ങളുടെ പുസ്തകമാണത്.. പക്ഷേ, പിന്നേയും എഴുത്തുകാരൻ സന്ദേഹിയായി.. കാലമെത്രകഴിഞ്ഞിരിക്കുന്നു.. അങ്ങനെയൊരാൾ ജീവിച്ചിരിക്കാനുള്ള വിദൂരസാദ്ധ്യതപോലും ഇല്ല. എന്നാൽ സാദ്ധ്യതകളൊന്നും തന്നെയില്ലാത്ത, കണ്ടെടുക്കാനാവാത്ത അന്വേഷണമാണ് എഴുത്ത് എന്നയാൾ തിരിച്ചറി

ഞ്ഞുകഴിഞ്ഞിരുന്നു.

എഴുതപ്പെട്ട ചരിത്രത്തിലേക്കും എഴുതാൻ സാദ്ധ്യതയുള്ള ചരിത്രത്തിലേക്കും നിലവിളിയോടെ അയാൾ പിന്നെയും ഇറങ്ങിച്ചെന്നു.

സ്വാതന്ത്ര്യദിനത്തെ തുടർന്ന് മദിരാശി സർക്കാർ കമ്യൂണിസ്റ്റുകാരുടെ പേരിലുള്ള കേസുകൾ പിൻവലിച്ചു. അതിനെ തുടർന്ന് മൊയാരം ഉൾപ്പെടെയുള്ളവർ ജയിൽ മോചിതരായി. എന്നാൽ പഴയ വാറണ്ട് പ്രകാരം സെപ്തംബറിൽ കൃഷ്ണപിള്ളയെ അറസ്റ്റ് ചെയ്തു. കമ്യൂണിസ്റ്റുകാരെ നിരീക്ഷിക്കാൻ സ്വതന്ത്ര ഇന്ത്യയിലെ രഹസ്യപ്പൊലീസ് ഉണ്ടായിരുന്നു.

കുഞ്ഞൂട്ടിയുടെ ചായപീടികയിൽനിന്ന് കണാരൻ മാസ്റ്ററും മൊയാരവും ചായകുടിച്ചു കൊണ്ടിരിക്കവേ കുഞ്ഞൂട്ടി മന്ത്രിച്ചു.

"നിരീക്ഷകൻ എത്തിയിട്ടുണ്ട്.."

അവിടെ എത്തിച്ചേരുന്ന രഹസ്യപൊലീസുകാരെ തിരിച്ചറിയാൻ കുഞ്ഞൂട്ടിക്ക് സാമർത്ഥ്യമുണ്ടായിരുന്നു.

മൊയാരം ചിരിച്ചു.

"എന്നെ തേടി വരുന്ന കമ്യൂണിസ്റ്റുകാരെയാണ് അയാൾ നോട്ടമിടുന്നത്.."

കണാരൻ മാസ്റ്റർ ഉറക്കെ പറഞ്ഞു.

"അയാൾക്കൊരു ചായകൊടുക്ക് കുഞ്ഞൂട്ടിയേട്ടാ.. കാശ് ഞാൻ തരാം.."

അജ്ഞാതനാണ് താനെന്ന് സ്വയം വിശ്വസിച്ച ആ മനുഷ്യൻ തിരിച്ചറിയപ്പെട്ടതിന്റെ ജാള്യത മറയ്ക്കാതെ മുന്നോട്ട് നടന്നു. ചൊക്ലിയിലേക്കുള്ള യാത്രയ്ക്കിടയിലായിരുന്നു രണ്ടുപേരും.

ചൊക്ലിയിൽ ശങ്കരൻ കമ്പൗണ്ടരുടെ മെഡിക്കൽ ഷോപ്പിനരികിലെത്തിയപ്പോൾ, കുഞ്ഞിരാമൻ മാസ്റ്റർ ഉറക്കെ വിളിച്ചു.

"സഖാവ് മൊയാരം ആത്മകഥയെന്തായി?"

മറുപടി ഉറക്കെ തന്നെയാണ് പറഞ്ഞത്.

"നടന്നുവരുന്നു.."

ശബ്ദമൊട്ടും മുഴങ്ങിയില്ല. ജനങ്ങളുടെ മഹാസമുദ്രത്തെ വാക്കുകൾ കൊണ്ട് മണിക്കൂറുകളോളം പിടിച്ചുകെട്ടിയ മൊയാരത്തിന് ഏറ്റവും അടുത്തിരിക്കുന്നവരോട് പോലും ഉറക്കെ സംസാരിക്കാൻ പറ്റില്ലെന്നോർത്തപ്പോൾ മനസ്സൊന്ന് പൊള്ളിപിടഞ്ഞു.

കുഞ്ഞിരാമൻ മാസ്റ്ററുടെ അടുത്തേക്ക് നടന്നു. കുഞ്ഞിരാമൻ മാസ്റ്റർ സ്വകാര്യംപോലെ പറഞ്ഞു.

"തില്ലങ്കേരിയിൽ വെടിവെപ്പ് നടന്നുവെന്ന് വാർത്തയുണ്ട്. കമ്യൂണിസ്റ്റുകാരെ വെറുതെ വിടില്ലെന്നാണ് പറഞ്ഞ് കേൾക്കുന്നത്.."

കണാരൻ മാസ്റ്റർ മന്ത്രിച്ചു.

"എന്നാൽ നമുക്ക് മടങ്ങാമെന്ന് തോന്നുന്നു."

മൊയാരം അയാളുടെ മുഖത്തേക്ക് നോക്കി.

"ആരെയാണ് പേടിക്കുന്നത്? പേടിക്കാൻ തുടങ്ങിയാൽ ജീവിത കാലം മുഴുവൻ പേടിക്കേണ്ടിവരും.."

"എന്നെയല്ല.. മൊയാരത്തിന് എന്തെങ്കിലും സംഭവിക്കുമോ എന്നാണ് പേടി?"

മൊയാരത്തിന്റെ ശബ്ദം ഉയർന്നു.

"കണാരൻ മാസ്റ്ററേ.. ഒരു രാഷ്ട്രീയപ്രവർത്തകന്റെ ജീവിതം തുറന്നിട്ട പുസ്തകമാണ്.. പേടിപ്പിച്ചുകൊണ്ട് അത് അടയ്ക്കാൻ സാദ്ധ്യമല്ല.. പിന്നെ ശരി എന്ന് എനിക്ക് തോന്നിയതേ ചെയ്തിട്ടുള്ളൂ.. ആരുടെയും മുതല് മോഷ്ടിച്ചിട്ടല്ല മൊയാരം പ്രവർത്തിച്ചത്.. നാളെ എന്തെങ്കിലും ആകാനുമല്ല.. എനിക്കും ഈ നാട്ടിനും വേണമെന്ന് തോന്നുന്നത് ചെയ്തു. അത്രയേ ഉള്ളൂ.. ജനങ്ങൾക്കിടയിൽ ജീവിക്കലാണ് ഒരു കമ്യൂണിസ്റ്റുകാരന്റെ ചുമതല.. പിന്നെ എനിക്ക് വയസ്സായില്ലേ? ഇനി എന്നെ കൊല്ലുന്നെങ്കിൽ കൊല്ലട്ടെ.."

കുഞ്ഞിരാമൻ മാന്നജർ പറഞ്ഞു.

"ബാക്കിയെല്ലാം ശരിയാണ്.. പക്ഷേ, അവസാനം പറഞ്ഞ കാര്യത്തോടെ യോജിപ്പില്ലാതുള്ളൂ.."

കണാരൻ മാസ്റ്റർ കൂട്ടിച്ചേർത്തു.

"ഞാൻ നിരന്തരം പറയുന്നതാണത്.. മൊയാരത്തെ നമ്മൾ പഠിപ്പിച്ച് കൊടുക്കേണ്ടതില്ലല്ലോ.. യുവാക്കളുടെ കൂടെ ജീവിക്കുന്നത് കൊണ്ടുള്ള തോന്നൽ മാത്രമാണത്.."

മൊയാരം ഒന്നു ചിരിച്ചു.

പിന്നെ ശാന്തനായി നടന്നു.

അപ്പോഴും ഏറെ അകലത്തല്ലാതെ മൊയാരത്തെതന്നെ നോക്കിക്കൊണ്ട് അയാൾ നിലയുറപ്പിച്ചിരുന്നു.

ഒഞ്ചിയത്ത് വെടിവെപ്പ് നടന്ന ദിവസം മൊയാരം എഴുത്തിൽ തന്നെയായിരുന്നു. അന്ന് പുറത്തിറങ്ങിയിരുന്നില്ല.. ആത്മകഥ പൂർത്തിയാക്കാനുള്ള ശ്രമം തുടർന്നു. ഇടയ്ക്ക് അമ്മയും ബിക്കുവും തമ്മിലുള്ള ശാഠ്യങ്ങളും ദേഷ്യപ്പെടലുകളും കേൾക്കാം.. ബിക്കുവിന് അവന്റെ അമ്മയുടെ സാന്നിദ്ധ്യം വേണമെന്ന് കുറെനാളായി കരുതുന്നു. അവന്റെ വളർച്ചയുടെ ഈ ഘട്ടത്തിൽ അമ്മയുടെ സാന്നിദ്ധ്യമില്ലെങ്കിൽ അത് അവനോട് ചെയ്യുന്ന തെറ്റ് കൂടിയാണ്.

നോട്ട് ബുക്ക് തുറന്ന് വെച്ച്, മൊയാരം ചിന്നമ്മുവിനെക്കുറിച്ചോർത്തു. മൊയാരത്തിന്റെ ഭാര്യയായത് കൊണ്ട് സ്വാഭാവികജീവിതം നഷ്ടപ്പെട്ട് പോയവൾ.. കുടുംബ ജീവിതത്തിന്റെ ഇണക്കവും പിണക്കവും കൈമോശം വന്നവൾ.. അവൾ ഇത്രയുംകാലം ജീവിച്ചില്ലല്ലോ.. ഇനിയെപ്പോഴാണ് അവൾ ജീവിക്കുക? മൊയാരം തറവാട്ടിലെ ആൾക്കൂട്ടത്തിനിടയിൽ അവൾക്ക് സ്വാഭാവികജീവിതം സാദ്ധ്യമാവുമോ? ഒരു കുടിലിൽ അനുഭവിക്കുന്ന ആനന്ദംപോലും അനുഭവിക്കാൻ പറ്റാതെ പോയ കൂട്ടുകുടുംബ വ്യവസ്ഥ ഇനിയും പൊളിയേണ്ടതുണ്ട്.. സമ്പന്നതയിൽ

ദാരിദ്ര്യമനുഭവിക്കേണ്ടി വരിക എന്നത് എന്തൊരു മഹാവിപത്താണ്..

എഴുന്നേറ്റ് ചാരുകസേരയിൽ കിടന്ന് മൊയാരം പിന്നേയും പിന്നേയും ആലോചിച്ചു.. ആലോചന ഉറക്കത്തിലേക്ക് ആണ്ടുപോയി.. വെടിമരുന്നിന്റെയും ചോരയുടേയും ഗന്ധം മൊയാരത്തിന്റെ മൂക്കിലേക്ക് അടിച്ചു കയറി... അത് സ്വപ്നമോ യാഥർത്ഥ്യമോ എന്ന് സംശയിച്ചു. നിലവിളികളുടെയും കണ്ണീരിന്റെയും ലോകത്തെ നീന്തികടക്കുക അസാദ്ധ്യമാണോ?

സ്വപ്നത്തിൽ നിന്നുണർത്തിയത് ജാനകിയായിരുന്നു. കണാരൻ മാന്നജറുടെ മകൾ.. മാസ്റ്റർ അവിടെ ഉണ്ടാവില്ല.. പകർത്തിയെഴുതാൻ മകളെ അയച്ചതാണ്.. ജാനകി സമർത്ഥയാണ്..പുതിയകാലത്തെ കുട്ടികളൊക്കെ അങ്ങനെയാവണം... മനസ്സിൽ ഒരു പിടച്ചിൽപോലെ മീനാക്ഷി കടന്നുവന്നു. അവൾ വരച്ച ചിത്രം ചുമരിൽ നിന്ന് മൊയാര ത്തെ നോക്കി നിഗൂഢമായി ചിരിച്ചുകൊണ്ടിരുന്നു.

മൊയാരം ആ ചിത്രത്തിലേക്ക് നോക്കി. കുപ്പായത്തിനു മുകളിൽ മറ്റൊരു തോർത്ത് ചുറ്റി, ഏറെ ശോഷിച്ച മുഖം.. ലോകത്തെ മുഴുവൻ നോക്കിക്കൊണ്ടിരിക്കുന്ന കണ്ണുകൾക്ക് തിളക്കം നന്നേ കുറവ്..പിളർന്ന ചുണ്ടുകൾക്കിടയിലൂടെ നാലു പല്ലുകൾ സന്തോഷമാണോ സങ്കട മാണോ എന്ന് വ്യവച്ഛേദിച്ചറിയാനാവാത്ത അവസ്ഥയിൽ.. മീനാക്ഷി തന്ന അപൂർവ്വസമ്മാനം..

"അല്ലാ.. ഇന്ന് ചിന്തതന്നെയാണല്ലോ? എഴുതേണ്ടേ..?"

ജാനകി നോട്ട് ബുക്കും തുറന്ന് വെച്ച് ഏറെനേരമായി ഇരിപ്പ് തുട ങ്ങിയിട്ട്..

"ങ്..ഹാ.. ജാനകിയുടെ പഠിപ്പൊക്കെ എന്തായി..? നടക്കുന്നില്ലേ.. ജാനകി എന്തായാലും ഒരു ടീച്ചറാവണം.."

"അത് തന്നെയാ എന്റെയും ആശ.."

ജാനകി നിറഞ്ഞു ചിരിച്ചു.

കണാരൻ മാന്നജർ എത്തിയപ്പോൾ ഏറെ വൈകിയിരുന്നു.

"കമ്യൂണിസ്റ്റുകാരെ ജീവിക്കാൻ അനുവദിക്കില്ലെന്ന വാശിയിലാ ണെന്നാ തോന്നുന്നത്.. പലയിടങ്ങളിലും സംഘർഷം നടക്കുന്നുണ്ട്."

ഇരുട്ടിൽ ചൂട്ടും വീശി കണാരൻ മാസ്റ്ററും ജാനകിയും നടന്നുപോ കുന്നത് നോക്കിയിരിക്കേ അമ്മ ചോദിച്ചു.

"ശങ്കരാ.. ചിന്നമ്മുവിനെ കൂട്ടി വരണ്ടേ..?"

ചിന്നമ്മുവിനെ കൂട്ടിവരണം..

അവൾക്കും ജീവിക്കണം..

ബിക്കുവിനും ജീവിക്കണം..

കണ്ണൂരിലേക്ക് പോകുന്ന ആരെയെങ്കിലും അറിയിക്കാം.. അവളോട് മൊയാരത്തേക്ക് വരാൻ തയ്യാറായി നില്ക്കാൻ..

ചിന്നമ്മു കാത്തു നില്ക്കും...

ചോരപുരണ്ട കത്ത്

ചിന്നമ്മു കാത്തിരുന്നു...

കാത്തിരിപ്പായിരുന്നു.. ഒന്നിച്ചു ജീവിതം തുടങ്ങിയ കാലം മുതൽ..

മെയ്മാസത്തിലെ ചൂടിന്റെ തീക്ഷ്ണതയിൽ ചുറ്റുപാടുകൾ ഉരുകി തീരുകയാണ്. മരങ്ങൾക്കും ചെടികൾക്കും ഇടയിലാണെങ്കിലും ചൂട് കാറ്റ് തീവ്രതയോടെ വീശിയടിക്കുന്നു. ശരീരവും മനസ്സും വെന്തുരുകു കയാണ്..

മൊയാരത്ത് തറവാട്ടിൽനിന്ന് ചെമ്പിലോട്ടേക്ക് പുറപ്പെട്ടയാൾ എത്തിച്ചേർന്നില്ല.. കേൾക്കുന്ന വാർത്തകൾ ആരുടെ സൃഷ്ടിയാണെന്ന് തിരിച്ചറിയാൻ സാധിച്ചില്ല.

"എടക്കാട് വെച്ച് ശങ്കരേട്ടനെ കോൺഗ്രസുകാർ മർദ്ദിച്ചു. പൊലീസ് സ്റ്റേഷനിലേക്ക് കൊണ്ടുപോയി..."

ചിന്നമ്മുവിന് തിരിച്ചറിയാൻ സാധിക്കാത്തത് അതായിരുന്നു. തല്ലു കിട്ടിയ ആളെ ആശുപത്രിയിലേക്കല്ലേ കൊണ്ട് പോകേണ്ടത്? പൊലീസ് സ്റ്റേഷനിലേക്കല്ലല്ലോ...

രാത്രിയിൽ മെയ്മാസചൂടിന്റെ സകല പ്രഹരവും ഏറ്റുവാങ്ങി, വിയർത്ത് നനഞ്ഞ് കരുമാരത്ത് ശങ്കരൻ നമ്പ്യാർ കയറിവന്നു. മകളെ അഭിമുഖീകരിക്കാൻ അയാൾക്ക് കെല്പില്ലായിരുന്നു. അയാൾ നിസ്സഹാ യമായി ചുണ്ടനക്കി..

"ഇത്തിരി വെള്ളം"

വെള്ളം കുടിക്കുമ്പോഴും അയാൾ മകളുടെ മുഖത്തേക്ക് നോക്കാൻ മടിച്ചു.

"എന്തെങ്കിലും വിവരം കിട്ടിയോ?"

തന്റെ നിസ്സഹായത മകളെ കാണിക്കാനുള്ള കെല്പില്ലാതെ

അയാൾ ഇടവഴിയിലേക്ക് നോക്കി സ്വയമെന്നപോലെ പറഞ്ഞു.

"കണ്ണൂർ പൊലീസ് സ്റ്റേഷനിലുണ്ട്.."

"അച്ഛൻ കണ്ടോ?"

"കണ്ടു."

"കുഴപ്പമൊന്നും ഇല്ലല്ലോ..?"

"ഇല്ല."

മകളോട് സത്യം പറയണമെന്ന ആഗ്രഹം അയാളിലുണ്ടായെങ്കിലും അങ്ങനെ പറയണമെന്നാണ് പെട്ടെന്ന് തോന്നിയത്. വാർദ്ധക്യത്തിൽ പൊള്ളുന്ന ചില കാഴ്ചകൾ കാണാനുള്ളത് തന്റെ യോഗമെന്ന് അയാൾ സമാശ്വസിക്കാൻ ശ്രമിച്ചു. ശങ്കരൻ സ്റ്റേഷനിലുണ്ടെന്ന് മനസ്സിലായപ്പോൾ അവിടെ കുതിച്ചെത്തിയെങ്കിലും പൊലീസുകാർ കണ്ട ഭാവം നടിച്ചില്ല. സന്ധ്യവരെ കാത്തുനില്ക്കുമ്പോഴും അയാൾ പ്രതീക്ഷ നില നിർത്തി. സ്റ്റേഷന് പുറത്ത്, ഇരുന്നും നടന്നും കെഞ്ചിയും സമയം തീർക്കുമ്പോഴാണ് പരിചിതമുഖം തേടി വന്നത്. പൊലീസുകാരനായ രാഘവക്കുറുപ്പാണ്. വൃദ്ധനായ കരുമാരത്ത് ശങ്കരൻ നമ്പ്യാരെ സ്റ്റേഷൻ പരിസരത്ത് കണ്ടപ്പോൾ കുറുപ്പ് കാര്യം തിരക്കി.

"ചിന്നമ്മുവിന്റെ ശങ്കരനെ ഇവിടെ പൊലീസ് കൊണ്ടുവന്നിട്ടുണ്ടെന്ന് അറിയാൻ കഴിഞ്ഞു. ഒന്നു കണ്ടാൽ മതിയായിരുന്നു. "

"ഓ കമ്യൂണിസ്റ്റ് ശങ്കരൻ.."

അയാൾ മുഖം കോട്ടി.

"ഭീകരവാദിയല്ലേ.. കാണാൻ പറ്റുമെന്ന് തോന്നുന്നില്ല."

വൃദ്ധന്റെ ദയനീയമായ നോട്ടം കുറുപ്പിന് അവഗണിക്കാൻ പറ്റാത്തതായിരുന്നു. കരുമാരത്തിന്റെ അച്ഛൻ തന്ന സൗമനസ്യങ്ങളുടെ ഊർജ്ജമാണ് തന്റെ ജീവിതവും ജോലിയും എന്ന് ഓർത്തു.

"പറ്റുമോ എന്നറിയില്ല. ഇൻസ്പെക്ടർ ഇല്ലെങ്കിൽ ശ്രമിച്ചു നോക്കാം.."

രാഘവക്കുറുപ്പ് അകത്തേക്ക് കയറിപ്പോയി. അല്പസമയത്തിനകം തിരിച്ചുവന്ന് വൃദ്ധനെ ലോക്കപ്പിന് മുന്നിലേക്ക് നയിച്ചു.

ലോക്കപ്പിലെ ഇരുട്ട് നിറഞ്ഞ ഭാഗത്ത് ചുരുട്ടികൂട്ടിയതുപോലെ ഒരു ശരീരം കിടക്കുന്നു.

"ശങ്കരാ.."

കഴുത്ത് അതീവസാഹസികമായി തിരിച്ച് ചോരയിൽ മുങ്ങിയ ആ രൂപം വൃദ്ധനെ നോക്കി.. കഴുത്ത് ഒരു ഭാഗത്തേക്ക് തളർന്ന് കിടക്കുകയാണ്. ശ്വാസം കഴിക്കാൻ ശ്രമിക്കുമ്പോൾ നെഞ്ച് വേദന കൊണ്ടാവണം തടവിക്കൊണ്ടിരിക്കുന്നു. മുഖത്ത് കല്ലുകൊണ്ടോ മറ്റോ ഇടിച്ചതുപോലെ ചോരപ്പാടുകൾ.. വെള്ളവസ്ത്രത്തിൽ ചെളിയും ചോരയും കുഴഞ്ഞ് മറിഞ്ഞ് രൂപമാറ്റം സംഭവിച്ചിരിക്കുന്നു. കഴുത്ത് ഉയർത്താൻ പറ്റാതെ ഒരു ഭാഗത്തേക്ക് തിരിച്ച് മന്ത്രിച്ചു.

"നാളെ.. കോടതിയിൽ ഹാജരാക്കും. ഷർട്ടും മുണ്ടും കൊടു

ത്തയക്കണം... ഈ വേഷ്ടി കൊണ്ടുപോയ്ക്കോളു.. ബിക്കു.. മൊയാരത്തുണ്ട്..."

ചോരയിൽ മുങ്ങിയ വേഷ്ടി കണ്ട് വൃദ്ധൻ വിതുമ്പിപ്പോയി..

"ആരാ..ഇങ്ങനെ ചെയ്തത്..?"

"എടക്കാട് വെച്ച്..."

അതീവസാഹസികമായി മൊയാരത്ത് ശങ്കരൻ ഒന്നു ചിരിക്കാൻ ശ്രമിച്ചു.

"എന്റെ ചോര..എന്റെ മാംസം..."

രക്തപങ്കിലമായ ചുണ്ടിലെ ചോരപ്പാടുകൾക്കിടയിലെ ചിരി മാത്രം ബാക്കിയായി..

രാഘവക്കുറുപ്പ് അടുത്തേക്ക് വന്നു. സമയം കഴിഞ്ഞുവെന്നതിന്റെ സൂചന.

സ്റ്റേഷന് പുറത്തേക്ക് നടക്കുമ്പോഴും ആ വൃദ്ധന്റെ വിതുമ്പൽ അവസാനിച്ചില്ല. എന്നാൽ മകളുടെ മുമ്പിൽ അയാൾ ദുർബ്ബലനായില്ല. കരുത്തുണ്ടെന്ന് സ്വയം ബോദ്ധ്യപ്പെടുത്തി.

"നാളെ കോടതിയിൽ ഹാജരാക്കും.."

ചിന്നമ്മുവിന് അതിൽ അത്ഭുതമൊന്നും തോന്നിയില്ല. പൊലീസ് സ്റ്റേഷനും കോടതിയും ജയിലും മൊയാരത്തിന് മാത്രമല്ല, ചിന്നമ്മുവിനും പുതിയ ഒന്നല്ല.

"ഒരു ഷർട്ടും മുണ്ടും എടുത്ത് വെക്കണം.."

ചോരയിൽ മുങ്ങിയ വേഷ്ടി ചിന്നമ്മു കാണാതിരിക്കാൻ അയാൾ ശ്രദ്ധിച്ചു.

മെയ്മാസത്തിലെ കടുത്ത ചൂടിൽ ആ വൃദ്ധന് ഉറക്കം അപ്രാപ്യമായി മാറി; ചിന്നമ്മുവിനും അങ്ങനെ തന്നെ.

പിറ്റേന്ന് കോടതിക്ക് പുറത്ത് ആ വൃദ്ധൻ കാത്തുനിന്നു. പൊലീസ് വാഹനത്തിനടുത്തേക്ക് വിറയ്ക്കുന്ന കാലുകൾ വേച്ച് വേച്ച് അയാൾ ഓടിയെത്തി. പൊലീസുകാരൻ അസഹിഷ്ണുതയോടെ പുരികമുയർത്തി.

"എന്താ.. ഇത്..? "

"ഷർട്ടും മുണ്ടും.. "

പൊലീസുകാരന്റെ ചിരിയിൽ ക്രൂരതയുണ്ടെന്ന് വൃദ്ധന് തോന്നി.

"നിങ്ങളുടെ മുണ്ട് വേണ്ട.. സെൻട്രൽ ജയിലിൽ നിന്ന് വെള്ളമുണ്ട് ഉടുപ്പിച്ചോളും.. "

മൊയാരം ഇതൊന്നും അറിയുകയോ കേൾക്കുകയോ ഉണ്ടായില്ല. ഏതോ മയക്കത്തിന്റെ ലോകത്തേക്ക് കൂപ്പുകുത്തി വീണുകഴിഞ്ഞിരുന്നു. തല ഉയർത്താനോ ഒരു വശത്തേക്ക് നിവർത്താനോ പറ്റാതെ, വലിവു രോഗിയെപ്പോലെ ആ മയക്കത്തിലും ഞെരിപിരികൊള്ളുന്നുണ്ടായിരുന്നു. ശ്വാസമെടുക്കുമ്പോൾ അസാധാരണമായി ശരീരം മുഴുവൻ പുളയുകയായിരുന്നു.

വണ്ടി മുന്നോട്ട് കുതിക്കുന്നത് കാണാൻ ത്രാണിയില്ലാതെ വൃദ്ധൻ നടന്നു.

ചെമ്പിലോട്ട് ചിന്നമ്മു കാത്തിരിക്കുകയായിരുന്നു.

ഇടറുന്ന കാലുകളോടെ അയാൾ ഇടവഴിയിലൂടെ നടന്ന് വരുന്നത് അവൾ ദൂരെ നിന്ന് കണ്ടു. അവൾ കുതിച്ചു ചെന്നു.

"കണ്ടില്ലേ.."

"കണ്ടു.."

അവൾ അയാളുടെ കൈകളിലേക്ക് നോക്കി.

"ഇത്.."

"വേണ്ടെന്ന് പറഞ്ഞു.."

അയാളുടെ നിയന്ത്രണങ്ങളുടെ കെട്ടുപൊട്ടി. കൈയിലെ പൊതി മുഖത്ത് ചേർത്ത് വെച്ച് അയാൾ വിതുമ്പി.

ചിന്നമ്മു കരഞ്ഞില്ല.

മൊയാരത്ത് ശങ്കരൻ, പൊളിറ്റിക്കൽ പ്രിസണർ, കണ്ണൂർ സെൻട്രൽ ജയിൽ എന്ന വിലാസത്തിൽനിന്ന് വന്നെത്തുന്ന ഒരെഴുത്ത് ആശങ്കകളെ ഇല്ലാതാക്കും. എങ്ങനെയായിരിക്കും അഭിസംബോധന..? പ്രവചിക്കാൻ പറ്റില്ല. ഓരോ തവണയും അഭിസംബോധന വ്യത്യസ്തമായിരുന്നു. മൈ ഡാർലിങ്... മൈഡിയർ ചിന്നു.. അങ്ങനെ ആവില്ല. ചിന്നമ്മു ഓമനേ.. അങ്ങനെയും ആവണമെന്നില്ല. വെല്ലൂരിൽ നിന്ന് വന്ന അവസാനത്തെ കത്തിലേതുപോലെ ആവും..

"ചിന്നമ്മൂ,

ബിക്കുവിനും നിനക്കും സുഖമല്ലേ.."

അങ്ങനെയായിരിക്കും തുടങ്ങുക. അങ്ങനെ തന്നെ. ചിന്നമ്മു കാത്തിരുന്നു.

മൊയാരത്ത് തറവാട്ടിൽ ജയിൽ സൂപ്രണ്ടയച്ച മരണക്കുറി എത്തിക്കഴിഞ്ഞിരുന്നു.

ബിക്കുവിനെ കൂട്ടാൻ പോയ അച്ഛൻ ആ വാർത്തയും കൂടെ കൊണ്ടുവന്നു.

"ചിന്നമ്മൂ.. ഇനി ശങ്കരനെ കാത്തിരിക്കേണ്ട."

ഹൃദയംകൊണ്ട് സ്പർശിക്കാത്തിടത്തോളം വാക്കുകൾ അവിശ്വസനീയമായി തുടരും. യാഥാർത്ഥ്യത്തെ അയഥാർത്ഥമെന്ന് കരുതാനുള്ള കഴിവിനെയാണ് ജീവിതം എന്ന് പേരിട്ട് വിളിക്കുന്നത്.. ചിന്നമ്മു ശങ്കരനെ പിന്നെയും കാത്തിരുന്നു. വിവാഹാനന്തരം രണ്ട് തവണ ജയിലിലേക്ക് കയറിപ്പോയ ആളാണ്. അതിനേക്കാൾ ആത്മവിശ്വാസത്തോടെ ഇറങ്ങി വന്നിട്ടുമുണ്ട്.

കാത്തിരിപ്പ് അവസാനിച്ചു.

മെയ് 16 ന്റെ *മാതൃഭൂമി* പത്രം വിറയ്ക്കുന്ന വിരലുകളിൽ ചേർത്ത് വൃദ്ധൻ അവൾക്ക് നല്കി.

"ശ്രീ മൊയാരത്ത് ശങ്കരൻ–കണ്ണൂർ ജയിലിൽ വെച്ചു 12 നു മരിച്ചു.

കണ്ണൂർ, മെയ് 15

ഇയ്യിടെ അറസ്റ്റ് ചെയ്യപ്പെട്ട ഒരു പ്രമുഖ കമ്യൂണിസ്റ്റ് നേതാവായ ശ്രീ മൊയാരത്ത് ശങ്കരൻ 12 നു കണ്ണൂർ സെൻട്രൽ ജയിലിൽ വെച്ചു നിര്യാതനായിരിക്കുന്നു. സ്വ ലേ.”

ആ യാഥാർത്ഥ്യത്തെ അഭിമുഖീകരിക്കാനുള്ള സന്നദ്ധത ചിന്നമ്മു മുഖത്തെടുത്തണിഞ്ഞു. വൃദ്ധനായ പിതാവും ആറ് വയസ്സുകാരൻ മകനും അനുഭവിക്കേണ്ടിവരുന്ന സംഘർഷത്തെ പിടിച്ചുകെട്ടാൻ ചിന്നമ്മുവിന്റെ കൈയിൽ അത് മാത്രമേ ഉണ്ടായിരുന്നുള്ളൂ.. ഒരിക്കലും വരാത്ത കത്തുകൾക്ക് വേണ്ടി ഇനി കാത്തിരിക്കേണ്ടതില്ല... അഞ്ചലോട്ട ക്കാരൻ ചെമ്പിലോട്ട് വരുന്നുണ്ടോ എന്ന് ആരോടും ചോദിക്കേണ്ട തില്ല...സന്ധ്യാസമയങ്ങളിൽ രഹസ്യപൊലീസുകാരന്റെ നിഴൽ വീടിനു മേൽ പതിയണമെന്നില്ല... ഏകാന്തമായ രാത്രികളിൽ എല്ലാവരും ഉറക്കത്തിലേക്ക് വീണുകിടക്കുമ്പോൾ, ആരും അറിയാതെ ചുമരിലേക്ക് നോക്കി അവൾ വിങ്ങലുകളെ തുറന്നു വിട്ടു.. ജയിൽ ഭിത്തികളെ ഞെട്ടിച്ച് ആ കനത്ത ശബ്ദം അവളെ തേടി വരുന്നത് അവളറിഞ്ഞു. ഉറക്കമില്ലാതെ പുലർവേളകളിൽ വാതിലിന് പതുക്കെ മുട്ടി, ചിന്നമ്മൂ.. കതക് തുറക്ക് എന്ന് പറയുന്നതറിഞ്ഞ് അവൾ ചാടിയെഴുന്നേറ്റു. പക്ഷേ, മൊയാരത്ത് ശങ്കരന് വരാൻ പറ്റുമായിരുന്നില്ല...

വൃദ്ധൻ അവളോട് സ്വകാര്യം പറഞ്ഞു.

“ഞാനൊന്ന് കോഴിക്കോട് പോയി കേളപ്പൻനായരെ കാണാം..”

അവൾ ഉറക്കെയാണ് ചോദിച്ചത്.

“എന്തിന്..?”

“ഒരന്വേഷണം..?”

അവൾക്ക് പറയാനേറെയുണ്ടെങ്കിലും അല്പം മാത്രമേ പറ ഞ്ഞുള്ളൂ.

“മൊയാരത്ത് തറവാട്ടിലും ഈ ചെമ്പിലോട്ടും രാത്രി കയറിവരുന്ന കോൺഗ്രസുകാരെയൊക്കെ ഞങ്ങൾ ഊട്ടിയിട്ടുണ്ട്. പട്ടിണി കിടന്നു കൊണ്ട്..”

അയാളുടെ മുമ്പിൽ വെച്ച് അവളാദ്യമായി വിതുമ്പി.

ഏറ്റവും ആഴമേറിയ പ്രണയത്തിൽ നിന്നെന്നപോലെ മൊയാര ത്തിന്റെ ശബ്ദം അവൾ കേട്ടു.

“ചിന്നമ്മൂ. ”

“ഓ..”

അവൾ വിളി കേട്ടു. അച്ഛനായിരുന്നു.

“കേളപ്പൻ നായരെ കാണുന്നതിലെന്താ തെറ്റ്..? അവരുടെ ഭരണ മല്ലേ..”

അവൾ തിളച്ചുമറഞ്ഞു.

“കോൺഗ്രസിലെ രാജ്യരക്ഷക്കാരോട് കേളപ്പൻ എന്താ പറഞ്ഞത്... കമ്യൂണിസ്റ്റുകളെ ചെന്നായ്ക്കളെ പോലെ വേട്ടയാടണം എന്നല്ലേ.. കൂട്ട

ത്തിലൊരു ചെന്നായയെ ആണ് കൊന്നു കളഞ്ഞത്.."

"ചിന്നമ്മു.. നീ പറേന്നത് മനസ്സിലാവാത്തത് കൊണ്ടല്ല. അവര് രണ്ടാളും ഒന്നിച്ച് കോൺഗ്രസിന് വേണ്ടി നടന്നു. ഒരു പാത്രത്തീന്ന് ഒന്നിച്ച് തിന്നു. ഒന്നിച്ചുറങ്ങി.. അങ്ങനെയുള്ള ആളല്ലേ.. "

ചിന്നമ്മു ഒന്നും പറഞ്ഞില്ല.

മെയ് 18 ന്റെ *മാതൃഭൂമി*യിൽ മുഖപ്രസംഗം വന്നു.

"ആപത്ത് മറ്റൊരു വേഷത്തിൽ

സത്വരവും കർശനവുമായ നടപടികളുടെ ഫലമായി ചിറക്കൽ താലൂക്കിലെ കമ്യൂണിസ്റ്റ് ആപത്തിന്റെ അറുതി കണ്ടുതുടങ്ങിയെന്ന് പലരും ആശ്വസിക്കുന്നുണ്ടാവാം. എന്നാൽ അതിലും വലിയ അബദ്ധം പിണയാറില്ല. കമ്യൂണിസ്റ്റ് ആപത്ത് അവസാനിക്കുകയല്ല. മറ്റൊരു വേഷത്തിൽ – കമ്യൂണിസ്റ്റ് വിരോധവേഷത്തിൽ–അതു വീണ്ടും തലപൊക്കുകയാണ്"

ചിന്നമ്മു വായന നിർത്തി.

"മുഖപ്രസംഗത്തിൽ ശങ്കരനെക്കുറിച്ച് പറയുന്നുണ്ട്."

അച്ഛൻ ഓർമ്മിപ്പിക്കുകയാണ്. ചിന്നമ്മു മൗനമായി വായിച്ചു.

"കാറ്റിന്റെ ഗതി കാണിക്കുന്ന മറ്റൊരു സംഭവം ഒരു പ്രമുഖ കമ്യൂണിസ്റ്റ് നേതാവും 1921 മുതൽ വളരെക്കാലം ഒരു പ്രധാന കോൺഗ്രസ് പ്രവർത്തകനുമായിരുന്ന ശ്രീ മൊയാരത്ത് ശങ്കരൻ അറസ്റ്റ് ചെയ്യപ്പെട്ടതിന്റെ പിറ്റേ ദിവസം കണ്ണൂർ സബ് ജയിലിൽനിന്നും മരിച്ചുവെന്നും പരുക്കുകളോടുകൂടി അദ്ദേഹം ജയിലാസ്പത്രിയിൽ കിടന്നിരുന്നുവെന്നും ശവശരീരം വീട്ടുകാർക്ക് വിട്ടുകൊടുക്കാതെ ജയിലധികൃതന്മാർ തന്നെ മറവു ചെയ്തുവെന്നും ഞങ്ങൾക്ക് റിപ്പോർട്ട് കിട്ടിയിരുന്നു. ഇതെല്ലാം ശരിയാണെങ്കിൽ പല ചോദ്യങ്ങളും ഉത്ഭവിക്കുന്നുണ്ട്."

ചിന്നമ്മു മടുപ്പോടെ പത്രമടച്ചുവെച്ചു.

പിറ്റേ ദിവസം വൃദ്ധൻ *മാതൃഭൂമി* പത്രവുമായി കുതിച്ചെത്തി.

"ചിന്നമ്മു.. നമ്മക്ക് നീതി കിട്ടും ഇന്നത്തെ *മാതൃഭൂമീല്* രണ്ട് വാർത്തയുണ്ട്. ഒന്നെഴുതിയത് കേളപ്പൻ നായരാണ്."

ഒന്നാമത്തെ *മാതൃഭൂമി* വാർത്ത മൊയാരത്ത് ശങ്കരന്റെ സംശയകരമായ മരണത്തെപ്പറ്റി റിപ്പോർട്ട് എന്നായിരുന്നു. കേളപ്പന്റെ ലേഖനം 'വീണ്ടും അന്വേഷിക്കണം. കുറ്റക്കാരെ ശിക്ഷിക്കണം' എന്നതായിരുന്നു.

"എന്തായാലും ശങ്കരനെ കൊന്നവര് കുടുങ്ങും.."

വൃദ്ധന്റെ അങ്ങനെയുള്ള പ്രതീക്ഷകൾ അപ്രസക്തമാണ്. ചിന്നമ്മു തിരിച്ചറിഞ്ഞു. കോയപ്പള്ളി കേളപ്പൻ നായർ, മൊയാരത്തിനൊന്നിച്ച് സഞ്ചരിച്ച പഴയ കേളപ്പനല്ല എന്ന് ചിന്നമ്മുവിനറിയാം. ഒന്നും സംഭവിക്കാൻ സാദ്ധ്യതയില്ലെന്ന് അവൾക്ക് ബോദ്ധ്യപ്പെട്ടിരുന്നു.

സ്വാഭാവികമായ ജീവിതം ചിന്നമ്മുവിനെ ഇനി ഒരിക്കലും കാത്തിരിക്കില്ലെന്ന് ആരെക്കാളും നന്നായി അവൾക്കറിയാമായിരുന്നു. ഏതൊരു രക്തസാക്ഷിയുടെ വിധവയേയുംപോലെ അവളും വരാനിരിക്കുന്ന

പ്രഭാതങ്ങളെ കാത്തിരുന്നു. ജീവിതം സൃഷ്ടിച്ച സ്വാഭാവിക പ്രതിസന്ധികളിൽ ചിന്നമ്മുവും ബിച്ചുവും കറങ്ങിത്തിരിഞ്ഞു.

ചിന്നമ്മുവിനെ കാണാൻ ഒരതിഥി ചെമ്പിലോട്ടെത്തി. മുഖവുരകളേതുമില്ലാതെ അയാൾ പറഞ്ഞു തുടങ്ങി.

"കണ്ണൂർ സെൻട്രൽ ജയിലിൽ അന്ന് ഞാനുമുണ്ടായിരുന്നു. എന്റെ പേര് കെ കെ നായർ എന്നാണ്. കേട്ടിട്ടുണ്ടാവണമെന്നില്ല. ഞാനൊരു കമ്യൂണിസ്റ്റ് പ്രവർത്തകനാണ്.."

"കേട്ടിട്ടുണ്ട്.."

അയാൾക്കത് അവിശ്വസനീയമായിരുന്നു. അയാളുടെ അവിശ്വാസത്തെ കെടുത്തിക്കൊണ്ട് ചിന്നമ്മു പറഞ്ഞു.

"ഞങ്ങൾ ഒന്നിച്ചു ജീവിച്ച നാളുകൾ വളരെ കുറവാണ്. ജയിൽ വാസം, സമര പരിപാടികൾ, യാത്രകൾ, രണ്ടിടങ്ങളിലായിട്ടുള്ള താമസം.. പക്ഷേ, ഓരോ സമരസഖാവും എനിക്ക് പരിചിതരാണ്... സഖാവ് കൃഷ്ണപിള്ള മുതൽ ഓരോരുത്തരും.."

അയാളുടെ വിസ്മയക്കണ്ണുകളിൽ മൊയാരം തെളിഞ്ഞു വന്നു.

"ജയിലിൽ വെച്ച് കണ്ടിരുന്നോ..?"

"ഇല്ല. വിവരങ്ങൾ അറിഞ്ഞിരുന്നു. രാമുണ്ണിനായരെന്ന ജയിൽ സൂപ്രണ്ട് എനിക്ക് പരിചയമുള്ള ആളായിരുന്നു."

"രാമുണ്ണി നായരാണോ ജയിലിൽ വെച്ച് കൊന്നു കളഞ്ഞത്.."

കെ കെ നായർ സംശയമില്ലതെ പറഞ്ഞു.

"രാമുണ്ണിനായർ അങ്ങനെ ചെയ്യില്ല. ആ മനുഷ്യൻ പെൻഷൻ പറ്റാറായ ഒരാളായിരുന്നു."

അയാൾ നിർത്തിയപ്പോൾ ചിന്നമ്മു പറഞ്ഞു.

"എന്തായാലും പറയൂ.. അയാൾ എന്താണ് പറഞ്ഞത്.. കേൾക്കാനുള്ള കരുത്ത് എനിക്കുണ്ട്. ഞാൻ മൊയാരത്ത് ശങ്കരന്റെ ഭാര്യയാണ്.."

"അയാൾ പറഞ്ഞത്, മൊയാരത്തെ നേരത്തെ അറിയാമെന്നാണ്. തല്ലിച്ചതച്ച് മരിക്കാറായ നിലയിൽ കൊണ്ടുവന്നിട്ടുണ്ടെന്നാണ്. ശങ്കരൻ നമ്പ്യാരെ രക്ഷിക്കാനുള്ള ശ്രമത്തിലാണ് അവരെന്നാണ്.. പക്ഷേ, രക്ഷയില്ലെന്നു പറഞ്ഞു. വാരിയെല്ലുകളെല്ലാം ഇടിച്ചു തകർത്തിരിക്കുന്നു. ഹൃദയത്തിനും ശ്വാസകോശത്തിനും കേടുപറ്റിയിട്ടുണ്ട്. മൊയാരം വേദന കൊണ്ട് വിഷമിക്കുകയാണെന്ന് പറഞ്ഞു."

കെ കെ നായർ ചിന്നമ്മുവിനെ നോക്കി. എന്നിട്ട് തുടർന്നു.

"ഞാൻ സൂപ്രണ്ടിനോട് ഒന്നു കാണിച്ചു തരണമെന്ന് അപേക്ഷിച്ചു. നിയമം അനുവദിക്കുന്നില്ലെന്നും അയാളെ തെറ്റിദ്ധരിക്കരുതെന്നുമാണ് രാമുണ്ണി നായർ പറഞ്ഞത്.."

ചിന്നമ്മു പെട്ടെന്ന് പറഞ്ഞു.

"അയാൾ പറഞ്ഞത് മുഴുവനും സത്യമാകണമെന്നില്ല. സൂപ്രണ്ടറിയാതെ ജയിലിൽ വെച്ച് ഒരാളെ കൊന്ന് കുഴിച്ചുമൂടുവാൻ പറ്റുമോ?"

"പിറ്റേന്ന് ഉച്ചയ്ക്കുശേഷം കണ്ണിൽ വെള്ളം നിറച്ചുവെച്ചുകൊണ്ടാണ്

അദ്ദേഹം പറഞ്ഞത്.. മൊയാരം അന്തരിച്ചുവെന്ന്.."

"അന്തരിച്ചതല്ല.. കൊലപാതകം.. ശരീരത്തിന്റെ ഓരോ രോമകൂപങ്ങളിലും മുറിവേല്പ്പിച്ചുകൊണ്ട് നടത്തിയ ക്രൂരത.."

ആ വിപ്ലവകാരിയുടെ കണ്ണും നനഞ്ഞു.

"ചിന്നമ്മുവമ്മയോട് ഇതാരാണ് പറഞ്ഞത്.."

"എനിക്കറിയാം.."

ചിന്നമ്മു സ്വയമെന്നോണം പിന്നെയും പറഞ്ഞു.

"എനിക്കറിയാം.."

"ഒരർത്ഥത്തിൽ സ്വയം ചതഞ്ഞരഞ്ഞ് മറ്റ് സഖാക്കളുടെ ജീവൻ രക്ഷിക്കുകയായിരുന്നു മൊയാരം. കോൺഗ്രസുകാരുടെ പിടിയിൽ ആദ്യമായി പെട്ടതിനാൽ മറ്റുള്ളവർ രക്ഷപ്പെട്ടു.."

"ജീവിച്ചിരുന്നപ്പോഴും അങ്ങനെയായിരുന്നു.."

ചിന്നമ്മു സ്വയം പറഞ്ഞു. എന്തായിരിക്കാം മൊയാരം അവസാനമായി പറഞ്ഞത്..? ചിന്നമ്മുവിന്റെ മനസ്സ് കേട്ടതുപോലെ കെ കെ നായർ പറഞ്ഞു.

"മൊയാരം അവസാനമായി കണ്ട സഖാക്കളോട് പറഞ്ഞു. ഞാൻ മരിച്ച് പോകും. നിങ്ങളാരും അത് വിചാരിച്ച് ദുഃഖിക്കരുത്. എന്റെ മരണം ഇനി പിടിക്കപ്പെടുന്ന സഖാക്കളുടെ ജീവൻ രക്ഷിക്കും."

കെ കെ നായർ എഴുന്നേറ്റു. ഷർട്ടിന്റെ കീശയിൽ നിന്ന് ചോരപുരണ്ട ഒരു കടലാസെടുത്ത് ചിന്നമ്മുവിന് നല്കി.

"ഞാനിറങ്ങുമ്പോൾ ആരുമറിയാതെ രാമുണ്ണിനായർ ഏല്പിച്ചതാണ്.."

അയാൾ ചിന്നമ്മുവിനെ നോക്കാതിരിക്കാൻ ശ്രമിച്ചെങ്കിലും അവൾ അയാളുടെ കണ്ണിലേക്ക് നോക്കി. കെ കെ നായരുടെ കണ്ണിൽ ചുവപ്പിന്റെ ഒരു കടൽ ആർത്തലച്ച് വരുന്നത് ചിന്നമ്മു കണ്ടു. തിരമാലയാണോ.. തീയാണോ എന്നറിയാതെ ചുവപ്പ് ഒരു ചെങ്കൊടിയായി പറന്നു നടന്നു.

രക്തം പുരണ്ട ചുരുട്ടി കൂട്ടിയ കത്ത് അവൾ തുറന്നു. രക്തത്തിന്റെ പടലങ്ങൾക്കിടയിലും അക്ഷരങ്ങൾ മാഞ്ഞിരുന്നില്ല.

"ചിന്നമ്മു..

നാടിന് സ്വാതന്ത്ര്യം കൈവരിക്കുന്ന കാലത്ത് എല്ലാ മനുഷ്യരും സ്വതന്ത്രരാവുമെന്ന് ഞാൻ സ്വപ്നം കണ്ടിരുന്നു. അനീതിയില്ലാത്ത ലോകത്ത് എല്ലാ മനുഷ്യരെയുംപോലെ ജീവിക്കാമെന്ന് ഞാനും ആഗ്രഹിച്ചിരുന്നു. പക്ഷേ, നമുക്ക് സ്വാതന്ത്ര്യം കിട്ടിയില്ലല്ലോ.. കമ്യൂണിസ്റ്റുകാർ ജീവിക്കാനും ജീവിപ്പിക്കാനും വേണ്ടിയുള്ള സമരത്തിലാണ്.. ഞാൻ പറയുന്നത് മനസ്സിലാവുന്നുണ്ടോ?"

ചിന്നമ്മു അത് മുഴുവൻ വായിച്ചു തീർത്തില്ല. പെട്ടെന്നാണ് അടുത്തു നിന്ന മനുഷ്യനെക്കുറിച്ചോർത്തത്. അവൾ അയാളെ നോക്കി. മുറ്റത്ത് നിന്ന് അയാൾ ഇടവഴിയിലേക്ക് ഇറങ്ങിക്കഴിഞ്ഞിരുന്നു.

അവൾ മുറ്റത്തേക്കിറങ്ങി. അയാൾ തിരിഞ്ഞുനോക്കാതെ മുന്നോ

ട്ടേക്ക് നടക്കുകയാണ്..

ഇപ്പോൾ ചിന്നമ്മു മൊയാരത്തിന്റെ കനത്ത ശബ്ദം കേട്ടു.

കണ്ണൂർ സെൻട്രൽ ജയിലിന്റെ കനത്ത ഭിത്തിയെ ഭേദിച്ചുകൊണ്ട് മൊയാരത്തിന്റെ ശബ്ദം വീണ്ടും വീണ്ടും മുഴങ്ങിക്കേട്ടു.

"ഞാൻ മരിച്ചു പോകും.. നിങ്ങളാരും അത് വിചാരിച്ച് ദുഃഖിക്കരുത്.. ലാൽ സലാം സഖാക്കളേ.."

ചിന്നമ്മു അകത്തേക്ക് നടന്നു. പഴയ ഇരുമ്പുപെട്ടി തുറന്നു. മൊയാരം അയച്ച കത്തിനൊപ്പം ചോരപുരണ്ട വേഷ്ടി കൈകളിലെടുത്തു. അവളുടെ മുമ്പിൽ, തൊട്ടടുത്ത് മൊയാരം നില്ക്കുകയാണ്.

ചിന്നമ്മുവിനോട് അദ്ദേഹം പറഞ്ഞു തുടങ്ങി.

www.ingramcontent.com/pod-product-compliance
Lightning Source LLC
LaVergne TN
LVHW090329051026
849518LV00005B/1922
* 9 7 8 8 1 1 9 1 3 1 3 1 0 *